കേരളത്തിലെ ദേശീയപ്രശ്നം

Keralathile Desheeyaprashnam

Politics

E M S

CHINTHA PUBLISHERS
Thiruvananthapuram

First Chintha Edition
June 2024

Second Edition
November 2024

Published
Chintha Publishers, Thiruvananthapuram

Printed at
Akshara Offset, Thiruvananthapuram

Cover Design
Vinod Mangoes

Cover Photographs
Egon Freiherr Von Eickstedt (1892- 1965)
German Anthropologist

ISBN : 978- 81- 19131-27-3

CR - 3606 / 7230

₹ 370

Email: chinthapublishers@gmail.com
Website: www.chinthapublishers.com

A version is available at National Libraries
Kolkata, Mumbai, Chennai and Delhi

Distribution
DESHABHIMANI BOOKHOUSE
H O Thiruvananthapuram 695035

Branch
Head Office Kunnukuzhi • Statue Thiruvananthapuram
Saphalyam Complex Thiruvananthapuram
Machingal Lane Thrissur • IG Road Kozhikode
Mavoor Road Kozhikode • NGO Union Building Kannur
Central Bus Terminal Complex Thavakkara Kannur

കേരളത്തിലെ ദേശീയപ്രശ്നം

ഇ എം എസ്

പരിഭാഷ

കെ പി ജി

ചിന്ത പബ്ലിഷേഴ്സ്
തിരുവനന്തപുരം 695 035
വില: ₹ 370

(1909 - 1998)

ഇ എം എസ്

കേരളം ലോകത്തിന് സംഭാവന ചെയ്ത കമ്യൂണിസ്റ്റ് സൈദ്ധാന്തികനും പ്രയോക്താവും. മലയാളികളുടെ ധൈഷണിക ജീവിതത്തെ ഏറ്റവുമധികം സ്വാധീനിച്ച ബഹുമുഖപ്രതിഭ. കേരളത്തിന്റെ സാമൂഹികജീവിതത്തെ മാറ്റിമറിച്ച പ്രഥമ മുഖ്യമന്ത്രി.

ഭാര്യ : പരേതയായ ആര്യ അന്തർജനം

മക്കൾ : ഡോ. മാലതി ദാമോദരൻ, ഇ എം രാധ
പരേതരായ ഇ എം ശ്രീധരൻ, എസ് ശശി

ഉള്ളടക്കം

പ്രസാധകക്കുറിപ്പ്

അക്കാദമികമായി ചരിത്രം പഠിച്ചയാളായിരുന്നില്ല ഇ എം എസ്. ചരിത്രരചനയ്ക്കു വേണ്ട സാമഗ്രികൾ ശേഖരിക്കാൻ, ഒളിവിലും തെളിവിലുമായി പൂർണമായും രാഷ്ട്രീയത്തിൽ മുഴുകിയ ഇ എം എസിന് വേണ്ടത്ര സമയവും ലഭിച്ചിട്ടുണ്ടാവില്ല. പക്ഷേ, ഇ എം എസ് രചനകളിൽ ഏറ്റവും മൗലികമായി ചൂണ്ടിക്കാണിക്കപ്പെടുന്നത് ചരിത്രരചനകളാണ്. തികഞ്ഞ ഉൾക്കാഴ്ചയും പ്രതിഭയും കൊണ്ടു കൂടിയാവും ഇ എം എസ് എഴുതിയ ചരിത്ര ഗ്രന്ഥങ്ങളും പ്രബന്ധങ്ങളും കാലാതീതമായി നിലകൊള്ളുന്നത്.

കേരള ദേശത്തിന്റെ രൂപീകരണത്തിലേക്കു നയിച്ച ഘടകങ്ങളെ അനാവരണം ചെയ്യുന്നതിൽ ഇ എം എസിന്റെ ചരിത്രരചനകൾ വഹിച്ച പങ്ക് ഏറെ വലുതാണ്. അക്കാദമിക് ചരിത്രരചന ഏറെ വികസിതമായ ഈ കാലത്തും 'ദീപസ്തംഭം' പോലെ ഇ എം എസിന്റെ കൃതികൾ നിലകൊള്ളുന്നു.

ചരിത്രം സൃഷ്ടിക്കുന്നത് അധ്വാനിക്കുന്ന ജനങ്ങളാണ് എന്ന മാർക്സിയൻ കാഴ്ചപ്പാടിൽ വിട്ടുവീഴ്ചയില്ലാതെ ഉറച്ചുനിന്ന വ്യക്തിയാണ് ഇ എം എസ്. മഹദ്വ്യക്തികൾക്ക് സാമ്പ്രദായിക ചിന്തകർ പലരും നൽകിയ അത്യുന്നതസ്ഥാനം ചരിത്ര സൃഷ്ടിയിൽ നല്കാൻ ഇ എം എസ് തയ്യാറായിരുന്നില്ല. ഇത് സംബന്ധിച്ച് പല കോണുകളിൽനിന്നും വിമർശനങ്ങൾ ഉയർന്നപ്പോഴും ഇ എം എസ് സ്വന്തം വാദമുഖങ്ങളിൽ അടിയുറച്ചുനിന്നു. അതേസമയം പുതിയ അറിവുകൾ ലഭ്യമാകുന്നതിനനുസരിച്ച് തന്റെ സിദ്ധാന്തങ്ങൾ പുതുക്കുവാനും തെറ്റായവയെ പാടേ ഉപേക്ഷി

ക്കുവാനും ഇ എം എസിന് യാതൊരു സങ്കോചവും ഉണ്ടായിരുന്നില്ല. കേരളചരിത്രത്തെക്കുറിച്ച് ഇ എം എസ് നടത്തിയ പഠനങ്ങൾ പലതും പിൽക്കാലത്ത് ഇത്തരത്തിൽ നവീകരിക്കപ്പെട്ടിട്ടുണ്ട്.

1955 ൽ പ്രസിദ്ധീകൃതമായ *കേരളത്തിലെ ദേശീയപ്രശ്നം* എന്ന ഈ ഗ്രന്ഥം കേരള ചരിത്രരചനയിലെ ഒരു നാഴികക്കല്ലാണ്. ഭാഷാടിസ്ഥാനത്തിൽ ഇന്ത്യയിൽ സംസ്ഥാനങ്ങൾ രൂപീകൃതമാകുന്ന ഘട്ടത്തിൽ വിവിധ സംസ്ഥാനങ്ങളിലെ ദേശീയതാപ്രശ്നങ്ങളെ സംബന്ധിച്ച് പഠിക്കാൻ കമ്യൂണിസ്റ്റ് പാർട്ടി തീരുമാനിച്ചതനുസരിച്ച് കേരളത്തെക്കുറിച്ച് ഇ എം എസ് ഇംഗ്ലീഷിൽ എഴുതിയ പ്രബന്ധത്തിന്റെ പരിഭാഷയാണിത്. ഇന്നത്തെ ഇന്ത്യൻ സാഹചര്യങ്ങളിൽ ഏറെ പ്രസക്തിയുള്ള ഒരു വിഷയം കൂടിയാണിത്. ഈ പുസ്തകത്തിന്റെ ഉള്ളടക്കത്തെ പരിചയപ്പെടുത്തുന്ന കെ എൻ ഗണേശിന്റെ ദീർഘമായ പഠനവുംകൂടി ഉൾപ്പെടുത്തിക്കൊണ്ടാണ് ഈ ഗ്രന്ഥം ചിന്ത പുനഃപ്രസിദ്ധീകരിക്കുന്നത്.

ചിന്ത പബ്ലിഷേഴ്സ്

കേരളത്തിലെ ദേശീയപ്രശ്നം ഒരു പഠനം

കെ എൻ ഗണേശ്

കേരളത്തിലെ ദേശീയ പ്രശ്നം ഇ എം എസിന്റെ കേരളത്തെ സംബന്ധിച്ച ആദ്യരചനയല്ല. ഇംഗ്ലീഷിൽ പ്രസിദ്ധീകരിച്ച ഈ വിഷയത്തെ അധികരിച്ചുള്ള ആദ്യപുസ്തകമാണ്. ഇതിനെത്തുടർന്ന് ഇതേ വിഷയത്തെ സംബന്ധിച്ച് ഇ എം എസ് ഇംഗ്ലീഷിലും മലയാളത്തിലും ഗ്രന്ഥങ്ങൾ രചിച്ചിട്ടുണ്ട്. ഇവയിലെല്ലാം കേരളത്തിലെ സമൂഹരൂപീകരണത്തെക്കുറിച്ചുള്ള അദ്ദേഹത്തിന്റെ അഭിപ്രായങ്ങളിൽ സൂക്ഷ്മതലത്തിൽ മാറ്റങ്ങൾ ഉണ്ടായിട്ടുണ്ട്. എങ്കിലും ഈ വിഷയത്തെ സംബന്ധിച്ച ഇ എം എസിന്റെ മൗലികമായ വാദഗതികൾ *കേരളം മലയാളികളുടെ മാതൃഭൂമിയിൽ* എന്നതുപോലെ ദേശീയ പ്രശ്നത്തിലും കാണാം.

ഇ എം എസ് ഒരു മുഴുവൻ സമയചരിത്ര വിദ്യാർത്ഥിയോ ഔദ്യോഗിക ചരിത്രകാരനോ ആയിരുന്നില്ലെന്ന് എല്ലാവർക്കുമറിയാം. സ്വന്തം ചരിത്രപഠനത്തെ രാഷ്ട്രീയനിഗമനങ്ങൾക്കുവേണ്ടി ഉപയോഗിക്കുകമാത്രമാണ് അദ്ദേഹം ചെയ്തത്. ഈ പഠനത്തിനാവശ്യമായ ചരിത്രസാമഗ്രികളുടെ അഭാവം അദ്ദേഹത്തെ അലട്ടിയിരുന്നുവെന്ന് പുസ്തകം വായിക്കുന്നവർക്ക് അറിയാം. അക്കാദമിക് പണ്ഡിതന്മാരോട് ഒരെതിർപ്പും അദ്ദേഹത്തിനുണ്ടായിരുന്നില്ല. അതേസമയം, തന്നെപ്പോലെയുള്ളവരുടെ രാഷ്ട്രീയസാമൂഹ്യാനുഭവങ്ങളിൽ നിന്ന് ഉയർന്നുവരുന്ന നിരീക്ഷണങ്ങൾ അക്കാദമിക് പണ്ഡിതന്മാർ ശ്രദ്ധിക്കണമെന്ന അഭിപ്രായം അദ്ദേഹത്തിനുണ്ടായിരുന്നു. *കേരളത്തിലെ ദേശീയ പ്രശ്നം* ഈ ബോധ്യത്തിന്റെ ഉത്തമദൃഷ്ടാന്തം കൂടിയാണ്.

ഈ ഗ്രന്ഥത്തിലെ നിഗമനങ്ങളെ കേരളത്തിന്റെ ഉത്ഭവം, കേരള

സമൂഹത്തിന്റെ രൂപീകരണം, ദേശീയതയുടെ വളർച്ചയും കേരള സമൂഹത്തിന്റെ രാഷ്ട്രീയവൽക്കരണവും എന്ന മൂന്നുവിഭാഗങ്ങളായി തിരിക്കാം. ഈ പുസ്തകമെഴുതിയതിനുശേഷം വന്നിട്ടുള്ള പഠനങ്ങളുടെകൂടി വെളിച്ചത്തിൽ ഈ മേഖലകളിൽ മുന്നോട്ടുവെച്ച നിഗമനങ്ങളെ പരിശോധിക്കുകയാണ് ഇവിടെ ചെയ്യുന്നത്.

ഒന്ന്

കേരളത്തിന്റെ ഉത്ഭവത്തെക്കുറിച്ചുള്ള ഇ എം എസിന്റെ നിരീക്ഷണങ്ങൾ മൂന്ന് വിഭാഗങ്ങളിൽപ്പെടുന്നവയാണ്. ഒന്ന്, ഭൂമിശാസ്ത്രപരമായ സവിശേഷതകൾ. രണ്ട്, സമൂഹത്തിന്റെ വളർച്ച. മൂന്ന്, മറുനാട്ടുകളുമായുള്ള ബന്ധങ്ങളും കുടിയേറ്റങ്ങളും.

പരശുരാമന്റെ സൃഷ്ടിയാണ് കേരളം എന്ന പുരാണങ്ങളിലും കേരളോൽപ്പത്തികളിലുമുള്ള കഥയെ ഇ എം എസ് തുടക്കത്തിൽത്തന്നെ നിരാകരിക്കുന്നു. പരശുരാമകഥ ഐക്യകേരള പ്രസ്ഥാനത്തിന്റെ ഭാഗമായി തന്നെ സജീവമായ ആഖ്യാനമാണ്. 1948 ൽ എറണാകുളത്തുവെച്ചുനടന്ന ഐക്യകേരള സമ്മേളനത്തിന്റെ കവാടത്തിൽ പരശുരാമനെ പ്രതിഷ്ഠിക്കുകയും ചെയ്തിരുന്നു. അതുപോലെ തന്നെ പ്രസിദ്ധമാണ് മഹാബലികഥയും. കേരള ചക്രവർത്തിയായ മഹാബലിയെ വാമനൻ എന്ന ബ്രാഹ്മണൻ പാതാളത്തിലേക്ക് ചവിട്ടിത്താഴ്ത്തിയ കഥ ഓണവുമായി ബന്ധപ്പെട്ടു പ്രചരിച്ചതാണ്. കേരളത്തിലേക്കുണ്ടായ ബ്രാഹ്മണരുടെ അധിനിവേശവുമായി പ്രചരിച്ച കഥയാകാം ഇതെന്ന് ഇ എം എസ് കരുതുന്നു. കഥയിൽ പ്രധാനമായി വരുന്ന തൃക്കാക്കരക്ഷേത്രം പെരുമാക്കന്മാരുടെ തലസ്ഥാനമായ കൊടുങ്ങല്ലൂരിനടുത്താണെന്നത് ശ്രദ്ധേയമാണെന്നും ഇ എം എസ് ചൂണ്ടിക്കാണിക്കുന്നു.

സഹ്യപർവ്വതത്തിനും അറബിക്കടലിനുമിടയ്ക്കുള്ള കേരളം എന്ന ഭൂഭാഗം പ്രാചീനകാലം മുതൽതന്നെ പരിചിതമായിരുന്നു. ഇതിഹാസപുരാണങ്ങളിലും അശോകശാസനങ്ങളിലും ഈ പ്രദേശത്തെപ്പറ്റി പരാമർശമുണ്ട്. കേരളത്തിലെ ജനങ്ങൾ ആരെന്ന് നിർണയിക്കുക പ്രയാസമാണെങ്കിലും ഒരു ഭൂഭാഗം എന്ന സവിശേഷതയുണ്ട്. ഇ എം എസ് സൂചിപ്പിക്കുന്നില്ലെങ്കിലും, റോമൻ സഞ്ചാരികളുടെയും ഭൂമിശാസ്ത്രജ്ഞരുടെയും രചനകളിൽ ദമിരിക്കെ (തമിഴകം) എന്ന ഭൂഭാഗത്തിൽപ്പെട്ടതായി കേരളത്തിലെ തുറമുഖങ്ങളെയും ചേരോബോത്രാസ് (ചരമക്കാർ) എന്ന ജനങ്ങളെയുംകുറിച്ച് പറയുന്നു. റോമാക്കാരുടെ മുസിരിസ് തുറമുഖത്തെക്കുറിച്ചും അവിടത്തെ കച്ചവടത്തെക്കുറിച്ചുമുള്ള പരാമർശങ്ങളിലും ഈയിടെയായി നടന്ന പട്ടണം ഉൽഖനനത്തിലെ തെളിവുകളിലും

കേരളത്തിലെ ആവാസസ്ഥാനങ്ങളുടെയും വാണിജ്യത്തിന്റെയും പ്രാധാന്യം പുറത്തുവരുന്നു. "പ്യൂട്ടിംഗറിയൻ ടേബിൾസി"ലെ ചിത്രങ്ങളിലും കേരളത്തിന്റെ തീരപ്രദേശം അടയാളപ്പെടുത്തുന്നു.

കേരളത്തിലെ ജനസമൂഹത്തിന്റെ വളർച്ചയെക്കുറിച്ച് രണ്ടു സിദ്ധാന്തങ്ങളുണ്ടെന്ന് ഇ എം എസ് പറയുന്നു. ഒന്ന്, ആര്യന്മാരുടെ അധിനിവേശസിദ്ധാന്തവും രണ്ട്, ദ്രാവിഡ സിദ്ധാന്തവുമാണ്. ആര്യന്മാരുടെ അധിനിവേശസിദ്ധാന്തം ബ്രാഹ്മണരുടെ കുടിയേറ്റത്തെക്കുറിച്ചുള്ള വിവരണങ്ങളിൽ നിന്നുവളർന്നുവന്ന ആശയമാണ്. വൈദിക ബ്രാഹ്മണർ കേരളത്തിലേക്ക് വന്നിരിക്കാമെന്നത് ഇ എം എസ് നിഷേധിക്കുന്നില്ല. പക്ഷേ, അവരുടെ വൻതോതിലുള്ള കുടിയേറ്റം നടന്നിരിക്കാൻ സാധ്യതയില്ല. അവർ സ്ഥാപിച്ചതായി കരുതപ്പെടുന്ന ബ്രാഹ്മണഗ്രാമങ്ങളുടെ സ്വാധീനത്തെക്കുറിച്ച് കേരളോൽപ്പത്തികളിലും മറ്റും പറയുന്ന പരാമർശങ്ങളാണുള്ളത്. ബ്രാഹ്മണരുടെ വരവിനുമുമ്പുതന്നെ കേരളത്തിൽ ജനവാസമുണ്ടായിരിക്കാനാണ് സാധ്യത.

ഇതിന് ഇ എം എസ് തെളിവായി ചൂണ്ടിക്കാണിക്കുന്നത് കേരളത്തിൽ നിലനിന്ന ദായക്രമങ്ങളെയാണ്. കേരളത്തിലെ നായന്മാർ മരുമക്കത്തായികളാണ്. മറ്റു വിഭാഗങ്ങളിൽ ബഹുഭാര്യാത്വവും ബഹുഭർത്തൃത്വവും നിലവിലുണ്ട്. നിരവധി സഹോദരന്മാർ ഒരു ഭാര്യയെ നിലനിർത്തുന്ന സമ്പ്രദായം അദ്ദേഹത്തിന്റെ അനുഭവത്തിൽത്തന്നെയുണ്ടെന്ന് ഇ എം എസ് പറയുന്നു. നമ്പൂതിരിമാരുടെ ഇടയിൽ മൂത്തയാളുടെ വേളി മാത്രമാണ് പൂർണമായ മക്കത്തായ രീതിയിലുള്ളത്. കനിഷ്ഠന്മാർ മറ്റ് സമുദായങ്ങളിൽ സംബന്ധം നടത്തുന്ന രീതി, കൂട്ടായ്മ വിവാഹങ്ങളുടെ തുടർച്ചയായാണ് കണക്കാക്കേണ്ടത്. ഇവിടെ മരുമക്കത്തായമാണ് ആദ്യമായി രൂപംകൊണ്ടതെന്നും മക്കത്തായവും യുഗ്മവിവാഹങ്ങളും പിന്നീടാണ് ഉണ്ടായതെന്നുമുള്ള മോർഗന്റെയും എംഗൽസിന്റെയും വാദങ്ങളാണ് ഇ എം എസ് പിന്തുടരുന്നത്. സ്വതന്ത്രവേഴ്ചയിൽ നിന്നാരംഭിച്ച് രക്തബന്ധ വിവാഹങ്ങൾ, പുനാലുവൻ വിവാഹങ്ങൾ, ഏകഭർത്തൃ (ഭാര്യാ) വിവാഹങ്ങൾ എന്നിവയുടെ തുടർച്ച മോർഗനും എംഗൽസും പറയുന്നുണ്ട്. കേരളത്തിൽ നിലനിന്ന വ്യത്യസ്തവിവാഹ സമ്പ്രദായങ്ങളെല്ലാം ഏകഭാര്യാത്വത്തിനും മക്കത്തായത്തിനും മുന്നോടികളാണ്. അതുകൊണ്ട് ബ്രാഹ്മണർ വരുന്നതിനുമുമ്പ് തന്നെ തദ്ദേശീയ ജനസമൂഹം ഇവിടെ ഉണ്ടായിരുന്നു.

മരുമക്കത്തായത്തിന്റെയും മാതൃമേധാവിത്വത്തിന്റെയും പ്രാചീനതയെക്കുറിച്ച് ചില വിമർശനങ്ങൾ അടുത്തകാലത്തുയർന്നിട്ടുണ്ട്. സ്വതന്ത്രവേഴ്ച എന്ന ലിംഗബന്ധങ്ങളുടെ ആദ്യഘട്ടത്തെപ്പറ്റി അഭിപ്രായഭിന്ന

തകളില്ല. എന്നാൽ അതിനുശേഷം പുരുഷമേധാവിത്വ കുടുംബങ്ങൾക്കാണ് ആധിപത്യം ലഭിച്ചത് എന്ന വാദം ശക്തമായുണ്ട്. അതേസമയം ഗോത്രസമൂഹങ്ങളിലുണ്ടായിരുന്ന വ്യത്യസ്ത വേഴ്ചക്രമങ്ങളുടെ അടിസ്ഥാനത്തിൽ പൂർണമായ പിതൃസ്ഥാനീയത (Patrilocality) എല്ലാ സമൂഹങ്ങളിലും ഉണ്ടായിരുന്നില്ല. അതുകൊണ്ട്, പുരുഷാധിപത്യം എല്ലാ സമൂഹങ്ങളിലും ഉണ്ടായിരുന്നില്ല എന്ന വാദവുമുണ്ട്. ഇവിടെ ഇ എം എസ് അത്തരം വാദപ്രതിവാദങ്ങളിലേക്കൊന്നും കടക്കുന്നില്ല. ബ്രാഹ്മണർക്കിടയിലെ മൂസാമ്പൂരിയും കനിഷ്ഠന്മാരും തമ്മിലുള്ള വേഴ്ചക്രമങ്ങളിലെ വ്യത്യാസം ചൂണ്ടിക്കാണിച്ച് ബ്രാഹ്മണർക്കുമുമ്പുള്ള സമൂഹത്തെക്കുറിച്ചുള്ള വാദം ഉറപ്പിക്കുകയാണ് അദ്ദേഹം ചെയ്യുന്നത്.

ഇവിടെ മറ്റൊരു കണ്ടെത്തൽകൂടി പ്രധാനമാണ്. ബ്രാഹ്മണരുടേതടക്കമുള്ള കുടിയേറ്റങ്ങൾ സാധാരണയായി പുരുഷന്മാരുടെ ചലനമാണ്. പുരുഷന്മാർ പുതിയ പ്രദേശങ്ങളിൽ താമസിക്കുമ്പോൾ തദ്ദേശീയരായ സ്ത്രീകളുമായി ബന്ധത്തിലേർപ്പെടാം. ചാതുർവർണ്യത്തിനകത്തുതന്നെ ബ്രാഹ്മണർക്ക് മറ്റ് ജാതികളുമായി ഇത്തരം ബന്ധങ്ങൾ അനുവദിക്കുന്നുണ്ട്. പിന്നീട് ബ്രാഹ്മണർ ഭൂവുടമകളാകുകയും പിന്തുടർച്ചാവകാശം അവരിൽ തന്നെ കേന്ദ്രീകരിക്കേണ്ടി വരുകയും ചെയ്യുമ്പോഴാണ് മക്കത്തായത്തിലേക്ക് നീങ്ങുന്നത്. അവിടെയും ബ്രാഹ്മണരുടെ വരവിനുമുമ്പുള്ള ജനസമൂഹം അനിവാര്യമാണ്.

ഈ ജനസമൂഹം ആരായിരുന്നു? ആര്യസിദ്ധാന്തത്തെ എതിർക്കുന്നവരിൽ പലരും തത്തുല്യമായ ദ്രാവിഡപാരമ്പര്യത്തിനുവേണ്ടി വാദിക്കുന്നവരാണ്. പഴംതമിഴ് പാട്ടുകളിലെ ചേരചോളപാണ്ഡ്യരാജ്യങ്ങളെ കേന്ദ്രീകരിച്ച് ആര്യൻ അധിനിവേശത്തിനു മുമ്പുതന്നെ നിലനിന്ന ദ്രാവിഡസംസ്കാരത്തെ സംബന്ധിച്ച അവകാശവാദങ്ങൾ ഉന്നയിക്കുന്നുണ്ട്. എന്നാൽ ചോളപാണ്ഡ്യന്മാർ തമിഴ്നാട്ടിൽ സാധിച്ച നേട്ടങ്ങൾക്ക് തുല്യമായ പാരമ്പര്യം ചേരന്മാർക്ക് കേരളത്തിൽ സാധിച്ചില്ലെന്ന് ഇ എം എസ് ചൂണ്ടിക്കാണിക്കുന്നു. ചേരന്മാരും പിന്നീട് വന്ന പെരുമാക്കന്മാരും സ്ഥാപിച്ച രാജ്യങ്ങൾക്ക് (സാമ്രാജ്യങ്ങൾ എന്നാണ് ഇ എം എസ് വിശേഷിപ്പിക്കുന്നത്) കേരളസംസ്കാരത്തിൽ സ്ഥായിയായ എന്തെങ്കിലും ചലനങ്ങളുണ്ടാക്കാൻ കഴിഞ്ഞില്ല. അതുകൊണ്ട്, പ്രാചീന കേരളത്തിലെ സാംസ്കാരികരൂപം ദ്രാവിഡമാണെന്ന് പറയാൻ കഴിയില്ല. ആര്യവും ദ്രാവിഡവുമല്ലാത്ത തദ്ദേശീയ സംസ്കൃതിയെ വിഭാവനം ചെയ്യാൻ കഴിയും.

കേരളത്തിലെ ആദിമസമൂഹം ഗോത്രസമൂഹവുമായിരുന്നു എന്നാണ് ഇ എം എസ് വിലയിരുത്തുന്നത്. ഈ ഗോത്രസമൂഹം ആരായിരുന്നു

മുതലായ അന്വേഷണങ്ങളിലേക്ക് ഇ എം എസ് കടക്കുന്നില്ല. ഇവിടത്തെ നിവാസികൾ ഇന്ത്യയുടെ മറ്റു ഭാഗങ്ങളിൽ നിന്നുവന്നവരുമായും കടൽവഴി വന്നവരുമായും സമ്പർക്കത്തിലേർപ്പെട്ടു. ഇവയുടെ ഫലമായും സ്വന്തം ജീവിതോപാദന പ്രവർത്തനങ്ങളുടെ ഫലമായും ഗോത്രജീവിതത്തിൽ മാറ്റങ്ങൾ വന്നു. ഇവയെ ആധാരമാക്കിയാണ് കേരള സമൂഹത്തിന്റെ വളർച്ച പരിശോധിക്കേണ്ടത്. ഈ സമൂഹവികാസത്തിനാധാരമായ ഘടകങ്ങൾ സൃഷ്ടിച്ചത് നമ്മുടെ ഭൂമിശാസ്ത്രപരവും കാലാവസ്ഥാപരവുമായ സവിശേഷതകളാണ്.

രണ്ട്

പരശുരാമകഥപോലെ ഇ എം എസ് നിരാകരിക്കുന്ന മറ്റൊരു കഥയുണ്ട്. കേരളനിവാസികളെല്ലാം പുറത്തുനിന്നുവന്നവരായിരുന്നു എന്ന ആഖ്യാനമാണത്. ഉത്തരേന്ത്യയിൽ നിന്നുവന്ന ബ്രാഹ്മണൻ, അവിടെനിന്നുതന്നെ വന്ന നാഗന്മാർ എന്ന നായന്മാർ, ശ്രീലങ്കയിൽ നിന്നുവന്ന ഈഴവർ, കടൽ കടന്നുവന്ന ജൂതരും ക്രിസ്ത്യാനികളും മുസ്ലീങ്ങളും ഇത്തരത്തിൽ കേരളനിവാസികളിൽ ഭൂരിഭാഗവും പുറമെ നിന്നുവന്നവരാണെന്ന വാദം സാമാന്യയുക്തിക്ക് നിരക്കുന്നതല്ലെന്നാണ് അദ്ദേഹത്തിന്റെ വാദം. പ്രാക്തനമായ ഒരു ഗോത്രസമൂഹം നിലവിലുണ്ടായിരുന്നു, അവരുമായി കുടിയേറ്റക്കാർ ബന്ധപ്പെട്ടു. അവരുടെ സന്തതിപരമ്പരകളിൽനിന്ന് ഇന്നത്തെ ജാതി രൂപപ്പെട്ടു എന്നു കരുതുന്നതാകും ശരിയെന്ന് അദ്ദേഹം അഭിപ്രായപ്പെടുന്നു.

കുടിയേറ്റങ്ങൾ തീർച്ചയായും കേരള സമൂഹത്തിന് കനത്ത സംഭാവനകൾ നൽകിയിട്ടുണ്ട്. ബ്രാഹ്മണമതമെന്നതുപോലെ ബൗദ്ധജൈന മതങ്ങളും ക്രിസ്തുമതവും ജൂതമതവും ഇസ്ലാമും കുടിയേറ്റക്കാരുടേതാണ്. അതിനുമുമ്പുണ്ടായിരുന്ന ആരാധനാരൂപങ്ങൾ പലവിധത്തിലും തുടരുന്നത് പ്രാദേശികാരാധനാരൂപങ്ങളുടെ പ്രാധാന്യത്തെയും കാണിക്കുന്നു. പറശ്ശിനിക്കടവ് മുത്തപ്പനും ശബരിമല അയ്യപ്പനുമെല്ലാം ഇത്തരത്തിലുള്ള മൂർത്തികളാണ്. കുടിയേറ്റക്കാരും തദ്ദേശവാസികളും തമ്മിലുള്ള ബന്ധങ്ങൾ നിരവധി പുതിയ സാമൂഹ്യപ്രവണതകൾ സൃഷ്ടിച്ചിട്ടുണ്ട്. കേരള സമൂഹത്തിന്റെ വളർച്ച ഈ സങ്കലനത്തിന്റെ ഉൽപ്പന്നമാണ്.

ഈ നിഗമനം ആകർഷകമാണെങ്കിലും ഇതിനാധാരമായ തെളിവുകൾ ഇനിയും കണ്ടെത്തേണ്ടതായാണിരിക്കുന്നത്. കേരളത്തിൽ ലഭ്യമായ പുരാവസ്തുക്കളിൽ ഭൂരിഭാഗവും മഹാശിലാസ്മാരകങ്ങളാണ്. അവ പൊതുവിൽ തമിഴ്നാട്ടിലെയും കർണാടകത്തിലെയും സ്മാരകങ്ങളുടെ ഘടനയുമായും നിർമ്മാണരീതിയുമായും പൊരുത്തപ്പെടുന്നവയാണ്.

കേരളനിവാസികളുടെ തദ്ദേശീയ സവിശേഷതകളുള്ള സ്മാരകങ്ങൾ പിൽക്കാലത്ത് നിന്നാണ് കണ്ടെത്തുന്നത്. ആദ്യഘട്ടത്തിൽ തമിഴകവുമായും വടക്കൻമലബാർ ഭാഗത്ത് കർണാടകവുമായും നിത്യബന്ധം പുലർത്തിയ സമൂഹത്തെയാണ് കാണാൻ കഴയുന്നത്. അവർ തീർച്ചയായും തദ്ദേശവാസികളാണ്. പക്ഷേ, കേരളീയമായ എന്തെങ്കിലും സവിശേഷതകളുള്ള നിവാസികളല്ല. അവരുടെ ആവാസവ്യവസ്ഥകൾ തമിഴകവുമായും കർണാടകവുമായും പൊരുത്തപ്പെടുന്നതാണ്. അതുകൊണ്ടുതന്നെ ഹ്രസ്വദൂരസഞ്ചാരങ്ങൾക്കും കുടിയേറ്റങ്ങൾക്കുമുള്ള സാധ്യതകളും ധാരാളമാണ്. ഭക്ഷ്യശേഖരണത്തിനും ശേഖരിച്ച ഉൽപ്പന്നങ്ങളുടെ കൈമാറ്റത്തിനും വാണിജ്യത്തിനുംവേണ്ടിയുള്ള സഞ്ചാരങ്ങൾ ആദ്യഘട്ടം മുതൽ തന്നെ വ്യാപകമായിരുന്നിരിക്കാം. ഭക്ഷ്യശേഖരണവും കൈമാറ്റവും ക്രമേണ കൃഷിയിലേക്കും കന്നുകാലി വളർത്തലിലേക്കും സ്ഥിരവാസത്തിലേക്കും നയിക്കാം. ഇ എം എസ് സൂചിപ്പിക്കുന്നതും പഴംതമിഴ് പാട്ടുകളിൽ പരാമർശങ്ങളുള്ളതുമായ ഗോത്രസമൂഹങ്ങളുടെ വളർച്ചയും ഇതിന്റെ ഭാഗമാകും.

ഇ എം എസിന്റെ പ്രധാനവാദം ഗോത്രസമൂഹത്തിൽ നിന്ന് ജാതിക്രമത്തിലേക്കുള്ള മാറ്റമാണ്. ഇവിടെ ഇ എം എസ് ചില പ്രധാന നിരീക്ഷണങ്ങൾ നടത്തുന്നുണ്ട്. പിന്നീടുള്ള ചരിത്രപഠനങ്ങളിലും ഇവ അന്വേഷണവിധേയമായിട്ടുണ്ടെങ്കിലും പൊതുവിൽ സ്വീകാര്യമായ നിഗമനങ്ങളിലെത്തിയിട്ടുണ്ടെന്ന് പറയാൻ കഴിയില്ല. അവയിലൊന്ന് മുൻസൂചിപ്പിച്ച വൈവാഹികക്രമങ്ങളുടെ വികാസമാണ്. വ്യത്യസ്ത വൈവാഹികക്രമങ്ങളും പിന്തുടർച്ചാരീതികളും സ്വീകരിക്കുന്ന സമൂഹവിഭാഗങ്ങൾ വ്യത്യസ്ത ജാതികളായി മാറുന്നു. മക്കത്തായത്തിലുള്ള നമ്പൂതിരിമാരും മരുമക്കത്തായത്തിലുള്ള നായന്മാരും തമ്മിലുള്ള ഭിന്നത ഉദാഹരണമാണ്. രണ്ടാമത്തേത് തൊഴിൽ വിഭജനത്തിന്റെയും ഫ്യൂഡൽജന്മാവകാശങ്ങളുടെയും വളർച്ചയാണ്. വ്യത്യസ്ത തൊഴിൽ കൂട്ടങ്ങൾ വ്യത്യസ്ത ജാതികളായി മാറുന്നു. അതേസമയം സ്വത്തവകാശം ഭൂവുടമകളുടെ കൈവശം എത്തുന്നതോടെ ഭൂവുടമകളുടെ ആധിപത്യം നിലനിർത്തുന്നതിന് ജാതിക്രമങ്ങൾ ശ്രേണിബദ്ധങ്ങളായി തീരുന്നു. അവയെ നിലനിർത്താനായി ബ്രാഹ്മണരുടെ ആചാരസംഹിതകൾ അയിത്തവും തീണ്ടാപ്പാടുമടക്കം പ്രയോജനപ്പെടുത്തുന്നു.

ഇ എം എസിന്റെ വീക്ഷണത്തിലെ ഒരു വ്യതിരിക്തത ഇവിടെ സൂചിപ്പിക്കേണ്ടതുണ്ട്. മാർക്സിസ്റ്റ് വീക്ഷണത്തിൽ ഉൽപ്പാദനവ്യവസ്ഥകളിലുള്ള മാറ്റങ്ങളെ സംബന്ധിച്ച നിഗമനങ്ങൾ അതേപടി ഉപയോഗിക്കുന്നില്ല. ഗോത്രവ്യവസ്ഥ, പ്രാചീനവർഗ്ഗവ്യവസ്ഥ, അടിമത്തം, ഫ്യൂ

ഡലിസം എന്നീ ക്രമത്തിനുപകരം ഗോത്രവ്യവസ്ഥയിൽനിന്ന് ജാതി ക്രമത്തിലേക്കുള്ള മാറ്റത്തിൽ അദ്ദേഹം ഊന്നുന്നു. അതിനായി ഏഷ്യാറ്റിക് ഉൽപ്പാദനരീതിയെക്കുറിച്ചുള്ള മാർക്സിന്റെ നിരീക്ഷണങ്ങളാണ് അദ്ദേഹം ഉപയോഗിക്കുന്നത്. ഇന്ത്യയും ചൈനയുംപോലുള്ള രാഷ്ട്രങ്ങളിൽ കൃഷിക്കും നിത്യോപയോഗത്തിനും ആവശ്യമായ ജലലഭ്യതയുടെ കുറവുകൊണ്ട് ഭരണകർത്താക്കൾത്തന്നെ കൃത്രിമമായ ജലസേചനപദ്ധതികൾ നിർമ്മിക്കുകയും അവ നിലനിർത്തുന്നതിനാവശ്യമായ കരം ജനങ്ങളിൽ നിന്നുതന്നെ പിരിക്കുകയും ചെയ്യുന്നു. നിർബന്ധിതമായ ഈ കരം പിരിവ് ഭരണാധികാരികളുടെ സ്വേച്ഛാധിപത്യത്തിലേക്കു നയിക്കുകയും തദ്ദേശവാസികളായ ജനങ്ങൾ മുഴുവൻ അധികാരികളുടെ കീഴാളസമൂഹമായി മാറുകയും ചെയ്യുന്നു. എന്നാൽ കേരളം ജലലഭ്യത ഇല്ലാത്ത സമൂഹമല്ല. അതുകൊണ്ടുതന്നെ കൃത്രിമ ജലസേചനപദ്ധതികളുടെ ആവശ്യം ഇവിടെയില്ല. തൊഴിൽ വിഭജനത്തിന്റെയും കൃഷിഭൂമിയുടെയും വിഭവങ്ങളുടെയും ഉടമാവകാശത്തിന്റെയും അടിസ്ഥാനത്തിൽത്തന്നെ ഇവിടെ ഉൽപ്പാദനം നടത്താം. അതുകൊണ്ട് ഫ്യൂഡൽ സ്വഭാവമുള്ള ശ്രേണിബദ്ധമായ ഉല്പാദനബന്ധങ്ങൾ സാധ്യമാണ്. എങ്കിലും, ഇവിടെ സംഭവിച്ചത് മറ്റൊന്നാണ്. ഏഷ്യാറ്റിക് ഉൽപ്പാദനക്രമമനുസരിച്ചുള്ള ഭരണസംവിധാനമാണ് പ്രാചീനരാജ്യങ്ങളും വർണജാതി വ്യവസ്ഥയും കൂടി സൃഷ്ടിച്ചത്. ബ്രാഹ്മണാധിപത്യത്തിൻ കീഴിലുള്ള അധികാരരൂപങ്ങളാണ് കേരളത്തിൽ വളർന്നുവന്ന ഉല്പാദനബന്ധങ്ങളെ ജാതിക്രമത്തിന്റെ കീഴിൽ കൊണ്ടുവന്നത്.

ഈ വിശദീകരണത്തിന് മാർക്സിസത്തിന്റെ ഒരു സവിശേഷരൂപത്തെ ഇ എം എസ് ഉപയോഗിക്കുന്നുണ്ട്. സ്റ്റാലിന്റെ 'മാർക്സിസവും ഭാഷാശാസ്ത്രത്തിന്റെ പ്രശ്നങ്ങളും' (1952) എന്ന ലഘുലേഖയിൽ അടിത്തറയും മേൽക്കൂരയും തമ്മിലുള്ള ബന്ധങ്ങളെക്കുറിച്ചുള്ള നിരീക്ഷണങ്ങളാണ് ഉപയോഗിക്കുന്നത്. മേൽക്കൂര അടിത്തറയുടെ പ്രതിഫലനമാണെന്ന ധാരണ ശരിയല്ലെന്നും മേൽക്കൂരയ്ക്ക് സ്വയം നിർണയസ്വഭാവമുണ്ടെന്നും അതുകൊണ്ട് അതിന് അടിത്തറയുടെ സ്വഭാവങ്ങളെ നിർണയിക്കാൻ കഴിയുമെന്നും സ്റ്റാലിൻ വാദിക്കുന്നു. കേരളത്തിൽ വളർന്നുവന്ന ഉൽപ്പാദന രൂപങ്ങൾ സൃഷ്ടിച്ച മേൽക്കൂരയെ ബ്രാഹ്മണാധിപത്യം ഉപയോഗിച്ച് ജാതിബദ്ധമായ ഉൽപ്പാദനബന്ധങ്ങൾ സൃഷ്ടിച്ചു. അതായത് ബ്രാഹ്മണാധിപത്യം വളർന്നുവന്ന കാർഷിക ഉൽപ്പാദന രൂപങ്ങളുടെ നേരിട്ടുള്ള പ്രതിഫലനമല്ല. പക്ഷേ, ബ്രാഹ്മണാധിപത്യത്തിന്റെ ആശയസംഹിത സമൂഹബന്ധങ്ങളിൽ സ്വാധീനം ചെലുത്തി പുതിയ ഒരു സാമൂഹ്യക്രമം വളർത്തിയെടുത്തു. അത് ഗോത്രവ്യവസ്ഥയുടെ തകർച്ചയും ജാതിക്രമ

ത്തിന്റെ വളർച്ചയ്ക്കും കാരണമായി.

ബ്രാഹ്മണാധിപത്യത്തിന്റെ വളർച്ച എളുപ്പമുള്ള ഒന്നായിരുന്നില്ല. കേരളത്തിലെ ജനവിഭാഗങ്ങൾ വ്യത്യസ്ത ആശയസംഹിതകൾക്ക് രൂപം കൊടുത്തിരുന്നു. അതിൽ ഒരുപക്ഷേ ശ്രീലങ്കയിൽനിന്ന് വന്നിരിക്കാവുന്ന ബുദ്ധമതത്തിന്റേയും കർണാടകത്തിൽനിന്നും വന്നിരിക്കാവുന്ന ജൈനമതത്തിന്റെയും സ്വാധീനവും ഉണ്ടായിരുന്നു. ഇവയെയെല്ലാം നശിപ്പിച്ചും ഉൾച്ചേർത്തുംകൊണ്ടാണ് ബ്രാഹ്മണാധിപത്യം വളർന്നുവന്നത്. ഈ ആശയസംഹിതകളുമായി ഒരുവിധത്തിലും ബന്ധപ്പെടാതിരുന്ന ജൂത- ക്രിസ്ത്യൻ- മുസ്ലീം വിഭാഗങ്ങൾ സമൂഹക്രമത്തിന് പുറത്തായിരുന്നു. എന്നാൽ അവരില്ലാതെ സമൂഹക്രമമോ ഭരണാധികാരമോ സാധ്യമായിരുന്നില്ല. തരിസാപ്പള്ളിപ്പട്ടയവും ജൂതശാസനവും ഇതിന്റെ ഉദാഹരണമാണ്. ആഭ്യന്തരമായി കേരളത്തിൽ ഒരു വൈശ്യവിഭാഗം വളർന്നുവന്നില്ലെന്നതും ഈ ബന്ധങ്ങളെ സഹായിച്ചു. അവസാനത്തെ പെരുമാളായ ചേരമാൻ പെരുമാൾ മക്കത്തുപോയെന്ന കഥ ഇ എം എസ് ചോദ്യം ചെയ്യുന്നുണ്ട്. ഈ കഥയ്ക്ക് ആന്തരികമായി തെളിവില്ലെന്നും അദ്ദേഹം വയോധികനായി കേരളത്തിൽത്തന്നെയാണ് മരിച്ചതെന്നും അദ്ദേഹം പറയുന്നു.

ഇങ്ങനെ വളർന്നുവന്ന രാഷ്ട്രീയാധികാരങ്ങൾക്ക് കേരളസമൂഹത്തിൽ പിടിച്ചുനിൽക്കാനോ സ്ഥായിയായ സ്വാധീനമുണ്ടാക്കാനോ കഴിഞ്ഞില്ല. പെരുമാൾഭരണം തന്നെ കോഴിക്കോട് മുതൽ കൊല്ലം വരെ മാത്രമായിരുന്നു. തെക്കുഭാഗത്ത് വേണാട്ടും വടക്ക് ഏഴിമല രാജ്യവും പെരുമാൾ ഭരണത്തിൽനിന്ന് പുറത്തായിരുന്നു. പെരുമാൾ ഭരണകാലത്തുതന്നെ മറ്റുനാട്ടുകളും, നാട്ടുവാഴികളും ശക്തി പ്രാപിച്ചു. നാട്ടുവാഴികളുടെ ഭരണത്തെ 'സൈനിക ഫ്യൂഡലിസം' എന്നാണ് ഇ എം എസ് വിളിക്കുന്നത്. നാട്ടുവാഴികളും അവരുടെ പടയാളികളും (നൂറ്റവർ കൂട്ടങ്ങൾ) ചേർന്നതാണ് നാട്ടുഭരിച്ചിരുന്നത്. ഇവർ കൂടാതെ പ്രാദേശിക (നാട്ടു) കൂട്ടങ്ങളും ഉണ്ടായിരുന്നു. വ്യത്യസ്തജാതികൾക്ക് അവരുടേതായ കൂട്ടങ്ങളും തലവന്മാരുമുണ്ടായിരുന്നു. സൈനിക ഫ്യൂഡലിസത്തോടൊപ്പം ഫ്യൂഡൽ സ്വഭാവമുള്ള ജന്മിവ്യവസ്ഥയും വളർന്നുവന്നു. ബ്രാഹ്മണരുടെ കൂടെ ക്രമേണ സവർണവിഭാഗത്തിൽപ്പെട്ടവരും ജന്മിമാരായി. കുടിയായ്മയുടെ വ്യാപനത്തോടെ പുതിയ ഉല്പാദനബന്ധങ്ങൾ ശക്തിപ്പെട്ടു. ബ്രിട്ടീഷ് ആധിപത്യത്തിന് മുമ്പുതന്നെ കേരളത്തിൽ സ്വകാര്യസ്വത്തും വളർന്നുവന്നതായി ഇ എം എസ് പറയുന്നു.

പെരുമാൾകാലത്ത് ഫ്യൂഡൽവ്യവസ്ഥ നിലനിന്നിരുന്നോ എന്നതിനെ സംബന്ധിച്ച് ചരിത്രകാരന്മാരുടെ ഇടയിൽ അഭിപ്രായൈക്യമില്ല.

ധർമ്മശാസ്ത്രസംബന്ധമായ, അതായത് ബ്രാഹ്മണനിയമസംഹിതകൾക്കനുസരിച്ചുള്ള ഭരണകൂടം നിലവിൽ വന്നതായി വാദിക്കുന്നുണ്ട്. ഈ ഭരണകൂടത്തിന് സ്ഥായിയായ സ്വഭാവമുണ്ടായിരുന്നില്ല. പെരുമ്പടപ്പും സാമൂതിരിയുംപോലെയുള്ള ചില നാട്ടുവാഴികൾ പെരുമാക്കന്മാരുമായുള്ള ബന്ധത്തിന്റെ അടിസ്ഥാനത്തിൽ സ്വന്തം ഭരണത്തിന് നീതീകരണം സൃഷ്ടിക്കാൻ ശ്രമിച്ചു. പെരുമാൾ ഭരണവും പിന്നീട് നാട്ടുവാഴിത്തവും വളർന്നുവന്നത് നദീതടങ്ങളിലെ നീർനിലങ്ങളിലെ നെൽകൃഷിയുടെ വ്യാപനം കൊണ്ടാണെന്ന് ശക്തമായി വാദിക്കപ്പെട്ടിട്ടുണ്ട്. ജന്മി- കുടിയാൻ ബന്ധങ്ങളും വളർന്നുവന്നത് നീർനിലങ്ങളിലാണ്. ജാതിവ്യവസ്ഥയുടെ ശ്രേണീബന്ധങ്ങളും കുടിയാരും അടിയാർ വിഭാഗങ്ങളും രൂപപ്പെട്ടതും നീർനിലങ്ങളിലാണ്. അതേസമയം, പെരുമാക്കന്മാരും പിന്നീട് നാട്ടുവാഴികളും മലഞ്ചരക്കുകളുടെയും കുരുമുളകും ഇഞ്ചിയും മഞ്ഞളുംപോലുള്ള വ്യഞ്ജനങ്ങളുടെയും തീരപ്രദേശങ്ങളിലെയും വാണിജ്യത്തെ ആശ്രയിച്ചിരുന്നതായും കാണാം.

പുതിയതായി വളർന്നുവന്ന ക്ഷേത്രങ്ങളുടെ നിലനിൽപ്പിനുപോലും ഇത്തരം പദാർത്ഥങ്ങൾ ആവശ്യമായിരുന്നു. അതുകൊണ്ട് നീർനിലങ്ങളിലെ നെൽകൃഷി മാത്രമല്ല, മലഞ്ചരക്കുകളുടെയും നാണ്യവിളകളുടെയും ഉൽപ്പാദനവും വാണിജ്യവും നാട്ടുവാഴികളെ സംബന്ധിച്ചിടത്തോളം പ്രധാനമായിരുന്നു. ജൂത- ക്രിസ്ത്യൻ- മുസ്ലീം സമുദായങ്ങളുടെ നിലനിൽപ്പും തേങ്ങ, കുരുമുളക്, ഏലം, സുഗന്ധദ്രവ്യങ്ങൾ മുതലായ കൃഷിയുടെ വ്യാപനവും ഈ സവിശേഷതകൊണ്ടുകൂടി ഉണ്ടായതാണ്. നെല്ലുപോലുള്ള ഭക്ഷ്യവിളകളും മറ്റുവിളകളും തമ്മിലുള്ള പരസ്പരബന്ധവും അവരുടെ ഉല്പാദനത്തിന്റെ ക്രമീകരണവും കേരളത്തിലെ സമൂഹബന്ധങ്ങളെ സംബന്ധിച്ചിടത്തോളം ഏറെ പ്രധാനമായിരുന്നു. കേരളത്തിലെ ജാതിക്രമത്തിലെ സങ്കീർണ്ണതകളും ഇതിന്റെ ഫലമായി സൃഷ്ടിക്കപ്പെട്ടതാണ്.

നാട്ടുവാഴികളുടെ മറ്റൊരു സവിശേഷതയും കണക്കിലെടുക്കണം. ബ്രാഹ്മണാധിപത്യം ജാതിക്രമത്തെ സൃഷ്ടിക്കുന്നതിൽ പ്രധാന പങ്കുവഹിച്ചുവെങ്കിലും ജാതികളുടെ ആന്തരികഘടനയിൽ കാര്യമായ പരിവർത്തനം നടത്താൻ അതിനുകഴിഞ്ഞില്ല. ഓരോ ജാതിയിലും വ്യത്യസ്ത വൈവാഹികക്രമങ്ങൾ നിലനിന്ന കാര്യം ഇ എം എസ് തന്നെ സൂചിപ്പിക്കുന്നുണ്ട്. സ്വത്തുടമകളായി മാറിയ നായർ വിഭാഗങ്ങളിലെ മരുമക്കത്തായ രീതി സങ്കീർണമായ കൂട്ടുകുടുംബവ്യവസ്ഥയിലേക്ക് നയിക്കുകയും നാട്ടുവാഴികളുടെ പിന്തുടർച്ചാവകാശംതന്നെ ഈ സങ്കീർണതകൾ നിർണയിക്കുകയും ചെയ്തു. പല നാട്ടുവാഴികളും തായ് വഴികളായി പിരിഞ്ഞു. ചിലർ ബ്രാഹ്മണരുടെ ആശീർവ്വാദത്തോടെ സ്വരൂപങ്ങളാ

യി. നാട്ടുവാഴികൾ തമ്മിലുള്ള തർക്കങ്ങൾ കേവലം ഭരണാധികാരത്തിനുവേണ്ടി മാത്രമല്ല, സ്വത്ത് നേടുന്നതിനും കൈവശമാക്കിയ സ്വത്ത് നിലനിർത്തുന്നതിനും വേണ്ടിയുള്ള സംഘർഷങ്ങൾ കൂടിയാണ്. ഇ എം എസ് സൂചിപ്പിക്കുന്ന ചാവേർസംഘങ്ങളും ചേകോന്മാരും പടനായകന്മാരും മാടമ്പിമാരും അടങ്ങുന്ന സൈനികഫ്യൂഡലിസം ഇത്തരം സംഘർഷങ്ങളുടെയും സങ്കീർണബന്ധങ്ങളുടെയും സൃഷ്ടികൂടിയാണ്. ഇതിന്റെ ഫലമായി പ്രധാന നാട്ടുവാഴികളെല്ലാം അധിക വരുമാനത്തിനുവേണ്ടി വാണിജ്യത്തെയും തുറമുഖങ്ങളെയും ആശ്രയിക്കുകയും വിദേശ വാണിജ്യശക്തികളുമായി ബന്ധപ്പെടുകയും ചെയ്യുന്നുണ്ട്. സജീവമായ വാണിജ്യബന്ധങ്ങൾക്ക് പ്രോത്സാഹനം നൽകുന്നുണ്ട്. ഇതാണ് യൂറോപ്യൻ വ്യാപാരികളെയും കേരളത്തിലെ കടൽത്തീരത്തേക്ക് ആകർഷിക്കുന്നത്. നീർനിലങ്ങളെ ആധാരമാക്കി മാത്രമുള്ള സമ്പദ്ഘടന പ്രതിസന്ധിയെ നേരിടുന്നതും കാണാം.

ഇവിടെയാണ് തന്റെ വാദഗതികളിലെ ഏറ്റവും സുപ്രധാനഭാഗം ഇ എം എസ് അവതരിപ്പിക്കുന്നത്. നാട്ടുവാഴിത്തവ്യവസ്ഥയുടെ കീഴിൽ ചൂഷണത്തിലും അടിയായ്മ രൂപങ്ങളിലും അധിഷ്ഠിതവും ശ്രേണീബദ്ധവുമായ ഉൽപ്പാദനബന്ധങ്ങൾ വളർന്നുവന്നു. അതേസമയം, തദ്ദേശീയവാസികളും കുടിയേറി നിരവധി തലമുറകളായി താമസിക്കുന്നവരും തമ്മിലുള്ള പാരസ്പര്യവും ശക്തമായി. മതവിഭാഗങ്ങൾ നിലനിന്നുവെങ്കിലും അവ തമ്മിലുള്ള ബന്ധങ്ങളും ശക്തിപ്പെട്ടു. ഇതിന്റെ ഫലമായി മലയാളം തമിഴകത്തിൽ നിന്നും കർണാടകത്തിൽനിന്നും തുളുനാട്ടിൽനിന്നും മറ്റു ഭാഷകൾ സംസാരിക്കുന്ന ജനങ്ങളിൽനിന്നും തനിരൂപമായി വേർപെട്ടു. മലയാളികൾ തദ്ദേശവാസികളായി. മറുനാട്ടുകളിൽനിന്നു വന്നവരും മലയാളം സംസാരിക്കാനാരംഭിച്ചു. മലയാളികളുടെ എഴുത്തുരൂപങ്ങൾ വളർന്നുവന്നു. ഓണം പോലെ മലയാളികളുടെ പൊതു ആഘോഷങ്ങൾ ഉണ്ടായി. പ്രാദേശിക വഴക്കങ്ങളും മര്യാദകളും പൊതുജീവിതരീതികളും വളർന്നുവന്നു. മലയാളികൾ ഒരുദേശരൂപമായി, ദേശീയതയായി വളർന്നുവന്നത് ഇക്കാലത്താണെന്നു പറയുന്നു. പിൽക്കാലത്ത് മലയാളികളുടെ "ദേശീയത" എന്നതിനുപകരം ചരിത്രകാരനായ അമലേന്ദു ഗുഹ ഉപയോഗിച്ച "പ്രാദേശിക സാംസ്കാരികസമുദായം" എന്ന വാക്കാണ് ഇ എം എസ് ഉപയോഗിച്ചത്.

മൂന്ന്

ബ്രിട്ടീഷ് ആധിപത്യത്തിനുമുമ്പുതന്നെ കേരള സംസ്കാരത്തിന്റെ നിർമ്മിതി ഉണ്ടായിക്കഴിഞ്ഞു എന്ന വാദം പ്രധാനമാണ്. ഈ സം

സ്കാരത്തെ ഫ്യൂഡൽ- ജന്മി സംസ്കാരമായോ ബ്രാഹ്മണാധിപത്യമായോ വിശേഷിപ്പിക്കാൻ ഇ എം എസ് തയ്യാറാകുന്നില്ല. അതിനുപകരം വ്യത്യസ്ത ജാതി- മതവിഭാഗങ്ങൾക്കും ഉടമകൾക്കും അടിമകൾക്കും ഒരുപോലെ സ്വാധീനമുള്ള മലയാളഭാഷയും ചില വഴക്കങ്ങളും മര്യാദകളും ജീവിതരീതികളും ആഘോഷങ്ങളും ഉൾച്ചേർന്ന സാംസ്കാരിക സമൂഹമാണത്. ഈ സമൂഹം ഏകതാഹമല്ല, വൈരുദ്ധ്യാത്മകമാണ്. യൂറോപ്യൻ അധിനിവേശവും ബ്രിട്ടീഷ് ആധിപത്യവും ചേർന്ന് ഈ വൈരുദ്ധ്യങ്ങളെ പുതിയ രൂപങ്ങളിലെത്തിച്ചു.

ബ്രിട്ടീഷ് ആധിപത്യത്തോടുള്ള ഇന്ത്യൻജനതയുടെ പോരാട്ടത്തെയും ദേശീയ പ്രസ്ഥാനത്തിന്റെ രൂപീകരണത്തെയും സംബന്ധിച്ച് മാർക്സിസ്റ്റ് പണ്ഡിതന്മാരുടെ ഇടയിൽത്തന്നെ രണ്ടു നിലപാടുകളുണ്ട്. ബ്രിട്ടീഷ് ആധിപത്യത്തിനുമുമ്പ് ഇന്ത്യയിൽ മുതലാളിത്തവികാസത്തിനുള്ള സാധ്യതകളില്ലായിരുന്നുവെന്നും ബ്രിട്ടീഷ് ആധിപത്യത്തിൻ കീഴിലാണ് അത്തരം സാധ്യതകൾ വളർന്നുവന്നതെന്നുമുള്ള പ്രൊഫസർ ഇർഫാൻ ഹബീബിനെപ്പോലുള്ളവരുടെ നിലപാടാണൊന്ന്. ബ്രിട്ടീഷ് ആധിപത്യത്തിനു മുമ്പുതന്നെ മുതലാളിത്ത ബന്ധങ്ങൾ വളർന്നുവന്നിരുന്നുവെന്നും അതാണ് ദേശീയമുന്നേറ്റത്തിന്റെ നേതൃസ്ഥാനത്തിലെത്തിയതെന്നുമുള്ള പാവ്ലോവ് റിച്ചറോവ്, കൊടോവ്സ്കി മുതലായ സോവിയറ്റ് വിദഗ്ധരുടെയും സതീഷ്ചന്ദ്രയെപ്പോലുള്ള പണ്ഡിതരുടെയും നിലപാടാണ് വേറൊന്ന്. വളർന്നുവന്ന മുതലാളിത്തം കൊളോണിയൽ ഘട്ടത്തിലെ 'അവ്യവസായീകരണ' പ്രക്രിയയിലൂടെ തകർത്തുവെന്ന വാദവുമുണ്ട്. മുതലാളിത്തം വളർന്നുവന്നതുതന്നെ കോളനികളുടെ കൊള്ളയുടെ അടിസ്ഥാനത്തിലാണെന്ന വാദവുമുണ്ട്. ഇതിനു സമാനമായ വാദഗതികൾ ഈയിടെയും ഉന്നയിക്കപ്പെട്ടിട്ടുണ്ട്. ഈ സംവാദത്തിൽ ഇടപെടുന്നവിധത്തിലുള്ള നിലപാടുകൾ ഇ എം എസ് സ്വീകരിക്കുന്നില്ല. എങ്കിലും അദ്ദേഹത്തിന്റെ നിലപാടുകൾ മുമ്പ് ചർച്ച ചെയ്ത ഫ്യൂഡലിസത്തെ സംബന്ധിച്ച നിലപാടുകളുമായി ബന്ധപ്പെട്ടുത്തേണ്ടതുണ്ട്. ഇന്ത്യയിലെ മറ്റുപ്രദേശങ്ങളെ അപേക്ഷിച്ച് ഫ്യൂഡൽ-ജന്മി വ്യവസ്ഥയ്ക്കുള്ള സാധ്യതകൾ കേരളത്തിലുണ്ടായിരുന്നു എന്നാണ് അദ്ദേഹം കരുതിയത്. മറ്റുപ്രദേശങ്ങളിൽ നിന്ന് വ്യത്യസ്തമായി സ്വകാര്യസ്വത്തുടമ ബന്ധങ്ങളും കേരളത്തിൽ വളർന്നുവന്നു. അതായത്, ജന്മി വ്യവസ്ഥയുടെ വളർച്ചയോടൊപ്പംതന്നെ അതിനെതിരായ ചൂഷിതരുടെ പോരാട്ടത്തിനുള്ള സാധ്യതകളും വർദ്ധിച്ചു. യൂറോപ്യൻ കമ്പനികളുടെയും പ്രാദേശിക വ്യാപാരികളുടെയും ഇടപെടലിന്റെ പശ്ചാത്തലത്തിൽ മലഞ്ചരക്കുകളുടെയും നാണ്യവിളകളുടെയും ശേഖരണവും ഉൽപ്പാദനവും

വർദ്ധിച്ചു. നാണയങ്ങളുടെ വിതരണവും വ്യാപിച്ചു. കാണം, ഒറ്റി, കുടിജന്മം, പലിശ മുതലായ വിനിമയരൂപങ്ങൾ കാർഷിക ഉൽപ്പാദനത്തിലേക്ക് കടന്നു വന്നു. ഇതിന്റെ ഫലമായി കാർഷിക ഉടമാവകാശത്തിലെ ഒരു ഇടത്തട്ട് വളർന്നുവന്നു. കമ്പനികളുമായുള്ള വ്യാപാരം വർദ്ധിച്ചതോടെ കൂടുതൽ പ്രദേശങ്ങൾ കൈക്കലാക്കി വരുമാനം വർദ്ധിപ്പിക്കാൻ നാട്ടുവാഴികളും പ്രഭുക്കന്മാരും ശ്രമിച്ചു. ഇതിന്റെ ഫലമായി നടന്ന സംഘർഷങ്ങളാണ് പതിനെട്ടാം നൂറ്റാണ്ടിൽ പുതിയ രാജ്യങ്ങളുടെ ഉദയത്തിലേക്ക് നയിച്ചത്.

ഈ മാറ്റങ്ങളിൽ യൂറോപ്യൻ കമ്പനികളുടെ പങ്കിൽ ഇ എം എസ് ഊന്നുന്നുണ്ട്. സ്വന്തം വാണിജ്യലാഭത്തിനുവേണ്ടി നാട്ടുവാഴികളിൽ സ്വാധീനം ചെലുത്തുന്നതിനും അവരുടെ കലഹങ്ങളിൽ ഇടപെടുന്നതിനും കമ്പനികൾ താല്പര്യം കാണിച്ചു. തിരുവിതാംകൂർ രാജാക്കന്മാരെപോലുള്ള ചില നാട്ടുവാഴികൾ കമ്പനികൾ തമ്മിലുള്ള മത്സരത്തെ ഫലപ്രദമായി ഉപയോഗിച്ച് സ്വന്തം അധികാരം വർദ്ധിപ്പിക്കുകയും ചെയ്തു. ഇതിന്റെ ഭാഗമായി അവർ സ്വന്തം നാട്ടിലെ മാടമ്പിമാരെ അടിച്ചമർത്തി. സാമൂതിരിയും കൊച്ചിയും തമ്മിലുള്ള കലഹം ശക്തിപ്പെട്ടത് കമ്പനികളുടെ ഇടപെടലിന്റെ പശ്ചാത്തലത്തിൽക്കൂടിയാണ്. അതായത് വ്യാപാരമത്സരവും നാട്ടുവാഴികളുടെ ആധിപത്യത്തിന്റെ വികാസവും തമ്മിൽ നേരിട്ടുള്ള ബന്ധമുണ്ട്. അതായത് നേരിട്ട് മുതലാളിത്ത ബന്ധങ്ങളുടെ വികാസം എന്നുപറയുന്നില്ലെങ്കിലും വാണിജ്യമൂലധനത്തിന്റെ വികാസവും കേരളത്തിലെ നാട്ടുവാഴിത്തത്തിൽ വന്ന മാറ്റങ്ങളും തമ്മിലുള്ള ബന്ധം ഇ എം എസ് ചൂണ്ടിക്കാണിക്കുന്നു.

ബ്രിട്ടീഷ് കൊളോണിയലിസത്തിന്റെ നയപരമായ തീരുമാനങ്ങളുടെ അടിസ്ഥാനത്തിലാണ് തിരുവിതാംകൂറിന്റെയും കൊച്ചിയുടെയും ഉദയവും മലബാറിന്റെ മേലുള്ള ബ്രിട്ടീഷ് ആധിപത്യവും ഇ എം എസ് വിശദീകരിക്കുന്നത്. തിരുവിതാംകൂറിന്റെയും കൊച്ചിയുടെയും കച്ചവടക്കാരുടെ മേലുള്ള കുത്തകാവകാശം ഇംഗ്ലീഷ് ഈസ്റ്റ് ഇന്ത്യാക്കമ്പനിക്ക് നൽകാൻ നാട്ടുവാഴികൾ തയ്യാറായി. ഡച്ച് കമ്പനി 1795 ൽ അവരുടെ പാണ്ടികശാല അടച്ചുപൂട്ടി. മലബാറിൽ ടിപ്പുവുമായുള്ള യുദ്ധത്തിനുശേഷം ബ്രിട്ടീഷ് കമ്പനി കീഴടക്കി. തെക്കൻ കാനറപ്രദേശവും അതിനോടൊപ്പം ചേർത്തു. തിരുവിതാംകൂറിലും കൊച്ചിയിലും ദിവാനായ ബ്രിട്ടീഷുകാരൻ കേണൽ മൺറോ ക്ഷേത്രം ഭൂമികൾ അല്ലെങ്കിൽ ദേവസ്വങ്ങളെ ഭരണകൂടത്തിന്റെ കീഴിൽ കൊണ്ടുവന്നു. മലബാറിൽ നാട്ടുവാഴികളടക്കമുള്ള പ്രഭുക്കന്മാരെ നികുതിദായക ഭൂവുടമകളാക്കി. പരമ്പരാഗതമര്യാദകൾക്കനുസരിച്ചുള്ള ഭൂവുടമബന്ധങ്ങൾ ഇല്ലാതാക്കു

കയും ഭൂവുടമകൾക്ക് യഥേഷ്ടം പാട്ടം ചുമത്താനും കുടിയായ്മ ഒഴിപ്പിച്ച് മറ്റുള്ളവർക്ക് നൽകാനുമുള്ള അവകാശം നൽകുകയും ചെയ്തു. തിരുവിതാംകൂറിൽ സർക്കാർ ഭൂമികളിലും പിന്നീട് ജന്മംവക ഭൂമികളിലും കുടിയാന്മാർക്ക് അവകാശം നൽകി. കൊച്ചിയിൽ 1915 ൽ തത്തുല്യമായ അവകാശങ്ങൾ നൽകി. ഭൂവുടമകൾക്ക് ഭരണകൂടത്തിന്റെ സംരക്ഷണം ലഭിച്ച മലബാറിൽ കർഷകർക്ക് കൃഷിഭൂമിയുടെ മേൽ അവകാശം ലഭിക്കാൻ ദീർഘകാലത്തെ പോരാട്ടം വേണ്ടിവന്നു.

1857 ൽ നടന്ന സ്വാതന്ത്ര്യസമരത്തിനു മുന്നോടിയായ സമരങ്ങൾ കേരളത്തിലാണ് നടന്നതെന്ന് ഇ എം എസ് പറയുന്നു. ബ്രിട്ടീഷ് വാണിജ്യ താല്പര്യങ്ങളനുസരിച്ച് തിരുവിതാംകൂറിന്റെ ആഭ്യന്തരകാര്യങ്ങളിൽ ബ്രിട്ടീഷുകാർ നടത്തിയ ഇടപെടലിന്റെ അടിസ്ഥാനത്തിലാണ് വേലുത്തമ്പി കലാപം നടന്നത്. സമാനമായ സാഹചര്യങ്ങളിലാണ് കൊച്ചിയിൽ പാലിയത്തച്ചന്റെ കലാപവും നടന്നത്. രണ്ടിടത്തും നാട്ടുവാഴിമാർ ബ്രിട്ടീഷ് ഇടപെടലിനെ പിന്തുണയ്ക്കുകയാണ് ചെയ്തത്. പഴശ്ശിയുടെ കലാപം നാട്ടുവാഴികളുടെ വരുമാനത്തിൽ ബ്രിട്ടീഷ് ഇടപെടലിനെതിരായ കലാപമായിരുന്നു. അതിനെ കർഷകർ പിന്തുണച്ചു. തുടർന്നുനടന്ന മാപ്പിളകലാപങ്ങൾ ബ്രിട്ടീഷ് വാഴ്ചക്കെതിരായ ആദ്യകാല കലാപങ്ങളായിരുന്നു.

ഇവിടെ ഇ എം എസ് ഒരു കാര്യം സൂചിപ്പിക്കുന്നു. പഴശ്ശിരാജാവിനെ (സാമൂതിരി പടിഞ്ഞാറെ കോവിലകത്തെ രവിവർമ്മയുടെ കലാപത്തെയും അതിലുൾപ്പെടുത്താം) മാറ്റിനിർത്തിയാൽ പൊതുവിൽ നാട്ടുവാഴികളും പ്രമുഖഭൂപ്രഭുക്കന്മാരും ബ്രിട്ടീഷ് ആധിപത്യത്തിന് അനുകൂലമായിരുന്നു. വാണിജ്യമേഖല ഏതാണ്ട് മുഴുവനും കമ്പനിയുടെ നിയന്ത്രണത്തിൽ വന്നു. അവിടെനിന്നും സാരമായ എതിർപ്പുണ്ടായില്ല. ബ്രിട്ടീഷ് ആധിപത്യവും നാട്ടുവാഴിത്തവും തമ്മിലുള്ള കൂട്ടുകെട്ടാണ് ജനങ്ങളുടെ മേൽ മർദ്ദനചൂഷണമുറകൾ അടിച്ചേൽപ്പിച്ചത് ഈ മർദ്ദനചൂഷണമുറകൾക്കെതിരായാണ് ആദ്യകാല പ്രക്ഷോഭങ്ങൾ വളർന്നുവന്നത്. ഇത്തരം പ്രക്ഷോഭങ്ങൾ ചിലപ്പോൾ സവർണജാതികളുടെ പീഡനമുറകൾക്കെതിരെയായിരുന്നു. ചിലത് നാട്ടുവാഴിത്തത്തിനെതിരെയായിരുന്നു. അവയ്ക്കെല്ലാം കൊളോണിയൽ വിരുദ്ധ- ജന്മിവിരുദ്ധസ്വഭാവമുണ്ടായിരുന്നില്ല. എങ്കിലും, അവ ദേശീയജനാധിപത്യപോരാട്ടങ്ങളുടെ ആദ്യരൂപങ്ങളായിരുന്നു എന്ന് ഇ എം എസ് കരുതുന്നു.

ഈ പോരാട്ടത്തിന് മറ്റൊരുമുഖവും കൂടിയുണ്ടായിരുന്നു. മുമ്പു തന്നെ വളർന്നുവന്ന മലയാളികളുടെ ഭാഷാസാംസ്കാരികൈക്യം ആശയങ്ങളെയും ചിന്തകളെയും എല്ലാവിഭാഗങ്ങളിലേക്കും വ്യാപിപ്പി

ച്ച. അച്ചടിയും പുസ്തകങ്ങളുടെ പ്രചാരവും പുതിയ ആശയങ്ങളെ സ്വാം ശീകരിക്കുന്ന സ്ഥിതി സൃഷ്ടിച്ചു. ചന്തുമേനോന്റെ ഇന്ദുലേഖ എന്ന കൃതി ഇത്തരം ആശയങ്ങളുടെ സമന്വയമായിരുന്നു. നാരായണഗുരുവിനെയും ചട്ടമ്പിസ്വാമിയെയും പോലെയുള്ള ചിന്തകരെയും കുമാരനാശാനെ പ്പോലെയുള്ള കവികളെയും സൃഷ്ടിച്ചത് പുതിയ ആശയപ്രപഞ്ചമാണ്. ഏറ്റവും താഴെത്തട്ടിലുള്ള ജനവിഭാഗങ്ങളിലേക്കുവരെ ആശയങ്ങൾ എത്തിച്ചേർന്നത് മലയാളികളുടെ ഇടയിൽ വളർന്നുവന്ന ഭാഷാസാം സ്കാരികൈക്യത്തിലൂടെയാണ്. "നവോത്ഥാനം" മുതലായ വാക്കുകൾ ഇ എം എസ് ഉപയോഗിക്കുന്നില്ല. അതിനുപകരം ദേശീയപോരാട്ടത്തി ന്റെ ഭാഗമായിത്തന്നെയാണ് ഈ കാലഘട്ടത്തെ കാണുന്നത്. ഈ പോരാട്ടം കൊളോണിയൽ വിരുദ്ധവും നാട്ടുവാഴി വിരുദ്ധവും മാത്രമായി രുന്നില്ല. ജന്മിവിരുദ്ധവുമായി അതുമാറി. ഈ പോരാട്ടങ്ങളിലൂടെയാണ് മലയാളികളുടെ ദേശീയത രൂപംകൊണ്ടത്.

വളരെ വിപുലമായ ഭാഗം അദ്ദേഹം 1921 ലെ മലബാർ കലാ പത്തിനുവേണ്ടി ഉപയോഗിക്കുന്നുണ്ട്. ഈ ഗ്രന്ഥത്തിനുമുമ്പു തന്നെ പുറത്തുവന്ന 'ആഹ്വാനവും താക്കീതും' എന്ന ലഘുലേഖയിൽ നിന്ന് അല്പം വ്യത്യസ്തമായ സമീപനം ഇവിടെ കാണാം. മലബാർ കലാപം ഒരു കർഷകപ്രക്ഷോഭമായിരുന്നു. അവർ നേരിട്ടത് ബ്രിട്ടീഷ് ആധിപ ത്യത്തെയും ജന്മി സമ്പ്രദായത്തെയുമായിരുന്നു. ഇതിന്റെ സ്വഭാവത്തെ മനസ്സിലാക്കി ദേശീയ പോരാട്ടത്തിന്റെ ഭാഗമാക്കി ഉൾച്ചേർക്കുന്നതിനു പകരം പ്രക്ഷോഭകാരികളെ വഞ്ചിക്കുകയാണ് ദേശീയ പ്രസ്ഥാനമായ കോൺഗ്രസ് ചെയ്തത്. ഇതിന്റെ ഫലമായി ഒറ്റപ്പെട്ടുപോയ മാപ്പിള പ്ര ക്ഷോഭകാരികൾ സായുധമാർഗമടക്കം ഉപയോഗിച്ച് ഭരണകൂടത്തിന്റെ മർദ്ദനരൂപങ്ങളെ നേരിടുകയായിരുന്നു. വാരിയൻ കുന്നത്ത് കുഞ്ഞഹമ്മ ദ് ഹാജി, കുമരൻപുത്തൂർ, സീതിക്കോയ തങ്ങൾ, ചെമ്പ്രശ്ശേരി തങ്ങൾ എന്നിവരുടെ പ്രവർത്തനങ്ങളെ കേന്ദ്രീകരിച്ചുകൊണ്ട് ജനങ്ങൾക്ക് പൂർണമായ സംരക്ഷണം നൽകുന്നതിനും പ്രക്ഷോഭത്തെ വഞ്ചിച്ചവരെ ശിക്ഷിക്കുന്നതിനും പ്രക്ഷോഭകാരികൾ പ്രദർശിപ്പിച്ച പക്വവും നീതി പൂർവ്വവുമായ സമീപനം ഇ എം എസ് എടുത്തുകാണിക്കുന്നു. കലാപ ത്തിൽ പെട്ടുപോയ ഹിന്ദുകുടുംബങ്ങളെ സംരക്ഷിക്കുന്നതിലും പ്രക്ഷോ ഭകാരികൾ ശ്രദ്ധിച്ചിരുന്നുവെന്ന് എടുത്തുപറയുന്നു. പിന്നീട് സംഭവിച്ച പാളിച്ചകളും കലാപം അതിക്രൂരമായി അടിച്ചമർത്തപ്പെട്ട വിധവും കോ ൺഗ്രസിന്റെ വഞ്ചനയുടെ കൂടി ഫലമാണ്. കോൺഗ്രസിന്റെ ബൂർഷ്വാ നേതൃത്വവും ജനങ്ങളും തമ്മിലുള്ള വൈരുദ്ധ്യത്തിന്റെ തുടക്കമായി ഇതിനെ കാണാം.

പിന്നീട് പൊട്ടിപ്പുറപ്പെട്ട പ്രക്ഷോഭങ്ങളോട് ദേശീയവാദികൾ ഇതേ വിധത്തിലുള്ള വഞ്ചന തുടർന്നു. ദേശീയസമരത്തിന്റെ ഭാഗമായ നിസ്സഹകരണപ്രസ്ഥാനം, സൈമൺകമ്മീഷൻ ബഹിഷ്കരണം, ഉപ്പുസത്യഗ്രഹം തുടങ്ങിയവയിലെല്ലാം എല്ലാ ജനവിഭാഗങ്ങളും സജീവമായി പങ്കെടുത്തു. ഇതേ ഐക്യം സഞ്ചാരസ്വാതന്ത്ര്യത്തിനും അയിത്തത്തിനെതിരായതുമായ സമരത്തിലും പ്രത്യക്ഷപ്പെട്ടു. പാലിയം സത്യഗ്രഹത്തിൽ തൊഴിലാളി നേതാവായിരുന്ന എ ജി വേലായുധൻ കൊല്ലപ്പെട്ടത് ഇ എം എസ് എടുത്തുപറയുന്നുണ്ട്. സവർണ കുടുംബാംഗങ്ങൾ മുതൽ അധഃസ്ഥിതർവരെ എല്ലാവരും സ്ത്രീകളടക്കം മുൻനിരയിൽ പങ്കെടുത്ത സത്യഗ്രഹം ജനകീയൈക്യത്തിന്റെ ഏറ്റവും നല്ല ഉദാഹരണമായിരുന്നു. എങ്കിലും തൊഴിലാളികളുടെയും കർഷകരുടെയും കർഷകത്തൊഴിലാളികളുടെയും പ്രക്ഷോഭങ്ങളോട് ദേശീയവാദികൾ പുറംതിരിഞ്ഞുനിന്നു. ഈ പശ്ചാത്തലത്തിലാണ് ദേശീയവാദികളിൽത്തന്നെ ഒരു വിഭാഗം സോഷ്യലിസ്റ്റ് ആശയങ്ങളിൽ ആകൃഷ്ടരായതും കോൺഗ്രസ് സോഷ്യലിസ്റ്റ് പാർട്ടി രൂപീകരിച്ചതും. കോൺഗ്രസിന്റെ ബൂർഷ്വാ നേതൃത്വവും അടിസ്ഥാനവർഗ്ഗങ്ങളിൽ നിന്നുയർന്നുവന്ന സാധാരണ പ്രവർത്തകരും തമ്മിൽ വേർതിരിഞ്ഞ ഘട്ടമായിരുന്നു അത്.

കോൺഗ്രസിന്റെ ഈ സമീപനം അടിസ്ഥാനവർഗ്ഗങ്ങളിൽ മാത്രമല്ല ഉപരിവർഗ്ഗങ്ങളിൽപ്പോലും പ്രശ്നങ്ങൾ സൃഷ്ടിച്ചു. നാട്ടുരാജ്യങ്ങളിൽ ഔപചാരിക കോൺഗ്രസ് പ്രവർത്തനം നടത്താൻ പാടില്ലെന്ന കോൺഗ്രസ് വിലക്ക് ആശയക്കുഴപ്പത്തിനു കാരണമായി. തിരുവിതാംകൂറിലെ നാട്ടുവാഴിത്ത വിരുദ്ധശക്തികൾ സംയുക്തപ്രവർത്തക സമിതിയും പിന്നീട് ട്രാവൻകൂർ സ്റ്റേറ്റ് കോൺഗ്രസും രൂപീകരിച്ചത് ഈ പശ്ചാത്തലത്തിലായിരുന്നു. നാട്ടുവാഴിത്തത്തിനെതിരായ ഉത്തരവാദപ്രക്ഷോഭത്തിന്റെ ഭാഗമായി ദിവാൻ സർ സി പി രാമസ്വാമി അയ്യർക്കെതിരെ നൽകിയ നിവേദനം പിൻവലിക്കണമെന്ന് ഗാന്ധി നിർദ്ദേശിക്കുകയും അതനുസരിച്ച് നിവേദനം പിൻവലിക്കുകയും ചെയ്തത് വൻപ്രതിഷേധമാണ് സൃഷ്ടിച്ചത്. റാഡിക്കൽ സ്റ്റേറ്റ് കോൺഗ്രസുണ്ടായി. സ്റ്റേറ്റ് കോൺഗ്രസിലെ സോഷ്യലിസ്റ്റ് പക്ഷം വേറിട്ടുപോയി. സമാനമായ സ്ഥിതിഗതികൾ കൊച്ചിയിലും വളർന്നുവന്നു.

ഈ പശ്ചാത്തലത്തിലാണ് തൊഴിലാളിവർഗ്ഗപ്രസ്ഥാനങ്ങളുടെ ഉദയത്തെയും കാണേണ്ടത്. നാണ്യവിളകളിലും തോട്ടങ്ങളിലും നേരത്തെതന്നെ കൂലിവേലയ്ക്ക് തൊഴിലാളികളെ നിയോഗിച്ചിരുന്നു. വിവിധ മേഖലകളിലെ കൈത്തൊഴിൽകാരുമുണ്ടായിരുന്നു. ബ്രിട്ടീഷ് ഭരണത്തിൻ കീഴിൽ വാണിജ്യാടിസ്ഥാനത്തിലുള്ള കൃഷിയും കാർഷികാനു

ബന്ധവ്യവസായങ്ങളും വ്യാപിച്ചപ്പോൾ കൂലിക്ക് പണിയെടുക്കുന്ന തൊഴിലാളികളുടെ എണ്ണം വർദ്ധിച്ചു. കയർത്തൊഴിലാളികളുടെ വർദ്ധന ഉദാഹരണമാണ്. തൊഴിലാളിസംഘടനകളുടെ വളർച്ചയും അവരുടെ അവകാശപ്രക്ഷോഭങ്ങളുമാണ് കേരളത്തിലെ വർഗ സമരങ്ങളെ ശക്തിപ്പെടുത്തിയത്. സോഷ്യലിസ്റ്റ് പക്ഷവും കമ്യൂണിസ്റ്റ് പാർട്ടിയും തൊഴിലാളിസമരങ്ങളെ പിന്തുണച്ചു. 1938 ലെ ആലപ്പുഴയിലെ തൊഴിലാളി പണിമുടക്കിൽ പി കൃഷ്ണപിള്ളയുടെ നേതൃത്വപരമായ പങ്ക് ഇ എം എസ് പരാമർശിക്കുന്നു. തൊഴിൽ സമരങ്ങളോടും നിഷേധാത്മകമായ നിലപാടാണ് കോൺഗ്രസ് നേതൃത്വം സ്വീകരിച്ചത്. പണിമുടക്കിയ തൊഴിലാളികൾ ക്രൂരമായ വേട്ടയാടലിനിരയായ പുന്നപ്രവയലാർ സമരത്തോട് ദേശീയ നേതൃത്വം സ്വീകരിച്ച നിഷേധാത്മകസമീപനം ഉദാഹരണമാണ്. ദിവാൻ ഭരണത്തിനെതിരായ ജനാധിപത്യമുദ്രാവാക്യങ്ങളും വർഗസമരവുംകൂടി യോജിപ്പിച്ചാണ് പുന്നപ്രവയലാർ സമരം നടത്തിയത് എന്നത് എടുത്തു പറയേണ്ടതാണ്.

ക്വിറ്റ് ഇന്ത്യാസമരത്തോട് കമ്യൂണിസ്റ്റുകാർ സ്വീകരിച്ച നിലപാടും ഇ എം എസ് പരാമർശിക്കുന്നുണ്ട്. സോവിയറ്റ് യൂണിയന് നേരെയുള്ള ഫാസിസ്റ്റ് ആക്രമണത്തിനുശേഷം തൊഴിലാളിവർഗ്ഗ പ്രസ്ഥാനത്തിന് സ്വീകരിക്കാവുന്ന രണ്ടു നിലപാടുകളുണ്ടായിരുന്നു. ഒന്നുകിൽ ദേശീയ പ്രസ്ഥാനത്തിൽ ഉറച്ചുനിൽക്കുക, അല്ലെങ്കിൽ ഫാസിസ്റ്റ് വിരുദ്ധപോരാട്ടത്തിൽ പങ്കെടുക്കുക. ഇതിൽ ഏറെ ചർച്ചയ്ക്കുശേഷം രണ്ടാമത്തെ നിലപാടാണ് കമ്യൂണിസ്റ്റ് പാർട്ടി സ്വീകരിച്ചത്. ഇത് കമ്യൂണിസ്റ്റ് പാർട്ടിയുടെ സമ്പൂർണമായ ഒറ്റപ്പെടലിനു കാരണമായി. ഫാസിസ്റ്റ് വിരുദ്ധസമീപനം ശരിയായിരുന്നെങ്കിലും ഇന്ത്യൻ ജനതയുടെ ബ്രിട്ടീഷ് വിരുദ്ധദേശീയവികാരം ശരിയായി വിലയിരുത്തുന്നതിൽ പരാജയപ്പെട്ടു. എങ്കിലും പാർട്ടിയെന്ന നിലയിൽ ജനപക്ഷത്തുനിന്നു നടത്തിയ പ്രവർത്തനങ്ങൾ കമ്യൂണിസ്റ്റ് പാർട്ടിയുടെ അംഗസംഖ്യയും സ്വാധീനവും വർദ്ധിപ്പിക്കാൻ സഹായിച്ചു. യുദ്ധത്തിനുശേഷം നിരവധി പ്രക്ഷോഭ സമരങ്ങൾക്ക് കമ്യൂണിസ്റ്റ് പാർട്ടി നേതൃത്വം കൊടുത്തു. തിരുവിതാംകൂറിൽ പുന്നപ്രവയലാർ അടക്കമുള്ള സമരങ്ങൾ, കൊച്ചിയിലെ ട്രേഡ് യൂണിയൻ സമരങ്ങളും പാലിയം സത്യഗ്രഹംപോലുള്ള സമരങ്ങളും വടക്കൻമലബാറിലെ കർഷകസമരങ്ങൾ തുടങ്ങിയവ ഉദാഹരണങ്ങളാണ്. ഏറ്റവും പ്രധാനമായി സ്വതന്ത്ര ഇന്ത്യയിലെ അവരുടെ സ്ഥാനം ഉറപ്പിക്കുന്നതിനായി തിരുവിതാംകൂർ- കൊച്ചി നാട്ടുവാഴികൾകൂടി ഇടപെട്ട് തിരുവിതാംകൂർ- കൊച്ചി എന്ന സംസ്ഥാനം ഉണ്ടായി. മലബാർ മദ്രാസ് പ്രവിശ്യയിൽനിന്നു. ഈ സാഹചര്യങ്ങളിൽ കേരളം എന്ന ഭാഷാസം

സ്ഥാനത്തിനുവേണ്ടി ശക്തിയായി വാദിച്ചതും അതിൽ ഉൾപ്പെടുത്തേണ്ട പ്രദേശങ്ങളെക്കുറിച്ച് ധാരണ സൃഷ്ടിച്ചതും പുരോഗമനപ്രസ്ഥാനങ്ങളാണ്. ഭാഷാസംസ്ഥാനത്തിനുവേണ്ടി കൈക്കൊണ്ട നിലപാട് കേരളജനതയുടെ ദേശീയ അവബോധത്തിന്റെയും ജനാധിപത്യപ്രക്ഷോഭങ്ങളുടെയും സ്വാഭാവിക പരിണാമമാണ്.

നാല്

കേരളത്തിലെ ദേശീയപ്രശ്നം ഒരു ചരിത്രരേഖയല്ല. അതുകൊണ്ട്, സമ്പൂർണമായ ചരിത്രപരമായ വിശകലനം നടത്താൻ ഇ എം എസ് ശ്രമിച്ചിട്ടില്ല. ഐക്യകേരളം രൂപപ്പെടാത്ത സാഹചര്യത്തിൽ ഒരു സുപ്രധാന രാഷ്ട്രീയദൗത്യമാണ് ഇ എം എസിന് നിർവ്വഹിക്കാനുണ്ടായിരുന്നത്. പിന്നീട് വന്ന രേഖകൾകൂടി ചേർത്തുവായിക്കുമ്പോൾ രാഷ്ട്രീയ ദൗത്യമെന്താണെന്ന് വ്യക്തമാകും.

ഇതിലാദ്യത്തേത് ഭാവി കേരള സംസ്ഥാനത്തിന്റെ ഘടനയെക്കുറിച്ചുള്ള നിർവ്വചനമാണ്. കൊച്ചിരാജാവടക്കം പലരും ഗോകർണം മുതൽ കന്യാകുമാരിവരെ കിടക്കുന്ന പരശുരാമൻ സൃഷ്ടിച്ച കേരളത്തെ സംബന്ധിച്ച മിത്തിക്കൽ ധാരണകളനുസരിച്ചാണ് കേരളത്തെ നിർവ്വചിച്ചത്. കേരളത്തെ സംബന്ധിച്ച ബ്രാഹ്മണസ്വാധീനത്തിലുള്ള നാടുവാഴിത്ത സങ്കല്പത്തിന്റെ തുടർച്ചയായിരുന്നു ഇത്. അതിനോടൊപ്പം കെ കേളപ്പനെപ്പോലുള്ള പല ദേശീയ നേതാക്കന്മാരും കേരളത്തെ ഒരു 'ദക്ഷിണ പ്രദേശ'ത്തിന്റെ ഭാഗമായും സങ്കല്പിച്ചിരുന്നു. തിരു- കൊച്ചി എന്ന സംസ്ഥാനം നിലവിൽ വന്നപ്പോൾ മലബാറിനെ മദ്രാസ് പ്രസിഡൻസിയിൽനിന്ന് വേർപ്പെടുത്തുന്നതിനെ എതിർത്തവരും ഉണ്ടായിരുന്നു. തലസ്ഥാനമെന്ന നിലയിൽ തിരുവനന്തപുരത്തേക്കാളും കൊച്ചിയേക്കാളും ഇവർക്കാഭിമുഖ്യം മദ്രാസിനോടായിരുന്നു. ഇത്തരം ധാരണകൾക്കും കണക്കുകൂട്ടലുകൾക്കും പുറത്ത് കേരളം എന്ന ഭൂഭാഗത്തിന്റെയും സമൂഹത്തിന്റെയും സമാനസ്വഭാവത്തെ ആധാരമാക്കിയുള്ള ഐക്യസങ്കല്പം വളർത്തിക്കൊണ്ടുവരാനാണ് ഇ എം എസ് ശ്രമിച്ചത്. ഭൂമിശാസ്ത്രം, ഭാഷ, സംസ്കാരം, ജീവിതരീതികൾ, വിഭവസാമഗ്രികൾ, സമ്പദ്ഘടന, ദേശീയവികാരം (മലയാളി ബോധം) തുടങ്ങിയവയുടെ അടിസ്ഥാനത്തിൽ കേരളം എന്ന പ്രദേശത്തിന്റെ അതിരുകൾ തിട്ടപ്പെടുത്താനാണ് ഇ എം എസ് ശ്രമിച്ചത്. നാടുവാഴിത്തത്തിന്റെയും മത-ജാതീയതയുടെയും ഇന്ത്യൻ ദേശീയ രാഷ്ട്രത്തിന്റെ ഭരണഘടകം എന്ന ആശയത്തിന്റെയും പരിമിതികളെ മറികടന്നുള്ള ദേശീയ സങ്കല്പത്തിന് രൂപംനൽകുക എന്നത് സുപ്രധാനമായ രാഷ്ട്രീയ ദൗത്യമായിരുന്നു.

ഈ ദേശീയ രൂപത്തിനുള്ളിലെ സംഘർഷവും സമവായവും എന്തെല്ലാമാണെന്ന് കണ്ടെത്തുകയായിരുന്നു രണ്ടാമത്തെ ദൗത്യം. തദ്ദേശവാസികളും കുടിയേറ്റക്കാരും, ജാതിക്രമങ്ങൾ, മതസമുദായങ്ങൾ, നാട്ടുവാഴിത്ത വേർതിരിവുകൾ തുടങ്ങിയവരുടെ അടിസ്ഥാനത്തിലുള്ള സംഘർഷങ്ങൾ എത്രമാത്രമുണ്ടായിട്ടുണ്ടെന്ന് പരിശോധിക്കുക പ്രധാനമാണ്. കേരളത്തിൽ അധിവസിച്ച വ്യത്യസ്ത ജനവിഭാഗങ്ങൾ തമ്മിലുള്ള സമവായമാണ് മലയാളിസമൂഹത്തെ സൃഷ്ടിച്ചത് എന്ന് ഇ എം എസ് വിലയിരുത്തുന്നു. അതേസമയം സംഘർഷങ്ങളും ഉണ്ടായിട്ടുണ്ട്. ഇതിലാദ്യത്തേത് ഏഷ്യാറ്റിക് സ്വഭാവമുള്ള ചേരന്മാരുടെയും പെരുമാക്കന്മാരുടെയും "സാമ്രാജ്യങ്ങളും" തദ്ദേശവാസികളും തമ്മിലുള്ള സംഘർഷമാണ്. ഈ രണ്ട് സാമ്രാജ്യങ്ങൾക്കും സ്ഥായിയായ സ്വാധീനം ചെലുത്താൻ കഴിയാതെപോയി. അതേസമയം, ചേരന്മാർ അവശേഷിപ്പിച്ച തമിഴ് സംസ്കാരവും പെരുമാക്കന്മാരുടെ കാലത്തെ ബ്രാഹ്മണ- ധർമ്മശാസ്ത്രമര്യാദകളും കേരള സമൂഹത്തിൽ സ്വാധീനം ചെലുത്തി. പിൽക്കാലത്തെ ജാതി സമൂഹത്തിൽ ബ്രാഹ്മണരും നാട്ടുവാഴികളും പ്രഭുക്കന്മാരുമടങ്ങുന്ന സ്വത്തുടമാവർഗവും കാരാളരുടെയും പണിയാളരുടെയും കുടികളുടെയും കീഴാളവർഗവും തമ്മിലുള്ള വൈരുദ്ധ്യം വളർന്നുവരുന്നത് ഈ സ്വാധീനത്തിന്റെ അടിസ്ഥാനത്തിൽക്കൂടിയാണ്. ഈ വൈരുദ്ധ്യം കൊളോണിയലിസത്തിൻകീഴിൽ ജന്മി- നാട്ടുവാഴിത്തത്തിന് ലഭിച്ച സംരക്ഷണംകൊണ്ടു മൂർച്ഛിക്കുകയും ജാതി- ജന്മി- നാട്ടുവാഴിത്തം എന്ന് പിന്നീട് ഇ എം എസ് വിളിച്ച അധീശരൂപത്തിലേക്ക് നയിക്കുകയും ചെയ്തു. സാമൂഹ്യതലത്തിൽ സവർണബ്രാഹ്മണ മേധാവിത്വം, സാമ്പത്തിക തലത്തിൽ ഭൂകേന്ദ്രീകരണവും വിഭവങ്ങളുടെമേലുള്ള ഉടമാവകാശവും, രാഷ്ട്രീയതലത്തിൽ നാട്ടുവാഴിത്ത രൂപങ്ങൾ എന്നിവ ചേർന്ന വ്യവസ്ഥയാണിത്.

കേരളത്തിൽ ജാതി- ജന്മി- നാട്ടുവാഴിത്ത വിരുദ്ധമായി വളർന്നു വരുന്ന സമരങ്ങളുടെ ആശയപരമായ വേരുകൾ കണ്ടെത്തുകയാണ് മറ്റൊരു ദൗത്യം. ഇന്ദുലേഖ, കുമാരനാശാന്റെ കൃതികൾ, നാരായണഗുരുവടക്കമുള്ള ചിന്തകരുടെയും പരിഷ്കർത്താക്കളുടെയും സംഭാവനകൾ മുതൽ സ്വദേശാഭിമാനി രാമകൃഷ്ണപിള്ളയുടെ കാറൽ മാർക്സിന്റെ ജീവചരിത്രം വരെ എത്തുന്ന ആദ്യകാല സാംസ്കാരിക മുന്നേറ്റങ്ങളെ അതിനുമുമ്പ് നടന്ന മലയാളിയുടെ ഭാഷാപരവും സാംസ്കാരികവുമായ ഉദ്ഗ്രഥനവുമായി ബന്ധിപ്പിച്ചാണ് വിലയിരുത്തുന്നത്. പിന്നീട് വന്ന പണ്ഡിതന്മാർ വാദിക്കുന്നതുപോലെ കേരളത്തിന്റെ "ആധുനികത" കൊളോണിയലിസത്തിന്റെയും മുതലാളിത്തത്തിന്റെയും മാത്രം ഉൽപ്പ

ന്നമല്ല, ബ്രാഹ്മണാധിപത്യത്തിനും നാട്ടുവാഴിത്തത്തിനും അതീതമായി വളർന്നുവന്ന 'മലയാളി' ബോധത്തിന്റെക്കൂടി ഉൽപ്പന്നമാണ്. അതുകൊണ്ടാണ് ആദ്യകാല പരിഷ്കർത്താക്കളുടെ ശ്രമങ്ങളെ 'ദേശീയ ജനാധിപത്യ' പ്രസ്ഥാനത്തിന്റെ ആദ്യരൂപമായി ഇ എം എസ് വിലയിരുത്തുന്നത്. ഈ ബോധമാണ് പിന്നീട് ദേശീയ പ്രസ്ഥാനത്തിന്റെയും കർഷക- തൊഴിലാളി വർഗ്ഗസമരങ്ങളുടെയും രാഷ്ട്രീയ ഇടതുപക്ഷത്തിന്റെയും വിളനിലമായത്.

'മലയാളി' ബോധത്തിന്റെ മറ്റൊരു വശവും കൂടി ഇ എം എസിന്റെ പരിഗണനയിൽ വരുന്നുണ്ട്. എല്ലാ കാലങ്ങളിലും വ്യത്യസ്ത മതസമുദായങ്ങൾ കേരളത്തിൽ സ്ഥാനം പിടിച്ചിട്ടുണ്ട്. ബൗദ്ധരും ജൈനരും ബ്രാഹ്മണരും തദ്ദേശീയ ആരാധനാരൂപങ്ങളും ജൂതരും ക്രിസ്ത്യാനികളും മുസ്ലീങ്ങളും ഇവരിൽപെടുന്നു. ദേശീയമായ ഉദ്ഗ്രഥനത്തിന്റെ ഭാഗമായി ഇവരെല്ലാം ഒരു പൊതുസംസ്കാരധാരയുടെ ഭാഗമായിട്ടുണ്ട്. ആ സാംസ്കാരികധാരയ്ക്ക് മലയാളിക്ക്, ഏതെങ്കിലും പ്രത്യേക മതസമുദായത്തിന്റെ ഉൾബലവുമില്ല. അതുകൊണ്ട് പൊതുവായ പ്രശ്നങ്ങളുടെ അടിസ്ഥാനത്തിലുള്ള സാമൂഹ്യപ്രസ്ഥാനങ്ങളിലെല്ലാം എല്ലാ ജാതിമത വിഭാഗങ്ങളും പങ്കെടുത്തിട്ടുണ്ട്. മലബാർ കലാപവും (ഇ എം എസ് അധികം പരാമർശിക്കുന്നില്ലെങ്കിലും) തിരുവിതാംകൂറിലെ നിവർത്തന പ്രസ്ഥാനവും ഇതിനുദാഹരണങ്ങളാണ്. എന്നാൽ ഇത്തരത്തിൽ വളർന്നുവന്ന ഐക്യത്തിനു വെല്ലുവിളിയായത് ബൂർഷ്വാ നേതൃത്വത്തിലുള്ള കോൺഗ്രസിന്റെ വർഗപരമായ വഞ്ചനയാണെന്നാണ് ഇ എം എസ് വാദിക്കുന്നത്. മറ്റൊരു വിധത്തിൽ വാദിക്കുകയാണെങ്കിൽ വർഗപരമായ വൈരുദ്ധ്യങ്ങൾ വ്യത്യസ്തസമുദായങ്ങൾ തമ്മിലുള്ള സമവായത്തെ നിഷേധാത്മകമായി ബാധിക്കുകയും അവർ തമ്മിലുള്ള വേർതിരിവുകളിലേക്ക് നയിക്കുകയും ചെയ്തു.

വർഗവൈരുദ്ധ്യങ്ങളുടെ വളർച്ച മറ്റൊരു ചർച്ചാവിഷയമാണ്. മാർക്സിന്റെ ഏഷ്യാറ്റിക് വ്യവസ്ഥിതിയുടെ ഭാഗമായി വരുന്ന പ്രധാനനിരീക്ഷണമുണ്ട്. ഉല്പാദനബന്ധങ്ങളിൽ കീഴാളരും ഉടമകളും തമ്മിലുള്ള വൈരുദ്ധ്യം അതിതീവ്രമാകുമ്പോഴും വർണ- ജാതിക്രമം സൃഷ്ടിക്കുന്ന വഴക്കങ്ങളും മര്യാദകളും ഈ വൈരുദ്ധ്യങ്ങൾ നേരിട്ടുള്ള സംഘർഷങ്ങളായി മാറുന്നതിനെ തടയുന്നുണ്ട്. എന്നാൽ നാട്ടുവാഴികൾ തമ്മിൽ നടക്കുന്ന സംഘർഷങ്ങളുടെ പശ്ചാത്തലത്തിൽ ഏതെങ്കിലും കീഴാള വിഭാഗത്തിന് രാഷ്ട്രീയാധികാരം ലഭിക്കാനുള്ള സാധ്യതകൾ വളർന്നുവരുമ്പോഴാണ് ഈ വൈരുദ്ധ്യങ്ങൾ പ്രകടമാകുന്നത്. കൊളോണിയൽവാഴ്ചയുടെ കാലത്ത് ഇത്തരം മര്യാദകൾ തകർക്കപ്പെടുകയും

സ്വത്തുടമാവകാശം നിലങ്ങളുടെ അളവും പാട്ടക്കണക്കുകളും നികുതി വ്യവസ്ഥകളും അടിസ്ഥാനപ്പെടുത്തിയുള്ള ഒരു സാമ്പത്തികസംവർഗമാകുന്നതോടെ ചൂഷണമുറകളും അതനുസരിച്ച് മാറുന്നു. കീഴ്വഴക്കങ്ങളും മര്യാദകളും ആശ്രിതത്വബന്ധങ്ങളും ക്രമേണ അപ്രത്യക്ഷമാകുന്നു. ഈ സാഹചര്യങ്ങളിലാണ് കീഴാളരുടെ മോചനപോരാട്ടങ്ങൾക്ക് പ്രത്യക്ഷമായ വർഗസമരങ്ങളുടെ രൂപം കൈവരുന്നത്. മലബാർ കലാപത്തെ ഇതിന്റെ വ്യക്തമായ ഉദാഹരണമായാണ് ഇ എം എസ് ചിത്രീകരിക്കുന്നത്. ഇന്നത്തെ അറിവിന്റെ വെളിച്ചത്തിൽ രാമർമൂപ്പന്റെയും ആറാട്ടുപുഴ വേലായുധ പണിക്കരുടെയും അയ്യങ്കാളിയുടെയും കെ പി വള്ളോന്റെയും കറുമ്പൻ ദൈവത്താന്റെയും ചെമ്പിൽ അരയന്റെയും കുറളി ചെക്കോന്റെയും സമരങ്ങളെയും വർഗസമരങ്ങളുടെ ആദ്യരൂപങ്ങളായി ഉൾപ്പെടുത്താം.

തൊഴിലാളിവർഗത്തിന്റെ വളർച്ചയോടെയാണ് കേരളത്തിലെ വർഗവൈരുദ്ധ്യം പൂർണരൂപത്തിലെത്തുന്നത്. ഇ എം എസ് സൂചിപ്പിക്കുന്നതുപോലെ വ്യത്യസ്ത ജാതിമതസ്ഥരും വ്യത്യസ്ത സാമൂഹ്യപാരമ്പര്യങ്ങൾ ഉൾക്കൊള്ളുന്നവരുമായ ജനങ്ങൾ ഒരേ തൊഴിലിടത്തിൽ ഒരേ രീതിയിലുള്ള തൊഴിലുകളിൽ ഏർപ്പെടേണ്ടിവരുമ്പോൾ മുൻകാലത്തെ കീഴ്വഴക്കങ്ങളും മര്യാദകളും തകരുകയാണ്. പുതിയ സാമൂഹ്യബന്ധങ്ങൾ രൂപപ്പെടുന്നു. കൂലിവേല ഇവരെയെല്ലാം ബന്ധപ്പെടുത്തുന്ന ഘടകമാണ്.

കേരളത്തെ സംബന്ധിച്ചിടത്തോളം കൂലിവേല തികച്ചും ആധുനികമല്ല. അടിയാളർ ചെയ്യുന്ന വല്ലപ്പണിയും ഊഴിയപ്പണിയുമായി നിർബന്ധിതാധ്വാനം നേരത്തെയുണ്ട്. നാണ്യവിളതോട്ടങ്ങളിൽ പണിയെടുക്കുന്നവർക്ക് കൂലി പണമായും വസ്തുക്കളായും നൽകിപ്പോന്നു. തൊഴിലിടങ്ങൾക്കടുത്ത് കുടി വയ്ക്കാൻ സ്ഥലവും നൽകി. ചിലയിടങ്ങളിൽ അടിമപ്പണിയും അടിമക്കച്ചവടവും നിലവിലിരുന്നു. ഈ വ്യത്യസ്ത പണിക്കൂട്ടങ്ങളിൽ നിന്നാണ് കേരളത്തിലെ ആദിമ കർഷകത്തൊഴിലാളികൾ വളർന്നുവന്നത്. ഇവരിൽത്തന്നെ ഈഴവരെയും ചാലിയരെയുംപോലെ പ്രത്യേക വൈദഗ്ധ്യം നേടിയ വിഭാഗങ്ങളിൽ നിന്നാണ് ആദ്യകാലതൊഴിലാളി വർഗം ഉണ്ടാകുന്നത്. കശുവണ്ടിപോലുള്ള മേഖലകളിൽ പണിയാളരെ പരിശീലിപ്പിച്ചെടുക്കുകയും ചെയ്യുന്നുണ്ട്.

ഇ എം എസ് ഈ പശ്ചാത്തലത്തിലേക്ക് കടക്കുന്നില്ല. കയർപിരി, നെയ്ത്ത് മുതലായ കാർഷികാനുബന്ധരൂപങ്ങളിലാണ് ആദ്യകാല തൊഴിലാളിവർഗം ഉയർന്നുവന്നതെന്ന് സൂചിപ്പിക്കുന്നു. അതായത്, ജന്മി നാടുവാഴിത്തം പൂർണമായി തകരുന്നതിന്റെ പശ്ചാത്തലത്തിലല്ല

കേരളത്തിലെ മുതലാളിത്തബന്ധങ്ങൾ വളർന്നുവരുന്നത്. കേരളത്തിൽ വ്യാപിച്ചിരുന്ന നാണ്യവിളകളുടെയും തോട്ടവിളകളുടെയും ഉൽപ്പന്നങ്ങളിലൂടെയാണ്. നെയ്ത്ത്, ബീഡി, കയർ, കശുവണ്ടി തുടങ്ങിയ 'പരമ്പരാഗത' വ്യവസായങ്ങൾക്കെല്ലാം ഈ സ്വഭാവം കാണാം. ആധുനിക വ്യവസായങ്ങൾപോലും പ്രാദേശികമായി ലഭ്യമായ വിഭവസാമഗ്രികളുടെ അടിസ്ഥാനത്തിൽ റയോൺ, പേപ്പർ, സിമന്റ്, രാസവസ്തുക്കൾ, ഓട് തുടങ്ങിയവയിലാണ് വളർന്നുവരുന്നത്. മുമ്പ് കർഷകത്തൊഴിലാളികളെ ചൂഷണം ചെയ്യുന്ന രീതിയുടെ തുടർച്ച കൂലിയുടെയും മറ്റ് ആനുകൂല്യങ്ങളുടെയും കാര്യത്തിൽ വ്യവസായത്തൊഴിലാളികളോടും സ്വീകരിച്ചപ്പോഴാണ് വർഗസമരങ്ങൾ ശക്തിപ്പെട്ടത്.

ഇ എം എസിന്റെ ഏറ്റവും പ്രധാനപ്പെട്ട രാഷ്ട്രീയദൗത്യം ഇവിടെയാണ്. പുന്നപ്രവയലാറിലെ തൊഴിലാളിപ്രക്ഷോഭത്തെയും വടക്കെ മലബാറിലെ കർഷകപ്രക്ഷോഭങ്ങളെയും ഇ എം എസ് ഒരുപോലെ പ്രശംസിക്കുന്നുണ്ട്. ഇത്തരം സമരങ്ങൾ കേവലമായ ഭാഗികസമരങ്ങളായി നിൽക്കുകയാണ്. തിരുവിതാംകൂറിൽ തൊഴിലാളികൾ, കർഷകത്തൊഴിലാളികൾ, കർഷകർ എന്നിവരുടെ ഐക്യം വളർന്നുവന്നില്ല. തൊഴിലാളിസമരം അടിച്ചമർത്തപ്പെട്ടതോടെ തൊഴിലാളി പ്രസ്ഥാനവും കമ്യൂണിസ്റ്റ് പാർട്ടിയും ഒറ്റപ്പെട്ടു. അതുപോലെ വടക്കെ മലബാറിലെ കർഷക പ്രസ്ഥാനത്തിന് തൊഴിലാളി സമരങ്ങളുമായി ഐക്യം വളർത്തിക്കൊണ്ടുവന്ന് ബഹുജനസമരമാക്കി മാറ്റാൻ കഴിഞ്ഞില്ല. അതായത് തൊഴിലാളി- കർഷകഐക്യം എന്ന കേന്ദ്രമുദ്രാവാക്യത്തെ സാർത്ഥകമാക്കാൻ കർഷകസമരങ്ങളെ വിപ്ലവപ്രസ്ഥാനത്തിന്റെ അച്ചുതണ്ട് എന്ന നിലയിൽ കേരള വ്യാപകമായി വളർത്തികൊണ്ടുവരാനും കഴിഞ്ഞില്ല. തൊഴിലാളി- കർഷക ഐക്യത്തിന് പിന്നീടുണ്ടായ ശ്രമങ്ങളിലും ഏറ്റവും പ്രധാനമായി ഒരു തൊഴിലാളിവർഗ ഗവൺമെന്റിന്റെ കീഴിൽ ഭൂപരിഷ്കാരം നടപ്പിലാക്കാനുള്ള ധീരമായ ശ്രമത്തിലും ഈ നിലപാടിന്റെ സ്വാധീനം കാണാം.

മറ്റൊന്ന്, കേരളത്തിന്റെ വികസനത്തെ സംബന്ധിച്ച നിലപാടാണ്. കേരളത്തിന്റെ മുതലാളിത്ത വികാസത്തിന്റെ ദൗർബല്യം അദ്ദേഹം ഉദ്ധരിക്കുന്ന കണക്കുകളിൽ നിന്നുതന്നെ വ്യക്തമാണ്. ഒരു വശത്ത്, ഭൂവുടമസ്ഥതയിലെ കേന്ദ്രീകരണം, ദരിദ്രകർഷകരുടെയും കർഷകത്തൊഴിലാളികളുടെയും ജീവിതത്തെ താറുമാറാക്കുകയാണ്. നാണ്യവിളകളെ കേന്ദ്രീകരിച്ചുള്ള ധനികകർഷകരുടെ വളർച്ചയാണ് ഒരു അപവാദം. അവിടെയും കൂലിവേലയുടെ അതിതീവ്രമായ ചൂഷണം നടന്നിരുന്നു. അന്തിക്കാടും ചുറ്റുമുള്ള ഗ്രാമങ്ങളും സംബന്ധിച്ച് ഇ എം

എസ് നൽകുന്ന വിവരങ്ങൾ തന്നെ ഉദാഹരണമാണ്. ഇതിനോടൊപ്പ മാണ് മൂലധനസമാഹരണത്തിലെ ദൗർബല്യങ്ങൾ. ഇ എം എസ് അവ തരിപ്പിക്കുന്ന കണക്കുകളിൽത്തന്നെ കേരളത്തിൽ തിരുവിതാംകൂറിൽ സമാഹരിക്കപ്പെട്ട ഭൂരിഭാഗം മൂലധനവും വാണിജ്യമൂലധനവും ബാങ്കിംഗ് മൂലധനവുമാണ്. വ്യവസായമൂലധനം വളരെ കുറച്ചുമാത്രമേ ഉള്ളൂ.

പിൽക്കാലത്ത് ഏറെ പ്രശംസിക്കപ്പെട്ട കേരള മാതൃകയുടെ അടി ത്തറ തീരെ ദുർബലമാണെന്നാണ് ഇതിൽ നിന്നുവെളിപ്പെടുന്നത്. വി ദ്യാഭ്യാസരംഗത്തും ആരോഗ്യരംഗത്തും ആശയവിനിമയ സാംസ്കാരി കരംഗങ്ങളിലുമുണ്ടായ കേരളത്തിന്റെ മുന്നേറ്റം ചരിത്രപരമാണ്. മലയാ ളികളുടെ ദേശരൂപീകരണത്തിന്റെ പശ്ചാത്തലത്തിൽ അവരുടെ സാം സ്കാരത്തിന്റെയും ജീവിതശൈലികളുടെയും വികാസത്തിനായി അവർ നടത്തിയ ശ്രമങ്ങളുടെ ഫലമാണ്. ബ്രാഹ്മണാധിപത്യത്തിനെതിരെയും ജാതി ജന്മി നാടുവാഴിത്തത്തിനെതിരെയും കൊളോണിയൽ അധിനി വേശത്തിനെതിരെയും നടത്തിയ മലയാളികളുടെ ജനാധിപത്യപോ രാട്ടങ്ങളാണ് സാംസ്കാരികമുന്നേറ്റം സാധ്യമാക്കിയത്. "ദേശീയത" എന്നത് മലയാളികളെ സംബന്ധിച്ചിടത്തോളം കേരളം എന്ന സാമൂഹ്യ വും സാംസ്കാരികവുമായ രൂപത്തിന്റെ വളർച്ചയാണ്.

ഇവിടെയാണ് ഇ എം എസ് ഈ ലഘുലേഖയിൽ പൂർണമായി വിശദീകരിക്കാത്ത, എന്നാൽ പിന്നീടുള്ള എഴുത്തുകളിൽ വിശദമായി കൈകാര്യം ചെയ്യുന്ന വികസനത്തിന്റെ പ്രശ്നം പുറത്തുവരുന്നത്. കേര ളത്തിന്റെ വികസനത്തെ സംബന്ധിച്ച പ്രശ്നം കേരളത്തിലെ ദേശീയ പ്രശ്നമാണ്. വികസനം എന്നത് വളർച്ചാനിരക്കുകൾ മാത്രമല്ല കേരള ജനതയുടെ സർവ്വതോമുഖമായ വികാസമാണ്. കേരളത്തിലെ തക ർന്നുകൊണ്ടിരിക്കുന്ന ജന്മിനാടുവാഴിത്തത്തിനും ദുർബലമായ വ്യാവ സായിക മുതലാളിത്തത്തിനും ഇത്തരത്തിലുള്ള വികസനം സാധ്യമല്ല. അന്നത്തെ തോട്ടം മുതലാളിമാർ ഭൂരിഭാഗവും യൂറോപ്യന്മാരായിരുന്നു. ഇന്ത്യക്കാർ, മലയാളികൾ വളരെകുറച്ചുമാത്രമേ ഉള്ളൂ. ധനികകർഷക രിൽ കുറച്ചുപേർ വ്യവസായങ്ങളിലും വ്യവസായമുതലാളിമാരിൽ ചിലർ കൃഷിയിലും മുതൽമുടക്കുന്നുണ്ട്. സാമുവൽ ആറോൺ, തങ്ങൾ കുഞ്ഞു മുസ ലിയാർ തുടങ്ങി ചിലരുടെ പേരുകൾ ഇ എം എസ് തന്നെ പറയുന്നുണ്ട്. ഇ എം എസ് നേരിട്ടുപറയുന്നില്ലെങ്കിലും അന്തിക്കാടിനെപ്പോലെയുള്ള സ്ഥലങ്ങളിൽ ധാരാളം കരാറുകാരുമുണ്ട്. പണം പലിശയ്ക്കു കൊടുക്കുന്ന വർ ധനികകർഷകരായി മാറിയിട്ടുണ്ട്. പക്ഷേ, ഇവരിൽ നിന്നെല്ലാം മു തലാളിത്തവികസനം സാധ്യമാക്കുന്ന പുതിയ വർഗം വളർന്നുവരുമെന്ന് കരുതുക വിഷമമാണ്. അതിനാവശ്യമായ വിധത്തിൽ ഉല്പാദനപ്രകി

യയുടെയും ഉൽപ്പാദനശക്തികളുടെയും വികാസംകൂടി ഉണ്ടാകണം. അവിടെയാണ് തൊഴിലാളി- കർഷക ഐക്യത്തിന്റെ വർഗപരവും വികസനപരവുമായ പ്രസക്തി. മലയാളികളുടെ ദേശീയതയുടെ ചരിത്രപരമായ വളർച്ചയുടെയും അതിന്റെ അനുഭവങ്ങളുടെയും പശ്ചാത്തലത്തിൽ തൊഴിലെടുക്കുന്ന അടിസ്ഥാനവർഗങ്ങളുടെ ഐക്യത്തിനാണ് കേരളസംസ്ഥാനത്തെ മുന്നോട്ടുനയിക്കാൻ കഴിയുക. മുതലാളിത്തത്തിന്റെ നേരിട്ടുള്ള നേതൃത്വപരമായ പങ്കില്ലാതെതന്നെ ഉല്പാദനശക്തികളുടെ വികസനം സാധ്യമാകുന്ന രീതിയാണിത്. കേരളത്തിന്റെ ദേശവികാസത്തിന്റെ അടുത്തപടിയാണിത്. അതിന് ഒത്തിണങ്ങുന്ന ഭൂമിശാസ്ത്രപരവും ഭാഷാസാംസ്കാരികവും സാമൂഹ്യവും മനോഭാവപരവുമായ ഐക്യമുള്ള ദേശസങ്കല്പത്തിന്റെ രാഷ്ട്രീയരൂപം കേരളസംസ്ഥാനമാണ്.

കേരളത്തെക്കുറിച്ചുള്ള ഈ അടിസ്ഥാന ആശയം പല രീതികളിലും ഇ എം എസ് ആവർത്തിക്കുന്നുണ്ട്. 1956 ലെ കമ്യൂണിസ്റ്റ് പാർട്ടിയുടെ തൃശ്ശൂരിലെ വികസനരേഖ, മുഖ്യമന്ത്രിപദം ഏറ്റെടുത്തതിനുശേഷം നടത്തിയ പ്രസംഗം, 1967 ലെ മന്ത്രിസഭയുടെ കാലത്തെ ബദൽവികസനനിലപാടുകൾ, വികേന്ദ്രീകൃത ആസൂത്രണം, വിദ്യാഭ്യാസം, കേന്ദ്രസംസ്ഥാനബന്ധങ്ങളെയും സംസ്ഥാനങ്ങളുടെ സ്വയം ഭരണത്തെയും സംബന്ധിച്ച നിലപാടുകൾ, ഭാഷയെയും സംസ്കാരത്തെയും സംബന്ധിച്ച നിലപാടുകൾ എന്നിവയിലെല്ലാം ഈ പൊതുസമീപനം പ്രതിഫലിക്കുന്നുണ്ട്. കേരള സംസ്ഥാനം എന്നത് മലയാളികളുടെ ജനകീയൈക്യത്തിന്റെ സൃഷ്ടിയാണ്. കേരളത്തിലെ തൊഴിലാളികളും കർഷകത്തൊഴിലാളികളും കർഷകരും തമ്മിലുള്ള ഐക്യമാണ് ഇതിന്റെ അടിത്തറ, മലയാളികളിൽ മുതലാളിന്മാരും ബാങ്കർമാരും വ്യാപാരികളും ധനികകർഷകരും കർഷക മുതലാളിമാരുമുണ്ട്. അതുകൊണ്ട് മലയാളികൾ വൈരുദ്ധ്യാത്മകമായ ഐക്യമാണ്. അതേസമയം ഈ ഐക്യത്തിലെ മുഖ്യഘടകമായ തൊഴിലാളികളും കർഷകരും മലയാളിയുടെ ഭൂമിശാസ്ത്രപരവും സാമ്പത്തികവും ഭാഷാസാംസ്കാരികവും വൈകാരികവുമായ ദേശപാരമ്പര്യം ഏറ്റെടുക്കുന്നവരാണ്. കേരളത്തിലെ പരിസ്ഥിതിയെ, സമ്പദ്ഘടനയെ, ഭാഷാപരവും സാംസ്കാരികവുമായ സവിശേഷതകളെ, സമൂഹത്തെ നിലനിർത്തുകയും വികസിപ്പിക്കുകയും ചെയ്യേണ്ട ബാധ്യത തൊഴിലാളി- കർഷക ഐക്യത്തിനുണ്ട്. ഇത് മുതലാളിമാർക്കും ഭൂപ്രഭുക്കൾക്കും അവരുടെ രാഷ്ട്രീയ കുഴലൂത്തുകാർക്കും വിട്ടുകൊടുക്കേണ്ട കാര്യമല്ല. ഇതിനാവശ്യമായ ചരിത്രപരമായ മികവ് തൊഴിലാളിവർഗവും കർഷകരും നേടിയിട്ടുണ്ട്. ഇതെങ്ങനെ നേടി എന്നതാണ് ഗ്രന്ഥത്തിന്റെ അവസാനത്തെ അധ്യായങ്ങളിൽ നിരവധി ഉദാഹരണങ്ങൾ

സഹിതം ഇ എം എസ് രേഖപ്പെടുത്തുന്നത്.

ദേശീയ പ്രശ്നത്തെക്കുറിച്ചുള്ള വേറിട്ട വിചിന്തനമാണ് ഇ എം എസ് നടത്തുന്നത്. സാധാരണയായി ദേശീയ ചർച്ചകൾ ഭാഷാസാംസ്കാരികൈക്യത്തെയും ദേശീയപാരമ്പര്യത്തെയും കേന്ദ്രീകരിച്ചുള്ളവയാണ്. ഇപ്പോഴത്തെ ഹിന്ദുത്വ വർഗീയതയുടെ "സാംസ്കാരിക ദേശീയത"യെക്കുറിച്ചുള്ള പ്രഖ്യാപനങ്ങൾ ഉദാഹരണമാണ്. ഇ എം എസിന് ദേശീയത എന്നത് ജനങ്ങളുടെ നിർമ്മിതിയാണ്; കേരളത്തിലെ ജനത മലയാളികളായി സ്വയം സംഘടിക്കുകയും അവരുടെ വികാസത്തിനാവശ്യമായ വിഭവങ്ങളും സാങ്കേതികവിദ്യകളും വൈജ്ഞാനികരൂപങ്ങളും സാംസ്കാരിക- ആശയവിനിമയ രൂപങ്ങളും സമാഹരിക്കുകയും ചെയ്ത രീതിയാണ്. ഏതാനും സമ്പന്നരുടെയും സ്വത്തുടമകളുടെയും വളർച്ചയുടെ അടിസ്ഥാനത്തിലല്ല ദേശീയവികസനം വിഭാവനം ചെയ്യപ്പെടുന്നത്. മലയാളികളെന്ന ജനസാമാന്യത്തിന്റെ സർവ്വതോമുഖമായ വികാസമാണ്. കേരളത്തിലെ ദുർബലമായ മുതലാളിത്തത്തിനോ ധനികകർഷക- കർഷകമുതലാളി വിഭാഗത്തിനോ ഈ വികസനത്തിന് നേതൃത്വം നൽകാൻ കഴിയില്ല. തൊഴിലാളി വർഗത്തിന്റെ നേതൃത്വത്തിൽ തൊഴിലാളി- കർഷക ഐക്യത്തിനാണ് അത് സാധിക്കുക. ഇതിനാവശ്യമായ ഭൗതികവും ആത്മനിഷ്ഠവുമായ- അതായത് പശ്ചാത്തല സൗകര്യങ്ങളുടെ വികാസം, വിഭവസാമഗ്രികളുടെയും മൂലധനത്തിന്റെയും സമാഹരണം, സാങ്കേതിക വിദ്യകളുടെ വികാസം, ജനങ്ങളുടെ വൈജ്ഞാനികശേഷികളുടെയും ക്രിയാശേഷികളുടെയും വികാസം, ആരോഗ്യവും ആത്മസംയമനവുമുള്ള പുതിയ ജനസമൂഹത്തിന്റെ വികാസം, അവരുടെ ഭാഷാ- സാംസ്കാരിക- ആശയവിനിമയശേഷികളുടെ വികാസം തുടങ്ങിവയടങ്ങുന്ന ജനാധിപത്യപരവും മതനിരപേക്ഷവും സർവ്വതലസ്പർശിയുമായ സാമൂഹ്യവികാസസങ്കല്പത്തിനാണ് ഇ എം എസ് തുടക്കം കുറിക്കുന്നത്.

ഇംഗ്ലീഷ് പതിപ്പിന്റെ മുഖവുര

കേരളം: *മലയാളികളുടെ മാതൃഭൂമി* എന്നൊരു പുസ്തകം 1947 ൽ ഞാൻ മലയാളത്തിലെഴുതുകയും 1948 ആരംഭത്തിൽ പ്രസിദ്ധീകരിക്കുകയും ചെയ്തു. അതിന്റെ ആദ്യഭാഗത്തിൽ, ബ്രിട്ടീഷ് ആധിപത്യം സ്ഥാപിക്കുന്ന ഘട്ടംവരെയുള്ള കേരളചരിത്രത്തെ പരിശോധിച്ചു. ഈ പുസ്തകത്തിലെ രണ്ടും മൂന്നും നാലും അധ്യായങ്ങളും, അഞ്ചാം അധ്യായത്തിന്റെ ഏതാനും ഭാഗവും പരാമർശിക്കുന്ന വിഷയങ്ങൾ തന്നെയാണതിലടങ്ങിയിട്ടുള്ളത്. അതിന്റെ രണ്ടാം ഭാഗത്തിൽ, കേരളത്തിന്റെ സാമൂഹ്യവ്യവസ്ഥയിൽ ബ്രിട്ടീഷ് ഭരണമുളവാക്കിയ പരിവർത്തനങ്ങളെ വിവരിച്ചു- ഈ പുസ്തകത്തിലെ അഞ്ചും ആറും അധ്യായങ്ങളിലടങ്ങിയ കാര്യങ്ങൾ. മൂന്നാം ഭാഗത്തിൽ കേരളത്തിലെ ദേശീയ ജനാധിപത്യപ്രസ്ഥാനത്തിന്റെ ഉത്ഭവവും വളർച്ചയും പരിശോധിച്ചു- ഈ പുസ്തകത്തിലെ ഏഴും എട്ടും ഒൻപതും പത്തും അധ്യായങ്ങളിൽ വിവരിക്കുന്ന സംഗതികൾ തന്നെ.

ഭൗതികവാദത്തെ അടിസ്ഥാനപ്പെടുത്തിയ ചരിത്രശാസ്ത്രത്തിന്റെ പൊതുതത്വങ്ങളെ കേരളത്തിന്റെ ദേശീയജനാധിപത്യപ്രസ്ഥാനത്തിൽ പ്രയോഗിക്കാനുള്ള പ്രഥമപരിശ്രമമെന്ന നിലയ്ക്ക് ആ പുസ്തകത്തിൽ പല അപാകതകളുമുണ്ടാവാതിരിക്കാൻ തരമില്ല. എന്റെ പരിശ്രമത്തിന്റെ പരിമിതികളെക്കുറിച്ചെനിക്കുതന്നെ ബോധമുണ്ടായിരുന്നതുകൊണ്ട്, അതിന്റെ മുഖവുരയിൽ ഞാൻ പൊതുജനങ്ങളുടെ വിമർശനങ്ങളും നിർദേശങ്ങളും ക്ഷണിച്ചിരുന്നു. പല സുഹൃത്തുക്കളും അങ്ങനെയുള്ള വിമർശനങ്ങളും നിർദേശങ്ങളും എനിക്കു നൽകി. അവയിൽ ചിലത് ഖണ്ഡനലേ

ഖനങ്ങളുടെ രൂപത്തിൽ പത്രത്തിൽത്തന്നെ വന്നു. ഈ വിമർശനങ്ങളും നിർദേശങ്ങളുമെന്നപോലെതന്നെ, കഴിഞ്ഞ നാലുകൊല്ലക്കാലത്ത് ഇന്ത്യയിലെ ജനാധിപത്യവിപ്ലവത്തിന്റെ സ്വഭാവം, ഘട്ടം, വർഗശക്തികൾ എന്നിവയെ സംബന്ധിച്ച് കമ്യൂണിസ്റ്റ്പാർട്ടിയുടെ അണികളിൽ നടന്ന പൊതു വാദപ്രതിവാദവും ആദ്യത്തെ പുസ്തകത്തിലുള്ള എന്റെ പല നിഗമനങ്ങളുടെയും പോരായ്മകളും പൊരുത്തക്കേടുകളും മനസ്സിലാക്കാൻ എന്നെ സഹായിച്ചു. ആകയാൽ അത് പൂർണമായും തിരുത്തിയെഴുതാൻ ഞാൻ നിശ്ചയിച്ചു. ആ തിരുത്തിയെഴുതലിന്റെ ഫലമാണ് ഇപ്പോൾ മലയാളികളല്ലാത്ത പൊതുജനങ്ങളുടെ മുമ്പിൽ പ്രകാശിപ്പിക്കുന്ന ഈ കൃതി.

ആദ്യത്തെ പുസ്തകമെഴുതുമ്പോൾ എനിക്ക് ഒരു വലിയ ബുദ്ധിമുട്ടുണ്ടായിരുന്നു; അതായത്, അന്ന് എന്റെ അറിവിൽപെട്ടിടത്തോളം, ഭൗതികവാദത്തെ അടിസ്ഥാനപ്പെടുത്തിയ ചരിത്രശാസ്ത്രത്തിന്റെ ആധികാരികഗ്രന്ഥങ്ങളിൽ, കേരളചരിത്രത്തിന്റെ മുഖ്യപ്രശ്നത്തിന്- താവഴികുടുംബം എല്ലാ പരിഷ്കൃതരാജ്യങ്ങളിലും ക്രിസ്തുവിനുമുമ്പുള്ള നൂറ്റാണ്ടുകളിൽത്തന്നെ അപ്രത്യക്ഷമായപ്പോൾ കേരളത്തിൽ അത് 20-ാം നൂറ്റാണ്ടുവരെ എങ്ങനെ, എന്തുകൊണ്ടു നിലനിന്നുപോന്നു എന്ന പ്രശ്നത്തിന്- ഉത്തരം നൽകുന്ന യാതൊന്നുമില്ല. എന്റെ പുസ്തകത്തിൽ ഈ പ്രശ്നത്തിന് തൃപ്തികരമായ സമാധാനം നൽകാൻ കഴിഞ്ഞില്ല. എന്നാൽ അതിന്റെ പ്രസിദ്ധീകരണത്തിനുശേഷം, ഗ്രീസിലും മറ്റു ചില രാജ്യങ്ങളിലും മക്കത്തായം, മരുമക്കത്തായസമ്പ്രദായത്തെ ആദേശം ചെയ്തതിനെ സംബന്ധിച്ച് ബ്രിട്ടീഷ് മാർക്സിസ്റ്റ്ചരിത്രകാരന്മാരുടെ (തോംസൺ, ക്രിസ്റ്റഫർ ഹിൽ, ഗോർഡൻ ചൈൽഡ് മുതലായവർ) ചില ലേഖനങ്ങൾ വായിക്കുവാൻ എനിക്കു സാധിച്ചു (*ലേബർ മന്ത്‌ലി*യുടെയും *മോഡേൺ ക്വാർട്ടർലി*യുടെയും പംക്തികളിൽ). ഈ ലേഖനങ്ങളുടെ പഠനവും അതോടൊപ്പം എംഗൽസിന്റെ *കുടുംബം, സ്വകാര്യസ്വത്ത്, ഭരണകൂടം എന്നിവയുടെ ഉൽഭവം, മാർക്സിന്റെ ഇന്ത്യയെ സംബന്ധിച്ച കത്തുകൾ* (*ഒന്നാം ഇന്ത്യൻ സ്വാതന്ത്ര്യസമരം, 1857-1859*) എന്നീ കൃതികളുടെ പുനഃപഠനവും എന്റെ പുസ്തകത്തിന്റെ ആദ്യഭാഗങ്ങൾക്കടിസ്ഥാനമായിരുന്ന ധാരണ തിരുത്തുവാൻ എന്നെ സഹായിച്ചു.

ഇതിനെല്ലാമിടയിലാണ് *ഭാഷാശാസ്ത്രത്തെ സംബന്ധിച്ച്* എന്ന സ്റ്റാലിന്റെ പ്രശസ്ത കൃതി പുറത്തുവരികയും ശാസ്ത്രീയ ചിന്തയിൽ വിപ്ലവമുണ്ടാക്കുകയും ചെയ്തത്. അടിത്തറയെയും ഉപരിഘടനയെയും സംബന്ധിച്ച അദ്ദേഹത്തിന്റെ പുതിയ സിദ്ധാന്തങ്ങൾ- ഉപരിഘടന അടിത്തറയുടെ ഒരു പ്രതിബിംബം മാത്രമായി നിൽക്കാതെ, പലപ്പോഴും അടിത്തറയിൽനിന്നു സ്വതന്ത്രമായി പ്രവർത്തിക്കുന്നുണ്ടെന്നും അടി

ത്തറയെ മാറ്റിത്തീർക്കാൻ സഹായിക്കുകപോലും ചെയ്യുന്നുണ്ടെന്നുമുള്ള പരമാർഥം- അദ്ദേഹം വെളിപ്പെടുത്തിയത്. മധ്യകാലകേരളത്തിൽ മരുമക്കത്തായസമ്പ്രദായവും സൈനിക- ഫ്യൂഡൽ രാഷ്ട്രവും ഒപ്പം നിലനിന്നുപോന്നതിന്റെ അജ്ഞാതരഹസ്യം കണ്ടുപിടിക്കുകയെന്ന ജോലി നിറവേറ്റേണ്ട കേരളചരിത്ര വിദ്യാർഥിക്കു വഴികാട്ടിയാണെന്ന് എനിക്കു തോന്നി. എന്റെ ധാരണയെ പിന്നെയും പുതുക്കാൻ ഇതു സഹായിച്ചു.

അടുത്ത പേജുകളിൽ വിവരിക്കുന്ന ഈ തിരുത്തലുകളുടെ ഫലം പ്രാചീന കേരളചരിത്രത്തെ സംബന്ധിച്ച് ഓരോ പക്ഷം പിടിച്ചിട്ടുള്ളവരുടെ കഠിനവിമർശനത്തെ ഇളക്കിവിടുമെന്നു പറയേണ്ടതില്ലല്ലോ. പ്രാചീന കേരളചരിത്രത്തെ സംബന്ധിച്ച ദ്രാവിഡപക്ഷത്തെയും ആര്യൻ പക്ഷത്തെയും ഉപേക്ഷിക്കുന്നതുകൊണ്ട് രണ്ടുകൂട്ടരും എന്നെ എതിർക്കുമെന്നതും സ്വാഭാവികമാണ്. ഈ എതിർപ്പുകളെ ഞാൻ സ്വാഗതം ചെയ്യുന്നു. കാരണം, തൊഴിലാളിവർഗത്തിന്റെ ചരിത്രവീക്ഷണത്തിന് ഭരണാധികാരിവർഗവീക്ഷണവുമായി സംഘട്ടനത്തിലേർപ്പെടേണ്ടതാവശ്യമാണ്. ഭരണാധികാരിവർഗത്തിന്റെ ഈ ചരിത്രവീക്ഷണങ്ങളെ തുറന്നുകാണിക്കുന്നതിൽ കേരളചരിത്രത്തിന്റെ ഡസൻകണക്കിലുള്ള മാർക്സിസ്റ്റ്വിദ്യാർഥികളുടെ സഹകരണമുണ്ടാകുമെന്നെനിക്കുറപ്പുണ്ട്.

അടുത്ത പേജുകളിൽ ഉന്നയിച്ചിട്ടുള്ള അഭിപ്രായങ്ങളെ സംബന്ധിച്ച് മാർക്സിസ്റ്റ് ചരിത്രകാരന്മാരുടെ സൗഹാർദപൂർവമായ വിമർശനവും ഞാൻ സ്വാഗതം ചെയ്യുന്നു. മാർക്സിസ്റ്റുകാർക്കിടയിലുള്ള തീവ്രമായ വാദപ്രതിവാദങ്ങളിലൂടെ മാത്രമേ കേരളചരിത്രത്തിന്റെ പ്രശ്നങ്ങളെ സംബന്ധിച്ച് ഒരു ശരിയായ ബോധം വളർത്തിക്കൊണ്ടുവരാൻ സാധിക്കൂ എന്നു ഞാൻ പറയേണ്ടതില്ലല്ലോ.

മദ്രാസ് **ഇ എം ശങ്കരൻ നമ്പൂതിരിപ്പാട്**
മേയ് 24, 1952

മലയാള പതിപ്പിനുള്ള മുഖവുര

I

1947-48 ൽ പ്രസിദ്ധീകരിച്ച *കേരളം മലയാളികളുടെ മാതൃഭൂമി* എന്ന ഗ്രന്ഥത്തിന്റെ മൂന്നു വാല്യങ്ങൾ, അതിലൊന്നാം വാല്യത്തെക്കുറിച്ച് പ്രൊഫസർ മുണ്ടശ്ശേരിയും മറ്റു ചില സുഹൃത്തുക്കളും ഉയർത്തിയ വിമർശനങ്ങൾ, അവയിൽ ചിലതിന് 'പി എസ്' എന്ന പേരുവച്ച് ഞാനെഴുതിയ മറുപടി, ഇതെല്ലാം വായനക്കാർ ഓർക്കുന്നുണ്ടായിരിക്കും- ഇവയെയാണ് ഇംഗ്ലീഷ്പതിപ്പിനുള്ള മുഖവുരയിൽ ഞാൻ സൂചിപ്പിച്ചിട്ടുള്ളത്.

മലയാളഭാഷയിൽ നടന്ന ആ വാദപ്രതിവാദം ശ്രദ്ധിക്കാൻ കഴിഞ്ഞിട്ടില്ലാത്ത വായനക്കാർക്ക് ആ വാദപ്രതിവാദത്തെക്കുറിച്ച് മനസ്സിലാക്കാൻ കഴിയില്ലല്ലോ. അതുകൊണ്ട്, അതിനെക്കുറിച്ച് ചെറിയൊരു സൂചന നൽകുക മാത്രമേ ഇംഗ്ലീഷ് പതിപ്പിനുള്ള മുഖവുരയിൽ ഞാൻ ചെയ്തിട്ടുള്ളു. എന്നാൽ മാർക്സിസ്റ്റ് ചിന്തകന്മാരുടെ ശ്രദ്ധയ്ക്കു വിഷയമാകേണ്ടതും ആ വാദപ്രതിവാദത്തിലടങ്ങിയിരുന്നതുമായ ചില പ്രശ്നങ്ങൾ സംബന്ധിച്ച് കൂടുതൽ നിഷ്കൃഷ്ടവും സവിസ്തരവുമായ ചർച്ച നടക്കുന്നത് ആശയശുദ്ധിക്കും വിശദീകരണത്തിനും നല്ലതാണെന്നതിനാൽ ആ പ്രശ്നങ്ങളെ സംബന്ധിച്ച് ചില സംഗതികൾ സ്പർശിക്കാൻ ഞാനീ അവസരം ഉപയോഗിക്കുന്നു.

II

പ്രാചീനകേരളത്തിലെ സംസ്കാരത്തിന്- ദ്രാവിഡസംസ്കാരമെന്നോ ആര്യപൂർവസംസ്കാരമെന്നോ എന്തു പേരിലതിനെ വിളിച്ചാലും കൊള്ളാം- പിന്നീടുവന്ന ആര്യസംസ്കാരത്തെക്കാൾ മേന്മയുണ്ടെന്ന പരമാർഥം ഞാനംഗീകരിക്കുന്നില്ല; ആര്യസംസ്കാരത്തിന്റെ മേന്മയെ പാടിപ്പുകഴ്ത്തുന്നതായ ഒരു നിലപാടാണ് ഞാനെടുക്കുന്നത്. ഇതായിരുന്നു *കേരളം മലയാളികളുടെ മാതൃഭൂമി*ക്കെതിരായി ഉയർന്നുവന്ന മുഖ്യവിമർശനം.

ഈ വിമർശനം നടത്തിയ സുഹൃത്തുക്കളിൽ ചിലർ ഞാനംഗമായിട്ടുള്ള കമ്യൂണിസ്റ്റ് പാർട്ടിയുടെ പ്രപഞ്ചവീക്ഷണരീതി തൊഴിലാളി വർഗത്തിന്റേതായ ശാസ്ത്രീയ സോഷ്യലിസമല്ല, 'ഫ്യൂഡൽ സോഷ്യലിസ'മാണ് എന്നുകൂടി വാദിക്കുകയും, ഞാൻ ജനിച്ച ജാതിയുമായി ഈ വീക്ഷണത്തെ കൂട്ടിക്കെട്ടുകയും ചെയ്തു.

ഇതു സ്വാഭാവികമായും എന്നെ ചിന്തിപ്പിച്ചു. ഇംഗ്ലീഷ് പതിപ്പിനുള്ള മുഖവുരയിൽ ഞാൻ വ്യക്തമാക്കിയതുപോലെ, ചരിത്രപരമായ ഭൗതികവാദം സംബന്ധിച്ച അടിസ്ഥാനതത്വങ്ങൾ കുറെക്കൂടി നിഷ്കർഷമായി പഠിക്കാൻ ഈ വിമർശനം എന്നെ നിർബന്ധിച്ചു. ഇതിന്റെ ഫലമായി ഞാൻ ചെന്നെത്തിയ നിഗമനം ഈ ഗ്രന്ഥത്തിന്റെ രണ്ടാമധ്യായത്തിന്റെ ഒന്നാം ഖണ്ഡികയിൽ സംഗ്രഹിച്ചിട്ടുണ്ട്.

ആര്യസംസ്കാരം ദ്രാവിഡസംസ്കാരത്തെക്കാൾ മെച്ചപ്പെട്ടതാണെന്ന ധാരണയും, നേരേമറിച്ച് ദ്രാവിഡസംസ്കാരമാണ് മെച്ചപ്പെട്ടതെന്ന ധാരണയും രണ്ടും അവാസ്തവമാണ്, അശാസ്ത്രീയമാണ്; ഇതിലാദ്യത്തേത് ബ്രിട്ടീഷ് സാമ്രാജ്യാധിപത്യത്തിന്റെയും കേരളത്തിലെ ജന്മി- നാട്ടുവാഴിവർഗത്തിന്റെയും വർഗതാൽപ്പര്യങ്ങൾ നിലനിർത്താൻവേണ്ടി സൃഷ്ടിക്കപ്പെട്ട സിദ്ധാന്തമാണെങ്കിൽ, രണ്ടാമത്തേത് ബൂർഷ്വാസിയുടെ വർഗതാൽപ്പര്യങ്ങൾ നിലനിർത്താൻവേണ്ടി സൃഷ്ടിക്കപ്പെട്ടതാണ്; ഇതു രണ്ടിനെയും എതിർത്തു തോൽപ്പിച്ച് ശാസ്ത്രീയമായ ഒരു കേരളചരിത്രം സൃഷ്ടിക്കുന്നത് തൊഴിലാളിവർഗത്തിന്റെയും അതിനോട്ടുകൂറുള്ള ബുദ്ധിജീവികളുടെയും കടമയാണ്- ഇത്രയും സംഗതികൾ ഞാൻ വ്യക്തമാക്കിയിട്ടുണ്ട്.

ഈ കടമ നിറവേറ്റുന്ന കാര്യത്തിൽ എന്റെ ആദ്യപരിശ്രമമായ *കേരളം മലയാളികളുടെ മാതൃഭൂമി* പരാജയപ്പെട്ടിരുന്നു. ആര്യസംസ്കാരവാദികളുടെയും ദ്രാവിഡസംസ്കാരവാദികളുടെയും നിലപാടുകൾ രണ്ടും അശാസ്ത്രീയമാണെന്നു തെളിയിച്ച്, തൊഴിലാളിവർഗത്തിന്റേതായ ചരിത്രവീക്ഷണത്തിന്റെ- ചരിത്രപരമായ ഭൗതികവാദത്തിന്റെ- വെളിച്ചം കേരളചരിത്രത്തിലേക്കു വീശുന്നതിനുപകരം, 'രണ്ടഭിപ്രായഗതികളിലും

കുറെ വാസ്തവമുണ്ടെ'ന്ന നിലപാടെടുത്ത് രണ്ടിനോടും സന്ധിചെയ്യുകയാണ് (മൂലഗ്രന്ഥത്തിൽ) ഞാൻ ചെയ്തത്.

എന്റെ വിമർശകന്മാരാകട്ടെ, എന്റെ യഥാർഥമായ ഈ പരാജയം ചൂണ്ടിക്കാണിക്കുന്നതിനുപകരം എന്നെ ദ്രാവിഡസംസ്കാരവാദികളുടെ ചേരിയിലേക്കു വലിച്ചിഴയ്ക്കാനാണു ശ്രമിച്ചത്.

ഇതാണ് ആ വാദപ്രതിവാദത്തിലേക്കു തിരിഞ്ഞുനോക്കുമ്പോൾ എനിക്കിന്നു വ്യക്തമായി കാണാൻ കഴിയുന്ന പരമാർഥം. ഇതു ശരിയോ തെറ്റോ എന്നു ഗൗരവപൂർവം പരിശോധിക്കാൻ കേരളത്തിലെ മാർക്സിസ്റ്റ്ബുദ്ധിജീവികളോട് ഞാൻ സവിനയം അപേക്ഷിക്കുന്നു.

III

ഇങ്ങനെ ആര്യസംസ്കാരവാദികളുടെയും ദ്രാവിഡസംസ്കാരവാദികളുടെയും നിലപാടുകൾ രണ്ടിനെയും എതിർക്കുന്നതോടൊപ്പം, കേരളചരിത്രകാരന്മാർ മുഴുവൻ ഇതേവരെ അംഗീകരിച്ചിട്ടുള്ള പല സംഗതികളെയും ഞാൻ ചോദ്യം ചെയ്യുന്നുണ്ട്. അതായത്,

> ഈഴവർ സിലോണിൽനിന്നും നമ്പൂതിരിമാർ വടക്കുനിന്നും വന്നവരാണ്; നായന്മാർ നമ്പൂതിരിമാർക്കു മുമ്പ് വടക്കുനിന്നു വന്നവരാണ്; പുലയർ മുതലായവർ മാത്രമാണ് കേരളത്തിലെ ആദിമനിവാസികൾ എന്ന ചരിത്രസിദ്ധാന്തം അപ്പാടെ സ്വീകരിക്കാൻ വിഷമമാണെന്ന് ഞാൻ സൂചിപ്പിക്കുന്നുണ്ട്. കേരളത്തിലുള്ള വിവിധ ജാതികൾ വിവിധ കാലഘട്ടങ്ങളിലായി വിവിധ പ്രദേശങ്ങളിൽനിന്നു വന്നവരാണെന്നൂഹിക്കുന്നതിനെക്കാൾ യുക്തിയുക്തമായിട്ടുള്ളത്, താരതമ്യേന സമത്വത്തോടെ ജീവിച്ചിരുന്ന പ്രാചീന കേരളസമുദായത്തിൽ അസമത്വങ്ങൾ വളരാൻ തുടങ്ങിയപ്പോൾ ജാതികൾ ഉളവായെന്നു കരുതുന്നതാണെന്നാണ് ഞാൻ ചൂണ്ടിക്കാണിക്കുന്നത്. ഈ സംഭവവികാസത്തെ സഹായിക്കത്തക്കവിധത്തിൽ ചില ചെറിയ ജനവിഭാഗങ്ങൾ സിലോണിൽനിന്നോ വടക്കുനിന്നോ കിഴക്കുനിന്നോ വന്നിരിക്കാമെന്ന് ഞാൻ സമ്മതിക്കുന്നുണ്ട്. പക്ഷേ, ജാതികളുടെ ഉത്ഭവത്തിന്റെയും വളർച്ചയുടെയും മുഖ്യമായ നിയാമകശക്തി കുടിയേറിപ്പാർപ്പോ വെട്ടിപ്പിടുത്തങ്ങളോ അല്ല, ആഭ്യന്തരമായ സാമൂഹ്യപരിവർത്തനങ്ങളാണ്. ഈ ആഭ്യന്തരപരിവർത്തനങ്ങളെ സഹായിക്കുക മാത്രമാണ് കുടിയേറിപ്പാർപ്പുകളും വെട്ടിപ്പിടുത്തങ്ങളും ചെയ്തിട്ടുള്ളത്- ഇതാണെന്റെ വാദം.

പ്രാചീനകേരളത്തിന്റെ സാംസ്കാരികവും സാമ്പത്തികവുമായ മേന്മയെക്കുറിച്ച് കേരളചരിത്രകാരന്മാർ പറയുന്ന പല സംഗതികളും അർധസത്യങ്ങളാകാനാണ് വഴിയെന്ന് ഞാൻ സൂചിപ്പിക്കുന്നുണ്ട്. ക്രിസ്ത്വബ്ദത്തിനുമുമ്പുള്ള നൂറ്റാണ്ടുകളിൽത്തന്നെ കേരളവും വിദേശങ്ങളുമായി വ്യാപാരബന്ധങ്ങളുണ്ടായിരുന്നു; പ്രാചീനകേരളത്തിൽ ചേരസാമ്രാജ്യവും പിന്നീട് പെരുമാൾ ഭരണവും നിലവിൽ വന്നു-ഇതാണ് അവർ ചൂണ്ടിക്കാണിക്കുന്ന പരമാർഥങ്ങൾ. പക്ഷേ, കേരളവും വിദേശങ്ങളുമായി കച്ചവടം നടന്നിട്ടുണ്ടെങ്കിലും കച്ചവടം തൊഴിലായ ഒരു ജാതി കേരളത്തിലില്ല; ഇന്ത്യയുടെ മറ്റു ഭാഗങ്ങളിലുള്ള 'വൈശ്യർ' പോലും കേരളത്തിൽ ഇല്ല. ഈ സ്ഥിതിക്ക് കേരളത്തിലെ ചരക്കുകൾ വാങ്ങാൻ വിദേശികൾ വന്നുവെന്നതിൽ കവിഞ്ഞ് വ്യാപാരപരമായ എന്തെങ്കിലുമഭിവൃദ്ധി പ്രാചീനകേരളത്തിലുണ്ടായിരുന്നെന്നു പറയാൻ വയ്യ; ചേരസാമ്രാജ്യത്തിന്റെയും പെരുമാൾ സാമ്രാജ്യത്തിന്റെയും കഥ പറയുകയാണെങ്കിൽ, അവ രണ്ടും കേരളീയസമുദായത്തിന്റെ തലയ്ക്കു മീതെ നിൽക്കുന്ന ഏർപ്പാടുകളായിരുന്നു; അതുകൊണ്ടാണതു രണ്ടും പൊളിഞ്ഞത്- ഈ സംഗതിയും ഞാൻ ചൂണ്ടിക്കാട്ടുന്നുണ്ട്.

അതൊടൊപ്പംതന്നെ, പ്രാചീനകേരളത്തിലെ സാമൂഹ്യവ്യവസ്ഥ പ്രാചീന കമ്യൂണിസത്തിന്റേതായിരുന്നുവെന്നും ആ വ്യവസ്ഥയിൽ ക്രമേണ വന്ന മാറ്റങ്ങളാണ് ഇവിടത്തെ ജാതികളുടെ ഉത്ഭവത്തിനും മറ്റനേകം സാമൂഹ്യസംഭവവികാസങ്ങൾക്കും വഴിയൊരുക്കിയതെന്നും ജന്മിവ്യവസ്ഥ, നാട്ടുവാഴിമേധാവിത്വം മുതലായവയെല്ലാം ഈ സംഭവവികാസങ്ങളുടെ ഫലമാണെന്നും ഞാൻ സൂചിപ്പിക്കുന്നു.

ഞാൻ പ്രകടിപ്പിക്കുന്ന ഈ അഭിപ്രായങ്ങളോരോന്നും ചോദ്യം ചെയ്യപ്പെടാവുന്നതാണ്. നിഷ്കൃഷ്ടവും സവിസ്തരവുമായ ചർച്ചയുടെ ഫലമായി ഞാൻതന്നെ അവയിൽ പലതും പിന്നീടുപേക്ഷിച്ചെന്നുവരും. അത്തരമൊരു ചർച്ചയ്ക്കു വായനക്കാരെ ക്ഷണിക്കുന്നതിനുവേണ്ടി മാത്രമാണ് ഈ ഗ്രന്ഥത്തിൽ ഞാനവ ഉന്നയിച്ചിട്ടുള്ളത്.

IV

ഇത്രയും പറയേണ്ടിവന്നത് കേരളത്തിന്റെ പ്രാചീന ചരിത്രം സംബന്ധിച്ച് മുമ്പുനടന്നതും ഇനിയും തുടരാൻ പോകുന്നതുമായ വാദപ്രതിവാദത്തിന്റെ മുഖ്യപ്രശ്നത്തിലേക്കു വായനക്കാരുടെ ശ്രദ്ധ ആകർഷിക്കാനാണ്. ഇനി, നവീനകേരളത്തിന്റെ ചരിത്രവും ഇന്നത്തെ കേരളത്തിലെ ജനാധിപത്യപ്രസ്ഥാനവും സംബന്ധിച്ചുള്ള ഒരു വാദപ്രതിവാദത്തെക്കു

റിച്ചുകൂടി ഇവിടെ പരാമർശിക്കട്ടെ.

എന്റെ ആദ്യകൃതിയുടെ- *കേരളം മലയാളികളുടെ മാതൃഭൂമി*യുടെ- വിമർശകന്മാരിൽ ഒരാളായിരുന്ന പി കെ ബാലകൃഷ്ണന്റെ സമ്പാദകത്വ ത്തിൽ *നാരായണഗുരു: അന്തോളജി* എന്ന ഒരു ഗ്രന്ഥം ഈയിടെ പുറ ത്തുവന്നിട്ടുണ്ട്. അതിൽ *കേരളം മലയാളികളുടെ മാതൃഭൂമി*യിൽനിന്നും, എന്റെ മറ്റു ചില കൃതികളിൽ നിന്നും കുറെ ഉദ്ധരണികൾ ചേർത്തിട്ടു ണ്ട്. അതിനുള്ള കുറിപ്പുകളെന്ന നിലയിൽ, സമ്പാദകൻതന്നെ പലതും എഴുതി ചേർത്തിട്ടുമുണ്ട്. അതിന്റെ സാരം ഇതാണ്: "സാമുദായികസം ഘടങ്ങൾ തന്നെയും, 'ചോവർ സഭ'യെ അപഗ്രഥിക്കുന്ന 'മാർക്സിസ്റ്റ്' പണ്ഡിതന് നന്നെന്ന് അഭിപ്രായമില്ല" (*അന്തോളജി*, പേജ് 113).

ഈ വിമർശനത്തിനു വല്ല അടിസ്ഥാനവുമുണ്ടോ എന്ന് ഈ ഗ്രന്ഥ ത്തിന്റെ ആറ്, ഏഴ്, എട്ട്, ഒൻപത് അധ്യായങ്ങളിൽ വായനക്കാർക്കു കാണാം. അതിലെന്താണ് ഞാൻ പറയുന്നത്?

> ബ്രിട്ടീഷ്ഭരണം നിലവിൽ വരികയും അതിന്റെ ഫലമായി ജന ങ്ങളുടെ സ്ഥിതി വഷളായിത്തീരുകയും ചെയ്തപ്പോൾ അതിനെ തിരായി ആദ്യം ഉണർന്നെഴുന്നേറ്റത് കൃഷിക്കാരാണ്.
>
> കൃഷിക്കാരുടെ ഈ ഉണർന്നെഴുന്നേൽപ്പിൽ വ്യക്തവും അതിപ്ര ധാനവുമായ ഒരു പങ്കാണ് അധഃകൃതസമുദായങ്ങളുടെ- വിശേഷി ച്ചും ഈഴവരുടെ- സാമുദായികസംഘടനകൾക്കുള്ളത്. എസ് എൻ ഡി പി മുതലായ സാമുദായികസംഘടനകളുടെ രൂപത്തി ലാണ് നാടുവാഴിവ്യവസ്ഥയ്ക്കെതിരായ കർഷകപ്രസ്ഥാനം അതിന്റെ ആദ്യരൂപത്തിൽ പ്രത്യക്ഷപ്പെട്ടത്.
>
> കൃഷിക്കാരുടെ ഉണർന്നെഴുന്നേൽപ്പും അതിന്റെ ഒരു സവിശേഷ രൂപമായ സാമുദായികസംഘടനകളും രൂപംകൊള്ളുന്ന അവസര ത്തിൽതന്നെ ബൂർഷ്വാജനാധിപത്യപരമായ മറ്റു പ്രസ്ഥാനങ്ങളും കേരളത്തിലുയർന്നുവന്നു. ഇവയിൽ പ്രധാനമായവ മൂന്നെണ്ണമാണ്: പഴയ ജന്മി- നാടുവാഴിസംസ്കാരത്തിനുപകരം പുതിയൊരു ബൂർഷ്വാജനാധിപത്യസംസ്കാരം സൃഷ്ടിക്കാനുള്ള പ്രസ്ഥാനം; സ്വത്തവകാശം, കുടുംബബന്ധങ്ങൾ, വിവാഹവും വിവാഹമോ ചനങ്ങളും മുതലായ സാമൂഹ്യപ്രശ്നങ്ങൾക്ക് ബൂർഷ്വാജനാധി പത്യപരമായ പരിഹാരങ്ങൾ കാണാനുള്ള പ്രസ്ഥാനം; ദേശീയ സ്വാതന്ത്ര്യത്തിനും രാഷ്ട്രീയരംഗത്തുള്ള ബൂർഷ്വാജനാധിപത്യാവ കാശങ്ങൾക്കും വേണ്ടിയുള്ള പ്രസ്ഥാനം.
>
> ഈ പ്രസ്ഥാനങ്ങളെല്ലാം ചേർന്ന് കേരളത്തിലെ ബഹുഭൂരി പക്ഷം ജനങ്ങളെ സാമൂഹ്യമായും സാംസ്കാരികമായും സംഘടനാ

പരമായും ഉയർത്തി. ഈ ഉയർച്ചയുടെ ഒരു ഘട്ടമെത്തിയപ്പോൾ കേരളത്തിലെ പൊതുപ്രസ്ഥാനത്തിന്റെ ഭാവിയെയാകെ പുതിയൊരു തരത്തിൽ രൂപപ്പെടുത്താൻ ശക്തിയുള്ള പുതിയൊരു ജനവിഭാഗം രംഗത്തുവന്നു- തൊഴിലാളിവർഗം. അതോടുകൂടി, നിലവിലുള്ള ജാതികളെ അടിസ്ഥാനമാക്കിക്കൊണ്ടുള്ള സാമുദായിക പ്രസ്ഥാനങ്ങൾക്കും ബൂർഷ്വാ, പെറ്റിബൂർഷ്വാ വർഗങ്ങളെ ആസ്പദിച്ചുള്ള രാഷ്ട്രീയ- സാംസ്കാരികപ്രസ്ഥാനങ്ങൾക്കും പകരം തൊഴിലാളി,കൃഷിക്കാരൻ,കാർഷികത്തൊഴിലാളി,കൈത്തൊഴിൽക്കാരൻ മുതലായ വർഗങ്ങളുടെ വർഗസംഘടനകളെ ആസ്പദിച്ചതും സർവതോമുഖമായ (സാമൂഹ്യ- സാമ്പത്തിക- സാംസ്കാരിക- രാഷ്ട്രീയ) വിപ്ലവത്തെ ഉന്നം വയ്ക്കുന്നതുമായ ജനകീയജനാധിപത്യപ്രസ്ഥാനം രൂപംകൊണ്ടു.

ഇങ്ങനെ, പല പതനങ്ങളിലൂടെ കേരളത്തിലെ അധ്വാനിക്കുന്ന ബഹുഭൂരിപക്ഷം ജനങ്ങൾ അവരുടെ സ്വന്തമായ ജനാധിപത്യപ്രസ്ഥാനം പടുത്തുയർത്തുന്നതിന്റെ ആവേശകരമായ സന്ദേശമാണ് ഈ ഗ്രന്ഥത്തിന്റെ അവസാനാധ്യായങ്ങളിലൂടെ വായനക്കാരുടെ അടുത്തെത്തിക്കാൻ ഞാൻ ശ്രമിക്കുന്നത്.

ഇത്തരത്തിൽ, അധ്വാനിക്കുന്ന ജനവിഭാഗങ്ങൾ ഉണർന്നെഴുന്നേൽക്കുന്നതും അവർ ഒരു സംഘടിതശക്തിയായി ചരിത്രത്തെ രൂപപ്പെടുത്തുന്നതുമെങ്ങനെയെന്നു കാണിക്കുന്നയാളാണ് മാർക്സിസ്റ്റ്ചരിത്രകാരനെന്നാണ് ഞാൻ മനസ്സിലാക്കിയിട്ടുള്ളത്.

പക്ഷേ എന്നെ 'ഫ്യൂഡൽസോഷ്യലിസ്റ്റെ'ന്നും 'ജാതിക്കുശുമ്പ'നെന്നും വിളിക്കുന്ന ബാലകൃഷ്ണൻ ഇതിനോടു യോജിക്കുന്നില്ല. അദ്ദേഹത്തിന്റെ അഭിപ്രായത്തിൽ, "ചരിത്രത്തിന്റെ രാജപാതയിൽ മൈൽക്കുറ്റികൾപോലെ മഹാന്മാർ നിൽക്കുന്നു.... നാരായണഗുരു കേരളചരിത്രത്തിലെ ഏറ്റവും ഒടുവിലത്തെ മൈൽക്കുറ്റിയാണ്." (*അന്തോളജി*, പേജ് 11) എന്നുവച്ചാൽ, 1921 ലെ മലബാർ പ്രക്ഷോഭവും 1930-32 ലെയും 1942 ലെയും കോൺഗ്രസ്സ് സമരങ്ങൾ; 1934-35 ലെ തിരുവിതാംകൂറിലെ നിവർത്തനപ്രസ്ഥാനവും 1938 ലെ ഉത്തരവാദപ്രക്ഷോഭണസമരവും, 1930 നുശേഷം വളർന്നുവന്ന ട്രേഡ്യൂണിയൻ, കിസാൻ പ്രസ്ഥാനങ്ങൾ മുതലായി കഴിഞ്ഞ മുപ്പതു കൊല്ലക്കാലത്ത് കേരളത്തിൽ ഉയർന്നുവന്ന ബഹുജനപ്രസ്ഥാനങ്ങളൊന്നും കേരളചരിത്രത്തിലെ മൈൽക്കുറ്റികളല്ല; ഇതിലെല്ലാം പങ്കെടുക്കുകയും പലവിധ ത്യാഗങ്ങൾ അനുഷ്ഠിക്കുകയും ചെയ്തു- രക്തസാക്ഷികളായിത്തീരുക പോലും ചെയ്തു- സാധാരണക്കാർ ചരിത്രകാരന്റെ ശ്രദ്ധയർഹിക്കാത്ത നിസ്സാരന്മാരാണ്; നാരായണഗുരുവോടുകൂടി കേരളചരിത്രമവസാനിച്ചു!

ഈ ചരിത്രവീക്ഷണത്തോടു ഞാൻ യോജിക്കുന്നില്ല; അതുകൊണ്ടു ഞാൻ 'ഫ്യൂഡൽ സോഷ്യലിസ്റ്റാ'യി!

താൻ ജീവിച്ചിരുന്ന കാലംവരെയുള്ള കേരളചരിത്രത്തിലെ ഒടുവിലത്തെ മൈൽക്കുറ്റിയാണ് നാരായണഗുരുവെന്നിരിക്കിലും കേരളചരിത്രം പിന്നെയും പുരോഗമിച്ചിട്ടുണ്ടെന്നും ഇന്നും പുരോഗമിക്കുകയാണെന്നും ഞാൻ പറയുന്നു; അതുകൊണ്ടു ഞാൻ 'ജാതിക്കുശുമ്പ'നായി!

ഒരുകാലത്ത് കൃഷിക്കാരുടെ ഉയിർത്തെഴുന്നേൽപ്പിനെ സഹായിച്ചവയാണെങ്കിലും സാമുദായികസംഘടനകളല്ല ഫ്യൂഡൽവിരുദ്ധസമരത്തിന്റെ കേന്ദ്രമെന്നും ജാതി- മത- കക്ഷിഭേദമില്ലാതെ അധ്വാനിക്കുന്ന ജനവിഭാഗങ്ങൾ സൃഷ്ടിക്കുന്ന വർഗസംഘടനകൾക്കു മാത്രമേ ആ ജോലി ചെയ്യുവാൻ കഴികയുള്ളുവെന്നും ഞാൻ വാദിക്കുന്നു. അതുകൊണ്ടു ഞാൻ 'ചോവർസഭ'യെ എതിർക്കുന്ന 'നമ്പൂതിരി'യാണ്!

ഇതാണ് മാർക്സിസമെങ്കിൽ, മാർക്സും എംഗൽസും മാർക്സിസ്റ്റുകളായിരുന്നില്ല. എന്തുകൊണ്ടെന്നാൽ, ചരിത്രപരമായി മാർക്സും എംഗൽസും എഴുതിയിട്ടുള്ളതിന്റെ മുഴുവൻ ഹൃദയം ഇതാണ്: തൊഴിലാളിവർഗം ഒരു വർഗമെന്ന നിലയ്ക്ക് (ജാതിയെന്ന നിലയ്ക്കോ പ്രത്യേക മതാനുയായികളെന്ന നിലയ്ക്കോ അല്ല) തങ്ങളുടെ സ്വന്തം വർഗതാൽപ്പര്യങ്ങൾക്കുവേണ്ടി പോരാടുകയും അതിനുവേണ്ടി സ്വയം സംഘടിക്കുകയും, കൃഷിക്കാരടക്കം മറ്റു ജനാധിപത്യവർഗങ്ങളുമായി വിപ്ലവപരമായ കൂട്ടുകെട്ടുണ്ടാക്കുകയും ചെയ്ത്, സാമൂഹ്യവിപ്ലവത്തെ നയിക്കുന്നുവെന്നതാണ് മുതലാളിത്തയുഗത്തിന്റെ മുഖ്യസവിശേഷത. കഴിഞ്ഞ നൂറുകൊല്ലക്കാലത്തെ കേരളചരിത്രം ഈ പരമാർഥത്തെ തികച്ചും ശരിവയ്ക്കുന്നുണ്ടെന്നാണ് ഇതിന്റെ അവസാനാധ്യായങ്ങളിൽ ഞാൻ തെളിയിക്കുന്നത്.

അതുകൊണ്ട്, കേരളത്തിലെ ജനാധിപത്യപ്രസ്ഥാനത്തിന്റെ വളർച്ചയെ വിവരിക്കുന്ന അവസാനാധ്യായങ്ങളും വായനക്കാരുടെ സനിഷ്കർഷമായ ചർച്ചയ്ക്കു വിഷയമാവുമെന്നു ഞാൻ പ്രതീക്ഷിക്കുന്നു.

ഡെൽഹി
ജൂലായ് 29, 1955

ഇ എം ശങ്കരൻ നമ്പൂതിരിപ്പാട്

ആമുഖം

'മദ്രാസി', അല്ലെങ്കിൽ തെക്കേ ഇന്ത്യക്കാരൻ, എന്നുവച്ചാൽ ഒരു സാധാരണ വടക്കേ ഇന്ത്യക്കാരന്റെ ദൃഷ്ടിയിൽ ബംഗാളി, പഞ്ചാബി എന്നും മറ്റും പറയുന്നതുപോലെയുള്ള ഒരുതരം ഇന്ത്യക്കാരനാണ്. മദ്രാസിലെ, അഥവാ തെക്കേ ഇന്ത്യയിലെ, ജനങ്ങളെല്ലാം അവരെ സംബന്ധിച്ചിടത്തോളം ഒന്നുതന്നെ- മദ്രാസികൾ, അഥവാ ദക്ഷിണേന്ത്യക്കാർ എന്നു പറയപ്പെടുന്നവർ പ്രധാനമായും നാലു ജനതകൾ- ആന്ധ്രക്കാർ, കർണാടകക്കാർ, തമിഴർ, മലയാളികൾ- അടങ്ങിയതാണല്ലോ. ഒരു ബംഗാളി, ഹിന്ദുസ്ഥാനിയിൽനിന്നും ഒറിയക്കാരനിൽനിന്നും അസംകാരനിൽ നിന്നും മറ്റും വേറിട്ടുനിൽക്കുന്നതുപോലെ; ഒരു പഞ്ചാബി, ഹിന്ദുസ്ഥാനിയിൽനിന്നും സിന്ധിയിൽനിന്നും ഗുജറാത്തിയിൽനിന്നും മറ്റും വേറിട്ടുനിൽക്കുന്നതുപോലെ, അവർ പരസ്പരം വ്യത്യസ്തരാണെന്നുമുള്ള പരമാർഥം വടക്കേ ഇന്ത്യക്കാരുടെ അറിവിൽ പെടുന്നത് ഈയിടെ മാത്രമാണ്; അതും രാഷ്ട്രീയബോധമുള്ള വിഭാഗങ്ങൾക്കിടയിൽമാത്രം.

അതുകൊണ്ട്, വടക്കേ ഇന്ത്യയിലെ തൊഴിലാളി, ജനാധിപത്യ പ്രസ്ഥാനങ്ങളുടെ നേതാക്കന്മാർക്ക്, തെക്കേ ഇന്ത്യയിലെ അവരുടെ സഖാക്കൾ അഭിമുഖീകരിക്കുന്ന പ്രത്യേകപ്രശ്നങ്ങളെപ്പറ്റി വിവരമില്ലാതിരിക്കുന്നതു സ്വാഭാവികമാണ്. ഉദാഹരണത്തിന്, തമിഴ്നാട്ടിലെ ദ്രാവിഡകഴകത്തിന്റെ ഉത്തരേന്ത്യൻ വിരുദ്ധപ്രസ്ഥാനത്തെയും കഴകത്തിന്റെ ഹിന്ദിവിരുദ്ധമുദ്രാവാക്യങ്ങൾക്കു ലഭിക്കുന്ന വമ്പിച്ച ബഹുജനാനുകൂല്യത്തെയുംപറ്റി കേൾക്കുമ്പോൾ അവർക്കത്ഭുതമാണ്. ഒരു ആന്ധ്രാ സംസ്ഥാനത്തിനുവേണ്ടിയുള്ള വികാരത്തിന്റെ ശക്തിയും മദ്രാസ് സ്റ്റേറ്റിന്റെ

രാഷ്ട്രീയകാര്യങ്ങളിൽ അതിനുള്ള പ്രാധാന്യവും ശരിക്കു മനസ്സിലാക്കുവാൻ അവർക്കു കഴിയുന്നില്ല. മദ്രാസിലെ നാലു പ്രധാന ജനതകൾ തങ്ങളിൽത്തന്നെയും, അവരും ഉത്തരേന്ത്യൻ ജനതകളും തമ്മിലുമുള്ള പരസ്പരബന്ധങ്ങളുടെ എല്ലാവിധ പ്രശ്നങ്ങളും ഇന്ത്യൻ ദേശീയകാര്യങ്ങളിൽ അതിപ്രധാനമായിത്തീർന്നിരിക്കുന്നു. ഇന്ത്യൻ തൊഴിലാളിവർഗത്തിന്റെയും ജനാധിപത്യത്തിന്റെയും പ്രസ്ഥാനമാകെ അവയെ കൂലങ്കഷമായി പരിശോധിക്കുകയും അവയുടെ പരിഹാരത്തിനു സഹായിക്കുകയും ചെയ്യാത്തപക്ഷം ഒരു ദേശീയജനാധിപത്യമുന്നണി കെട്ടിപ്പടുക്കുന്നതിനെപ്പറ്റി പറയുന്നതെല്ലാം കേവലം വിടുവാക്കാണ്. അവയെ അവഗണിക്കുന്നത് ദേശീയവിദ്വേഷം ആളിക്കത്തിച്ച് ഇന്ത്യൻ ജനതയുടെ പൊതുജനാധിപത്യപ്രസ്ഥാനത്തിന്റെ ഐക്യം തകർക്കാൻ പിന്തിരിപ്പന്മാരെ അനുവദിക്കലായിരിക്കും.

ഈ നാലു പ്രധാന ജനതകളിലൊന്നിനെയും അവരുടെ പ്രശ്നങ്ങളെയും വിശദീകരിക്കുവാനുള്ള ഒരു പരിശ്രമമെന്ന നിലയിലാണ് അടുത്ത പേജുകളിൽ ഞാൻ മലയാളി ജനതയുടെ ഒരു ചുരുങ്ങിയ വിവരണം- നിർണയിക്കാൻ കഴിയുന്നിടത്തോളം പുരാതനകാലത്തുള്ള അവരുടെ ഉത്ഭവം, കണ്ടറിയാൻ കഴിയുന്നിടത്തോളമുള്ള അവരുടെ സാമൂഹ്യക്രമത്തിന്റെ വളർച്ച, അവരുടെ ഇന്നത്തെ സ്ഥിതിയും പ്രശ്നങ്ങളും- കൊടുക്കുന്നത്. ഇന്ത്യയിലൊട്ടുക്കുമുള്ള ജനാധിപത്യവാദികൾക്കും പുരോഗമനവാദികൾക്കും പരസ്പരം കൂടുതൽ മനസ്സിലാക്കാനും അതിന്റെ അടിസ്ഥാനത്തിൽ 'ഇന്ത്യയിലെ വിവിധ സ്റ്റേറ്റുകളിലെ ജനങ്ങളുടെ ഐക്യത്തിലൂടെയും സ്വമനസ്സാലെയുള്ള സമ്മതപ്രകാരവും, ബലം പ്രയോഗിച്ചല്ല, ഒരു പൊതുരാഷ്ട്രം സൃഷ്ടിക്കാനാവശ്യമായ അടിത്തറയിടുവാനും' (ഇന്ത്യൻ കമ്യൂണിസ്റ്റ് പാർട്ടിയുടെ പരിപാടി) കഴിയത്തക്കവണ്ണം ഇന്ത്യയിലെ സകല സ്റ്റേറ്റുകളിലെയും സഖാക്കൾ തങ്ങളുടെ സ്വന്തം ജനങ്ങളുടെ ചരിത്രം രചിക്കുമെന്നാശിക്കുന്നു.

II

കേരളം തെക്കേ ഇന്ത്യയിലെ നാലു ജനവിഭാഗങ്ങളിലൊന്നിന്റെ ജന്മദേശമാണ്.

അത് ഇന്ത്യൻ ഉപഭൂഖണ്ഡത്തിന്റെ തെക്കുപടിഞ്ഞാറേ അറ്റത്ത് സിലോണിനു സമീപമായി സ്ഥിതിചെയ്യുന്നു.

അതിന്റെ പടിഞ്ഞാറുവശത്ത് അറബിക്കടലും കിഴക്കുവശത്ത് പശ്ചിമഘട്ടവുമാണ്. അതിനു തൊട്ടുതെക്ക് തമിഴ്നാടിന്റെ ഏതാനും ഭാഗങ്ങളുണ്ട്. വടക്ക് തുളുനാട്ടുകാർ, കുടകർ തുടങ്ങിയ ജനങ്ങൾ വസിക്കുന്നു. ഇവർ കർണാടകക്കാരുടെ ഭാഗമായിട്ടാണ് പൊതുവെ കണക്കാക്ക

പ്പെടുന്നതെങ്കിലും യഥാർഥത്തിൽ ദേശീയസ്വഭാവങ്ങൾ നോക്കുമ്പോൾ തികച്ചും കർണാടകക്കാരല്ല.

മലബാർ ജില്ലയും തെക്കൻ കർണാടകത്തിന്റെ ഏതാനും ഭാഗങ്ങളും നീലഗിരിജില്ലയും (ഇവയെല്ലാം മദ്രാസ് സ്റ്റേറ്റിന്റെ ഭാഗങ്ങളാണ്) തിരു- കൊച്ചി സ്റ്റേറ്റിന്റെ ഭൂരിഭാഗവുമായി കേരളം രാഷ്ട്രീയമായി വിഭജിക്കപ്പെട്ടിരിക്കുന്നു. തിരു- കൊച്ചിയുടെ തെക്കൻ താലൂക്കുകളും, അതുപോലെതന്നെ കുടകും തെക്കൻ കർണാടകജില്ല മുഴുവനും നീലഗിരി ജില്ലയും കേരളത്തിന്റെ ഭാഗമാണെന്നു കേരളത്തിലുള്ള അതിമോഹികൾ അവകാശപ്പെടുന്നു. പക്ഷേ ഇത് അധികാരദുർമോഹം കലർന്ന ഒരു അവകാശവാദമാണ്. കാരണം, തെക്കൻതിരുവിതാംകൂർ തീർച്ചയായും തമിഴ്നാടിന്റെ ഭാഗമാണ്. തുളുനാട്ടുകാർ, കുടകർ തുടങ്ങിയവരെ കേരളത്തോടെന്നതിനെക്കാൾ കർണാടകത്തോടു കൂടുതലടുത്ത ജനവിഭാഗങ്ങളായി കണക്കാക്കണം.

മുകളിൽ നിർവചിച്ചതനുസരിച്ച്, കേരളത്തിലെ ജനസംഖ്യ 1,10,66,439 ആണ്; ഇതിൽ മലബാറിൽ 39,29,425 ഉം തെക്കൻ കർണാടകജില്ലയിലെ കേരളത്തിലുൾപ്പെട്ട ഭാഗത്ത് 3,42,301 ഉം, നീലഗിരി ജില്ലയിലെ കേരളത്തിലുൾപ്പെട്ട ഭാഗത്ത് 34,246 ഉം, തിരു- കൊച്ചി സ്റ്റേറ്റിന്റെ കേരളത്തിലുൾപ്പെട്ട ഭാഗത്ത് 67,60,467- മാണ്. എന്നാൽ ഒരുവശത്ത് കേരളവും തമിഴ്നാടും തമ്മിലും, മറുവശത്ത് കേരളവും തുളുനാട്, കുടക് മുതലായ പ്രദേശങ്ങളും തമ്മിലുമുള്ള കൃത്യമായ അതിർത്തിനിർണയം ജനസംഖ്യക്കണക്കുകളുടെ അടിസ്ഥാനത്തിൽ സാധ്യമല്ലെന്ന് വ്യക്തമാക്കേണ്ടിയിരിക്കുന്നു. കാരണം, ഈ കണക്കുകളിൽ ഏതെങ്കിലും വിധത്തിലുള്ള പിശക് വരാനിടയുണ്ട് (ഈ കണക്കുകളെല്ലാം 1941 ലെ സെൻസസിൽ നിന്നെടുത്തതാണ്).

ഈ പ്രദേശത്തിന്റെ ഭാഷ മലയാളമാണ്; വാസ്തവത്തിൽ, 'മലയാളം ഭൂരിപക്ഷം ജനങ്ങളുടെയും മാതൃഭാഷയായതും, മദിരാശിയിലും തിരു- കൊച്ചി സ്റ്റേറ്റുകളിലുമായി തൊട്ടുകിടക്കുന്നതുമായ ഭൂഭാഗ'മെന്ന വ്യക്തമായ ഒരു നിർവചനത്തിന്റെ അടിസ്ഥാനത്തിലാണ് കേരളത്തിന്റെ, മുകളിൽ കൊടുത്ത അതിരുകളും ജനസംഖ്യയും നിർണയിച്ചിട്ടുള്ളത്. ഈ ഭാഷ ദ്രാവിഡഗോത്രത്തിൽപ്പെട്ടതും മറ്റു രണ്ടു ദ്രാവിഡഭാഷകളെ(തെലുങ്കും കർണാടകവും)ക്കാൾ തമിഴിനോട് അടുപ്പമുള്ളതുമാണ്. എന്നാൽ അത് തമിഴിനെക്കാൾ കൂടുതൽ സംസ്കൃതവുമായി ഇടകലർന്നിട്ടുണ്ട്.

ജനങ്ങളെ മലയാളികളെന്നു പറയുന്നു; അവരുടെ സംസ്കാരത്തെ മലയാളി സംസ്കാരമെന്നും. ഇന്ത്യയിലെ മറ്റു മിക്ക സംസ്ഥാനങ്ങളിൽനിന്നും വ്യത്യസ്തമായി, ഈ നാടിന്റെ പേരും അതിലെ ജനങ്ങളുടെ

യും അവരുടെ ഭാഷയുടെയും പേരും രണ്ടാണ്; നാടിന്റെ പേര് കേരളം, ജനങ്ങൾ മലയാളികൾ, ഭാഷ മലയാളം.

കേരളത്തെ ഭൂപ്രകൃതിയനുസരിച്ച് മൂന്നു വ്യക്തമായ മേഖലകളായി തിരിക്കാം: (1) പശ്ചിമഘട്ടത്തോടു തൊട്ടുകിടക്കുന്ന പീഠഭൂമികൾ (2) പീഠഭൂമികൾക്കും കടലോരത്തിനുമിടയിലുള്ള സമതലങ്ങൾ (3) കടലോരപ്രദേശം. ആദ്യത്തെ മേഖലയിൽ വിശാലമായ വനങ്ങളും തേയില, റബ്ബർ, കാപ്പി തുടങ്ങിയ തോട്ടങ്ങളും ധാരാളമാണ്. മധ്യമേഖലയിൽ നെല്ലും കപ്പയും കുരുമുളകും ഇഞ്ചിയും മറ്റു വിളകളും കൃഷിചെയ്യുന്നു. കടലോരപ്രദേശത്ത് വലിയ തെങ്ങിൻതോപ്പുകളും വമ്പിച്ച മത്സ്യവ്യവസായവും മറ്റുമാണുള്ളത്.

ജനങ്ങളുടെ മുഖ്യാഹാരം അരി, കപ്പ, മത്സ്യം മുതലായവയുമാണ്. എന്നാൽ മുഴുവൻ ജനങ്ങളുടെയും ആവശ്യത്തിനു മതിയായത്ര നെല്ല് ഉൽപ്പാദിപ്പിക്കുന്നില്ല. ആവശ്യവും ഉൽപ്പാദനവും തമ്മിലുള്ള അന്തരം 50 ശതമാനത്തോളം ഉയർന്നതോതിലാണ്.

ജനങ്ങൾ സാമൂഹ്യമായി പല ജാതികളായി വിഭജിക്കപ്പെട്ടിരിക്കുന്നു; ജാതിവ്യവസ്ഥയും അസമത്വവും ഇന്ത്യയിൽ മറ്റേതു ദിക്കിലേക്കാളും വളരെക്കൂടുതലാണിവിടെ. ഈ ജാതികളെ പൊതുവെ ഇങ്ങനെ തരംതിരിക്കാം: (1) സവർണഹിന്ദു (2) അവർണഹിന്ദു (3) അധഃകൃതർ (4) മുസ്ലിം (5) ക്രിസ്ത്യാനി. ഈ ജാതികളിലെ ജനസംഖ്യ: സവർണഹിന്ദുക്കളും അവർണഹിന്ദുക്കളുംകൂടി 57,99,015. അധഃകൃതർ 9,03,548; മുസ്ലിങ്ങൾ 22,81,239; ക്രിസ്ത്യാനികൾ 21,96,001; (സവർണഹിന്ദുക്കൾക്കും അവർണഹിന്ദുക്കൾക്കും പ്രത്യേക കണക്കുകൾ ലഭ്യമല്ല. 1941 ലെ സെൻസസ് റിപ്പോർട്ട്).

നാട് ഭരണപരമായി താലൂക്കുകളായി വിഭജിക്കപ്പെട്ടിരിക്കുന്നു. ഇവ മലബാറിൽ 10- ഉം തിരുകൊച്ചിയിൽ 38- ഉം ഉണ്ട്. കേരളത്തിന്റെ ഭാഗമായ തെക്കൻ കർണാടകത്തിലെയും നീലഗിരിജില്ലയിലെയും ഒരു താലൂക്കും മുഴുവനായി കേരളത്തിൽ പെടുന്നില്ല. തെക്കൻ കർണാടകത്തിലെ കാസർകോട് താലൂക്കിന്റെ പകുതിയോളവും നീലഗിരി ജില്ലയിലെ ഗൂഡല്ലൂർ താലൂക്കിന്റെ ഏതാനും ഭാഗവും മാത്രമേ കേരളത്തിലുൾപ്പെടുന്നുള്ളു.

ഒരു ലക്ഷത്തിലധികം ജനസംഖ്യയുള്ള രണ്ടു പട്ടണങ്ങളും 50,000 ത്തിനും ഒരു ലക്ഷത്തിനുമിടയിൽ ജനസംഖ്യയുള്ള അഞ്ചു പട്ടണങ്ങളും 20,000 ത്തിനും 50,000 ത്തിനും മധ്യേ ജനസംഖ്യയുള്ള എട്ടു പട്ടണങ്ങളുമുണ്ട്. മിക്കവയും കടലോരത്താണ്. ഇവയിൽ മൂന്നെണ്ണം ഒരുമിച്ചുകൂടിയതാണ് കൊച്ചിൻ ഹാർബർ പ്രദേശം. ഇന്ത്യയിലെ ഏറ്റവും വലിയ തുറമുഖങ്ങളിലൊന്നായതുകൊണ്ട് ഇതും തൊട്ടുകിടക്കുന്ന പ്രദേശങ്ങളും

കൂടി സാമ്പത്തികവളർച്ച പ്രാപിച്ച് കേരളത്തിന്റെ നാഡീകേന്ദ്രമായി ത്തീരാനുള്ള സകല സാധ്യതകളുമുണ്ട്. അത് ഭൂമിശാസ്ത്രപരമായി ഏറെ ക്കുറെ മധ്യത്തിലുമാണു സ്ഥിതിചെയ്യുന്നത്. അതുകൊണ്ട് അതിനെ കേരള സംസ്ഥാനത്തിന്റെ ഭാവിതലസ്ഥാനമായി കണക്കാക്കാം.

ജനങ്ങളുടെ സാമ്പത്തികസ്ഥിതി പരിതാപകരമാണെങ്കിലും (സാ ധാരണ മലയാളിയുടെ ജീവിതത്തോത് ഇന്ത്യയിലേക്കുവച്ചേറ്റവും താണ തിലൊന്നാണ്) കേരളത്തിന് വമ്പിച്ച പ്രകൃതിവിഭവങ്ങളുണ്ട്- വനങ്ങ ൾ, മത്സ്യം, ഖനിജങ്ങൾ, വിലയേറിയ പലതരം വിളവുകൾ മുതലായവ. അതുപോലെ തന്നെ അതിൽ വിദഗ്ധരും പരിശ്രമശാലികളുമായ ഒരു ജനതയുമുണ്ട്. അവരിൽ പലരും നാട്ടിൽ ആദായകരമായ തൊഴിലില്ലാ ത്തതുകൊണ്ട് അന്യനാട്ടുകളിലേക്കു പോവുകയും അവരുമായി ഇടപെ ടുന്നവരുടെ ബഹുമാനവും അഭിനന്ദനവുമാർജിക്കുകയും ചെയ്യുന്നു. അതു കൊണ്ട്, പരിശ്രമശാലികളായ ഒരു ജനതയുടെ പ്രയത്നങ്ങളെ രാജ്യ ത്തിന്റെ വിഭവസമൃദ്ധിയുമായി കൂട്ടിയിണക്കുന്നതിന് ഇന്നുള്ള സാമൂ ഹ്യസാമ്പത്തികപ്രതിബന്ധങ്ങളെ നീക്കം ചെയ്താൽ കേരളം ഒരു വിക സ്വര വ്യാവസായികസ്റ്റേറ്റായി വളരുന്നതിനുള്ള സകല സാധ്യതയുമുണ്ട്.

പുരാതനചരിത്രത്തിലേക്ക് ഒരെത്തിനോട്ടം

ഇന്നു കേരളമെന്നു പറയുന്നത് ആര്യന്മാർക്കു മുമ്പുള്ള കാലത്ത് ചേരസാമ്രാജ്യത്തിന്റെ- ദക്ഷിണേന്ത്യയിൽ അക്കാലത്ത് പ്രതാപത്തിലിരുന്ന മൂന്നു സാമ്രാജ്യങ്ങളിലൊന്ന്- ഭാഗമായിരുന്നുവെന്നത് ദക്ഷിണേന്ത്യയുടെ ചരിത്രകാരന്മാർ അംഗീകരിച്ചിട്ടുള്ള ഒരു വസ്തുതയാണ്.

ക്രിസ്തുവിനുമുമ്പുള്ള രണ്ടും മൂന്നും സഹസ്രാബ്ദങ്ങളിൽ കേരളത്തിന് ബാബിലോണിയ, ഫിനീഷ്യ, ഈജിപ്ത് മുതലായ രാജ്യങ്ങളുമായി നിരന്തരമായ വാണിജ്യബന്ധമുണ്ടായിരുന്നുവെന്നു തെളിയിക്കുന്ന പല വസ്തുക്കളും ചരിത്രകാരന്മാർ കണ്ടെത്തിയിട്ടുമുണ്ട്.

ആര്യകാലഘട്ടത്തിന്റെ ആദിമദശയിലുള്ള *രാമായണം, മഹാഭാരതം* തുടങ്ങിയ കൃതികളിലെന്നപോലെ അശോകചക്രവർത്തിയുടെ ലിഖിതങ്ങളിലും (II- ഉം XIII- ഉം ലിഖിതങ്ങൾ) കേരളത്തെസംബന്ധിച്ച പ്രസ്താവനകൾ കാണുന്നുണ്ട്.

ഇങ്ങനെ കേരളത്തിന്റെ പൗരാണികത്വം അവിതർക്കിതമാണെന്നിരിക്കലും പുരാതനകേരളത്തിന്റെ വിശ്വാസ്യമായ ഒരു ശാസ്ത്രീയചരിത്രമില്ലെന്നത് വാസ്തവമാണ്. ബി സി 3000 ത്തോളം പഴക്കമുള്ള കാലത്തുതന്നെ, തേക്കും ആനക്കൊമ്പും കേരളത്തിൽനിന്ന് ബാബിലോണിയയിലേക്കു കയറ്റി അയയ്ക്കപ്പെട്ടിരുന്നുവെന്നു തെളിഞ്ഞിട്ടുണ്ടെങ്കിലും, ഈ സാധനങ്ങൾ എങ്ങനെയാണ് ഉൽപ്പാദിപ്പിച്ചിരുന്നത്, അവ ഉൽപ്പാദിപ്പിച്ചിരുന്ന ജനങ്ങളുടെ ജീവിതരീതിയെന്തായിരുന്നു മുതലായ സംഗതികൾ നമുക്കിനിയും അറിയേണ്ടതായിട്ടാണിരിക്കുന്നത്. ഉൽപ്പാദനസമ്പ്രദായം എത്രമാത്രം മുന്നോട്ടുപോയിരുന്നു, ഉൽപ്പാദനത്തിൽ

പ്രയോഗിച്ചിരുന്ന ഉപകരണങ്ങൾ എന്തെല്ലാമായിരുന്നു എന്നും മറ്റും നമുക്കറിഞ്ഞുകൂടാ. കലകൾ ഏതൊരു ഘട്ടംവരെ വളർന്നിരുന്നു, കുടുംബബന്ധങ്ങളും സാമൂഹ്യബന്ധങ്ങളും ഏതുവിധത്തിൽ ക്രമീകരിക്കപ്പെട്ടിരുന്നു എന്നതും നമുക്കജ്ഞാതമാണ്.

പുരാതനകേരളസമുദായത്തെ സംബന്ധിച്ച ശാസ്ത്രീയപരിജ്ഞാനത്തിന്റെ അഭാവത്തിൽ, കേരളത്തിന്റെ ഉൽപ്പത്തിയെ സംബന്ധിച്ച ഒരൈതിഹ്യമാണ് പകരമായിട്ടുണ്ടാക്കിയിട്ടുള്ളത്. ഈ ഐതിഹ്യം ഇങ്ങനെ പോവുന്നു: അനേകം യുദ്ധങ്ങൾ ജയിച്ച ഇതിഹാസവീരനായ പരശുരാമൻ, തന്റെ പാപങ്ങൾക്കു പരിഹാരം ചെയ്യാനാഗ്രഹിക്കയും അങ്ങനെ സമുദ്രത്തിൽനിന്ന് ഒരു പുതിയ ഭൂപ്രദേശം സൃഷ്ടിക്കുകയും ചെയ്തു. ഈ ഭൂമി മുഴുവൻ അദ്ദേഹം ബ്രാഹ്മണർക്കു ദാനം ചെയ്തു. അവർ അതിൽ കുടിയേറിപ്പാർത്തു. അനന്തരം അദ്ദേഹം, പുതുതായി കുടിയേറിപ്പാർത്ത ഈ ബ്രാഹ്മണരുടെയും മറ്റുള്ളവരുടെയും ആചാരക്രമങ്ങൾ നിശ്ചയിച്ചു. ബ്രാഹ്മണരെ രാജ്യത്തിന്റെ അധിപന്മാരും മറ്റുള്ളവരെ അവരുടെ കുറ്റ ദാസന്മാരുമാക്കി; ഈ ബ്രാഹ്മണരുടെ പിൻഗാമികളാണിന്നത്തെ നമ്പൂതിരിമാർ; മറ്റുള്ളവർ ഇന്നത്തെ നായന്മാരും മറ്റു ജാതികളും.

കേരളത്തിന്റെ ഉത്ഭവത്തെക്കുറിച്ചുള്ള ഈ കഥ ജന്മിമാർ കെട്ടിച്ചമച്ചതാണെന്നു പറയേണ്ടതില്ലല്ലോ; അവരിൽ മിക്കവരും നമ്പൂതിരിമാരോ അവരോടു വളരെ അടുത്തുനിൽക്കുന്നവരോ ആണ്. മധ്യകാലകേരളത്തിൽ അഭ്യസ്തവിദ്യരായ ആളുകൾ തങ്ങൾമാത്രമാണെന്നുള്ള മെച്ചം ഈ ജന്മിമാർക്കുണ്ടായിരുന്നു. അതുകൊണ്ടവർ ഈ കഥ എഴുതിവച്ചു- *കേരള മാഹാത്മ്യ*വും *കേരളപ്പഴമ*യുമാണ് ഇതു സംബന്ധിച്ച ഏറ്റവും ശ്രദ്ധേയമായ രണ്ടു കൃതികൾ. അങ്ങനെ ഈ കഥയ്ക്കു ധാരാളം പ്രചാരം കിട്ടി; കേട്ടുകേൾവിയെന്ന നിലയിൽ മാത്രമല്ല, എഴുതപ്പെട്ട പ്രമാണമെന്ന നിലയ്ക്കുകൂടി.

കേരളത്തിന്റെ ഉത്ഭവത്തെ സംബന്ധിച്ച ഈ ഐതിഹ്യത്തെ അനന്തരകാലത്ത് ബ്രിട്ടീഷ് ചരിത്രകാരന്മാർ ആധാരമാക്കിയെടുത്തു; ബ്രിട്ടീഷ് സ്വാധീനമുള്ള ഇന്ത്യൻ ചരിത്രകാരന്മാർ ഒരു പരിഷ്കരിച്ച രൂപത്തിലും. പരിഷ്കരിച്ച പാഠാന്തരം, സ്വാഭാവികമായും ഈ കഥയിലെ പ്രത്യക്ഷത്തിൽ തന്നെ അസംബന്ധമായ ഭാഗം- പരശുരാമൻ സമുദ്രത്തിൽനിന്ന് സ്വയം പൊന്തിച്ചെടുത്തതാണ് കേരളമെന്ന ഭാഗം- തിരസ്കരിച്ചു. എങ്കിലും പരശുരാമൻ കേരളം സൃഷ്ടിച്ച എന്ന ഐതിഹ്യത്തിനുപിന്നിൽ, ഒരുകാലത്ത് സമുദ്രത്തിനടിയിൽ കിടന്നിരുന്നതും പിന്നീട് ഭൂഗർഭപരിവർത്തനങ്ങളുടെ ഫലമായി പൊന്തിവന്നതുമായ ഒരു ഭൂഭാഗമാണ് കേരളമെന്ന പരമാർഥം കിടപ്പുണ്ടെന്ന് അവർ പറഞ്ഞു.

പരശുരാമൻ ഭൂമി ബ്രാഹ്മണർക്കു ദാനം ചെയ്തുവെന്നും അവരെ ഭൂമിയുടെ അധിപന്മാരാക്കിയെന്നുമുള്ള ഐതിഹ്യത്തിന്റെ പിന്നിൽ ബ്രാഹ്മണർ കേരളത്തിൽവന്ന് അധിപതികളായി വാണു എന്ന പരമാർഥം കിടപ്പുണ്ടെന്നും അവർ പറഞ്ഞു.

കേരളത്തിന്റെ ഉൽഭവത്തെ സംബന്ധിച്ച ഐതിഹ്യത്തിനുള്ള ഈ ശാസ്ത്രീയവ്യാഖ്യാനം വളരെ അടുത്തകാലംവരെ 'യാഥാർഥചരിത്ര'മായംഗീകരിക്കപ്പെട്ടിരുന്നു. ഭൂമിയുടെ ഉടമസ്ഥന്മാരെന്നുള്ള തങ്ങളുടെ അവകാശവാദം ഉറപ്പിക്കുവാൻ അത് ജന്മികളുടെ വക്താക്കളെ സഹായിച്ചുവെങ്കിൽ, ബ്രിട്ടീഷ് അനുകൂലികളായ ജന്മിവർഗത്തെ കഴിച്ചാൽ കേരളം മുഴുവനും അപരിഷ്കൃതമാണെന്നു, കാടത്തത്തിലാണെന്നു, കാണിക്കാനുള്ള കേരളത്തിലെ പുതിയ ഭരണാധികാരികളുടെ- ബ്രിട്ടീഷുകാരുടെ- ഉദ്ദേശം അതു സഫലമാക്കി. ജനങ്ങളുടെ മർദകന്മാരുടെ- ജന്മികളും ബ്രിട്ടീഷുകാരും- വർഗതാൽപ്പര്യങ്ങൾക്കനുസരിച്ച്, ഇത്തരത്തിൽ കേരളത്തിന്റെ ഉത്ഭവത്തെക്കുറിച്ച് പ്രത്യക്ഷത്തിൽത്തന്നെ യുക്തിഹീനമായ ഒരു കഥയുടെ പിന്നിൽ ചരിത്രസത്യങ്ങൾ പൊതുവെ മറച്ചുവയ്ക്കപ്പെട്ടു.

എങ്കിലും ഈയിടെയായി ഇതിനൊരു മാറ്റം വന്നിട്ടുണ്ട്: ആദ്യം തമിഴ്നാട്ടിലും പിന്നീടു കേരളത്തിലുമുണ്ടായ മുതലാളിവർഗത്തിന്റെ വളർച്ച 'ദ്രാവിഡചരിത്ര'ത്തിന്റെ വളർച്ചയ്ക്കു കാരണമായി. ഉത്തരേന്ത്യയിൽ ആര്യന്മാർ അവരുടെ പരിഷ്കാരം വളർത്തിയതിനു വളരെ മുമ്പുതന്നെ, ദക്ഷിണേന്ത്യയിൽ ദ്രാവിഡർ അവരുടെ സ്വന്തം സാമ്രാജ്യങ്ങൾ കെട്ടിപ്പടുക്കുകയും അവരുടെ സ്വന്തം ഭാഷയും സാഹിത്യവും വളർത്തിക്കൊണ്ടുവരികയും ചെയ്തുവെന്ന്- ഇതെല്ലാം ആര്യൻരീതിയിൽനിന്നു സ്വതന്ത്രവും വിഭിന്നവുമായിരുന്നുവെന്ന്- തെളിയിക്കുന്ന വസ്തുതകൾ നിരവധി ഗവേഷകന്മാർ ചികഞ്ഞെടുത്തിട്ടുണ്ട്. ദക്ഷിണേന്ത്യയിൽ ആര്യന്മാർക്കുമുമ്പ് ഒരു മഹത്തായ നാഗരികതയുണ്ടായിരുന്നുവെന്ന ഈ കണ്ടുപിടുത്തം, ആര്യന്മാർ പരിഷ്കൃതരാക്കിയ അപരിഷ്കൃതവർഗങ്ങൾ അധിവസിച്ചിരുന്ന ഒരു നാടായിരുന്നു കേരളമെന്ന സിദ്ധാന്തത്തെ അവസാനമായി പൊളിച്ചുകളഞ്ഞു; കാരണം, ആര്യന്മാർക്കുമുമ്പുള്ള കേരളം വിദേശങ്ങളുമായി സ്ഥിരമായ വാണിജ്യബന്ധം പുലർത്തിപ്പോരുവാൻ മാത്രം പരിഷ്കൃതമായിരുന്നുവെന്നു നിർവിവാദമായി തെളിയിക്കപ്പെട്ടിരിക്കുന്നു.

ഇങ്ങനെ കേരളത്തെസംബന്ധിച്ച പുതിയ സിദ്ധാന്തം- ആര്യന്മാരെക്കാൾ മേന്മ ദ്രാവിഡർക്കായിരുന്നുവെന്ന സിദ്ധാന്തം- ഉയർന്നു. ആര്യന്മാർക്കുമുമ്പു കേരളത്തിലുണ്ടായിരുന്നവർ, കേരളത്തിന്റെ മണ്ണിൽ പിറന്ന പരിഷ്കാരത്തിനു യാതൊന്നും സംഭാവനചെയ്യാനില്ലാതിരുന്ന ആര്യന്മാരെക്കാൾ വളരെയേറെ പരിഷ്കൃതരായിരുന്നുവെന്നാണ് ആ

സിദ്ധാന്തം പറയുന്നത്. എന്നാൽ ആര്യന്മാർക്കുമുമ്പുള്ള കേരളത്തിൽ അത്ര മഹത്തായ ഒരു പരിഷ്കാരമുണ്ടായിരുന്നുവെങ്കിൽ എന്തുകൊണ്ടു ബ്രാഹ്മണർക്ക് കേരളത്തിലെ ഭൂമിയുടെയും ജനങ്ങളുടെയും മേൽ അത്ര എളുപ്പത്തിലും വിജയകരമായും ആധിപത്യം നേടാൻ കഴിഞ്ഞുവെന്ന് അത് വിശദമാക്കുന്നില്ല.

വാസ്തവത്തിൽ, ദ്രാവിഡമേന്മയെപ്പറ്റിയുള്ള ഈ പുതിയ സിദ്ധാന്തവും ആര്യമേന്മയെസംബന്ധിച്ച സിദ്ധാന്തംപോലെതന്നെ അശാസ്ത്രീയമാണ്. എന്തുകൊണ്ടെന്നാൽ, ഒരു ഭാഗത്ത് സാമൂഹ്യവും കുടുംബപരവുമായ സ്ഥാപനങ്ങളും മറുഭാഗത്ത് നാഗരികതയുടെ പതനവും തമ്മിൽ അഭേദ്യമായ ബന്ധങ്ങളുണ്ടെന്ന നിർവിവാദമായി തെളിയിച്ചുകഴിഞ്ഞിട്ടുള്ള ചരിത്രഗവേഷണങ്ങളുടെ അംഗീകൃതവസ്തുതകൾക്കെല്ലാം അത് എതിരാകുന്നു.

ഉദാഹരണത്തിന്, മരുമക്കത്തായകുടുംബം മക്കത്തായകുടുംബത്തെക്കാൾ താണ ഒരു പടിയിലാണെന്ന് സുപ്രസിദ്ധ അമേരിക്കൻ നരവംശശാസ്ത്രജ്ഞനായ ലെവിസ് ഹെൻറി മോർഗൺ നിർവിവാദമായി തെളിയിച്ചിരിക്കുന്നു. അതുപോലെതന്നെ മരുമക്കത്തായത്തിൽനിന്നു മക്കത്തായത്തിലേക്കുള്ള മാറ്റം, കൃഷിയിലെ ഉൽപ്പാദനോപകരണമെന്ന നിലയിൽ കൈക്കോട്ടിനുപകരം കരിയും നുകവും ആവിർഭവിക്കുമ്പോഴാണുണ്ടായതെന്ന് പിൽക്കാലത്തെ മാർക്സിസ്റ്റ് ചരിത്രകാരന്മാരും (എംഗൽസ് മുതൽക്ക്) തെളിയിച്ചിട്ടുണ്ട്.

ബ്രാഹ്മണർക്കുമുമ്പ് കേരളത്തിൽ മരുമക്കത്തായസമ്പ്രദായത്തിനായിരുന്നു പ്രാബല്യമെന്നത് തർക്കമറ്റ സംഗതിയാണ്; മാത്രമല്ല, ആ സമ്പ്രദായം കേരളത്തിന്റെ അധികഭാഗത്തും ഇന്നും തുടർന്നുവരുന്നു. ഇതിനൊരു യുക്തിപൂർവമായ കാരണം കണ്ടെത്തിയില്ലെങ്കിൽ, മരുമക്കത്തായകുടുംബവും പൗരാണികകേരളത്തിലെ സാമൂഹ്യവും രാഷ്ട്രീയവും സാമ്പത്തികവും സാംസ്കാരികവുമായ ജീവിതവും തമ്മിലുള്ള പരസ്പരബന്ധമെന്താണെന്നു വെളിവാക്കുന്നില്ലെങ്കിൽ അങ്ങനെയുള്ള യാതൊരു കേരളചരിത്രവും ശാസ്ത്രീയമായി ഗണിച്ചുകൂടാ. ഇതു ചെയ്യുന്നതിനുപകരം ദ്രാവിഡമേന്മയെ സംബന്ധിച്ച പുതിയ ബൂർഷ്വാസിദ്ധാന്തം, മരുമക്കത്തായമുറയിലുള്ള കുടുംബജീവിതത്തോടുകൂടിയ ഒരു ജനതയ്ക്ക് ആധുനികപരിഷ്കൃതസമുദായത്തിന്റെ എല്ലാ സ്വഭാവവിശേഷങ്ങളുമുണ്ടെന്നു സ്ഥാപിക്കാനാണ് ശ്രമിക്കുന്നത്.

ഇതുവരെ പുരാതന കേരളത്തിന്റെ ചരിത്രമെഴുതാൻ ശ്രമിച്ചിട്ടുള്ള മൂന്നു വർഗങ്ങളും- ജന്മികളും ബ്രിട്ടീഷ് സാമ്രാജ്യവാദികളും നാടൻ മുതലാളികളും- യഥാർഥത്തിൽ ശാസ്ത്രീയമായ ചരിത്രമെഴുതുന്നതിൽ പരാജയപ്പെട്ടിരിക്കുന്നു. ആദ്യത്തെ രണ്ടു വർഗങ്ങളും, ബ്രാഹ്മണർക്കുമുമ്പുള്ള

കേരളത്തിൽ നാടൻ ജനതയ്ക്കുള്ള പങ്കിനെ നിഷേധിച്ചു. കേരളത്തിന്റെ വളർച്ചയിൽ ഒരു സജീവശക്തിയായിട്ടവരെ കണക്കാക്കിയതേയില്ല; പിന്നത്തെ വർഗം (മുതലാളികൾ) കേരളത്തിന്റെ തുടർന്നുള്ള വളർച്ചയിൽ ബ്രാഹ്മണർ നിർവഹിച്ച സജീവമായ പങ്കിനെ നിഷേധിക്കുന്നു. ബൂർഷ്വാചരിത്രകാരന്മാർ ജന്മികളുടെയും ബ്രിട്ടീഷുകാരുടെയും 'കപട ശാസ്ത്രീയ ചരിത്രം' പൊളിക്കാനുള്ള വളരെ വിലപ്പെട്ട വസ്തുതകൾ കണ്ടെത്തിയെങ്കിലും തങ്ങളുടെ ചരിത്ര ഗവേഷണങ്ങളിൽ അവർക്കു തന്നെ കപടശാസ്ത്രീയത കൈക്കൊള്ളേണ്ടിവരുന്നു. ദ്രാവിഡമേന്മയെ സംബന്ധിച്ച സിദ്ധാന്തം 'ബ്രാഹ്മണാധിപത്യം കേവലമൊരു യാദൃച്ഛികസംഭവ'മെന്ന സിദ്ധാന്തത്തിലേക്കവരെ നയിച്ചു; ഇതു ചരിത്രത്തിന്റെ ശാസ്ത്രീയസ്വഭാവത്തെത്തന്നെ നിഷേധിക്കുന്നു.

തൊഴിലാളിവർഗത്തിനുമാത്രമേ ചരിത്രത്തെ ഒരു ശാസ്ത്രമാക്കി വളർത്താൻ കഴിയുകയുള്ളൂ; കാരണം, ചരിത്രവസ്തുതകളെ സ്വന്തം വർഗതാൽപ്പര്യങ്ങളെ നിലനിർത്താനും വളർത്താനുംവേണ്ടി മറച്ചുവയ്ക്കുന്നതിൽ താൽപ്പര്യമില്ലാത്ത ഒരേ ഒരു വർഗം അതാണ്. തൊഴിലാളിവർഗത്തിനു മാത്രമേ, വാസ്തവങ്ങളെ വസ്തുനിഷ്ഠമായി വീക്ഷിക്കാനും പക്ഷപാതങ്ങൾ കൂടാതെ അവയുടെ അർഥം വ്യാഖ്യാനിക്കാനും, പുറമേ നോക്കുമ്പോൾ ബന്ധമൊന്നുമില്ലാത്ത നിരവധി വസ്തുതകൾ തമ്മിലുള്ള കെട്ടുപിണഞ്ഞ ബന്ധം വെളിവാക്കാനും, അങ്ങനെ ചരിത്രത്തിൽ സാമൂഹ്യവളർച്ചയുടെ നിയമങ്ങളെ സ്ഥാപിക്കാനും കഴിയൂ.

നിർഭാഗ്യവശാൽ, പുരാതനകേരളചരിത്രത്തിന്റെ പ്രശ്നങ്ങളിൽ ചരിത്രപരമായ ഭൗതികവാദം പ്രയോഗിക്കാൻ കഴിയത്തക്കവണ്ണമുള്ള വളർച്ച കേരളത്തിലെ തൊഴിലാളിവർഗത്തിന് ഇന്നും കൈവന്നിട്ടില്ല. അടുത്ത പേജുകളിൽ നടത്തുന്ന ശ്രമം ചില പ്രശ്നങ്ങൾക്കുത്തരം കണ്ടുപിടിക്കുന്നതിനെക്കാളധികം, അവയെ ഉന്നയിക്കാനാണ്; ചില അനുമാനങ്ങളിൽനിന്ന് തീരുമാനങ്ങളെടുക്കുന്നതിലധികം, അവയെ നിർദേശിക്കാനാണ്. ഇത് വാദപ്രതിവാദത്തെ ഇളക്കിവിടുമെന്നും മറ്റുള്ളവർ ഈ പ്രശ്നങ്ങളെ പഠിക്കാൻ തുടങ്ങുമെന്നും അങ്ങനെ പുരാതനകേരളത്തിന്റെ ഒരു യഥാർഥ ശാസ്ത്രീയചരിത്രം ക്രമേണ നിർമിക്കപ്പെടുമെന്നും ആശിക്കുന്നു.

II

കുടുംബം, സ്വകാര്യസ്വത്ത്, ഭരണകൂടം എന്നിവയുടെ ഉൽപ്പത്തി എന്ന തന്റെ പ്രശസ്തകൃതിയിൽ, 'ഇന്ത്യയിലെ നായന്മാർക്കിടയിൽ' നിലനിന്നിരുന്ന യൂഥവിവാഹ സമ്പ്രദായത്തെപ്പറ്റി എംഗൽസ് സൂചിപ്പിച്ചിട്ടുണ്ട്:

> മൂന്നോ നാലോ അതിലധികമോ പുരുഷന്മാർക്കുംകൂടി പൊതുവായി ഒരു ഭാര്യ; പക്ഷേ അവർക്കോരോരുത്തർക്കും വേറെ മൂന്നോ അധികമോ പേർക്കുംകൂടി രണ്ടാമതൊരു പൊതുഭാര്യയുണ്ടാകാം; അതുപോലെതന്നെ ഒരു മൂന്നാം ഭാര്യയും നാലാം ഭാര്യയും, അങ്ങനെ പിന്നെയും. എന്നിരുന്നാലും ഇതൊരിക്കലും യഥാർഥ ബഹുഭാര്യത്വമല്ല; നേരേമറിച്ച്, അത് പുരുഷന്മാർ ബഹുഭാര്യത്വത്തിലും സ്ത്രീകൾ ബഹുഭർത്തൃത്വത്തിലും വർത്തിക്കുന്ന യൂഥവിവാഹത്തിന്റെ ഒരു പ്രത്യേക രൂപമാണ്.

"ഈ യൂഥവിവാഹരൂപത്തിന്റെ തീർച്ചയായും രസാവഹമായ ഉത്ഭവം കൂടുതൽ നിഷ്കർഷിച്ചു പരിശോധിക്കേണ്ടിയിരിക്കുന്നു" എന്നും അദ്ദേഹം പറഞ്ഞിട്ടുണ്ട്.

ഇന്ത്യയുടെ ഈ ഭാഗത്തുള്ള യൂഥവിവാഹത്തെ സംബന്ധിച്ച് എംഗൽസ് പറയുന്നത് തികച്ചും ശരിയാണെങ്കിലും ഇക്കാര്യത്തിൽ അദ്ദേഹത്തിനു വേണ്ടത്ര വിവരങ്ങൾ കിട്ടിയിരുന്നില്ല. എന്തുകൊണ്ടെന്നാൽ, യഥാർഥത്തിൽ,

1. അദ്ദേഹം വിവരിക്കുന്നമാതിരിയുള്ള യൂഥവിവാഹം നായന്മാർക്കിടയിലല്ല, അവർക്ക് താഴെയുള്ള ചില ജാതിക്കാർക്കിടയിലാണ് കൂടുതലും നിലനിന്നിരുന്നത്; അപൂർവം ഇന്നും നിലനിന്നുവരുന്നത്. (മൂന്നു നാലുസഹോദരന്മാർക്കുംകൂടിഒരുപൊതുഭാര്യയുള്ളതിന്റെഒരുദാഹരണം ഇതെഴുന്നആൾക്കുതന്നെഅറിയാം,പക്ഷേഅതുനായന്മാർക്കിടയിലില്ല, നായന്മാർക്കിടയിൽ ആ സമ്പ്രദായം നിലവിലില്ലാതായിട്ട് വളരെ തലമുറകളായി).

2. നായന്മാർക്കിടയിൽ ബഹുഭർത്തൃത്വവിവാഹങ്ങൾ നടപ്പില്ല, പക്ഷേ ബഹുഭാര്യത്വവും എളുപ്പത്തിലുള്ള വിവാഹമോചനവും നടപ്പുണ്ട്. 1920 നുശേഷം മാത്രമാണ് നായന്മാർക്കിടയിൽ ബഹുഭാര്യത്വം നിയമപ്രകാരം തടഞ്ഞതും വിവാഹമോചനം നിയന്ത്രിക്കപ്പെട്ടതും. എന്നിരുന്നാലും ഇപ്പോഴും ഒരു പുരുഷനോ സ്ത്രീക്കോ വേണമെന്നുണ്ടെങ്കിൽ വിവാഹമോചനം ലഭിക്കും; പക്ഷേ അതിന്റെ നടപടി മുമ്പത്തെക്കാളധികം വിഷമകരമാണെന്നുമാത്രം.

3. ഇഷ്ടാനുസരണം വിവാഹവും വിവാഹമോചനവും സാധിക്കുന്ന ഈ സമ്പ്രദായം നായന്മാർക്കിടയിൽ മാത്രമല്ല, കേരളത്തിലെ മറ്റു ഹിന്ദു ജാതികൾക്കിടയിലും നിലനിന്നിരുന്നു; നമ്പൂതിരിമാർക്കു മാത്രമാണിതു ബാധകമല്ലാത്തത്; അവർക്കു വിവാഹമോചനസ്വാതന്ത്ര്യമില്ല.

4. നമ്പൂതിരിമാർക്കിടയിൽപോലും, യൂഥവിവാഹത്തിൽനിന്നു മക്കത്തായകുടുംബത്തിലേക്കുള്ള ഒരു പരിവർത്തനരൂപമായല്ലാതെ മറ്റൊരു തരത്തിലും യുക്തിപൂർവമായി വ്യാഖ്യാനിക്കാൻ നിവൃത്തിയില്ലാ

ത്ത ഒരു പ്രത്യേകതരം വിവാഹബന്ധം നിലനിൽക്കുന്നു. ആ സമ്പ്രദായമിപ്രകാരമാണ്: ഒരു നമ്പൂതിരികുടുംബത്തിലെ മൂത്ത മകൻ മാത്രമേ നമ്പൂതിരിസ്ത്രീയെ വിവാഹം ചെയ്യുന്നുള്ളൂ. പക്ഷേ അയാൾ ഒന്നിലധികം വേളി കഴിക്കുന്നു (മൂന്നാണ് സാധാരണയായി കാണുന്നത്). അനുജന്മാർ നായരുൾപ്പെടെയുള്ള മറ്റു ചില ജാതികളിൽ സംബന്ധം ചെയ്യുന്നു. ജ്യേഷ്ഠന്റെ പുത്രൻ എല്ലാ സഹോദരന്മാരുടെയും പുത്രനെപ്പോലാകകൊണ്ട് മൂത്തമകന് ഒരു പുത്രൻ ജനിച്ചാൽ അത് അനുജന്മാരെയും അപുത്രത്വംകൊണ്ടുള്ള പാപത്തിൽനിന്നു രക്ഷിക്കുമെന്ന് *ശാങ്കരസ്മൃതി* (നമ്പൂതിരിമാർക്കിടയിലുള്ള ആചാരങ്ങൾക്കെല്ലാം പിൻബലമായി ഉദ്ധരിക്കപ്പെടുന്ന പ്രമാണം)യിൽ ഒരു ശ്ലോകമുണ്ട്. രണ്ടോ മൂന്നോ വേളികഴിച്ചിട്ടും ജ്യേഷ്ഠന് പുത്രനില്ലെങ്കിൽ മാത്രമേ, ആ കുടുംബത്തെ അപുത്രത്വത്തിൽനിന്നു രക്ഷിക്കാനായി അനുജൻ വേളി കഴിക്കുന്നുള്ളൂ.

അവിഭക്തമായ കൂട്ടുകുടുംബമാണ് എല്ലാ ഹിന്ദുജാതികളുടെയും സാധാരണസമ്പ്രദായമെന്നുംകൂടി മനസ്സിലാക്കണം. ചില ജാതികൾ മരുമക്കത്തായാടിസ്ഥാനത്തിലാണെങ്കിൽ മറ്റു ചിലവ മക്കത്തായാടിസ്ഥാനത്തിലാണെന്നതുമാത്രമാണു വ്യത്യാസം. ഇങ്ങനെ, നമ്പൂതിരിയുടെ കൂട്ടുകുടുംബസ്വത്ത് അച്ഛനിൽനിന്ന് മകനിലേക്കു പോകുമ്പോൾ നായരുടേത് അമ്മയിൽനിന്ന് മകളിലേക്കാണു പോകുന്നത്. വാസ്തവത്തിൽ നമ്പൂതിരിയുടെയും നായരുടെയും കൂട്ടുകുടുംബങ്ങളെ താരതമ്യപ്പെടുത്തിയാൽ ഒരു കാര്യം വ്യക്തമാവും- അതായത്, മരുമക്കത്തായത്തിൽനിന്ന് മക്കത്തായത്തിലേക്കുള്ള പരിവർത്തനഘട്ടത്തെ പരാമർശിക്കുമ്പോൾ എംഗൽസ് സൂചിപ്പിച്ചതുപോലെ, 'പുരുഷസന്താനങ്ങളെല്ലാം കുടുംബത്തിൽ നിൽക്കുകയും സ്ത്രീ സന്താനങ്ങളെല്ലാം അവരുടെ മറ്റൊരു കുടുംബത്തിലേക്കു മാറുകയും' ചെയ്യുന്നപക്ഷം നായർ കൂട്ടുകുടുംബം നമ്പൂതിരി കൂട്ടുകുടുംബമായിത്തീരും (നായർകുടുംബത്തിലെ സഹോദരിമാരുടെ സന്താനങ്ങളെല്ലാം കുടുംബാംഗങ്ങളായിരിക്കുമ്പോൾ നമ്പൂതിരികുടുംബത്തിൽ മൂത്തമകന്റെ സന്താനങ്ങൾ മാത്രമേ കൂട്ടുകുടുംബാംഗങ്ങളായിരിക്കയുള്ളുവെന്ന കൂടുതലായ വ്യത്യാസവും നീക്കിനിർത്തണം).

യൂഥവിവാഹം മുതൽ ഏകഭാര്യത്വം വരെയുള്ള ഈ പലതരം കഴിഞ്ഞുമറിഞ്ഞ വിവാഹങ്ങളുടെയും കുടുംബബന്ധങ്ങളുടെയും വികാസത്തെ സംബന്ധിച്ച് മാർക്സിയൻ വീക്ഷണഗതിയിലൂടെ പരിശോധിക്കുമ്പോൾ സംഗതികൾ തികച്ചും സ്പഷ്ടമായിത്തീരുന്നു: ഇന്നും ചില പ്രാകൃതജാതികൾക്കിടയിൽ കാണുന്ന ബഹുഭാര്യാഭർതൃത്വകുടുംബം, എംഗൽസ് പുനാലുവാൻ കുടുംബമെന്നു പറയുന്നതിനോട് സദൃശമായ യൂഥവിവാഹത്തിന്റെ ഏറെക്കുറെ ശുദ്ധമായ രൂപമാണ്; നായന്മാർക്കും മറ്റു പല ജാതികൾക്കുമിടയിൽ നശിച്ചുകൊണ്ടിരിക്കുന്നതും പക്ഷേ,

പരിപൂർണമായി നശിച്ചുകഴിഞ്ഞിട്ടില്ലാത്തതുമായ ബഹുഭാര്യത്വവും അനായാസേന വിവാഹമോചനവുമുള്ള സമ്പ്രദായം യൂഥവിവാഹത്തിൽനിന്ന് മിഥുനവിവാഹ (pairing marriage)ത്തിലേക്കുള്ള പരിവർത്തനത്തിന്റെ ഒരു രൂപമാണ്; മൂത്ത സഹോദരൻമാത്രം സ്വജാതിയിൽനിന്നു വിവാഹം കഴിക്കുന്ന (അയാൾ അനേകം ഭാര്യമാരെ സ്വീകരിക്കുന്നു) സമ്പ്രദായമാകട്ടെ, യൂഥവിവാഹത്തിൽനിന്ന് മിഥുനവിവാഹത്തിലേക്കുള്ള പരിവർത്തനത്തിന്റെ മറ്റൊരു രൂപമാണ്. ആദ്യത്തേത്, എംഗൽസ് പറയുംപോലെ, "യൂഥവിവാഹത്തിനു കീഴിൽ നീണ്ടതോ ചുരുങ്ങിയതോ ആയ കാലത്തേക്കുള്ള ഇണചേരൽ സംഭവിക്കുന്നതും" ക്രമേണ "യൂഥവിവാഹകുടുംബത്തിന്റെ സ്ഥാനത്ത് മിഥുനവിവാഹകുടുംബം വരുന്നതു"മാണ് കാണിക്കുന്നതെങ്കിൽ, യൂഥവിവാഹസമ്പ്രദായത്തിൽ തങ്ങൾക്കുണ്ടായിരുന്ന വൈവാഹികമായ അവകാശങ്ങളിൽനിന്ന് ഇളയ സഹോദരൻമാരെ ക്രമേണ നീക്കിനിർത്തുന്നതാണ് രണ്ടാമത്തേതു കാണിക്കുന്നത്. പുറമേനിന്ന് നോക്കുന്ന ഒരാൾക്ക് മലയാളികളുടെ അസാധാരണവും ദുർഗ്രാഹ്യവുമായ സമ്പ്രദായമായി തോന്നുന്നത് മുമ്പുണ്ടായിരുന്ന യൂഥവിവാഹസമ്പ്രദായത്തിന്റെ വിവിധ ദശകളല്ലാതെ മറ്റൊന്നുമല്ലെന്ന് ഇപ്രകാരം തെളിയുന്നു. "തീർച്ചയായും രസാവഹമായ അതിന്റെ ഉൽഭവം... പരിശോധിക്കേണ്ടതുണ്ടെ"ന്ന് എംഗൽസ് ബുദ്ധിപൂർവം അഭിപ്രായപ്പെട്ടു.

കേരളത്തിലെ ഇന്നുവരെയുള്ള വിവാഹസമ്പ്രദായത്തിന്റെയും കുടുംബസമ്പ്രദായത്തിന്റെയും ഈ വിശദീകരണത്തെ തീർച്ചയായും കൂടുതൽ പരിശോധിക്കേണ്ടതുണ്ട്. തൽക്കാലത്തേക്ക് ഇതൊരനുമാനം മാത്രമായിട്ടാണ് അഭിപ്രായപ്പെട്ടിട്ടുള്ളത്.

പക്ഷേ സുസമ്മതരായ സകല കേരളചരിത്രപണ്ഡിതന്മാരും പൊതുവെ അംഗീകരിച്ചിട്ടുള്ള ചില അടിസ്ഥാനതത്വങ്ങളെ നാം ചർച്ചാവിഷയമാക്കുന്നില്ലെങ്കിൽ ഒരനുമാനമെന്ന നിലയ്ക്കുപോലും ഇത് സ്വീകാര്യമാവില്ല. അതുകൊണ്ട് നമുക്കാ തത്വങ്ങളെ പരിശോധിക്കാം; അവ എത്രമാത്രം ശരിയാണെന്നും കേരളത്തിലെ വിവാഹ- കുടുംബസമ്പ്രദായത്തിന്റെ, മേൽപ്പറഞ്ഞ വിശദീകരണവുമായി എത്രമാത്രം പൊരുത്തപ്പെടുന്നുവെന്നും നോക്കാം.

III

മലയാളികളിൽ പട്ടികജാതിക്കാരൊഴികെയുള്ള എല്ലാ ജാതിക്കാരും കുടിയേറിപ്പാർത്തവരാണെന്ന് കേരളത്തിന്റെ അംഗീകൃതചരിത്രകാരന്മാരെല്ലാം സമ്മതിച്ചിട്ടുള്ളതാണ്. ഏറ്റവും ഉയർന്ന ജാതിയായ നമ്പൂതിരിമാർ ബി സി രണ്ടാം ശതാബ്ദത്തിനും എ ഡി എട്ടാം ശതാബ്ദ

ത്തിനുമിടയിൽ ഇവിടെ വന്നു കുടിയേറിപ്പാർത്തുവെന്നൂഹിക്കപ്പെടുന്നു; നായർ, നമ്പൂതിരിക്കു മുമ്പു വന്നതായിട്ടാണ് കരുതപ്പെടുന്നതെങ്കിലും പുറമേനിന്നു വന്നവരേയല്ലെന്നു വാദിക്കുന്ന ചില ചരിത്രകാരന്മാരുണ്ട്. ഈഴവരും ക്രിസ്ത്വബ്ദം ആരംഭിച്ചതിനു തൊട്ടുമുമ്പോ പിമ്പോ വന്നതായിട്ടാണ് സങ്കൽപ്പിക്കപ്പെടുന്നത്; ജൂതൻ, ക്രിസ്ത്യാനി, മുസ്ലിം തുടങ്ങിയവരെല്ലാം കുടിയേറിപ്പാർത്തവരോ മതം മാറിയവരോ ആണ്.

കേരളചരിത്രത്തിന്റെ ഈ അടിസ്ഥാനപരമായ അനുമാനങ്ങളെ വെല്ലുവിളിക്കുന്നത്, മേൽപ്പറഞ്ഞ വിഭാഗക്കാരെല്ലാം കേരളത്തിലെ ആദിമനിവാസികളുടെ പിൻഗാമികളാണെന്നഭിപ്രായപ്പെടുന്നത് ഉച്ചഭ്രാന്തായി കണക്കാക്കത്തക്കവണ്ണം, അവയ്ക്ക് അത്രമാത്രം സാർവത്രികമായ അംഗീകാരം ലഭിച്ചിട്ടുണ്ട്.

> ഒരു രാജ്യത്തിന്റെ ചരിത്രമെഴുതുമ്പോൾ, പരിഷ്കൃതലോകത്തിന്റെ ഏതൊരു ഭാഗത്തു നിവസിക്കുന്ന ഏറ്റവും പുരാതന ജനതയായാലും മറ്റേതെങ്കിലും ഭാഗത്തുനിന്നു വന്നവരായിരിക്കണമെന്ന ഒരു മൗലികമായ അനുമാനത്തെ അടിസ്ഥാനമാക്കിയെടുക്കത്തക്കവിധം, ജനങ്ങൾ ഒരു ഭാഗത്തുനിന്നു മറ്റൊരു ഭാഗത്തേയ്ക്കു കുടിയേറിപ്പാർത്തവരാണെന്ന ആശയം നരവംശശാസ്ത്രജ്ഞന്മാർക്കും ചരിത്രകാരന്മാർക്കുമിടയിൽ അത്യധികം പ്രചരിച്ചിട്ടുണ്ട്.

ഇങ്ങനെ ആവലാതിപ്പെടുന്ന *തിരുവിതാംകൂർ സ്റ്റേറ്റ് മാനുവലിന്റെ* ഏറ്റവും പുതിയ പതിപ്പിന്റെ കർത്താവുപോലും നമ്പൂതിരിമാരും ഈഴവരും യഥാക്രമം വടക്കുനിന്നും സിലോണിൽനിന്നും കുടിയേറിപ്പാർത്തവരാണെന്ന് അംഗീകരിച്ചിരിക്കുകയാണ്.

എന്നിരുന്നാലും ഈ അടിസ്ഥാനപരമായ അനുമാനങ്ങൾ, സാമൂഹ്യജീവിതത്തിലെ സാദൃശ്യത്തെയും വൈപരീത്യത്തെയും അടിസ്ഥാനപ്പെടുത്തിയ സൂക്ഷ്മവിമർശനത്തിന്റെ മുമ്പിൽ തകർന്നുപോകും. ഉദാഹരണത്തിന്, നമ്പൂതിരി പുറമേനിന്നുവന്ന ഒരുവനാണെന്ന സിദ്ധാന്തം സ്വീകരിക്കാൻ വിഷമമാകത്തക്കവണ്ണം, കേരളത്തിൽ നമ്പൂതിരിയുടെ 'കുടുംബം, സ്വത്ത്, രാഷ്ട്രം' എന്നിവയുടെ സംഘടന നായരുടേതിനോട് അത്രമാത്രം സദൃശവും ഉത്തരേന്ത്യൻ ബ്രാഹ്മണന്റേതിൽനിന്ന് അത്രമാത്രം വ്യത്യസ്തവുമാണ്. വാസ്തവത്തിൽ സാമൂഹ്യജീവിതത്തിന്റെ സംഘടനയുടെ അടിസ്ഥാനത്തിൽ പ്രശ്നത്തെ പരിശോധിക്കുന്നപക്ഷം നായരും നമ്പൂതിരിയും ഒരേ നരവംശത്തിലുൾപ്പെടുന്നുവെന്നും ഒരേ സാമൂഹ്യസംഘടനാരൂപം സ്വീകരിക്കുന്നുവെന്നും നമ്പൂതിരി വൈദികയുഗത്തിന്റെ സാമൂഹ്യവും സാംസ്കാരികവുമായ ചട്ടവട്ടങ്ങൾ നായരെക്കാൾ അൽപ്പം കൂടുതലായി അംഗീകരിച്ചിട്ടുണ്ടെന്നതു മാത്രമാണ് വ്യത്യാസമെ

ന്നും തീരുമാനിക്കേണ്ടിവരും.

യൂഥവിവാഹത്തിൽനിന്ന് മക്കത്തായകുടുംബത്തിലേക്കുള്ള പരിണാമത്തിന്റെ നിരവധി രൂപങ്ങളിലേക്കു നയിക്കുന്ന അനേകം പരിവർത്തനങ്ങൾ ആദിമകുടുംബത്തിലുണ്ടായിട്ടുണ്ടെന്ന അനുമാനം കൊണ്ടല്ലാതെ കേരളത്തിലെ വിവാഹത്തിന്റെയും കുടുംബത്തിന്റെയും കെട്ടുപിണച്ചിലുകളെ വിശദീകരിക്കാൻ സാധ്യമല്ലെന്ന് നാം കണ്ടുകഴിഞ്ഞു. അതുകൊണ്ട്, ഇന്ന് ജാതിഹിന്ദുക്കളായി ഗണിക്കപ്പെടുന്ന എല്ലാ ജാതിക്കാരും (അവരിൽ ഏറ്റവും ഉയർന്നത് നമ്പൂതിരിയും ഏറ്റവും താഴ്ന്നത് നായരുമാണ്) ഒരുകാലത്ത് ഒരേ ജാതിയായിരുന്നു; അവർക്കിടയിൽ സ്വതന്ത്ര ദാമ്പത്യബന്ധം നിലനിന്നിരുന്നു; അവരെല്ലാം ഒരുതരം യൂഥവിവാഹം (എംഗൽസ് പറയുന്ന പുനാലുവാൻ കുടുംബത്തോടാണ് അതിന് അധികം സാമീപ്യം) അനുവർത്തിച്ചിരുന്നു; ഈ ജാതികളിൽ ചിലത് വിവാഹസ്വാതന്ത്ര്യത്തെ തടയാനും മരുമക്കത്തായത്തിൽനിന്ന് മക്കത്തായത്തിലേക്കു പരിവർത്തനം ചെയ്യാനും തുടങ്ങി; ഇക്കൂട്ടത്തിൽ സ്വതന്ത്രവിവാഹത്തെ ഏറ്റവുമധികം തടഞ്ഞതും മരുമക്കത്തായത്തിൽനിന്നു മക്കത്തായത്തിലേക്കുള്ള മാറ്റം പൂർത്തീകരിച്ചതുമായ ജാതി (നമ്പൂതിരി), ജാതിഹിന്ദുക്കളുടെ അഥവാ സവർണരുടെ ഇടയിൽ ഏറ്റവും ഉയർന്ന ജാതിയായിത്തീർന്നു; വിവാഹസ്വാതന്ത്ര്യവും വിവാഹമോചനവും പരമാവധി തുടർന്നുപോന്നതും മരുമക്കത്തായത്തെ അഭംഗുരം നിലനിർത്തിയതുമായ ജാതി (നായർ), ഏറ്റവും താഴ്ന്ന ജാതിയുമായി- ഈ അഭ്യൂഹത്തിലെത്താൻ പ്രബലമായ ന്യായങ്ങളുണ്ട്.

നമ്പൂതിരി, നായരുടെ ചില ആചാരങ്ങൾ സ്വീകരിക്കുന്നത് ബുദ്ധിപൂർവമായിരുന്നു എന്നു കരുതത്തക്കവിധം അത്രയധികം എതിർപ്പ് നായരിൽനിന്നുണ്ടായെന്ന്, ചരിത്രകാരൻമാർ അടിസ്ഥാനപരമായി ശരിയാണെന്നു സമ്മതിച്ചിട്ടുള്ള, ഐതിഹ്യം തന്നെ പറയുന്നു. ഉത്തരേന്ത്യൻ ബ്രാഹ്മണനും അഥവാ തമിഴ് ബ്രാഹ്മണനും കേരളത്തിലെ നമ്പൂതിരിയും തമ്മിലുള്ള അന്തരം അത്രമാത്രം പ്രകടമാണ്. എന്നാൽ ജാത്യാചാരത്തിന്റെ കർശനശാസനകളെ തലമുറകളായനുസരിച്ചുവന്നിട്ടുള്ള വൈദികബ്രാഹ്മണർ, വിവാഹത്തിൽ മൂത്തപുത്രനൊഴികെ എല്ലാവരും വിജാതീയഭാര്യമാരെ സ്വീകരിക്കുന്നത് ഒരു സ്ഥിരനടപടിയാക്കുകയെന്നത് വളരെ അസംഭവ്യമാണ്. എതിർത്തുനിന്ന നായരുമായി നമ്പൂതിരി സന്ധി ചെയ്തതാണെന്ന സിദ്ധാന്തം ഇതിനു സമാധാനമാകയില്ല. ഇത്തരം അസാധാരണ വിവാഹസമ്പ്രദായത്തിലൂടെ സന്ധിയുണ്ടാക്കാനാരും ഒരുങ്ങുകയില്ല. നമ്പൂതിരി, നായർ യുവതീയുവാക്കൻമാർക്കിടയിൽ സ്വതന്ത്രമായ ദാമ്പത്യബന്ധം അനുവദനീയമായിരുന്ന പഴയ സമ്പ്രദായം മാറ്റി നായർയുവതികളെ ഉയർന്ന ഏതെങ്കിലും

ജാതിയിലെ യുവാക്കൾക്ക് വിവാഹം ചെയ്യാം, മറിച്ചവയ്യ എന്ന പുതിയ സമ്പ്രദായം സ്വീകരിച്ചുവെന്ന അടിസ്ഥാനത്തിൽ മാത്രമേ ഇതിന്റെ കാരണം കാണാൻ കഴിയൂ.

ഇവിടെ ഒരു ചോദ്യമുത്ഭവിക്കുന്നു: അങ്ങനെയാണെങ്കിൽ, നമ്പൂതിരി പുറമേനിന്നു വന്ന ഒരാളാണെന്നും വൈദികബ്രാഹ്മണന്റെ സംസ്കാരത്തെ അപര്യാപ്തമായിട്ടെങ്കിലും പ്രതിനിധീകരിക്കുന്ന ഒരേ ഒരാൾ അയാൾ മാത്രമാണെന്നും പരക്കെയുള്ള വിശ്വാസത്തിനു കാരണമെന്ത്? അതു കാണാൻ പ്രയാസമില്ല. ബ്രാഹ്മണരുടെ ചെറുസംഘങ്ങൾ വടക്കുനിന്നു വന്നു കേരളത്തിൽ താമസമാക്കിയെന്നതിൽ തർക്കിക്കേണ്ട കാര്യമില്ല; അവരാണ് വൈദികബ്രാഹ്മണന്റെ സംസ്കാരം ഇവിടത്തെ ജനങ്ങളിലേക്കെത്തിച്ചതെന്നതിനും തർക്കമില്ല. തർക്കമുള്ളതും തർക്കിക്കേണ്ടതുമായ സംഗതി ഭൂരിപക്ഷം നമ്പൂതിരിമാരും അഥവാ എല്ലാവരുംതന്നെ വടക്കുനിന്നുവന്ന ഈ ബ്രാഹ്മണരുടെ പിൻഗാമികളാണോ എന്നതാണ്. പൂർവനായരുടെ (ഇന്നു ജാതിഹിന്ദുക്കളിൽ- സവർണരിൽ ഉൾപ്പെട്ട എല്ലാ ജാതികളുമടങ്ങിയിരുന്ന ആ ജാതിക്കാണ് ഈ പേര് ഉപയോഗിക്കുന്നത്) ഇന്നത്തെ നമ്പൂതിരിയും നായരുമെന്ന നിലയിലേക്കുള്ള വളർച്ച ഇനി പറയുംപ്രകാരമാണ് സംഭവിച്ചിരിക്കാൻ ഏറ്റവും ഇടയുള്ളത്:

1. പൂർവനായർ യൂഥവിവാഹവും മരുമക്കത്തായവുമാണനുവർത്തിച്ചിരുന്നത്, എങ്കിലും ഉൽപ്പാദനശക്തികൾ വാണിജ്യത്തിന്റെ വളർച്ചയ്ക്കിടയാക്കിയ പരിവർത്തനങ്ങളിലൂടെ കടന്നുപൊയ്ക്കൊണ്ടിരുന്നതുമൂലം കുടുംബവും പരിവർത്തനങ്ങൾക്ക് (അവയുടെ സ്വഭാവത്തെപ്പറ്റി നമുക്കറിവൊന്നുമില്ലെങ്കിലും) വിധേയമായിരുന്നിരിക്കണം. ഈ പരിവർത്തനങ്ങൾക്കിടയ്ക്കാണ് വടക്കുനിന്നു വൈദികസംസ്കാരം കൊണ്ടുവരപ്പെട്ടത്.

2. വടക്കുനിന്നു ബ്രാഹ്മണർ കൊണ്ടുവന്ന വൈദികസംസ്കാരത്തിന്റെ സ്വാധീനശക്തി ഈ പൂർവനായന്മാരുടെ ചില വിഭാഗങ്ങളിൽ തട്ടി; ഇവരിൽ ചിലർ യൂഥവിവാഹസമ്പ്രദായമുപേക്ഷിച്ചു, സ്ത്രീയെസംബന്ധിച്ചിടത്തോളം കർശനമായ ഏകഭർത്തൃത്വം നടപ്പാക്കി; പുരുഷന്മാർക്കാവട്ടെ, വിവാഹം ചെയ്ത ഭാര്യയുള്ളപ്പോൾത്തന്നെ മറ്റു സ്ത്രീകളെ സ്വീകരിക്കാനുള്ള സ്വാതന്ത്ര്യം തുടർന്നുപോന്നു; യൂഥവിവാഹം നിലനിന്നിരുന്നിടത്ത് അതിൽ പങ്കുകൊള്ളാൻ അവരെ അനുവദിച്ചു. ഈ വിഭാഗങ്ങൾ മരുമക്കത്തായത്തിൽനിന്നു മക്കത്തായത്തിലേക്കു മാറുകയും ചെയ്തു. ഇതിനും പുറമേ അവർ വേദങ്ങൾ പഠിക്കുവാനും വേദവിധിപ്രകാരമുള്ള മതാനുഷ്ഠാനങ്ങൾ നടത്തുവാനും മറ്റുമാരംഭിച്ചു. എന്നാൽ അപ്പോഴും അവർ ഋതുമതിവിവാഹം, പിൻകുടുമയ്ക്കു പകരം മുൻകുടുമ തുടങ്ങിയ അവരുടെ ചില പഴയ ശീലങ്ങൾ നിലനിർത്തി. പൂർവനായന്മാ

രുടെ ഈ വിഭാഗവും വടക്കുനിന്നു വന്നവരുംകൂടി നമ്പൂതിരിമാരായിത്തീർന്നു.

3. പൂർവനായന്മാരുടെ മറ്റു ചില വിഭാഗങ്ങളും വൈദികസംസ്കാരത്തിന്റെ സ്വാധീനത്തിൽ വന്നു. പക്ഷേ മേൽപ്പറഞ്ഞ തോതിലോ അതേ രീതിയിലോ അല്ലെന്നുമാത്രം. ഇവരിൽ ചിലർ അവരുടെ പെൺകുട്ടികളെ സജാതീയരോ, അല്ലെങ്കിൽ ഒരു നമ്പൂതിരിയോ മാത്രമേ വിവാഹം ചെയ്യാവൂ എന്നതിലോളം വിവാഹസ്വാതന്ത്ര്യത്തെ തടഞ്ഞു. എങ്കിലും അവർ മരുമക്കത്തായം നിലനിർത്തി. മറ്റു ചിലർ ഒരു പടികൂടി മുന്നോട്ടുപോയി, മരുമക്കത്തായത്തിൽനിന്നു മക്കത്തായത്തിലേക്കു മാറി. പക്ഷേ വേദാഭ്യാസം തുടങ്ങിയില്ല. എണ്ണത്തിൽ ഒരു ഡസനോളം വരുന്ന ഈ ജാതികളെയെല്ലാം കൂടി അന്തരാളജാതികൾ, അതായത് നമ്പൂതിരിക്കും നായർക്കും ഇടയിലുള്ള ജാതികൾ, എന്നു പറയുന്നു. ഈ ജാതികളിലോരോന്നും ജാതിക്രമത്തിൽ ഓരോ പ്രത്യേകസ്ഥാനം വഹിക്കുന്നു.

4. ഇന്നത്തെ നായർകുടുംബത്തിന്റെയും സാമൂഹ്യജീവിതത്തിന്റെയും പണ്ടിനാലെയുള്ള സംഘടനയിൽ ഏറ്റവും കുറച്ച മാറ്റം വരുത്തിയിട്ടുള്ള വിഭാഗമാണ്, വൈദികസംസ്കാരത്തെ ഏറ്റവും കുറഞ്ഞതോതിൽ സ്വീകരിച്ച വിഭാഗം. പക്ഷേ അവരും തങ്ങളെക്കാൾ കൂടുതൽ മാറ്റങ്ങൾ സ്വീകരിച്ച വിഭാഗത്തെ തങ്ങളെക്കാൾ മേലേയായി കണക്കാക്കാൻ തുടങ്ങത്തക്കവണ്ണം ഈ മാറ്റത്തെ അംഗീകരിച്ചു.

പിൽക്കാലത്ത് ക്രിസ്ത്യാനികളും മുസ്ലിങ്ങളും കേരളത്തിൽ എങ്ങനെയാണ് യഥാർഥത്തിൽ രൂപംകൊണ്ടതെന്നു നമുക്ക് അറിയാം; അതനുസരിച്ചു നോക്കുമ്പോൾ, മേൽപ്പറഞ്ഞ പരിണാമഗതിയാണ് ഏറ്റവും സംഭവ്യവും യുക്തിസഹവുമായി തോന്നുന്നതെന്നുകൂടി ഈ സന്ദർഭത്തിൽ പറഞ്ഞുകൊള്ളട്ടെ.

എന്തെന്നാൽ, ക്രിസ്ത്യാനികളുടെ കാര്യത്തിൽ സംഭവിച്ചതിതായിരുന്നു: ഏറിയകൂറും സെന്റ്തോമസ് മുതൽക്കുതന്നെ ചെറു ക്രിസ്തീയസംഘങ്ങൾ കേരളത്തിൽ വന്നു, അവരുടെ സംസ്കാരം പ്രചരിപ്പിക്കുകയും ആദ്യം ഉയർന്ന ജാതിക്കാരിൽനിന്നു തുടങ്ങി, ഇന്നാട്ടിലെ ജനങ്ങളെ മതംമാറ്റുകയും ചെയ്തു. ഈ മതംമാറ്റത്തിനിടയിൽ, പുതുതായി മതംമാറ്റപ്പെട്ടവരുടെ സാമൂഹ്യജീവിതത്തിൽ അവർ വരുത്തിയ മാറ്റങ്ങളുടെ ഫലമായി, കേരളത്തിലെ സിറിയൻ ക്രിസ്ത്യാനി മറ്റു രാജ്യങ്ങളിലെ തന്റെ സഹോദരന്മാരിൽനിന്നും, കേരളത്തിലെ നമ്പൂതിരി ഇന്ത്യയുടെ മറ്റു ഭാഗങ്ങളിലെ ബ്രാഹ്മണരിൽനിന്നെന്നപോലെ അത്രതന്നെ വേർതിരിഞ്ഞു നിൽക്കുന്നു. കേരളത്തിലെ സിറിയൻ ക്രിസ്ത്യാനി പുറംരാജ്യത്തുള്ള ക്രിസ്ത്യാനികളിൽനിന്നുമുള്ള തന്റെ വ്യത്യാസങ്ങളിൽ വളരെ

അഭിമാനംകൊള്ളുന്നു. ഉദാഹരണത്തിന്, 16-ാം നൂറ്റാണ്ടിൽ അവരെ കീഴടക്കാൻ ശ്രമിച്ച പോർച്ചുഗീസുകാർക്ക്, അവരുടെ സുദൃഢമായ എതിർപ്പിനെ നേരിടേണ്ടിവന്നു. 'കൂനൻകുരിശു സത്യ'മെന്നറിയപ്പെടുന്ന സംഭവം ഇതിനെ അനുസ്മരിപ്പിക്കുന്നു (കൂനൻകുന്നിലെ കുരിശുപിടിച്ചു ചെയ്ത സത്യമാണിത്). ഇന്നത്തെ ക്രിസ്ത്യാനികളിൽ അതിനിസ്സാരമായൊരു ന്യൂനപക്ഷത്തിൽ കൂടുതലൊന്നും പുറമേനിന്നു വന്നവരുടെ പിൻതലമുറകളാണെന്ന് ആരും അഭിപ്രായപ്പെടുന്നില്ല.

മുസ്ലിങ്ങളുടെ കഥയും ഇതുതന്നെ; വളരെ തുച്ഛം ചില കുടുംബങ്ങൾ മാത്രമാണ് അറേബ്യയിൽനിന്നു വന്നിട്ടുള്ളത്.

ക്രിസ്ത്യൻ സമുദായവും ഇസ്ലാമും നമ്മുടെ രാജ്യത്തു വ്യാപിച്ചതിങ്ങനെയാണെങ്കിൽ, ബ്രാഹ്മണർമാത്രം ബ്രാഹ്മണ്യത്തിന്റെ പിന്മുറക്കാർ മറ്റാരുമാവാത്ത നിലയിൽ നിലനിന്നുവന്ന നിരവധി ബ്രാഹ്മണകുടുംബങ്ങളോടുകൂടി വന്നുവെന്നു വിചാരിക്കുന്നതെന്തിന്?

ഈഴവർ സിലോണിൽനിന്നു കുടിയേറിപ്പാർത്തവരാണെന്ന സിദ്ധാന്തവും ഇതുപോലെതന്നെ ചരിത്രത്തിനു വിരുദ്ധമാണ്. കാരണം, 30 ലക്ഷത്തോളം വരുന്ന ഒരു ജനവിഭാഗം (തിയ്യരുൾപ്പെടെയുള്ള ഈഴവർ ഹിന്ദുക്കളായ മലയാളിജനതയുടെ 25 ശതമാനത്തോളം വരും) കഴിഞ്ഞ 2000 കൊല്ലങ്ങൾക്കിടയിൽ, പുറമേനിന്നു വന്നുവെന്നു കരുതുന്നത്, വിശേഷിച്ചും അതിനു യാതൊരു ചരിത്രലക്ഷ്യവുമില്ലാതിരിക്കെ, ഏറ്റവും അസംഭവ്യമാണ് (ഈഴവർ സിലോണിൽനിന്നു ബുദ്ധമതം കൊണ്ടുവന്നതായി കരുതപ്പെടുന്നു. അതുകൊണ്ട് അവർ ക്രിസ്ത്വബ്ദം ആരംഭിക്കുന്നതിനുമുമ്പ് ഇവിടെ വന്നിരിക്കാനിടയില്ല). എന്നിട്ടും ചരിത്രകാരന്മാർ 'ഇളവൻ', 'തേങ്ങ' എന്നതുപോലുള്ള ചില വാക്കുകളുടെ ഏറ്റവും വളച്ചുകെട്ടിയ വ്യാഖ്യാനമല്ലാതെ മറ്റു യാതൊരു തെളിവും കൂടാതെ ഈ അനുമാനം സ്വീകരിക്കുന്നു.

ഇവിടെയും, സിലോണിൽനിന്നു ചിലർ വന്നുവെന്നും അവർ ബുദ്ധമതം പ്രചരിപ്പിക്കാൻ വളരെ ശ്രമം ചെയ്തുവെന്നുമുള്ളതിൽ തർക്കിക്കേണ്ട കാര്യമില്ല. തർക്കമുള്ളതും തർക്കിക്കേണ്ടതുമായ സംഗതി ഈഴവരിൽ ഭൂരിപക്ഷം, അഥവാ അവരെല്ലാം തന്നെ, സിലോണിൽനിന്നു വന്ന ബുദ്ധമതക്കാരുടെ പിൻഗാമികളാണോ എന്നതാണ്. ഇന്നത്തെ ഈഴവജനത രൂപംപ്രാപിച്ചുവന്നത് ഒരുപക്ഷേ ഇത്തരത്തിലായിരിക്കാം: വടക്കുനിന്നു ചെറുസംഘങ്ങളായിവന്ന ബ്രാഹ്മണർ, കേരളത്തിലെ ചില ജനവിഭാഗങ്ങളെ ബ്രാഹ്മണ്യത്തിന്റെ സ്വാധീനത്തിൽ കൊണ്ടുവന്നപ്പോൾ സിലോണിൽനിന്നുവന്ന മറ്റു സംഘങ്ങൾ മറ്റു ചില വിഭാഗങ്ങളെ ബുദ്ധമതത്തിലേക്കാകർഷിക്കാൻ ശമിച്ചു; ബ്രാഹ്മണ്യത്തിന്റെ സ്വാധീനത്തിൽ വന്നവർ നമ്പൂതിരിമാരും അന്തരാളജാതികളും നായന്മാരുമായി

ത്തീർന്നുവെങ്കിൽ, ബുദ്ധമതത്തിന്റെ സ്വാധീനത്തിൽ വന്നവർ ഈഴവ രായിത്തീർന്നു.

അതുകൊണ്ട്, നമ്പൂതിരിമാരുടെയും ഈഴവരുടെയും കുടിയേറിപ്പാർപ്പ് എന്നു പറയുന്നത്, ബ്രാഹ്മണരുടെയും ബുദ്ധമതക്കാരുടെയും ചെറുസംഘ ങ്ങൾ കൊണ്ടുവന്ന ബ്രാഹ്മണ, ബൗദ്ധ സംസ്കാരങ്ങളെയും അവയുടെ ഫലമായി കേരളത്തിന്റെ സാമൂഹ്യഘടനയിൽ വന്ന പരിവർത്തനങ്ങ ളെയും സൂചിപ്പിക്കുന്ന ഒരലങ്കാരപ്രയോഗത്തിലധികമൊന്നുമില്ലെന്ന് നമുക്കു തീരുമാനിക്കാം. എന്നാൽ ബ്രാഹ്മണ്യത്തിന്റെയും ബുദ്ധമതത്തി ന്റെയും പ്രചാരം കേരളത്തിൽ മാത്രമല്ല മറ്റു ദിക്കുകളിലുമുണ്ടായിട്ടുണ്ട്. എങ്കിലും ബ്രാഹ്മണ, ബൗദ്ധസംസ്കാരങ്ങൾ ഇന്ത്യയുടെ മറ്റു ഭാഗങ്ങ ളിലെ പൗരാണിക സാമൂഹ്യസംഘടനയെ തകർത്തുകളഞ്ഞപ്പോൾ, കേരളത്തിൽ മാത്രം, ഏറ്റവും ആദിമകാലത്തുള്ള സാമൂഹ്യസംഘടനാ രൂപത്തിന്റെ അവശിഷ്ടങ്ങൾ- യൂഥവിവാഹം, മരുമക്കത്തായം മുതലാ യവ- ബ്രാഹ്മണ്യത്തിന്റെയും ബുദ്ധമതത്തിന്റെയും കീഴിൽപ്പോലും ഏറെ ക്കുറെ അഭംഗുരമായി നിലനിന്നുപോന്നു. അതുകൊണ്ട്, കേരളത്തിന്റെ ഭൗതികപരിതഃസ്ഥിതികൾക്ക് നാം പഠിക്കേണ്ടതായ എന്തോ പ്രത്യേ കതയുണ്ടെന്നും അതു പഠിച്ചാലല്ലാതെ കേരളത്തിന്റെ ചരിത്രവും സാമൂ ഹ്യസംഘടനയും ശരിയായി മനസ്സിലാക്കാൻ നമുക്കു കഴിയില്ലെന്നും വളരെ സ്പഷ്ടമാണ്. ഈ ഭൗതികപരിതഃസ്ഥിതികൾ പഠിക്കാൻ മിന ക്കെടാഞ്ഞതുകൊണ്ടുതന്നെയാണ് ബൂർഷ്വാ ചരിത്രകാരന്മാർ മുകളിൽ വിവരിച്ചതുപോലുള്ള എളുപ്പമായ അഭ്യൂഹങ്ങളിലെത്തുകയും അവയെ ചരിത്രസത്യങ്ങളുടെ പദവിയിലേക്കുയർത്തുകയും ചെയ്യുന്നത്.

IV

ചരിത്രകാരന്മാരുടെ രണ്ടു ചേരികൾ- ആര്യൻമേധാവിത്വവാ ദക്കാരും ദ്രാവിഡമേധാവിത്വത്തെ പാടിപ്പുകഴ്ത്തുന്നവരും- തമ്മിലുള്ള സംഘട്ടനത്തെപ്പറ്റി ഈ അധ്യായത്തിൽത്തന്നെ നേരത്തേ പ്രസ്താവി ച്ചിട്ടുണ്ട്. ഭൂമിശാസ്ത്രപരമായി തെക്കേ ഇന്ത്യയുടെ, അതുകൊണ്ടുതന്നെ ദ്രാവിഡലോകത്തിന്റെ, ഒരു ഭാഗവും 2000 ത്തിലേറെക്കൊല്ലമായിട്ടു ബ്രാഹ്മണ്യം മേൽക്കോയ്മ സ്ഥാപിച്ചിട്ടുള്ള പ്രദേശവുമായ കേരളത്തിന്റെ ചരിത്രത്തെ ഇരുകൂട്ടരും സ്വാഭാവികമായി തങ്ങളുടെ സിദ്ധാന്തങ്ങളനു സരിച്ചു വ്യാഖ്യാനിച്ചിട്ടുണ്ട്.

ചരിത്രകാരന്മാരുടെ ഈ ഇരുപക്ഷവും തമ്മിലുള്ള സംഘട്ടനം രണ്ടുകൂട്ടരുടെയും പോരായ്മകളെയും തെറ്റുകളെയും തുറന്നുകാട്ടാൻ സഹാ യിച്ചിരിക്കെത്തന്നെ- ഓരോ പക്ഷവും മറുപക്ഷത്തിന്റെ മുരത്ത തെറ്റു കളെ ചൂണ്ടിക്കാട്ടുന്നു- കേരളചരിത്രം പഠിക്കുന്നതിന്റെ പ്രാരംഭമായി

കേരളത്തിന്റെ ഭൗതികപരിതഃസ്ഥിതികളുടെ പ്രത്യേക സ്വഭാവങ്ങളെ എടുത്തു പരിശോധിക്കുന്നില്ലെന്ന പൊതുതെറ്റ് ഇരുകൂട്ടർക്കുമുണ്ട്. അപ്രകാരം ഒരു പരിശോധന നടത്തിയിരുന്നുവെങ്കിൽ, കേരളത്തിലെ ബ്രാഹ്മണപരിഷ്കാരം വടക്കേ ഇന്ത്യയിലേതിൽനിന്നു വ്യത്യസ്തമാണെന്ന് ആര്യൻ മേധാവിത്വപക്ഷക്കാർ എളുപ്പത്തിൽ കാണുമായിരുന്നു; മറുവശത്ത്, കേരളത്തിലെ ദ്രാവിഡപരിഷ്കാരം ദക്ഷിണേന്ത്യയിലെ മറ്റു ഭാഗങ്ങളിലേതിൽനിന്നു വ്യത്യസ്തമാണെന്ന് ദ്രാവിഡമേധാവിത്വപക്ഷക്കാരും കാണുമായിരുന്നു.

കേരളത്തിന്റെ ഭൗതികപരിതഃസ്ഥിതി ഇന്ത്യയുടെ വടക്കും തെക്കുമുള്ള മറ്റു ഭാഗങ്ങളിലേതിൽനിന്ന് മൗലികമായ ഒരു സംഗതിയിൽ വ്യത്യസ്തമാണ്- ഇവിടെ കൃഷിക്ക് സാധാരണകാലങ്ങളിൽ തോടുകളും മറ്റു പൊതുസംവിധാനങ്ങളും വഴിക്കുള്ള കൃത്രിമ ജലസേചനം ആവശ്യമില്ല. ജൂൺ മാസം മുതൽ സെപ്റ്റംബർവരെ നീണ്ടുനിൽക്കുന്ന തെക്കുപടിഞ്ഞാറൻ കാലവർഷവും ഒക്ടോബർ- നവംബർ മാസങ്ങളിലെ വടക്കുകിഴക്കൻ കാലവർഷവും കൂടി പ്രതിവർഷം 100 ഇഞ്ചോളം മഴ ഇവിടെ ലഭിക്കുന്നുണ്ട്; രണ്ടു പ്രധാന വിളവെടുപ്പുകളും (വടക്കേ ഇന്ത്യയിലെ ഖാരീഫ്, റാബി എന്നീ വിളവെടുപ്പുകളോട് ഏകദേശസാമ്യമുള്ളവ) ഈ രണ്ടു കാലവർഷങ്ങളുടെയും അടിസ്ഥാനത്തിലാണ് നടക്കുന്നത്.

കേരളത്തിന്റെ ഭൗതികപരിതഃസ്ഥിതിയുടെ ഈ പ്രത്യേകസ്വഭാവത്തിൽനിന്നായിരിക്കണം കേരളചരിത്രത്തെസംബന്ധിച്ചുള്ള ഏതൊരു ശാസ്ത്രീയപഠനത്തിന്റെയും പ്രാരംഭം. കാരണം, അത് കേരളത്തിലെ പ്രാചീനരും മധ്യകാലികരുമായ നിവാസികളുടെ ജീവിതത്തെ ഇന്ത്യയുടെ വടക്കും തെക്കുമുള്ള മറ്റു ഭാഗങ്ങളിലെ തങ്ങളുടെ സഹോദരരുടേതിൽനിന്നു വ്യത്യസ്തമായ രീതിയിൽ ചിട്ടപ്പെടുത്തുന്നതിനു നിർബന്ധിച്ചു. എങ്ങനെയെന്നാൽ, ഇന്ത്യയിലെയും ഏഷ്യയിലെയും സമൂഹത്തിന്റെ മുരടിലോളമെത്തുന്ന തന്റെ വിശകലനത്തിൽ മാർക്സ് പ്രസ്താവിച്ചിട്ടുള്ളതുപോലെ "തോടുകളും പൊതുസംവിധാനങ്ങളും വഴിക്കുള്ള കൃത്രിമ ജലസേചനമാണ് പൗരസ്ത്യരാജ്യങ്ങളിലെ കൃഷിയുടെ അടിസ്ഥാനം." കഴിഞ്ഞില്ല, അതാണ് ഏഷ്യയിലെ ഗ്രാമവ്യവസ്ഥയുടെ തന്നെ ഭൗതികാടിസ്ഥാനം; അടിമത്തം, നാടുവാഴിപ്രഭുത്വം, മുതലാളിത്തം എന്നീ വ്യവസ്ഥകളോടൊപ്പമുള്ള ഒരു സ്ഥാനം 'ഏഷ്യാറ്റിക് സമൂഹം' എന്നറിയപ്പെടുന്ന സാമൂഹ്യരൂപത്തിനും മാർക്സ് കൊടുക്കത്തക്കവണ്ണം അത്ര പ്രാധാന്യമുള്ള ഒരു വ്യവസ്ഥിതിയാണിത്. എങ്ങനെയെന്നാൽ മാർക്സ് പറയുന്നു:

> ജലത്തിന്റെ മിതവും പൊതുവുമായ ഉപയോഗമെന്ന പരമപ്രധാനമായ ആവശ്യം ഫ്ലാൻഡേഴ്സിലെയും ഇറ്റലിയിലെയും പോലെ

പാശ്ചാത്യദേശങ്ങളിൽ സ്വകാര്യസംരംഭങ്ങളെ സന്നദ്ധസംഘങ്ങളാകുവാൻ നിർബന്ധിതമാക്കി. എന്നാൽ നാഗരികത തുലോം കുറഞ്ഞതും ഭൂവിസ്തൃതി അമ്പേ കൂടിയതുമായ പൗരസ്ത്യദേശങ്ങളിൽ സന്നദ്ധസംഘങ്ങൾ പ്രവർത്തിപ്പിക്കുക അസാധ്യമായിരുന്നു. അത് ഗവൺമെന്റിന്റെ കേന്ദ്രീകരണാധികാരത്തിന്റെ ഇടപെടൽ ആവശ്യമാക്കിത്തീർത്തു. അതിനാൽ പൊതുമരാമത്തു പണികൾ നടത്തുക എന്ന ഒരു സാമ്പത്തികച്ചുമതല ഏഷ്യയിലെ എല്ലാ ഗവൺമെന്റുകൾക്കും വന്നുചേർന്നു. കേന്ദ്ര ഗവൺമെന്റിനെ ആശ്രയിച്ചുകൊണ്ടുള്ള, മണ്ണിന്റെ കൃത്രിമമായ ഈ ഫലഭൂയിഷ്ഠവൽക്കരണവും അതിന്, നിലം നനയ്ക്കുന്നതിലും വറ്റിക്കുന്നതിലും ഉണ്ടാകുന്ന അനാസ്ഥമൂലം ഉടനടി സംഭവിക്കുന്ന ശോഷണവുമാണ്, ഒരുകാലത്ത് അതിവിദഗ്ധമായി കൃഷിചെയ്തിരുന്ന പാമിറ, പെട്ര, യെമനിലെ നാശാവശിഷ്ടങ്ങൾ, ഈജിപ്തിലെയും പേർഷ്യയിലെയും ഹിന്ദുസ്ഥാനിലെയും വലിയ പ്രവിശ്യകൾ എന്നിവ പോലുള്ള പ്രദേശങ്ങൾ മുഴുവനും തരിശും മരുഭൂമിയുമായി ഇന്നു നാം കാണുന്നതിനുള്ള- അന്യഥാ വിചിത്രമായ ഒരു വസ്തുതയാണിത്- കാരണം.

...എന്നാൽ ഏഷ്യാറ്റിക് സാമ്രാജ്യങ്ങളിൽ കൃഷി ഒരു ഗവൺമെന്റിന്റെ കീഴിൽ തകരുകയും മറ്റൊരു ഗവൺമെന്റിന്റെ കീഴിൽ വീണ്ടും പുനരുജ്ജീവിക്കുകയും ചെയ്യുന്ന കാഴ്ച നമുക്കു സുപരിചിതമാണ്. യൂറോപ്പിൽ വിളവുകൾ നല്ലതോ മോശമോ ആയ കാലാവസ്ഥകൾക്കനുസൃതമായിട്ടാണെങ്കിൽ ഏഷ്യാറ്റിക് സാമ്രാജ്യങ്ങളിൽ അവ നല്ലതോ മോശമോ ആയ ഗവൺമെന്റുകൾക്ക് അനുസൃതമായിട്ടാണ്.

...എല്ലാ പൗരസ്ത്യ ജനതകളെയും പോലെ ഇന്ത്യക്കാരും ഒരു വശത്ത്, കൃഷിയുടെയും വാണിജ്യത്തിന്റെയും പരമപ്രധാനോപാധിയായ പൊതുമരാമത്തു പണികൾ കേന്ദ്രഗവൺമെന്റിന് ഏൽപ്പിച്ചുകൊടുത്തുകൊണ്ടും മറുവശത്ത്, രാജ്യത്താകമാനം ചിന്നിച്ചിതറിയും കൃഷിയുടെയും നിർമാണങ്ങളുടെയും തുറയിലുള്ള കുടുംബസംയോഗങ്ങളിലൂടെ ചെറുകേന്ദ്രങ്ങളിലായി കൂട്ടംകൂടിയും കഴിഞ്ഞുപോരുന്ന ഈ രണ്ടു സാഹചര്യങ്ങളാണ് അനാദികാലം മുതലേ നിശ്ചിത സവിശേഷതകളോടുകൂടിയ ഒരു സാമൂഹിക വ്യവസ്ഥയെ- ഗ്രാമവ്യവസ്ഥ എന്നു പറയപ്പെടുന്നതിനെ- രൂപപ്പെടുത്തിയത് (മാർക്സ്, *കൊളോണിയലിസത്തെക്കുറിച്ച്,* പേജ് 37-39).

ഇന്ത്യയുടെ വടക്കും തെക്കുമുണ്ടായിരുന്ന പ്രാചീന ഗോത്രസമൂഹം 'ഏഷ്യാറ്റിക് സമൂഹ'ത്തിന്റെ ഈ രീതിയിലേക്കു വളർന്നത് ഇന്ന രീതിയിലാണെന്നു തിട്ടപ്പെടുത്താൻ ഇനിയും പഠനം ആവശ്യമാണ്. എങ്കിലും വേദങ്ങളും ഉപനിഷത്തുക്കളും *മഹാഭാരതവും രാമായണവും* മറ്റും ഈ 'ഏഷ്യാറ്റിക് സമൂഹ'ത്തിന്റെ പരിണാമത്തിലെ വിവിധ ഘട്ടങ്ങളിലെ സാഹിത്യാവിഷ്കാരങ്ങളാണെന്നതിനു സംശയമില്ല. ബ്രാഹ്മണപരിഷ്കാരമെന്നു പ്രസിദ്ധമായിട്ടുള്ളത്, ഈ ഏഷ്യൻ ഉൽപ്പാദനരീതിയുടെ അടിസ്ഥാനത്തിൽ പടുത്തുയർത്തപ്പെട്ട ഉപരിഘടനയല്ലാതെ മറ്റൊന്നുമല്ല.

അതുപോലെതന്നെ ദ്രാവിഡസംസ്കാരമെന്നു പറയുന്നത്, വടക്കേ ഇന്ത്യയിൽ കാണുന്നതിൽനിന്നു സ്വതന്ത്രമായ രീതിയിൽ, ഗോത്രാടിസ്ഥാനത്തിൽനിന്ന് ഏഷ്യൻ സമൂഹത്തിലേക്കു വളർന്നുവന്നിരുന്ന തെക്കേ ഇന്ത്യയിലെ ജനങ്ങളുടെ ജീവിതരീതിയും ചിന്താരീതിയുമാണ്. ഗംഗയിൽനിന്നും യമുനയിൽനിന്നും ലഭിച്ച വെള്ളത്തിന്റെ അടിസ്ഥാനത്തിലുണ്ടായ കൃഷിയുടെ വളർച്ച ബ്രാഹ്മണപരിഷ്കാരം സൃഷ്ടിച്ചുവെങ്കിൽ, കാവേരിയിൽനിന്നും ഗോദാവരിയിൽനിന്നും ലഭിച്ച വെള്ളത്തിന്റെ അടിസ്ഥാനത്തിലുള്ള അതേ വളർച്ച ദ്രാവിഡപരിഷ്കാരത്തെയും സൃഷ്ടിച്ചു.

കേരളസമൂഹത്തിന്റെ വളർച്ച ഈ രീതിയിലാവാൻ സാധ്യമല്ലെന്നു തീർച്ചയാണ്. കാരണം, ബ്രാഹ്മണപരിഷ്കാരത്തിന്റെയോ ദ്രാവിഡപരിഷ്കാരത്തിന്റെയോ മൗലികാടിസ്ഥാനം ഇവിടെ നിലവിലില്ല. കേന്ദ്രീകൃത (സാമ്രാജ്യ) ഗവൺമെന്റിന് ഇവിടെ വളരാൻ സാധ്യമല്ല. കാരണം, ഉൽപ്പാദനത്തിൽ അതിന് ഒരു പങ്കും വഹിക്കാനില്ല. വാസ്തവത്തിൽ, കേരളത്തെ അങ്ങനെ കേന്ദ്ര(സാമ്രാജ്യ)ഭരണത്തിൻ കീഴിലാക്കാനുള്ള രണ്ടു പരിശ്രമങ്ങൾ പരാജയപ്പെടുകയാണുണ്ടായത്.

ചേരസാമ്രാജ്യം കുറെക്കാലം ദക്ഷിണേന്ത്യയിലെ ഇതരഭാഗങ്ങളോടൊപ്പം കേരളവും ഭരിച്ചിരുന്നു; കേരളവും പുറംരാജ്യങ്ങളുമായി വിപുലമായ വാണിജ്യബന്ധം വളർന്നത് ഒരുപക്ഷേ ചേരന്മാരുടെ കീഴിലായിരിക്കണം; കേരളമെന്ന പേരുതന്നെ 'ചേര'മെന്നതിൽനിന്നു വന്നതായിരിക്കാം. എന്നിരുന്നാലും ചേരന്മാരുടെ സാമ്രാജ്യഭരണം കേരളത്തിന്റെ സാമൂഹ്യഘടനയിന്മേൽ ശാശ്വതമായ യാതൊരു മുദ്രയും പതിച്ചിട്ടില്ലെന്നത് വാസ്തവമാണ്. ഉദാഹരണത്തിന്, അത് കുടുംബഘടനയെ മരുമക്കത്തായത്തിൽനിന്നു മക്കത്തായത്തിലേക്കു മാറ്റിയിട്ടില്ല. സംഘകാലത്തിന്റെ സാംസ്കാരികപാരമ്പര്യത്തെ തമിഴ്നാട്ടിലെ ജനങ്ങളുടെ മഹത്തായ സംസ്കാരത്തിന്റെ പ്രാരംഭമാക്കാൻ പാണ്ഡ്യരാജാക്കന്മാർക്കു കഴിഞ്ഞതുപോലെ, കേരളത്തിലെ ജനങ്ങ

ളുടെ സാംസ്കാരികസംവിധാനത്തിന്റെ ഒരു ഭാഗമാക്കിത്തീർക്കാൻ ചേരരാജാക്കന്മാർക്കു കഴിഞ്ഞില്ല. കേരളം തലസ്ഥാനമാക്കിയിരുന്ന ചേരരാജാക്കന്മാരിൽ ചിലരുടെപോലും കൃതികൾ (പദ്യത്തിൽ)- മറ്റു കവികളുടെ കൃതികൾ പോകട്ടെ- ഇന്ന് മലയാളസാഹിത്യത്തിന്റെയല്ല, തമിഴ്സാഹിത്യത്തിന്റെ ഭാഗമായാണിരിക്കുന്നത്.

കേരളത്തിന്റെ ഭൗതികപരിതഃസ്ഥിതികളിന്മേൽ ആ സാമ്രാജ്യം ഒരു കൃത്രിമമായ ഉപരിഘടനയായിരുന്നുവെന്ന അടിസ്ഥാനത്തിലല്ലാതെ, കേരളചരിത്രത്തിന്റെ വളർച്ചയുടെ ഗതി നിയന്ത്രിക്കുന്നതിലുള്ള ചേരസാമ്രാജ്യത്തിന്റെ ഈ പരാജയത്തിനുകാരണം കാണാൻ സാധ്യമല്ല. കാവേരിയിൽനിന്നും മറ്റുമുള്ള കൃത്രിമ ജലസേചനത്തെ അടിസ്ഥാനപ്പെടുത്തിയ ഉയർന്ന ഉൽപ്പാദനരീതിയായിരുന്നു ചെന്തമിഴിന്റെയും സംഘസാഹിത്യാഭിവൃദ്ധിയുടെയും വളർച്ചയെ സഹായിച്ചത്. ഈ ഉൽപ്പാദനരീതിയുടെ കീഴിലുണ്ടായ സമ്പത്തിന്റെ വർധനവായിരുന്നു മരുമക്കത്തായാടിസ്ഥാനത്തിലുള്ള കുടുംബജീവിതത്തിന് തമിഴ്നാട്ടിൽ ഏറ്റവും വലിയ പ്രഹരം ഏൽപ്പിച്ചത്; അത്തരമൊരുൽപ്പാദനരീതി സംഘടിപ്പിക്കേണ്ടതിന്റെ ആവശ്യകതയായിരുന്നു തമിഴരെ ചേര, ചോള, പാണ്ഡ്യ സാമ്രാജ്യങ്ങൾ വളർത്തുവാൻ നിർബന്ധിച്ചത്. തമിഴ്നാട്ടിലുണ്ടായിരുന്ന ആ ഭൗതികാടിസ്ഥാനം കേരളത്തിലുണ്ടായിരുന്നില്ല. അതുകൊണ്ട് ചേരസാമ്രാജ്യത്തിന് കേരളത്തിൽ ദീർഘകാലം നിലനിൽക്കാൻ കഴിയുമായിരുന്നില്ല; നിലനിന്നതുമില്ല.

കേന്ദ്രീകൃതമായ ഒരു സാമ്രാജ്യഭരണം സൃഷ്ടിക്കാനുള്ള രണ്ടാമത്തെ പരിശ്രമമായിരുന്നു പെരുമാക്കന്മാരുടെ സാമ്രാജ്യം. അവരിലൊടുവിലത്തെയാൾ ഒരുപക്ഷേ എ ഡി എട്ടാം നൂറ്റാണ്ടിലായിരിക്കാം ഭരിച്ചിരുന്നത്. ഈ സാമ്രാജ്യം ഛിന്നഭിന്നമായതും അനേകം ചെറു സംസ്ഥാനങ്ങളായി (രണ്ടു ഡസനോളം) വിഭജിക്കപ്പെട്ടതും ഇന്നത്തെ ഐക്യകേരളവാദികളിലെ ബൂർഷ്വാവിഭാഗം വളരെ ഖേദത്തോടെയാണനുസ്മരിക്കുന്നത്. പെരുമാൾ സാമ്രാജ്യം ഛിന്നഭിന്നമാവുന്നതുവരെ, കേരളം ഒരു ഏകീകൃതജനതയായി ഒന്നിച്ചു നിന്നിരുന്നുവെന്നും, ആ സാമ്രാജ്യം ഛിന്നഭിന്നമായത് ചരിത്രത്തിന്റെ നിർഭാഗ്യകരമായ ഒരു യാദൃച്ഛികസംഭവമായിരുന്നുവെന്നും അവർ അവകാശപ്പെടുന്നു. എന്നിരുന്നാലും, ഈ അനുമാനത്തിന് ശാസ്ത്രീയമായ വിമർശനത്തെ അതിജീവിക്കാൻ സാധ്യമല്ല. കാരണം, പെരുമാക്കന്മാരുടെ സാമ്രാജ്യം ഇന്നത്തെ കേരളത്തിന്റത്ര വിസ്തൃതമായിരുന്നില്ലെന്നും നേരേമറിച്ച് ഏറിയാൽ വടക്ക് കോഴിക്കോടു മുതൽ തെക്ക് കൊല്ലംവരെ മാത്രമേ വ്യാപിച്ചിരുന്നുള്ളുവെന്നും ലോഗൻ, പദ്മനാഭമേനോൻ എന്നിവരെപ്പോലെ പ്രശസ്തരായ ചരിത്രകാരന്മാർ തെളിയിച്ചിട്ടുണ്ട്. കൂടാതെ, സാമ്രാജ്യം തന്നെ,

അനേകം ചെറുസംസ്ഥാനങ്ങളുടെ- ഓരോന്നിന്റെയും ഭരണാധികാരികൾ പെരുമാളുടെ ഔപചാരികമായ മേൽക്കോയ്മ സ്വീകരിച്ചിരുന്നുവെന്നുമാത്രം- വളരെ അയഞ്ഞ ഒരു ഫെഡറേഷനിൽ കൂട്ടുതലായൊന്നുമായിരുന്നില്ല. കേരളത്തിന്റെ പ്രത്യേകപരിതഃസ്ഥിതികളിൽ അത്തരമൊരു സാമ്രാജ്യത്തിനു വളരാനുള്ള സാമൂഹ്യ സാമ്പത്തികാടിസ്ഥാനം ഉണ്ടായിരുന്നില്ലെന്നതുകൊണ്ടുതന്നെയാണ് ആ സാമ്രാജ്യത്തിന് കേരളത്തിലെ രാഷ്ട്രീയരംഗത്തുനിന്ന് അമ്പേ മാഞ്ഞുപോകാതെ ഗത്യന്തരമില്ലാതായി ത്തീർന്നത്.

എന്നിരുന്നാലും ചേരസാമ്രാജ്യവും പെരുമാൾ സാമ്രാജ്യവും കേരളത്തിലെ പ്രാചീനഗോത്രസമൂഹത്തെ മധ്യകാലസമൂഹത്തിലേക്കു പരിവർത്തനം ചെയ്യിക്കുന്നതിൽ പ്രാകാരാന്തരേണ അവയുടെ പങ്കുവഹിച്ചുവെന്നതു വാസ്തവമാണ്. എന്തുകൊണ്ടെന്നാൽ, ഈ സാമ്രാജ്യങ്ങൾ രൂപീകരിക്കാനുണ്ടായ പരിശ്രമത്തിൽ, ഒരുവശത്ത് ഈ സാമ്രാജ്യഭരണകൂടങ്ങളുടെ പ്രതിനിധികളും അനുകൂലികളും, മറുവശത്ത് പണ്ടത്തെ ഗോത്രസമൂഹത്തിന്റെ നായകന്മാരും തമ്മിൽ വൈരുധ്യങ്ങളും സംഘട്ടനങ്ങളുമുണ്ടായി. മാത്രമല്ല, കേന്ദ്രീകൃതമായ (സാമ്രാജ്യപരമായ) ഭരണത്തിന്റെ നിലനിൽപ്പുതന്നെ, ജനങ്ങളുമായുള്ള അവയുടെ ബന്ധം എത്രതന്നെ ദുർബലമായിരുന്നാലും, അവയുടെ ആയുഷ്കാലം എത്രതന്നെ ഹ്രസ്വമായിരുന്നാലും, കേരളത്തിലെ ജനങ്ങളും പുറംരാജ്യങ്ങളിലെ ജനങ്ങളും തമ്മിൽ സമ്പർക്കം (വാണിജ്യപരമായും മറ്റുവിധത്തിലും) വളരുന്നതിനു സഹായകമാവാതെ നിവൃത്തിയുണ്ടായിരുന്നില്ല; ഇത് കാലക്രമത്തിൽ ഉൽപ്പാദനരീതിയെത്തന്നെ മാറ്റാനും തൽഫലമായി കേരളത്തിലെ ജനങ്ങളുടെ സാമൂഹ്യവും രാഷ്ട്രീയവും സാംസ്കാരികവുമായ ജീവിതത്തിൽ വലിയ മാറ്റങ്ങളുണ്ടാവാനും ഇടയാക്കുകയും ചെയ്തു.

എന്നിരുന്നാലും ഈ മാറ്റങ്ങളെപ്പറ്റി പഠിക്കുമ്പോൾ, ഭൗതികപരിതഃസ്ഥിതികൾ വ്യത്യസ്തമാകകൊണ്ട്, കേരളത്തിലെ ഉൽപ്പാദനത്തിന്റെയും വിതരണത്തിന്റെയും വിനിമയത്തിന്റെയും വളർച്ച, ഇന്ത്യയുടെ മറ്റു ഭാഗങ്ങളിൽ കാണുന്ന അതേ തലത്തിലുള്ള ഏഷ്യാറ്റിക് സമൂഹത്തെയല്ല കേരളത്തിൽ രൂപപ്പെടുത്തിയതെന്നത് പ്രത്യേകം ശ്രദ്ധിക്കണം. മധ്യകാലകേരളം യഥാർഥത്തിൽ, മാർക്സ് വിവരിച്ചിട്ടുള്ള ഏഷ്യാറ്റിക് സമൂഹത്തിന്റെയും മധ്യയുഗത്തിൽ യൂറോപ്പിലുണ്ടായിരുന്ന ഫ്യൂഡൽ സമൂഹത്തിന്റെയും ഭാഗികസ്വഭാവമുള്ള ഒരുതരം സമൂഹത്തെയാണു വളർത്തിയതെന്ന് അടുത്ത അധ്യായത്തിൽ നമുക്കു കാണാം. അതിലേക്കു കടക്കുന്നതിനുമുമ്പായി, പണ്ടത്തെ ഗോത്രസമൂഹം നശിപ്പിച്ച് പുതിയ ഒരു സമൂഹം നിർമിക്കുന്നതിൽ ചേരസാമ്രാജ്യവും പെരുമാൾസാമ്രാജ്യവും ബ്രാഹ്മണ, ബൗദ്ധപരിഷ്കാരങ്ങളും എവിടെയാണ് വിജയിച്ചതെന്നും

എവിടെയാണ് പരാജയപ്പെട്ടതെന്നും കൃത്യമായി മനസ്സിലാക്കത്തക്കവണ്ണം, പണ്ടത്തെ (ചേരസാമ്രാജ്യത്തിനുമുമ്പുള്ള) കേരളത്തെ കണ്ടെത്താൻ കഴിയുന്നത്ര പൂർണമായ വിവരങ്ങളറിയാൻ നാം പരിശ്രമിക്കണം. ഇതുകൊണ്ടു മാത്രമേ, ഒരു പുതിയ ജനാധിപത്യകേരളം കെട്ടിപ്പടുക്കാൻ സാധിക്കണമെങ്കിൽ, പണ്ടത്തെ സമൂഹത്തിന്റെ ഏതെല്ലാം അംശങ്ങളെയാണിനിയും നശിപ്പിക്കേണ്ടതെന്നു കണ്ടെത്താൻ നമുക്കു കഴിയൂ.

V

കേരളത്തിലെ ദേശീയാഘോഷമായ ഓണത്തെക്കുറിച്ചുള്ള ഐതിഹ്യം, ചരിത്രാതീതകാലത്തെ കേരളത്തിലെ സാമൂഹ്യജീവിതത്തിന്റെ സ്വഭാവത്തിലേക്കു വെളിച്ചം വീശുന്നുണ്ട്. അതിപ്രകാരമാണ്:

> പണ്ടൊരുകാലത്ത് ഭൂമിമുഴുവൻ മഹാബലി ചക്രവർത്തിയാണ് ഭരിച്ചിരുന്നത്. അദ്ദേഹം തന്റെ പ്രജകളുടെ ക്ഷേമത്തിൽ അത്യന്തം ശ്രദ്ധിച്ച് സൽഭരണം നടത്തിയ ഒരു നല്ല ചക്രവർത്തിയായിരുന്നു. രാജ്യത്ത് സമാധാനവും ഐശ്വര്യവും നടമാടി. ജനങ്ങൾ തമ്മിൽ കലഹങ്ങളോ മനുഷ്യർ തമ്മിൽ അസമത്വമോ ഉണ്ടായിരുന്നില്ല. എല്ലാവർക്കും, പുരുഷനായാലും സ്ത്രീയായാലും, ഭക്ഷണവും വസ്ത്രങ്ങളും വീടുകളും ജീവിതത്തിലെ മറ്റെല്ലാ നല്ല വസ്തുക്കളും ഇഷ്ടംപോലെ ഉണ്ടായിരുന്നു.
>
> അപ്രകാരമുള്ള ഒരു നല്ല നാട്ടിലേക്കും അതിന്റെ നല്ല ചക്രവർത്തിയുടെ അടുത്തേക്കുമാണ് മഹാവിഷ്ണു വാമനവേഷംധരിച്ച് വന്നത്. സാധാരണ ഏതൊരതിഥിയോടും ചോദിക്കുന്നമട്ടിൽ ചക്രവർത്തി വാമനനോട് എന്താണു വേണ്ടതെന്നു ചോദിച്ചു. വാമനൻ മൂന്നടി മണ്ണ് ആവശ്യപ്പെട്ടു. അതുടൻ തന്നെ നൽകപ്പെട്ടു. എന്നാൽ, രണ്ടടികൊണ്ടുതന്നെ ഭൂമിമുഴുവനും അളക്കത്തക്കവിധത്തിൽ വാമനൻ ഒരു ഭീമാകാരനായി മാറി. മൂന്നാമത്തെ അടി വയ്ക്കുവാൻ സ്ഥലമില്ലാത്തതുകൊണ്ട് അത് ചക്രവർത്തിയുടെ തലയിൽ വയ്ക്കുകയും അദ്ദേഹത്തെ പാതാളലോകത്തിലേക്കു ചവിട്ടിത്താഴ്ത്തുകയും ചെയ്തു.
>
> വാമനൻ ഒരു സാധാരണ മനുഷ്യനല്ലെന്നും മഹാവിഷ്ണുതന്നെയാണെന്നും വ്യക്തമായപ്പോൾ ചക്രവർത്തി താണുവണങ്ങി ഒരു വരം ചോദിച്ചു. കൊല്ലത്തിലൊരിക്കൽ ഭൂമിയിൽ വന്ന് തന്റെ പ്രജകളെല്ലാം സൗഖ്യത്തിലും സമ്പൽസമൃദ്ധിയിലും കഴിയുന്നുവെന്നു കണ്ടു തൃപ്തിയടയാനനുവദിക്കണമെന്നതായിരുന്നു അദ്ദേഹം ചോദിച്ച വരം. മഹാവിഷ്ണു അതിനനുവദിച്ചു. ചിങ്ങമാസത്തിൽ തിരുവോ

ണത്തിൻനാൾ (ആഗസ്റ്റ് 15 നം സെപ്റ്റംബർ 15 നമിടയിൽ വരുന്ന ഒരു ദിവസം) ചക്രവർത്തി വന്നുകൊള്ളാമെന്ന നിശ്ചയിച്ചു.

ചിങ്ങമാസത്തിലെ തിരുവോണത്തിന പത്തുദിവസം മുമ്പുമുതൽ തങ്ങളുടെ പ്രിയപ്പെട്ട ചക്രവർത്തിയെ സ്വീകരിക്കാനുള്ള ഒരുക്കങ്ങൾ തുടങ്ങണമെന്ന് ഭൂമിയിലെ ജനങ്ങൾ നിശ്ചയിച്ചു. ചക്രവർത്തി എഴുന്നള്ളുന്ന ദിവസവും അതിനുശേഷം മൂന്ന ദിവസവും അവർ ചക്രവർത്തിയുടെ ഭരണകാലത്ത് ജീവിച്ചതുപോലെ ജീവിക്കണം. ഏറ്റവും നല്ല ഭക്ഷണം കഴിക്കുക, ഏറ്റവും നല്ല വസ്ത്രങ്ങളണിയുക, ഏറ്റവും ആഹ്ലാദകരമായ നൃത്തങ്ങളും ഗാനങ്ങളും കളികളുമായി ഉല്ലസിക്കുക. അന്യദേശങ്ങളിൽ പോയിട്ടുള്ള ഓരോ കുടുംബാംഗവും അന്ന വീട്ടിൽ വരും. അന്നാരും പണിയെടുക്കില്ല, ഭൃത്യർക്കുപോലും വീട്ടിൽപോയി ആനന്ദിക്കാം.

ഇതെല്ലാം തീർച്ചയായും കൊല്ലംതോറുമുള്ള കൊയ്ത്തുകാലാഘോഷത്തെ കവിതയിലാക്കിപ്പറയുന്നതല്ലാതെ മറ്റൊന്നുമല്ല. കൃത്യമായും വിളവെടുപ്പെല്ലാം കഴിയുമ്പോഴാണ്, ഐശ്വര്യത്തിന്റെയെല്ലാം ഉത്ഭവസ്ഥാനവും ഉറവിടവുമായ പഴയചക്രവർത്തി ആണ്ടിലൊരിക്കലുള്ള തന്റെ മടങ്ങിയെഴുന്നള്ളത്തു നടത്തുന്നത്. എന്നിരുന്നാലും കൊയ്ത്തുകാലം കഴിഞ്ഞിട്ട് അൽപ്പദിവസങ്ങൾ നീണ്ടുനിൽക്കുന്ന ഈ ഐശ്വര്യം, മലയാളിയെ, കൊല്ലം മുഴുവനും പൂർണമായ ഐശ്വര്യമുണ്ടായിരുന്ന ആ കാലത്തെപ്പറ്റി- സർവേശ്വരന്റെ ഹിതമനുസരിച്ച് അതു പൊയ്പ്പോയി!- ഓർമിപ്പിക്കുന്നു എന്നത് അർഥവത്താണ്.

മഹാബലി എന്ന പേരിൽ ഒരു ചരിത്രപുരുഷനുണ്ടായിരുന്നോ എന്നറിയാൻ പ്രയാസമാണ്. ഒരുപക്ഷേ ഉണ്ടായിരുന്നിരിക്കാം; എന്തുകൊണ്ടെന്നാൽ അദ്ദേഹത്തിന്റെ പേരുമായി ബന്ധപ്പെട്ട ചില സ്ഥലങ്ങൾ ഇപ്പോഴുമുണ്ട്. എന്നാൽ ഇത് വാമനാവതാരത്തെ സംബന്ധിച്ച മഹാഭാരതകഥയും (വാമനൻ മഹാവിഷ്ണുവിന്റെ അഞ്ചാമത്തെ അവതാരമാണ്) ചേരന്മാർ ആധിപത്യം സ്ഥാപിച്ച കാലത്ത് ഭരിച്ചുകൊണ്ടിരുന്ന ഏതോ ഗോത്രനാഥന്റെ യഥാർഥകഥയും കൂട്ടിച്ചേർത്ത ഒരു കവികൽപ്പനയാവാനാണ് അതിലുമധികമിടയുള്ളത്. ഐതിഹ്യം മഹാബലിചക്രവർത്തിയെപ്പറ്റി പറയുന്നുണ്ടെങ്കിലും, ഈ ആഘോഷം യഥാർഥത്തിൽ, ചേരചക്രവർത്തിയുടെ ആസ്ഥാനമായിരുന്ന മുസൂരി, അഥവാ ഇന്നത്തെ കൊടുങ്ങല്ലൂരിൽനിന്ന കുറച്ചുമൈൽ ദൂരത്തുള്ള തൃക്കാക്കരക്ഷേത്രത്തിലെ ദേവനുമായി ബന്ധപ്പെട്ടാണിരിക്കുന്നതെന്ന് ഈ പ്രകൃതത്തിൽ ശ്രദ്ധിക്കേണ്ടതുണ്ട്.

എന്നാൽ അങ്ങനെ ഒരു ചരിത്രപുരുഷൻ യഥാർഥത്തിൽ ജീവി

ച്ചിരുന്നുവെന്നു സങ്കൽപ്പിച്ചാൽപോലും, അദ്ദേഹത്തിന്റെ സ്ഥാനഭ്രംശം ജനങ്ങളുടെ മുഴുവൻ ജീവിതത്തിലുണ്ടായ വമ്പിച്ചമാറ്റത്തെ- ഗോത്രനായകൻ ഗോത്രത്തിന്റെ ഒരർധഭരണാധികാരിയായി വളർന്നുകഴിഞ്ഞിട്ടുള്ളതും എന്നാൽ വർഗങ്ങൾ ഗണനീയമായ തോതിൽ വളർന്നുകഴിഞ്ഞിട്ടില്ലാത്തതുമായ പ്രാകൃതസമൂഹത്തിൽനിന്ന് വർഗവ്യത്യാസത്തിന്റെ കാഠിന്യങ്ങളും കഷ്ടതകളും പ്രത്യക്ഷമായിക്കഴിഞ്ഞ ഒരു സമൂഹത്തിലേക്കുള്ള മാറ്റത്തെ- അനുസ്മരിപ്പിക്കാനുപയോഗപ്പെട്ടുത്തിയിരുന്നില്ലെങ്കിൽ അത് ഇത്തരത്തിലുള്ള ഒരു ദേശീയാഘോഷത്തിന്റെ സ്വഭാവം കൈക്കൊള്ളുമായിരുന്നില്ല. ഈ മാറ്റത്തിന്റെ കാലവും രീതിയും, ഇതുവരെ അറിയപ്പെട്ടിട്ടുള്ള ചരിത്രവസ്തുതകളുടെ അടിസ്ഥാനത്തിൽ നിർണയിക്കാൻ സാധ്യമല്ല. എന്നാൽ മോർഗൻ വളരെ ബുദ്ധിമുട്ടി പരിശോധിച്ചതും മാർക്സും എംഗൽസും ശരിയായ നിലയിൽ വിശദീകരിച്ചതുമായ ഗോത്രസമൂഹം ചരിത്രാതീതകാലത്ത് കേരളത്തിൽ യഥാർഥത്തിൽ നിലനിന്നിരുന്നു എന്നു തെളിയിക്കുന്ന വസ്തുതകളുണ്ട്.

ചിറയ്ക്കൽ താലൂക്കിൽ മന്നനാർകുടുംബവും അതുപയോഗിച്ചിരുന്ന ഒരു കോട്ടയുടെ അവശിഷ്ടങ്ങളുമുണ്ട് (മന്നൻ എന്നത് രാജാവെന്നതിന്റെ മലയാളമാണ്). രണ്ടു തലമുറക്കാലംമുമ്പുവരെ നിലനിന്നിരുന്നതും ഇപ്പോൾ നാമാവശേഷമായതുമായ ചില അധികാരചിഹ്നങ്ങൾ ഈ കുടുംബത്തിനുണ്ടായിരുന്നു. ഇതെഴുന്ന ആൾക്ക് ഈ കുടുംബത്തെ സംബന്ധിച്ച വസ്തുതകളെല്ലാം ശേഖരിക്കുവാനോ വിലയിരുത്തുവാനോ കഴിഞ്ഞിട്ടില്ല. എന്നാൽ മന്നനാർകുടുംബം രണ്ടുമൂന്നു തലമുറകൾ മുമ്പുവരെ അതിന്റെ പഴയ പ്രവൃത്തികളിൽ ചിലതു നിർവഹിച്ചുപോന്ന ഗോത്രസമൂഹത്തിന്റെ അവസാന അവശിഷ്ടങ്ങളിലൊന്നാണെന്ന്, അതിനെ സംബന്ധിച്ചുള്ള കഥകൾ നിരാക്ഷേപം തെളിയിക്കുന്നു. തെക്കൻ തിരുവിതാംകൂറിൽ ഒരു പുലയനാർകോട്ട (പുലയരാജാവിന്റെ കോട്ട)യുടെ അവശിഷ്ടങ്ങൾ ഇപ്പോഴും കാണാമത്രെ; ഇതു ശരിയാണെങ്കിൽ (ഈ ലേഖകന് നിർഭാഗ്യവശാൽ അതു കണ്ടുപിടിക്കാൻ കഴിഞ്ഞിട്ടില്ല), ഗോത്രസമൂഹത്തിന്റെ ചില അംശങ്ങൾ മധ്യകാലത്തും ആധുനികകാലത്തെ കേരളത്തിൽപോലും നിലനിന്നുപോന്നതിന്റെ മറ്റൊരു സൂചനയാണത്.

കേരളത്തിലെങ്ങും കാണുന്ന ക്ഷേത്രങ്ങളും മൂർത്തികളും നൽകുന്ന തെളിവ് ഇതിലുമെത്രയോ ഏറെ വ്യക്തവും നിസ്തർക്കവുമാണ്. ബ്രാഹ്മണാധിപത്യം നൂറ്റാണ്ടുകളായി തുടർന്നുവന്നിട്ടും സമതലങ്ങളിലും തീരപ്രദേശങ്ങളിലും- പീഠഭൂമികളുടെ കഥ പറയേണ്ടതില്ല- അബ്രാഹ്മണമൂർത്തികളെ ആരാധിച്ചുവരുന്നത് ശ്രദ്ധേയമായ ഒരു സംഗതിയാണ്. ഇവയിൽ പലതിനെയും തീർച്ചയായും ബ്രാഹ്മണർ അംഗീകരിക്കുകയും ആ മൂർത്തികളെത്തന്നെ ബ്രാഹ്മണമൂർത്തികളാക്കി മാറ്റുകയും

ചെയ്തിട്ടുണ്ട്. എന്നാൽ അബ്രാഹ്മണരൂപത്തിൽ തന്നെ ഇപ്പോഴും നില നിൽക്കുന്ന, പേരിലും ആരാധനാരീതിയിലും മറ്റും അബ്രാഹ്മണസമ്പ്ര ദായത്തിലുള്ള, മൂർത്തികളും വളരെയേറെയുണ്ട്. അതിനും പുറമേ ഒട്ടേ റെയെണ്ണം ബ്രാഹ്മണർ അംഗീകരിച്ചിട്ടുള്ളവയാണെങ്കിലും ഇപ്പോഴും അവയുടെ അബ്രാഹ്മണോൽപ്പത്തിയുടെ അടയാളങ്ങൾ കാണാം.

ഈ അബ്രാഹ്മണക്ഷേത്രങ്ങളെയും മൂർത്തികളെയും പരിശോധി ക്കുമ്പോൾ നാം താഴെ പറയുന്ന സംഗതികളാണു കാണുന്നത്:

1. ബ്രാഹ്മണക്ഷേത്രങ്ങളിൽ കാണുന്നപോലെയുള്ള ജാതിവ്യത്യാ സങ്ങൾ വളരെ കുറവാണ്; അഥവാ തീരെയില്ല.

2. അമ്പലങ്ങൾ ഭക്തന്മാരുടെ നിത്യേനയുള്ളതോ ചില കാലങ്ങ ളിൽ ഉള്ളതോ ആയ വഴിപാടുകൾകൊണ്ടാണ് നടക്കുന്നത്, ബ്രാഹ്മണ ക്ഷേത്രങ്ങളുടെ ഒരു പൊതുസ്വഭാവമായ ഭൂസ്വത്ത് അവയ്ക്കില്ല.

3. മൂർത്തികൾക്ക് നൽകപ്പെടുന്ന വഴിപാടുകൾ ആട്, കോഴി, കള്ള് മുതലായവയാണ്; ബ്രാഹ്മണക്ഷേത്രങ്ങളിലെപ്പോലെ മധുരപദാർഥങ്ങ ളും സസ്യവിഭവങ്ങളുമല്ല.

4. ആരാധകന്മാർ മുഴുവനും കൂട്ടമായി ആരാധന നടത്തുന്നു, ബ്രാ ഹ്മണക്ഷേത്രങ്ങളിൽ ആരാധകന്മാർക്കും മൂർത്തിക്കുമിടയിൽ ഒരു പുരോ ഹിതൻ (അയാൾ ഒരു ബ്രാഹ്മണനായിരിക്കണം) നിൽക്കുന്നു.

5. പല മൂർത്തികളും (പറശ്ശിനി മുത്തപ്പൻ, ശബരിമല അയ്യപ്പൻ തു ടങ്ങിയവ) നാട്ടിലോ കാട്ടിലോ വാണിരുന്ന ഏതെങ്കിലും ഗോത്രാധിപ നിൽനിന്ന് ഉത്ഭവിച്ചതിന്റെ ലക്ഷണങ്ങളുള്ളവയാണ്.

ഈ അബ്രാഹ്മണക്ഷേത്രങ്ങൾ ഇന്നും തുടർന്നുവരുന്നത്, അവയിൽ ചിലത് പതിനായിരക്കണക്കിനു തീർഥയാത്രക്കാരെ കൊല്ലംതോറും ആകർഷിക്കുന്നുവെന്നത് ഏതൊരുതരം സമുദായത്തിന്റെ അന്തർധാ നത്തെപ്പറ്റിയാണോ *മഹാബലിപുരാണ*ത്തിൽ വിലപിക്കുന്നത്, അത്ത രമൊരു സമൂഹം ഒരുകാലത്ത് യഥാർഥജീവിതത്തിൽ നിലനിന്നിരു ന്നുവെന്നും ഇന്നും ജനങ്ങളുടെ ഭാവനയിൽ നിലനിന്നുവരുന്നുണ്ടെന്നും നിസ്സന്ദേഹം തെളിയിക്കുന്നു. ഇതോടൊപ്പം, അത്തരമൊരു പ്രാകൃതഗോ ത്രസമൂഹത്തിലെ വിവാഹത്തിന്റെയും കുടുംബസമ്പ്രദായത്തിന്റെയും അവശിഷ്ടങ്ങൾ ഇപ്പോഴും കാണുന്നുണ്ടെന്ന വസ്തുതയും കൂട്ടിവയ്ക്കുമ്പോൾ ചരിത്രാതീതകേരളം പ്രാകൃതകമ്യൂണിസത്തിൽ വർത്തിച്ചിരുന്ന ഒരു നാ ടായിരുന്നുവെന്നു സ്പഷ്ടമായിത്തീരുന്നു.

ഉടൻതന്നെ ഒരു പ്രശ്നമുയരുന്നു: ഇതും കേരളം ചരിത്രാതീത കാലത്തുപോലും ഒരു പരിഷ്കൃതരാജ്യമായിരുന്നുവെന്ന സിദ്ധാന്തവും തമ്മിൽ എങ്ങനെ യോജിക്കും? ചേരന്മാരുടെ കാലംവരെ ഏതായാലും കേരളം പരിഷ്കൃതമായിരുന്നില്ലെന്നല്ലേ ഇതു കാണിക്കുന്നത്?

ശാസ്ത്രീയമെന്നു പറയാവുന്ന ചരിത്രവസ്തുതകൾ വാസ്തവത്തിൽ രണ്ടുകാര്യമേ തെളിയിക്കുന്നുള്ളു: ഒന്ന്, കേരളവും ബാബിലോണിയ, ഫിനീഷ്യ മുതലായ രാജ്യങ്ങളും തമ്മിൽ ക്രിസ്തുവിന് 2000 ത്തിലേറെ കൊല്ലങ്ങൾക്കുമുമ്പ് മുറയ്ക്കു വാണിജ്യം നടന്നിരുന്നു; രണ്ട്, നഗരജീവിതവും പരിഷ്കൃതസമൂഹത്തിന്റെ മറ്റു സ്വഭാവങ്ങളും നമ്മുടെ സാമൂഹ്യജീവിതത്തിൽ ബ്രാഹ്മണാധിപത്യം വരുന്നതിനു മുമ്പുതന്നെ കേരളത്തിൽ വളർന്നിരുന്നു. ഇവയിൽനിന്ന് ചരിത്രാതീതകേരളത്തിലെ ജനങ്ങൾ പുറംരാജ്യങ്ങളുമായി സ്ഥിരമായ വാണിജ്യബന്ധം പുലർത്തത്തക്കവിധം പരിഷ്കൃതരായിരുന്നുവെന്നോ അവർ നാഗരീകരായ പൗരന്മാരുടെ ജീവിതം നയിച്ചിരുന്നുവെന്നോ സിദ്ധിക്കുന്നില്ല. ബാബിലോണിയയും ഫിനീഷ്യയും മറ്റുമായി അന്നുനടന്ന വ്യാപാരം പരസ്പരമുള്ള ഒന്നായിക്കൊള്ളണമെന്നില്ല; ബാബിലോണിയരും ഫിനീഷ്യരും മറ്റും ഇവിടെ വന്ന് തേക്ക്, ആനക്കൊമ്പ് (അവ ബാബിലോണിയയിൽ കണ്ടെത്തിയിട്ടുണ്ട്) തുടങ്ങിയ കേരളത്തിലെ ഉൽപ്പന്നങ്ങൾ വാങ്ങിക്കൊണ്ടുപോയി അവരുടെ രാജ്യത്ത് വിറ്റിരുന്നു എന്നു വരാനാണെളുപ്പം. നേരേമറിച്ച്, കേരളീയർതന്നെയാണിതു ചെയ്തിരുന്നതെങ്കിൽ, അതിന്റെ അടയാളങ്ങൾ കേരളത്തിലെ സാമൂഹ്യജീവിതത്തിൽ കാണേണ്ടതാണ്. എന്നാൽ യഥാർഥത്തിൽ, ബ്രാഹ്മണാധിപത്യത്തിൻകീഴിൽ കേരളത്തിൽ രൂപം കൊണ്ട ജാതിക്രമത്തിൽ വ്യാപാരം തൊഴിലായിട്ടുള്ള ഒരു ജാതിയെ നാം കാണുന്നില്ല (ബ്രിട്ടീഷുകാർ വരുന്നതിനു മുമ്പുള്ള കേരളത്തിലെ വ്യാപാരികൾ തമിഴ്നാട്ടിൽ നിന്നുവന്ന ചെട്ടിയാൻമാരോ, ജൂതരോ ക്രിസ്ത്യാനികളോ മുസ്ലിങ്ങളോ ആണ്). അതുകൊണ്ട് പ്രാചീനകേരളവും വിദേശങ്ങളുമായി വാണിജ്യം നടത്തിയിരുന്നു എന്നനുമാനിക്കാമെങ്കിലും, വ്യാപാരികൾ മലയാളികളായിരുന്നുവെന്നു തീരുമാനിക്കുന്നത് അശാസ്ത്രീയമാണ്.

അതുപോലെതന്നെ, ചേരചക്രവർത്തിമാരുടെ തലസ്ഥാനം കേരളത്തിലായിരുന്നുവെന്ന വസ്തുത, കേരളീയർ സ്വന്തമായി ഒരു സാമ്രാജ്യമുയർത്തത്തക്കവിധം സാമൂഹ്യമായി വളർന്നിരുന്നുവെന്നു തെളിയിക്കുന്നില്ല. കാവേരി നദീതടപരിഷ്കാരത്തിന്റെ അടിസ്ഥാനത്തിൽ വളർന്നുവന്ന ചേരസാമ്രാജ്യം കേരളത്തെ കീഴടക്കുകയും പടിഞ്ഞാറേ തീരത്ത് (കൊടുങ്ങല്ലൂർ) അതിന്റെ തലസ്ഥാനം സ്ഥാപിക്കുകയും പാശ്ചാത്യലോകവുമായി (ബാബിലോണിയയും ഫിനീഷ്യയും മറ്റും) കച്ചവടം നടത്തുകയും ചെയ്തു എന്നു വരാവുന്നതാണ്. അങ്ങനെയാണെങ്കിൽ അത് അടിമത്തയുഗത്തിലെയും മധ്യയുഗത്തിലെയും സാമ്രാജ്യങ്ങളെ'ന്നു സ്റ്റാലിൻ പറയുന്നതിന്റെ സ്വഭാവവിശേഷങ്ങളോടുകൂടിയ ഒരു സാമ്രാജ്യമായിരുന്നിരിക്കണം. അതായത്,

> ...അടിമത്ത, മധ്യകാലങ്ങളിലെ സാമ്രാജ്യങ്ങൾ സ്വന്തമായ സാമ്പത്തികാടിത്തറയില്ലാത്ത, അൽപ്പായുസ്സും അസ്ഥിരവുമായ സൈനിക, ഭരണസംഘടനകളായിരുന്നു. ഈ സാമ്രാജ്യങ്ങൾക്ക് സാമ്രാജ്യത്തിനു മുഴുവൻ പൊതുവായതും സാമ്രാജ്യത്തിലെ ജനങ്ങൾക്കു മുഴുവൻ മനസ്സിലാകുന്നതുമായ ഒരൊറ്റ ഭാഷ ഉണ്ടായിരുന്നില്ലെന്നു മാത്രമല്ല, ഉണ്ടാകുക സാധ്യവുമായിരുന്നില്ല. സ്വന്തം ജീവിതശൈലിയും സ്വന്തം ഭാഷയുമുള്ള ഗോത്രങ്ങളുടെയും ദേശീയതകളുടെയും ഒരു സമുച്ചയമായിരുന്നു ഇവ. (സ്റ്റാലിൻ, 'ഭാഷാശാസ്ത്രത്തിലെ മാർക്സിസത്തെ സംബന്ധിച്ച്').

ചേരചക്രവർത്തിമാരുടെ സാംസ്കാരികലോകം (സംഘകാലഘട്ടത്തിലെ ഉജ്ജ്വലമായ തമിഴ്) മലയാളികളുടെ സംസ്കാരത്തിന്മേൽ യഥാർത്ഥത്തിൽ മായാത്ത ഒരു മുദ്രയും പതിച്ചിട്ടില്ലെന്നും മലയാളഭാഷയ്ക്ക് ഒരു സ്വതന്ത്രഭാഷയായിത്തീരുവാൻ തമിഴുമായി അസന്ദിഗ്ധമായി പിരിയേണ്ടിവന്നുവെന്നും നാം കണ്ടുകഴിഞ്ഞു. അതുകൊണ്ട് ചേരസാമ്രാജ്യവും അതോടനുബന്ധിച്ചുള്ള തമിഴ്ഭാഷയും കേരളത്തിൽ വസിച്ചിരുന്ന വിവിധ ഗോത്രങ്ങളുടെ സ്വാഭാവികമായ ഒരു വളർച്ചയല്ലെന്നും നേരേമറിച്ച്, കാവേരിനദീതടങ്ങളിൽ സ്വാഭാവികമായിരുന്ന ഒരു ഉൽപ്പന്നത്തെ അവരുടെമേൽ വച്ചുകെട്ടിയതാണെന്നും വ്യക്തമായിക്കാണാം. 'കുല(clan)ഭാഷകളിൽനിന്നു ഗോത്ര(tribe)ഭാഷകളിലേക്കും ഗോത്രഭാഷകളിൽനിന്നു ദേശീയ(nationality)ഭാഷകളിലേക്കുമുള്ള വളർച്ച'യെന്നു സ്റ്റാലിൻ പറയുന്നത് തമിഴ്നാട്ടിൽ സംഭവിച്ചുകൊണ്ടിരുന്നപ്പോൾ കേരളത്തിൽ, 'കുലഭാഷകളിൽനിന്നു ഗോത്രഭാഷകളിലേക്കുള്ള വളർച്ച'യിൽ കവിഞ്ഞതായ യാതൊന്നും നടന്നിരുന്നില്ലെന്നു വരാൻ ധാരാളം സാധ്യതയുണ്ട്.

അതുകൊണ്ട്, കേരളത്തിൽ ചരിത്രാതീതകാലത്ത്, പ്രാകൃതകമ്യൂണിസത്തിലധിഷ്ഠിതമായ ഉൽപ്പാദന ബന്ധമാതൃക പൊതുസ്വഭാവമായിരുന്ന നിരവധി ഗോത്രങ്ങൾ നിവസിച്ചിരുന്നുവെന്നാണ് ഇപ്പോൾ ലഭ്യമായ തെളിവുകളെല്ലാം സൂചിപ്പിക്കുന്നത്. ഈ ഗോത്രങ്ങളിലോരോന്നിന്റെയും വളർച്ച ഓരോ തോതിലായിരുന്നുവെന്നതു സ്വാഭാവികമാണ്- ചിലത് പ്രാകൃതകമ്യൂണിസത്തോടു യാത്രപറയാൻ തുടങ്ങിയിരുന്നു, ചിലത് ഈ സാമൂഹ്യരൂപത്തിന്റെ ഏറ്റവും താണപടിയിലായിരുന്നു; മിക്കവയും ഇവയ്ക്കു രണ്ടിനുമിടയിലുള്ള വിവിധഘട്ടങ്ങളിലുമായിരുന്നു എന്നാൽ ഇവയിലൊന്നും തന്നെ പ്രാകൃതകമ്യൂണിസത്തോട് യാത്രപറഞ്ഞുകഴിഞ്ഞിരുന്നില്ലെന്നു വരാനാണധികമിടയുള്ളത്. ഏതായാലും ഇവയിലേതെങ്കിലുമൊന്ന് അപ്രകാരം ചെയ്തിരുന്നുവെന്നു കാണിക്കാൻ യാതൊരു തെളിവുമില്ല. ഈ വിവിധഗോത്രങ്ങളെ ഏഷ്യാറ്റിക് മാതൃക

യിലുള്ള ഒരു സാമ്രാജ്യമാക്കി രൂപാന്തരപ്പെടുത്താനാണ് ചേരചക്രവർത്തിമാർ പരിശ്രമിച്ചതും പരാജയപ്പെട്ടതും. എന്നാൽ ആ പരിശ്രമവും പരാജയവും തന്നെ, കേരളത്തിലെ സാമൂഹ്യബന്ധങ്ങളുടെ വളർച്ചയെ ബാധിച്ച പ്രത്യാഘാതങ്ങളുടെ ഒരു ശൃംഖലയെ സൃഷ്ടിച്ചു. അതു നമുക്ക് അടുത്ത അധ്യായത്തിൽ കാണാം.

നാട്ടുവാഴിപ്രഭുത്വത്തിന്റെ വളർച്ച

ദ്രാവിഡന്മാരുടെ മേന്മയെപ്പറ്റി വാദിക്കുന്നവരവകാശപ്പെടുന്നത് ചേരം, ചോളം, പാണ്ഡ്യം എന്നീ സാമ്രാജ്യങ്ങൾക്ക് അവയുടെ സ്വന്തമായ ഒരു പ്രത്യേക ദ്രാവിഡസ്വഭാവമുണ്ടെന്നും ഉത്തരേന്ത്യയിലെ സാമ്രാജ്യങ്ങളിൽനിന്ന് അവ മൗലികമായും വ്യത്യാസപ്പെട്ടവയായിരുന്നുവെന്നുമാണ്.

ദ്രാവിഡസാമ്രാജ്യങ്ങളുടെ സ്ഥാപകന്മാർ, നരവംശശാസ്ത്രത്തിന്റെ വീക്ഷണകോണിൽനിന്നു നോക്കുമ്പോൾ, ഉത്തരേന്ത്യൻ സാമ്രാജ്യസ്ഥാപകന്മാരിൽനിന്ന് മൗലികമായും വ്യത്യസ്തരാണെന്ന അർഥത്തിൽ ഇതു ശരിയാണോ എന്നു കണ്ടുപിടിക്കാൻ നാമിവിടെ ശ്രമിക്കേണ്ടതില്ല. കാരണം, രണ്ടുതരം സാമ്രാജ്യങ്ങളുടെയും സ്ഥാപകന്മാരുടെ വംശോൽപ്പത്തിയുടെ പ്രശ്നം- വടക്ക് ഇന്തോ- ആര്യന്മാരും തെക്ക് ദ്രാവിഡരും- ഇന്ത്യയിലെ മാനവസമുദായത്തിന്റെ വളർച്ചയിൽ അവർ യഥാക്രമം നിർവഹിച്ച പങ്കെന്തെന്നുള്ള പഠനത്തോടു ബന്ധപ്പെട്ടതല്ല. ദക്ഷിണേന്ത്യൻ സാമ്രാജ്യങ്ങളുടെ പഴമയുടെ പ്രശ്നവും- ഈ സാമ്രാജ്യങ്ങൾക്ക് ഉത്തരേന്ത്യൻ സാമ്രാജ്യങ്ങളെക്കാൾ പഴക്കമുണ്ടോ എന്നും എത്ര കാലമാണെന്നുമുള്ള പ്രശ്നം ആരായുന്നതിന് ഇവിടെ സാംഗത്യമില്ല. സംഗതമായ പ്രശ്നം രണ്ടുതരം സാമ്രാജ്യങ്ങൾക്കും സാമൂഹ്യപരിവർത്തനത്തിലുള്ള പ്രാധാന്യമാണ്; ഉത്തരേന്ത്യയിലും ദക്ഷിണേന്ത്യയിലും ബ്രിട്ടീഷ് ഭരണകാലംവരെ പുലർന്നുപോന്ന ഏഷ്യാറ്റിക്ക് സമൂഹത്തിലേക്ക് പ്രാചീന (ഗോത്ര)സമൂഹത്തെ രൂപാന്തരപ്പെടുത്തുന്നതിൽ അവ വഹിച്ച ശരിക്കുള്ള പങ്കാണ്.

സംസ്കൃതസാഹിത്യത്തിലും തമിഴ് സാഹിത്യത്തിലുമുള്ള പുരാണങ്ങളുടെ- ഒരു വശത്ത് *രാമായണം, മഹാഭാരതം* മുതലായവയും മറുവശത്ത് *ചിലപ്പതികാരം, മണിമേഖല* തുടങ്ങിയവയും- ഒരു താരതമ്യപഠനം, ഇവ പരസ്പരം ചെലുത്തിയ സ്വാധീനശക്തിയുടെ ഒരുപഠനം, ഇതിന് സ്വാഭാവികമായും ആവശ്യമുണ്ട്. നിർഭാഗ്യവശാൽ, ഇത് ശാസ്ത്രീയാടിസ്ഥാനത്തിൽ ആരും ഇതേവരെ ചെയ്തിട്ടില്ല, ഒന്നുകിൽ തമിഴ് പുരാണങ്ങളെ ആകെ അവഗണിക്കുകയോ (സംസ്കൃതസാഹിത്യപണ്ഡിതന്മാരുടെ വാസന) അല്ലെങ്കിൽ ദ്രാവിഡപരിഷ്കാരത്തിന്റെ വളർച്ചയെ രൂപപ്പെടുത്തുന്നതിൽ ഉത്തരേന്ത്യയിലെ ഇന്തോ- ആര്യൻ പരിഷ്കാരം വഹിച്ച പങ്കിനെ നിഷേധിക്കുമാറ് തമിഴ് പുരാണങ്ങളുടെ പങ്കിനെ പെരുപ്പിച്ചുകാണിക്കുകയോ (ദ്രാവിഡപുരാണപണ്ഡിതന്മാരുടെ വാസന) ചെയ്യാനാണ് വാസന.

എന്നിരുന്നാലും ഒരു കാര്യം വളരെ സ്പഷ്ടമായി കാണാം: തെക്ക് ചേര, ചോള, പാണ്ഡ്യ സാമ്രാജ്യങ്ങളുടെ സ്ഥാപനത്തിന്റെയും വളർച്ചയുടെയും ഒട്ടുമൊത്തംഫലം, വടക്ക് ഇന്തോ- ആര്യൻ സാമ്രാജ്യങ്ങളുടേതുപോലെതന്നെ ആയിരുന്നു. സംഘകൃതികളിൽ കാണുന്ന, ദ്രാവിഡചക്രവർത്തിമാരുടെയും വീരന്മാരുടെയും പരാക്രമകഥകൾ മിക്കവാറും സംസ്കൃതപുരാണങ്ങളിലും കാണാം. വാസ്തവത്തിൽ, ഏറ്റവും മർക്കടമുഷ്ടിക്കാരായ ദ്രാവിഡമേന്മാ സിദ്ധാന്തവാദികൾപോലും ദ്രാവിഡസാമ്രാജ്യങ്ങൾ മൗലികമായും വ്യത്യസ്തമായ സാമൂഹ്യസ്വഭാവമുള്ളവയാണെന്നവകാശപ്പെടുന്നില്ല; ഈ സാമ്രാജ്യങ്ങൾ ഉത്തരേന്ത്യൻ സാമ്രാജ്യങ്ങളെ ആശ്രയിക്കാതെയാണ് വളർന്നിട്ടുള്ളതെന്നും ഈ ദ്രാവിഡചക്രവർത്തിമാരിൽ ചിലർ ഉത്തരേന്ത്യയുടെ ഭാഗങ്ങൾ കീഴടക്കാൻപോലും മതിയാവത്തക്കവണ്ണം അത്ര പ്രതാപികളായിരുന്നുവെന്നും മാത്രമേ അവരവകാശപ്പെടുന്നുള്ളൂ.

ഈ വാദം അടിസ്ഥാനരഹിതമോ അയുക്തികമോ അല്ലതാനും. കാരണം, ഗംഗാസമതലങ്ങളിൽ കൃഷിയുടെ വളർച്ചയും അധ്വാനത്തിന്റെ ഉൽപ്പാദകത്വത്തിലുണ്ടായ വർധനവും ധനശേഖരണവും മറ്റും ഗോത്രാധിപന്മാരെ സൈന്യനായകന്മാരാക്കി വളർത്താനും അവർ യുദ്ധങ്ങൾ നടത്താനുമിടയാക്കുകയും ഈ സൈന്യനായകന്മാർ തേക്കോട്ടു വന്ന് ദക്ഷിണേന്ത്യയും സിലോണും കീഴടക്കാനിടയാക്കുകയും ചെയ്തതുപോലെതന്നെ (രാമായണത്തിൽ വിവരിക്കുന്ന കഥ), ദക്ഷിണദിക്കിൽ ഉൽപ്പാദന ശക്തികളുടെ അതേ വളർച്ച സാമൂഹ്യ- രാഷ്ട്രീയക്രമത്തിൽ അതേ വളർച്ചയ്ക്കിടയാക്കി. പ്രാചീന (ഗോത്ര) സമൂഹം പുതിയ (ഏഷ്യാറ്റിക്ക്) സമൂഹമായി മാറിയതിന്റെ ഗതിക്രമം തെക്കും വടക്കും ഏറെക്കുറെ ഒരേ വിധത്തിലായിരുന്നു.

പഴയ (ഗോത്ര) സമൂഹത്തെ തകർത്ത് പുതിയ (ഏഷ്യാറ്റിക്ക്) സമൂഹം പടുത്തുയർത്തുന്നതിന്റെ പ്രധാനോപകരണം ഗോത്രങ്ങൾ തമ്മിലുള്ള യുദ്ധമാകയാൽ, വടക്കരും തെക്കരുമായ ചക്രവർത്തിമാർ തമ്മിൽ യുദ്ധങ്ങൾ നടത്തുകയും ദാക്ഷിണാത്യരായ പല ചക്രവർത്തിമാരും ഔത്തരാഹരായ തങ്ങളുടെ എതിരാളികളുടെ ആക്രമണങ്ങളെ തോൽപ്പിക്കുക മാത്രമല്ല, അവരെ അങ്ങോട്ടാക്രമിക്കുകയും ചെയ്തുവെന്നത് തികച്ചും സ്വാഭാവികമാണ്.

അങ്ങനെയുള്ള നിരവധി ആക്രമണയുദ്ധങ്ങളിലൂടെയാണ്, രാജ്യരക്ഷണത്തിലൂടെയും തിരിച്ചാക്രമണങ്ങളിലൂടെയുമാണ്, വടക്കും തെക്കുമുള്ള സാമ്രാജ്യങ്ങൾ കെട്ടിപ്പടുത്തത്. അവയിലൂടെയാണ് ആദിമവൈദികപരിഷ്കാരം അനന്തരകാലത്തെ ബ്രാഹ്മണബൗദ്ധപരിഷ്കാരങ്ങളായിത്തീർന്നത്. അവയിലൂടെത്തന്നെയാണ് ഇന്ത്യൻ ഉപഭൂഖണ്ഡത്തിനു മുഴുവനും, അയൽ ദ്വീപായ സിലോണിനും സാംസ്കാരികമായി കുറെയൊരു ഐക്യമുണ്ടായിത്തീർന്നത്. ആകയാൽ ബ്രാഹ്മണബൗദ്ധപരിഷ്കാരങ്ങൾ തന്നെ ഉത്തരേന്ത്യയിലെ ഇന്തോ- ആര്യന്മാരുടെയും ദക്ഷിണേന്ത്യയിലെയും സിലോണിലെയും തുറേനിയരുടെയും പൊതുസൃഷ്ടികളായിരുന്നു- അവ ഗംഗാസമതലത്തിലും സമാന്തരമായി കാവേരി നദീതടത്തിലുമാണ് ഒരേ സമയത്തുത്ഭവിച്ചതെങ്കിൽത്തന്നെയും.

രണ്ടുതരം സാമ്രാജ്യങ്ങളും യഥാക്രമം നിർവഹിച്ച പങ്കിന്റെ ഈ വിലയിരുത്തൽ ശരിയാണെങ്കിൽ (ഇത് വളരെ നല്ല ഒരനുമാനമാണെന്നും ദക്ഷിണേന്ത്യൻ ചരിത്രത്തിന്റെ ഇതുവരെ വിശദീകരിക്കപ്പെടാത്ത പല പ്രശ്നങ്ങളെയും ഇത് വിശദീകരിക്കുന്നുവെന്നുമുള്ളതിലധികമൊന്നും പ്രസ്താവിക്കാൻ ഈ പ്രശ്നത്തെ സംബന്ധിച്ച വസ്തുതകളെക്കുറിച്ച് തനിക്കുള്ള വളരെ പരിമിതമായ അറിവുവച്ചുകൊണ്ട് ഇതെഴുതുന്ന ആൾക്കു കഴിയുകയില്ല.) തെക്കു ദിക്കിലുണ്ടായിരുന്ന ദ്രാവിഡസാമ്രാജ്യങ്ങൾ (സാധാരണ സങ്കൽപ്പിക്കപ്പെടുംവിധം), അവസാനം തകർക്കപ്പെട്ട, ബ്രാഹ്മണാധിപത്യത്തിനെതിരായ കോട്ടകളായിരുന്നില്ലെന്നും നേരേമറിച്ച്, അവ വടക്കേ ഇന്ത്യയിൽ ഇന്തോ- ആര്യൻ സാമ്രാജ്യങ്ങളെന്നപോലെ ദ്രാവിഡനാട്ടിൽ ബ്രാഹ്മണമുറ വളർത്തുവാനുള്ള ഉപകരണങ്ങളായിരുന്നുവെന്നുമുള്ള വളരെ രസകരമായ അനുമാനത്തിൽ നാം എത്തിച്ചേരുന്നു. സംഘസാഹിത്യകൃതികളിൽ പ്രകീർത്തിതരായ വലിയ യുദ്ധവീരന്മാരും ചക്രവർത്തിമാരും ആര്യൻ ജീവിതരീതിയോടെതിർത്ത്, അതിന്റെ രക്ഷകരായ ആര്യന്മാരോടു പോരാടി ദ്രാവിഡജീവിതരീതിയെ സംരക്ഷിച്ചവരൊന്നുമായിരുന്നില്ല. ബ്രാഹ്മണമുറയുടെ തത്വങ്ങളും അതിന്റെ അനുയായികളുടെ നിത്യജീവിതത്തിലുള്ള അവയുടെ പ്രയോഗവും, രാമായണം, മഹാഭാരതം തുടങ്ങിയ കൃതികളിലെ വീരന്മാ

ർക്കെന്നപോലെ സംഘകാലഘട്ടത്തിലെ ദാക്ഷിണാത്യ ചക്രവർത്തിമാർക്കും അവരുടെ പ്രജകൾക്കും തികച്ചും സ്വാഭാവികമായിരുന്നു. ചേര, ചോള, പാണ്ഡ്യ ചക്രവർത്തിമാർ ആ ചരിത്രയുഗത്തിലുണ്ടായിരുന്ന ബ്രാഹ്മണലോകത്തിലെ ഭരണാധികാരിവർഗത്തിന്റെ ഉത്തമപ്രതിനിധികളായിരുന്നു.

എന്നാൽ ചേരസാമ്രാജ്യം പശ്ചിമഘട്ടങ്ങൾക്കു കിഴക്കുള്ള പ്രദേശങ്ങളിൽ ഒതുങ്ങിനിന്നിരുന്ന കാലത്തോളം മാത്രമേ ഇതു ശരിയായിരുന്നുള്ളു. അത് പശ്ചിമഘട്ടങ്ങളുടെ പടിഞ്ഞാറ് മലനാട്ടിലേക്ക് (ഇന്നത്തെ കേരളവും തെക്കൻ കർണാടകവും) വ്യാപിച്ച ഉടനേ സാമ്രാജ്യത്തിന് അപ്രതീക്ഷിതമായ പ്രയാസങ്ങൾ നേരിട്ടു. എന്തുകൊണ്ടെന്നാൽ, അത്തരമൊരു സാമ്രാജ്യത്തിന്റെ വളർച്ചയുടെ മുന്നോടിയായിരുന്ന ആ ഉപാധി- വൻതോതിൽ നിർമിക്കപ്പെട്ട കൃത്രിമജലസേചനത്തെ അടിസ്ഥാനപ്പെടുത്തിയുള്ള കൃഷിയുടെ ഉൽപ്പാദകത്വത്തിന്റെ വളർച്ച- ഇവിടെ ഇല്ലായിരുന്നു. തലസ്ഥാനത്തിരിക്കുന്ന ഭരണാധികാരികൾ എത്രതന്നെ ശക്തരായിരുന്നാലും, വിദേശങ്ങളുമായി (ബാബിലോണിയ, ഫിനീഷ്യ തുടങ്ങിയവ) അവർക്കുണ്ടായിരുന്ന വാണിജ്യബന്ധങ്ങൾ എത്രതന്നെ വിപുലമായിരുന്നാലും, അവരുടെ സംരക്ഷണത്തിൻകീഴിൽ ഉളവായ കലകളും സാഹിത്യങ്ങളും എത്രതന്നെ മഹനീയമായിരുന്നാലും അവർക്ക് കേരളത്തിലെ സാമൂഹ്യജീവിതത്തിന്റെ പുറംതോടിനപ്പുറത്തേക്കു കടക്കാൻ കഴിഞ്ഞില്ല. അതുകൊണ്ട്, പശ്ചിമഘട്ടങ്ങൾക്കപ്പുറത്തെ ദ്രാവിഡജനത ബ്രാഹ്മണജീവിതരീതിയെ സാരാംശങ്ങളിലെല്ലാം സ്വായത്തമാക്കുക മാത്രമല്ല, സൃഷ്ടിക്കാൻ സഹായിക്കുകപോലും ചെയ്തപ്പോൾ, ഇപ്പുറത്തുള്ള അവരുടെ സഹോദരന്മാർ തങ്ങളുടെ പഴയ ജീവിതം അതിന്റെ സാരാംശങ്ങളിൽ പലതിലും (മുൻ അധ്യായത്തിൽ നാം കണ്ടതുപോലെ) തുടർന്നുവന്നു.

എന്നാൽ കേരളത്തിനു പുറത്തു പ്രവർത്തിച്ചുകൊണ്ടിരിക്കുന്ന സാമൂഹ്യവളർച്ചയുടെ നിയമങ്ങൾക്ക് ഇവിടെ സാധുതയില്ലെന്നു വിചാരിക്കുന്നത് തെറ്റാണ്. വാസ്തവത്തിൽ, കുരുക്ഷേത്രത്തിൽ യുദ്ധത്തിലേർപ്പെട്ടിരുന്നവരെ സഹായിച്ച രാജാക്കന്മാരുടെ കൂട്ടത്തിൽ കേരളാധിപൻ അരി എത്തിച്ചുകൊടുത്തിരുന്നുവെന്ന് പ്രസ്താവനയിൽ നിന്നു വ്യക്തമാകുന്നതുപോലെ, മഹാഭാരതത്തിന്റെ കാലത്തുതന്നെ കേരളത്തിൽ കൃഷി വളർന്നുകഴിഞ്ഞിരുന്നു. ഉൽപ്പാദനശക്തികളുടെ അത്തരത്തിലുള്ള ഒരു വളർച്ച ധനശേഖരണത്തിനും പ്രവൃത്തിവിഭജനത്തിനും സമൂഹം വർഗങ്ങളായി വേർതിരിയുന്നതിനും മറ്റും കാരണമായി. ധനശേഖരണത്തിന്റെയും പ്രവൃത്തിവിഭജനത്തിന്റെയും വർഗവ്യത്യാസത്തിന്റെയും മറ്റും വഴിക്കു പ്രയാണം തുടങ്ങിക്കഴിഞ്ഞ വർഗങ്ങളിലും ഗോത്രങ്ങളിലും മരു

മക്കത്തായത്തെ അടിസ്ഥാനപ്പെടുത്തിയ കുടുംബവ്യവസ്ഥയുടെ തകർച്ച യ്ക്ക് അത് വഴിതെളിച്ചു. അതിനും പുറമേ, അത് ഈ പുരോഗമിച്ച വർഗങ്ങ ളെയും ഗോത്രങ്ങളെയും, കേരളത്തിനു പുറത്ത് വളർന്നുകഴിഞ്ഞിരുന്ന, പുരോഗമിച്ച ഉൽപ്പാദനരീതിയുമായി സമ്പർക്കം പുലർത്തുന്നതിലേക്കു നയിച്ചു. ഈ വളർച്ചകളിൽ കൂടിയായിരുന്നു കേരളത്തിലെ സാമൂഹ്യവ സ്ഥയിലേക്കുള്ള അതിന്റെ വളർച്ചയുടെയും വിത്തുവിതയ്ക്കുന്നതിനു സജ്ജ മാക്കപ്പെട്ടത്. എന്നാൽ സാമൂഹ്യഘടനയുടെ ബ്രാഹ്മണവ്യവസ്ഥയുടെ പ്രധാനമായ ഭൗതികപൂർവോപാധി- കേന്ദ്രീകൃതമായ ഒരു ഭരണകൂടം സംഘടിപ്പിച്ച കൃത്രിമ ജലസേചനംകൊണ്ടുള്ള കൃഷി- ഇവിടെ ഇല്ലായി രുന്നതുകൊണ്ട്, ആ മധ്യയുഗസാമൂഹ്യവ്യവസ്ഥ ഗംഗാസമതലത്തിലേ തിൽനിന്നും കാവേരി നദീതടത്തിലേതിൽനിന്നും വ്യത്യസ്തമായ ഒരു പന്ഥാവിലൂടെയാണ് പ്രയാണം ചെയ്തത്.

കേരളം ബ്രാഹ്മണപദ്ധതിയനുസരിച്ചുള്ള പ്രവൃത്തിവിഭജനം- സമൂ ഹത്തെ ഉയർന്ന ജാതികളും താണ ജാതികളുമായി വിഭജിക്കുന്ന സമ്പ്ര ദായം- അംഗീകരിക്കുകയും അതിനെ തൊട്ടുകൂടായ്മ, തീണ്ടിക്കൂടായ്മ, കണ്ടുകൂടായ്മ എന്നിങ്ങിനെ ഏറ്റവും ദൂഷിച്ച രൂപത്തിലേക്കു വളർത്തുക യും ചെയ്തപ്പോൾതന്നെ, പല കാര്യങ്ങളിലും ഏറ്റവും അബ്രാഹ്മണമായ ഒരു സാമൂഹ്യജീവിതക്രമത്തിൽ പറ്റിപ്പിടിച്ചുനിന്നതിന്റെയും കാരണം ഇതാണ്. സമൂഹത്തിലെ ജാതിവിഭജനം, തമിഴ്നാട്ടിനും ഉത്തരേന്ത്യയ്ക്കു മെന്നപോലെ, കേരളത്തിനും സ്വാഭാവികമായ ഒരു വളർച്ചയായിരുന്നു; കാരണം, ധനശേഖരണം ആദ്യഘട്ടങ്ങളിലെക്കാൾ കൂടുതൽ വളരാനു ള്ള ഉപകരണം അതാണ്. പക്ഷേ സമൂഹത്തിന്റെ ഈ ജാതി വിഭജനം കൊണ്ടുള്ള പ്രത്യേകോപയോഗം, ഒരു കേന്ദ്രീകൃതരാഷ്ട്രത്തിലേക്കുള്ള അതിന്റെ വളർച്ച, കേരളത്തിൽ പ്രായോഗിമായിരുന്നില്ല. അതുകൊണ്ടി വിടെ പഴയ (ഗോത്ര) സമൂഹത്തിന്റെ തകർച്ച, കേരളത്തിനു പുറത്തുള്ള ഗോത്രങ്ങളും ജനതകളും സ്വീകരിച്ച മാർഗത്തിൽനിന്നു വ്യത്യസ്തമായ ഒരു പന്ഥാവാണു സ്വീകരിച്ചത്.

കേരളം ഈ പന്ഥാവിലൂടെ എങ്ങനെയാണ് യാത്ര തുടർന്നതെ ന്ന് അടുത്ത പേജുകളിൽ വിവരിക്കുന്നതായിരിക്കും; എന്നാൽ കേരളം സ്വീകരിച്ച ഈ പന്ഥാവിന്റെ സാരാംശം നാടുവാഴി സമ്പ്രദായത്തിലുള്ള ഭൂസ്വത്തിന്റെ നിലനിൽപ്പാണെന്ന് ഇവിടെത്തന്നെ വളരെ വ്യക്തമായി പറഞ്ഞേക്കാം. ഇതിന്റെ അഭാവമാണ് പൗരസ്ത്യസമൂഹത്തിന്റെ പ്രധാന സ്വഭാവമായി മാർക്സിസ്റ്റുകാർ കണക്കാക്കിയിട്ടുള്ളത്.

പക്ഷേ പൗരസ്ത്യർ ഭൂസ്വത്തിൽ, അതിന്റെ ഫ്യൂഡൽ രൂപത്തി ൽപ്പോലും എത്തിച്ചേർന്നില്ലെന്ന അവസ്ഥ വന്നുഭവിച്ചതെങ്ങ നെയാണ്? അതിനുള്ള മുഖ്യകാരണം മണ്ണിന്റെ, വിശേഷിച്ചും

സഹാറ മുതൽ അറേബ്യ, പേർഷ്യ, ഇന്ത്യ, താർത്താരി തുടങ്ങി ഏറ്റവും ഉയർന്ന ഏഷ്യൻ പീഠഭൂമികൾവരെയുള്ള അതിവിസ്തൃതമായ മരുഭൂപ്രദേശങ്ങളിലെ മണ്ണിന്റെ സ്വഭാവവും അതുമായി ബന്ധപ്പെട്ട കാലാവസ്ഥയുമാണെന്നാണ് എനിക്കു തോന്നുന്നത്. ഇവിടെ കൃത്രിമ ജലസേചനമാണ് കൃഷിയുടെ പ്രഥമോപാധി; അതാകട്ടെ ഗ്രാമസഭകളോ പ്രവിശ്യകളോ കേന്ദ്രഗവൺമെന്റോ നോക്കേണ്ട ഒരു കാര്യമാണുതാനും. (എംഗൽസ്, 1853 ജൂൺ 6-ാം തീയതി മാർക്സിനെഴുതിയ കത്ത്.)

മറ്റു വാക്കുകളിൽ പറഞ്ഞാൽ, ഇന്ത്യയിൽ പൊതുവെ ഭൂമിയിലുള്ള 'സ്വകാര്യസ്വത്തവകാശം'- ഏഷ്യാറ്റിക് സമൂഹത്തിലില്ലാത്ത ആ 'വലിയകാര്യം'- സ്ഥാപിച്ചത് ബ്രിട്ടീഷുകാരായിരുന്നു. എന്നാൽ കേരളത്തിൽ മധ്യയുഗത്തിൽതന്നെ ഈ 'വലിയ കാര്യം' യഥാർഥത്തിൽ വളർന്നുകഴിഞ്ഞിരുന്നു.

ഇങ്ങനെ കേരളത്തിലെ സമുദായത്തിന്റെ അടിത്തറയ്ക്ക്, നാടുവാഴി പ്രഭുത്വം വളർന്ന മധ്യയുഗത്തിലെ യൂറോപ്പിലേതിനോടായിരുന്നു കൂടുതൽ സാമ്യമെങ്കിലും, ആ അടിത്തറയിൽ നിർമിക്കപ്പെട്ട ഉപരിഘടന ബ്രാഹ്മണ്യത്തിന്റേതായിരുന്നു. അതായത്, ഏഷ്യാറ്റിക് സമ്പ്രദായത്തിലുള്ളതായിരുന്നു. അടിത്തറയും ഉപരിഘടനയും തമ്മിലുള്ള ഈ വൈരുധ്യമാണ് കേരളത്തിന് യൂറോപ്യൻ രീതിയിലുള്ള ഫ്യൂഡലിസമോ, ഗംഗാസമതലത്തിലോ കാവേരിതീരത്തോ കാണുന്നപോലുള്ള ഏഷ്യാറ്റിക് സമൂഹമോ വളർത്തിക്കൊണ്ടുവരാൻ കഴിയാഞ്ഞതിനുള്ള കാരണം; പഴയ പ്രാകൃതകമ്യൂണിസ്റ്റ് സമൂഹത്തെ അതേപടി നിലനിർത്താനോ ബ്രാഹ്മണരീതിയിലുള്ള സാമൂഹ്യക്രമത്തെ അതിന്റെ പ്രധാനാംശങ്ങളിലെല്ലാം അംഗീകരിക്കാനോ കഴിയാഞ്ഞതിനുള്ള കാരണം; കേരളത്തിന്റെ ഇന്നത്തെ സാമൂഹ്യ- സാമ്പത്തികക്രമം പ്രാകൃത ഗ്രാമസമൂഹംതൊട്ടു മുതലാളിത്തം വരെയുള്ള എല്ലാത്തരം സാമൂഹ്യക്രമത്തെയും പഠിക്കുന്നതിനു ധാരാളം വസ്തുതകൾ നൽകുന്നതിനുള്ള കാരണം.

അടിത്തറയും ഉപരിഘടനയും തമ്മിലുള്ള ഈ വൈരുധ്യം മനസ്സിലാക്കിയാൽ മാത്രമേ- അടിത്തറ (അതായത്, "വളർച്ചയുടെ ഒരു പ്രത്യേകഘട്ടത്തിലുള്ള സമൂഹത്തിന്റെ സാമ്പത്തികഘടന"- സ്റ്റാലിൻ) ഫ്യൂഡലിസത്തിലേക്കു വളർന്നുകൊണ്ടിരുന്നപ്പോൾ, ഉപരിഘടന (അതായത്, "സമുദായത്തിന്റെ രാഷ്ട്രീയവും നിയമപരവും മതപരവും കലാപരവും തത്വശാസ്ത്രപരവുമായ അഭിപ്രായങ്ങളും അവയ്ക്കനുസരണമായ രാഷ്ട്രീയവും നിയമപരവും മറ്റുമായ സ്ഥാപനങ്ങളും"- സ്റ്റാലിൻ) ഏഷ്യാറ്റിക് സമൂഹത്തിലേക്കു വളരുകയായിരുന്നുവെന്ന വസ്തുത മനസ്സിലാക്കിയാൽമാത്രമേ- കേരളസമൂഹത്തിന്റെ വളർച്ചയിലുള്ള വിവിധഘട്ടങ്ങളെ ശരി

യായും ചിട്ടയായും വിശദീകരിക്കാൻ നമുക്ക് കഴിയൂ. കാരണം, സ്റ്റാലിൻ പറയുന്നതുപോലെ,

> ഉപരിഘടന അടിത്തറയുടെ ഒരു നിർമിതിയാണ്. പക്ഷേ ഇതിന്റെ അർഥം അത് അടിത്തറയുടെ വെറും പ്രതിഫലനമാണെന്നല്ല; അടിത്തറയുടെയും വർഗങ്ങളുടെയും ഭാഗധേയത്തിന്റെയും വ്യവസ്ഥയുടെ സ്വഭാവത്തിന്റെയും കാര്യത്തിൽ നിഷ്ക്രിയവും നിഷ്പക്ഷവും ഉദസീനവുമാണെന്നുമല്ല. നേരേമറിച്ച്, നിലവിൽവന്നുകഴിയുന്നതോടെ അത് അത്യന്തം ഊർജസ്വലമായ ഒരു ശക്തിയായിത്തീരുകയും അതിന്റെ അടിത്തറ രൂപപ്പെടുന്നതിന് സ്വയം ഊട്ടിയുറപ്പിക്കുന്നതിനും സജീവമായി പിന്തുണ നൽകുകയും പഴയ അടിത്തറയെയും പഴയ വർഗങ്ങളെയും ഇല്ലായ്മ ചെയ്യുന്നതിനും തുടച്ചുമാറ്റുന്നതിനും പരമാവധി സഹായിക്കുകയും ചെയ്യുന്നു. (സ്റ്റാലിൻ, 'ഭാഷാശാസ്ത്രത്തിലെ മാർക്സിസത്തെ സംബന്ധിച്ച്'.)

ദക്ഷിണേന്ത്യൻ ചരിത്രത്തെപ്പറ്റിയുള്ള, പ്രത്യേകിച്ചും കേരളചരിത്രത്തെപ്പറ്റിയുള്ള രണ്ടു സിദ്ധാന്തങ്ങളുടെ നായകന്മാർക്കും അടിത്തറയും ഉപരിഘടനയും തമ്മിലുള്ള ബന്ധത്തെപ്പറ്റി ഇത്തരത്തിലൊരു ജ്ഞാനമില്ലെന്നതാണ് അവർക്ക് ചരിത്രത്തിന്റെ പ്രധാനവസ്തുതകളെ വിശദീകരിക്കാൻ കഴിയാത്തതിന്റെ മൂലകാരണം. അടിത്തറയെ സംബന്ധിച്ചിടത്തോളം ദക്ഷിണേന്ത്യ ഒരേ വിധത്തത്തിലല്ല, നേരേമറിച്ച് രണ്ടായിപ്പിരിഞ്ഞിരിക്കുന്നു- ഒരു ഭാഗത്തിന് ഉത്തരേന്ത്യയിലെ അതേ അടിത്തറയും മറ്റേതിന് മറ്റൊരടിത്തറയുമാണുള്ളത്- ഇത് അവർ മനസ്സിലാക്കുന്നില്ല. ഒരേ അടിത്തറയുള്ള ദക്ഷിണേന്ത്യയുടെ ഒരു ഭാഗം (തമിഴ്നാടും ആന്ധ്രയും) സ്വതന്ത്രമായിട്ടാണെങ്കിലും ഉത്തരേന്ത്യയുടെ അതേമാതിരിയുള്ള ഉപരിഘടന പടുത്തുയർത്തിയെന്നും അവർ മനസ്സിലാക്കുന്നില്ല. വ്യത്യസ്തമായ ഒരടിത്തറയോടു കൂടിയ ദക്ഷിണേന്ത്യയുടെ ആ ഭാഗം (കേരളം) ഇന്ത്യയുടെ മറ്റുഭാഗങ്ങളുടേതിൽനിന്നു വ്യത്യസ്തമായ സ്വന്തം ഉപരിഘടന പടുത്തുയർത്തിയെന്ന് അവർ അൽപ്പംപോലും മനസ്സിലാക്കുന്നില്ല. അവസാനമായി, അടിത്തറയിൽനിന്നു സ്വാഭാവികമായി ജനിക്കാൻ നിവൃത്തിയില്ലാത്ത ഒരു ഉപരിഘടനയെ കൃത്രിമമായി പടുത്തുയർത്താനുള്ള കേരളത്തിലെ ഭരണാധികാരിവർഗങ്ങളുടെ വൃഥാശ്രമമായിരുന്നു, ഒരു ഉപരിപ്ലവനിരീക്ഷകന് അസംബന്ധമായി തോന്നുന്നതെങ്കിലും ഉൽപ്പാദനശക്തികളെ കൂടുതലായി വളർത്തുവാനുപയുക്തമായ ഒരു ഉപരിഘടനയെ- ഭാഗികമായി പ്രാകൃതകമ്യൂണിസത്തിലും ഭാഗികമായി ഏഷ്യാറ്റിക് സമൂഹത്തിലും ഭാഗികമായി നാടുവാഴിരീതി

യിലുമുള്ളതും; എന്നാൽ അതേസമയത്തുതന്നെ യൂറോപ്പിലെ വളർന്നുവരുന്ന മുതലാളിവർഗം ഇന്ത്യയുമായി കച്ചവടം നടത്തുകയും ഇന്ത്യയെ കീഴടക്കുകയും ചെയ്യുവാനുള്ള അവരുടെ സംരംഭം കേരളത്തിൽ നിന്നു തുടങ്ങത്തക്കവിധം ഉൽപ്പാദനശക്തികളെ അത്രയ്ക്കും വളർത്തിയതുമായ ഒരു ഉപരിഘടനയെ- സൃഷ്ടിച്ചതെന്ന് അവർ മനസ്സിലാക്കുന്നില്ല.

II

ഭൂമി സെറ്റിൽമെന്റ് നടത്തുകയെന്ന ഭാരം ബ്രിട്ടീഷ് ഭരണകർത്താക്കൾ സ്വയം ഏറ്റെടുത്തപ്പോൾ കേരളത്തിലെ നിലവിലുള്ള ഭൂവുടമാസമ്പ്രദായം ഇന്ത്യയുടെ ഭൂരിഭാഗങ്ങളിലേതിൽനിന്നു വ്യത്യസ്തമായിരുന്നെന്ന് അവർ കണ്ടു. ഇന്ത്യയിലെ മറ്റു ഭാഗങ്ങളിൽ കാർഷികോൽപ്പന്നത്തിന്റെ വിലയുടെ ഏറെക്കുറെ സുനിശ്ചിതമായ ഒരു ഭാഗം രാജ്യത്തുള്ള ഭൂമിയുടെ മുഴുവൻ പൂർണമായ ഉടമയെന്ന നിലയിൽ ഗവൺമെന്റിനു ലഭിച്ചിരുന്നപ്പോൾ, കേരളത്തിൽ ഭൂമിയിൽ ഗവൺമെന്റിനു യാതൊരവകാശവുമുണ്ടായിരുന്നില്ല, ആണ്ടിനാൽ ഭൂനികുതി ലഭിക്കുന്നതിനുള്ള അവകാശംപോലുമുണ്ടായിരുന്നില്ല. മൈസൂർ നവാബുമാരുടെ (ഹൈദരാലിയും ടിപ്പുസുൽത്താനും) ഭരണകാലത്താണ് മലബാറിൽ ആദ്യമായി ഭൂനികുതി പിരിവുതുടങ്ങിയത്. ബ്രിട്ടീഷുകാർ രാജ്യത്തിന്റെ മേൽക്കോയ്മകളായിത്തീർന്നകാലമായപ്പോഴേക്കും വലിയ ഭൂഭാഗങ്ങൾ പണ്ടാരവകയായിക്കഴിഞ്ഞിരുന്ന (അവർക്ക് ഈ ഉടമാവകാശം എങ്ങനെ സിദ്ധിച്ചുവെന്നു തുടർന്നു വരുന്ന ഒരധ്യായത്തിൽ വിവരിക്കുന്നതായിരിക്കും) തിരുവിതാംകൂർ, കൊച്ചി എന്നീ പ്രദേശങ്ങളിൽപ്പോലും, സർക്കാരിലേക്കു നികുതികൊടുക്കേണ്ട ബാധ്യതയില്ലാതിരുന്ന സ്വകാര്യജന്മികളുടെ വകയായ ഭൂസ്വത്ത് ധാരാളം വേറെയുണ്ടായിരുന്നു. ഇതും മറ്റനേകം വസ്തുതകളും കേരളത്തിൽ ഗവൺമെന്റിന്റെ ഭൂവുടമാവകാശം ഏറ്റവും കുറഞ്ഞതും സ്വകാര്യജന്മികളുടേത് ഏറ്റവും കൂടിയതുമായിരുന്നെന്ന് ബ്രിട്ടീഷ്ഭരണാധികാരികൾക്കു കാണിച്ചു കൊടുത്തു.

എന്നാൽ അവർ ഈ വസ്തുത രേഖപ്പെടുത്തുകയല്ലാതെ അതിനപ്പുറം പോയില്ല. കേരളത്തിന്റെ ഉത്ഭവത്തെ സംബന്ധിച്ച പുരാണകഥയിൽ അതിനു നൽകിയിരുന്ന വിശദീകരണം, അതിന്റെ ഏറ്റവും അസംബന്ധമായ ഭാഗം ഉപേക്ഷിച്ചിട്ടാണെങ്കിലും അവർ സ്വീകരിക്കുകയാണു ചെയ്തത്. ആ പുരാണകഥ, നാം മുമ്പു കണ്ടതുപോലെ, പരശുരാമൻ എന്ന സങ്കൽപ്പകഥാനായകൻ കേരളത്തെ സമുദ്രത്തിൽനിന്നു പൊന്തിച്ചെടുത്ത് ബ്രാഹ്മണർക്കു (നമ്പൂതിരിമാർക്ക്) ദാനം ചെയ്തുവെന്നതാണല്ലോ. ഇന്നത്തെ ബൂർഷ്വാവർഗത്തിന്റെ പ്രതിനിധികളാകയാൽ തീർച്ചയായും ബ്രിട്ടീഷ് ഭരണകർത്താക്കൾക്ക് കെട്ടുകഥയുടെ രൂപത്തിൽ ആ

വിവരണം സ്വീകരിക്കാൻ കഴിഞ്ഞില്ല. എന്നിരുന്നാലും അവർ സാം രാംശത്തിലെല്ലാം അതംഗീകരിച്ചു. അതായത്, ഭൂമിയിൽ ഏറ്റവുമുയർന്ന തോതിൽ സ്വകാര്യസ്വത്തുടമ വളർന്നിട്ടുള്ള കേരളത്തിലെ ഭൂവുടമാസ മ്പ്രദായം കുടിയേറ്റക്കാർ ഒരു ചെറിയ ന്യൂനപക്ഷത്തിന്റെ സൃഷ്ടിയായിരു ന്നുവെന്നും, ഈ കുടിയേറിപ്പാർത്തവർ അവരുടെ പൂർവജന്മദേശങ്ങളിൽ പൊതുവുടമ പ്രാബല്യത്തിലിരുന്ന ഒരു ഭൂവുടമാസമ്പ്രദായമാണ് പാലി ച്ചിരുന്നതെന്നും "ഭൂമിയിൽ ഉടമസ്ഥാവകാശമുണ്ടാവട്ടെ" എന്നു പറഞ്ഞ പ്പോഴേക്കും അതുണ്ടായെന്നും, നാട്ടുകാർ യാതൊരെതിർപ്പും കൂടാതെ അതു സ്വീകരിച്ചുവെന്നും അവർ അംഗീകരിച്ചു. പ്രാദേശികസ്ഥിതിഗ തികൾ അതിനുള്ള കളമൊരുക്കിയിരുന്നില്ലെങ്കിൽ, കുടിയേറിപ്പാർത്ത ഒരു ചെറിയ ന്യൂനപക്ഷത്തിന് വർഗബന്ധങ്ങളുടെ ഒരു വ്യവസ്ഥയെയാ കെ സ്ഥാപിക്കുവാൻ സാധിച്ചതെങ്ങനെയെന്നാലോചിക്കാൻപോലും അവർ മിനക്കെട്ടുകയുണ്ടായില്ല.

ഞങ്ങളെ സംബന്ധിച്ചിടത്തോളം, കേരളത്തിലെ നമ്പൂതിരിമാർ പുറമേനിന്നു കുടിയേറിപ്പാർത്തവരാണെന്ന അടിസ്ഥാനപരമായ അനു മാനത്തെത്തന്നെ ഞങ്ങൾ ചോദ്യംചെയ്തു കഴിഞ്ഞിരിക്കുന്നു. കുടിയേറി പ്പാർത്ത ഒരു ചെറുന്യൂനപക്ഷമൊഴിച്ച്, നമ്പൂതിരിമാരുടെയും മറ്റു ജാതിക ളുടെയും ഭൂരിപക്ഷം കേരളത്തിലെ പൂർവനിവാസികളായിരുന്നുവെന്നും, ജാതികൾ തമ്മിലുള്ള വ്യത്യാസം സാമൂഹ്യവളർച്ചയിൽ അവർ എത്തി ച്ചേർന്ന ഘട്ടത്തിന്റെ വ്യത്യാസമാണെന്നുമുള്ള അനുമാനം ഞങ്ങൾ മുന്നോട്ടുവച്ചിട്ടുണ്ട്. ആ അനുമാനം തെറ്റാണെന്നു വിചാരിച്ചാൽപ്പോലും നമ്പൂതിരിമാരായിരുന്നു ആദ്യത്തെ ഭൂമിയുടമസ്ഥന്മാരെന്ന സിദ്ധാന്തം ശരിയാണെന്നു വരുന്നില്ല.

നേരേമറിച്ച്, കേരളത്തിൽ നമ്പൂതിരിമാർ കുടിയേറിപ്പാർക്കുന്നതി നുമുമ്പ്, ഭൂമി സ്വകാര്യസ്വത്തായി മാറുന്നതിലേക്കു വളരെ ദൂരം ചെന്നുക ഴിഞ്ഞിരുന്നുവെന്നു വിശ്വസിക്കുവാൻ വളരെ ശക്തിയായ കാരണമുണ്ട്. എന്തെന്നാൽ, നമ്പൂതിരിമാർ കേരളത്തിലേക്കു വന്നുവെന്ന് ഊഹിക്ക പ്പെടുന്നതെവിടെനിന്നോ ആ പ്രദേശങ്ങളിലെ ഭൂവുടമാസമ്പ്രദായം ഗ്രാ മങ്ങളുടെ സമുദായക്കൂട്ടുടമയാണെന്നത് തർക്കമറ്റ സംഗതിയാണ്. അതു കൊണ്ട് അവർ സ്വകാര്യ ഉടമാസമ്പ്രദായമല്ല, കൂട്ടുടമാസമ്പ്രദായമാണ് അവതരിപ്പിക്കാൻ സ്വാഭാവികമായി ശ്രമിക്കുക. എന്നാൽ യഥാർഥ ത്തിൽ, അവർ കേരളത്തിൽ കുടിയേറിപ്പാർത്തശേഷം സൃഷ്ടിക്കപ്പെട്ട വ്യവസ്ഥ കൂട്ടുടമയിൽനിന്നു വളരെയധികം അകന്നതായിരുന്നു.

നമ്പൂതിരിമാർ കുടിയേറിപ്പാർക്കാൻ തുടങ്ങിയ കാലമായപ്പോ ഴേക്കും സ്വകാര്യസ്വത്തുടമ ഇവിടെ വളർന്നുകഴിഞ്ഞിരുന്നുവെന്നും, ഉടമാവകാശം പൂർവനിവാസികളിൽനിന്നു തങ്ങളിലേക്കു മാറ്റുകമാ

ത്രമാണവർ ചെയ്തതെന്നുമുള്ള അനുമാനം കൊണ്ടല്ലാതെ ഈ കടംക ഥയ്ക്ക് ഉത്തരം കാണാൻ സാധ്യമല്ല. ഈ അനുമാനവും അത്രയൊന്നും ശരിയാണെന്നു തോന്നുന്നില്ല; കാരണം, പൂർവനിവാസികൾക്കിടയിൽ സ്വകാര്യസ്വത്തുടമാവകാശം അത്ര ഉയർന്ന ഒരു നിലയിൽ വളർന്നി ട്ടുണ്ടെങ്കിൽ, അവരിൽനിന്ന് അത് കുടിയേറിപ്പാർത്തവരിലേക്കു മാറ്റു ന്നത് ഭയങ്കരമായ സംഘട്ടനങ്ങൾക്കിടയാക്കുമായിരുന്നു; കുടിയേറി പ്പാർത്തവർക്ക് എതിർപ്പുകളെയെല്ലാം അടിച്ചുതകർക്കത്തക്ക വമ്പിച്ച ഭൗതികബലമുണ്ടായിരിക്കണമായിരുന്നു. വാസ്തവത്തിൽ, കിട്ടാവുന്ന തെളിവുകളെല്ലാം കാണിക്കുന്നത് ഭൗതികബലത്തിന്റെ കാര്യത്തിൽ കു ടിയേറിപ്പാർത്തവരെക്കാൾ വളരെ അധികം ശക്തിപൂർവനിവാസികൾ (നായന്മാർ)ക്കായിരുന്നുവെന്നാണ്. സ്വത്തുടമാബന്ധങ്ങളുടെ കൂടുത ലുയർന്ന ഒരു രൂപം- കൂട്ടുസ്വത്തിനെതിരായ സ്വകാര്യസ്വത്ത്- സ്വത ന്ത്രമായി വളർത്തിക്കൊണ്ടുവന്നവരും അതിനുപുറമേ കൂടുതൽ ശരീര ബലമുണ്ടായിരുന്നവരുമായ ഒരു ജനത, സാമ്പത്തികവളർച്ചയുടെ താരത മ്യേന താഴ്ന്ന ഒരു പടിയിലായിരുന്നവരും ശാരീരികമായി തങ്ങളെക്കാൾ ശക്തികുറഞ്ഞവരുമായ ഒരു ജനതയ്ക്ക് സാമൂഹ്യമായും (തങ്ങളൊരു താ ണജാതിയായി സ്വയം കണക്കാക്കുക) സാമ്പത്തികമായും (തങ്ങളുടെ ഉടമാവകാശം വിട്ടുകൊടുക്കുക) കീഴടങ്ങേണ്ട ആവശ്യമുണ്ടായിരുന്നില്ല.

അതുകൊണ്ട്, സ്വത്തിന്റെ വളർച്ചയുടെ കാര്യത്തിലും യുക്തിയുക്ത മായ ഒരൊറ്റ വിശദീകരണം കുടുംബത്തിന്റെ വളർച്ചയിൽ നാം കണ്ടതു തന്നെയാണ്. അതായത്, കേരളത്തിനകത്തുള്ള ആഭ്യന്തരശക്തികളുടെ പ്രവർത്തനമായിരുന്നു, പുറമേനിന്നുള്ള യാതൊരു കൈകടത്തലുമായി രുന്നില്ല, ഏഷ്യാറ്റിക് സമൂഹത്തിന്റെ രീതിയിൽ വളർന്നുകൊണ്ടിരുന്ന ഒരു രാജ്യത്ത് അനന്യാദൃശമായ ഒരു വ്യവസ്ഥയുടെ വളർച്ചയ്ക്കിടയാക്കി യത്. കേരളത്തിനകത്ത് ആഭ്യന്തരശക്തികളുടെ അടിസ്ഥാനഘടകമെ ന്തെന്ന്- കൃത്രിമ ജലസേചനംകൊണ്ടുള്ള കൃഷിസമ്പ്രദായത്തിന്റെയും തൽഫലമായ കേന്ദ്രീകൃതഭരണത്തിന്റെയും അഭാവം- നാം കണ്ടുപിടിച്ചു കഴിഞ്ഞിട്ടുണ്ടല്ലോ. അതുകൊണ്ട്, ഈ ആഭ്യന്തരശക്തികൾ എങ്ങനെ പ്രവർത്തിച്ചുവെന്നും അവസാനം എങ്ങനെ സ്വകാര്യസ്വത്തുസമ്പ്രദായം സൃഷ്ടിച്ചുവെന്നും സാമാന്യമായി ചിത്രീകരിക്കാൻ എളുപ്പമാണ്.

1. ചേരസാമ്രാജ്യത്തിന്റെ കാലത്ത്, അഥവാ അതിനുമുമ്പുതന്നെ, പ്രാ കൃതകമ്യൂണിസത്തിനു സ്വാഭാവികവും മഹാബലിപുരാണത്തിൽ അനു സ്മരിക്കപ്പെടുന്നതുമായ ആ സമത്വം നശിച്ചുതുടങ്ങത്തക്കവിധം കൃഷി വളർന്നിരുന്നു; വർഗവ്യത്യാസം പ്രത്യക്ഷപ്പെട്ടുതുടങ്ങിയിരുന്നു.

2. എന്നാൽ വർഗവ്യത്യാസം ജാതിവ്യത്യാസത്തിന്റെ രൂപം കൈക്കൊണ്ടു. ഏറ്റവുമധികം സമ്പത്തുസംഭരിക്കാൻ സാധിച്ചിരുന്നവർ

ഏറ്റവുമുയർന്ന ജാതിയുടെ സ്ഥാനത്തെത്തി; ധനസമ്പാദനത്തിൽ അടുത്തപടിയിലായിരുന്നവർ അതിനു തഴെയുള്ള ജാതിയായി. അങ്ങനെ കീഴ്പ്പോട്ടുവന്ന് ഒട്ടുംതന്നെ ധനം സമ്പാദിക്കാൻ കഴിവില്ലാതിരുന്ന വർഗം ഏറ്റവും താഴ്ന്ന ജാതിയായിത്തീർന്നു.

3. സമൂഹം ജാതികളായി തിരിയുന്ന ഈ ഗതിക്രമത്തെ ചേരസാമ്രാജ്യവും ഇന്ത്യയുടെ മറ്റു ഭാഗങ്ങളും മറ്റുമായുള്ള ബന്ധങ്ങളും സഹായിക്കുകയോ പ്രചോദിപ്പിക്കുകയോ ചെയ്തു. ഈ ബന്ധങ്ങളുടെ കൂട്ടത്തിൽ ഒരു ജാതി മുഴുവൻ (നമ്പൂതിരിമാർ) കേരളത്തിലേക്കു കുടിയേറിപ്പാർത്തുവെന്ന സംഭവംകൂടി നടന്നിട്ടുണ്ടോ അഥവാ ഏതാനുംപേർ മാത്രമാണോ കുടിയേറിപ്പാർത്തത് എന്നത് ഇപ്പോഴും സ്ഥിരീകരിക്കാൻപറ്റാത്ത ഒരു പ്രശ്നമാണ്. എങ്കിലും, മുമ്പു പറഞ്ഞതുപോലെ, പേർമാത്രം വരികയും നാട്ടുകാരിൽ ഏറ്റവുമധികം സ്വത്തു സംഭരിച്ചിരുന്നവരുമായി ഇടകലരുകയും അവരോട്ടുകൂടി ഏറ്റവുമുയർന്ന ജാതിയായ നമ്പൂതിരിമാരായിത്തീരുകയും ചെയ്തിരിക്കാനാണ് ഏറ്റവുമധികം വഴിയുള്ളത്.

4. സമൂഹം ജാതികളായിത്തിരിഞ്ഞത് പഴയ ഗോത്രസമൂഹത്തെ പൊളിച്ചു. അത് സാമൂഹ്യബന്ധങ്ങളിൽ അസമത്വം സൃഷ്ടിച്ചുവെന്നു മാത്രമല്ല, പഴയ ഗോത്രസമിതികളെ തകർക്കുകകൂടി ചെയ്തു. ഓരോ ഗോത്രത്തിനുമുള്ള സഭകളുടെ സ്ഥാനത്ത് ഓരോ ജാതിക്കുമുള്ള സഭകൾ വന്നു. ഇങ്ങനെ നമ്പൂതിരിമാരുടെ ഗ്രാമങ്ങളും നായന്മാരുടെ തറക്കൂട്ടങ്ങളും മറ്റു ജാതിസമാജങ്ങളും വളർന്നുവന്നു– ഓരോ ജാതിക്കും ഏറെക്കുറെ ജനാധിപത്യപരമായി പ്രവർത്തിച്ചിരുന്ന അതിന്റെ സ്വന്തം സഭയുണ്ടായിരുന്നു.

5. കൃഷിയും ചില ചരക്കുകളുടെ (പ്രത്യേകിച്ചും വനോൽപ്പന്നങ്ങൾ) വ്യാപാരവും കൂടുതലായി വളർന്നതോടെ ധനശേഖരണം കുറെക്കൂടി വർധിച്ചു. അത് ക്രമേണ ജാതിസമാജങ്ങളുടെ തന്നെ അധികാരങ്ങളെ, പതുക്കെയാണെങ്കിലും അസന്ദിഗ്ധമായി പരിമിതപ്പെടുത്താൻ തുടങ്ങി. ഈ ഗതിക്രമത്തിലൂടെയാണ് മധ്യകാലകേരളത്തിലെ സൈനിക-ഫ്യൂഡൽ വാഴ്ച രൂപംകൊണ്ടത്. ഇത് തുടർന്നുവരുന്ന ഭാഗങ്ങളിൽ നമുക്കു കാണാം.

6. പുരാതന ഗോത്രസമിതികളുടെ ഈ തകർച്ചയുടെ സാമ്പത്തികഫലം സ്വത്തുടമസ്ഥതയിലും ഇതേ പരിവർത്തനമുണ്ടായെന്നതാണ്. ഓരോ ജാതീയസഭയ്ക്കും (ഗ്രാമം, തറക്കൂട്ടം മുതലായവ) അതിന്റെ സ്വന്തം ക്ഷേത്രമുണ്ടായിരുന്നു. അതിലെ മൂർത്തി ആ ജാതിയുടെ മുഴുവൻ കൂട്ടായ പ്രതിബിംബവും പ്രതിനിധിയുമായിരുന്നു. ആ ക്ഷേത്രത്തിന്റെയും അതിലെ മൂർത്തിയുടെയും പേരിലായിരുന്നു തലമുറകളായി ശേഖരിക്കപ്പെട്ട ധനം നിലനിർത്തിപ്പോന്നത്. എന്നാൽ ക്രമേണ ക്ഷേത്രത്തിന്റെയും

അതുകൊണ്ട് അതിന്റെ സ്വത്തിന്റെയും നിയന്ത്രണം ആദ്യം ജാതിയുടെ മുഴുവൻ സമിതിയിൽനിന്നും കുടുംബത്തലവന്മാരുടെ കൂട്ടായ സംഘത്തിലേക്കും പിന്നീട് ഈ കുടുംബങ്ങളുടെയെല്ലാം തലവന്മാരിൽനിന്നു കുറച്ചു കുടുംബങ്ങളുടെ തലവന്മാരിലേക്കും അവസാനം ഒരു കുടുംബത്തിന്റെ തലവനിലേക്കും ചുരുങ്ങിവന്നു. ഈ ഘട്ടമെത്തിയതോടെ, ക്ഷേത്രത്തിന്റെയും അതിലൂടെ ജാതിയുടെ മുഴുവന്റെയും ട്രസ്റ്റിയെന്ന നിലയിൽ ഒരു കുടുംബത്തലവനുണ്ടായിരുന്ന സ്വത്തുടമാവകാശം ആ കുടുംബത്തിന്റെ സ്വകാര്യസ്വത്തെന്നനിലയ്ക്ക് അതിന്റെ തലവനിലേക്കു മാറ്റുക മാത്രമേ വേണ്ടിയിരുന്നുള്ളൂ. ഇത്തരം എത്രയോ മാറ്റങ്ങൾ ഇപ്പോൾ ജീവിച്ചിരിക്കുന്നവരുടെ ഓർമയിൽ തന്നെയുണ്ട് (അനേകം ഉദാഹരണങ്ങൾ ഇതെഴുന്ന ആൾക്കുതന്നെ അറിയാം)- പൊതുദേവസ്വം (ദേവന്റെ സ്വത്ത്) സ്വകാര്യദേവസ്വമായും ദേവസ്വം ബ്രഹ്മസ്വ(ബ്രാഹ്മണന്റെ സ്വത്ത്)മായും മാറ്റിയിട്ടുണ്ട്. മാത്രമല്ല, അനേകം നൂറ്റാണ്ടുകളായി ക്ഷേത്രങ്ങളുടെ സ്വത്ത് ഇത്തരത്തിൽ സ്വകാര്യസ്വത്താക്കി മാറ്റിയതിനുശേഷവും, ഇന്നും വളരെയേറെ ഭൂമി ക്ഷേത്രങ്ങളുടെ വകയായി അവശേഷിക്കുന്നുണ്ട്.

7. പ്രാചീനകാലത്ത് കൂട്ടുസ്വത്തു നശിപ്പിക്കുകയും സ്വകാര്യസ്വത്തു സ്ഥാപിക്കുകയും ചെയ്തതിന്റെ അടിസ്ഥാനരൂപം മേൽപ്പറഞ്ഞതായിരുന്നുവെങ്കിൽ, മധ്യകാലകേരളത്തിലെ സൈനിക- ഫ്യൂഡൽ ഭരണത്തിന്റെ സ്ഥാപനക്രമം മറ്റു തരത്തിലായിരുന്നു- ഒരു പടത്തലവൻ മറ്റൊരുവന്റെ രാജ്യം കീഴടക്കുകയും രണ്ടാമത്തെയാളുടെ സ്വകാര്യസ്വത്ത് ആദ്യത്തെയാൾ പിടിച്ചെടുക്കുകയും ചെയ്യുക, പടത്തലവന്മാർ തങ്ങളുടെ ആശ്രിതർക്കു സമ്മാനങ്ങൾ കൊടുക്കുക, ഭക്തരായ അബ്രാഹ്മണർ ഭൂമി ബ്രാഹ്മണർക്കു ദാനം ചെയ്യുക മുതലായവ. പണത്തിന്റെ വളർച്ച, ചരക്കുകളുടെ വിനിമയം മുതലായവയും ഭൂമി പണയപ്പെടുത്തലിനും വിൽപ്പനയ്ക്കുമിടയാക്കി (ബ്രിട്ടീഷുകാരായ കേരളചരിത്രകാരന്മാരിൽ ഏറ്റവും പ്രാമാണികനായ ലോഗൻ ശേഖരിച്ചിട്ടുള്ള പ്രമാണരേഖകളിൽ, ബ്രിട്ടീഷുകാർ ഇവിടെ വന്നു പാർപ്പുറപ്പിക്കുന്നതിനു വളരെ മുമ്പ്, മധ്യയുഗകേരളത്തിൽ ഭൂമി വിൽക്കലും വാങ്ങലും വളരെ സാധാരണമായിരുന്നുവെന്നു കാണിക്കുന്ന അനേകം രേഖകളുണ്ട്). ഈ രൂപങ്ങളിലെല്ലാം കൂടിയാണ് കേരളത്തിൽ സ്വകാര്യസ്വത്തുസമ്പ്രദായം വളർന്നത്. എന്നാൽ മേൽവിവരിച്ചപ്രകാരം പുരാതന ഗോത്രസമൂഹത്തിന്റെ കൂട്ടുസ്വത്ത് നശിപ്പിക്കപ്പെട്ടിരുന്നില്ലെങ്കിൽ ഈ രൂപങ്ങളിലൊന്നും തന്നെ പ്രത്യക്ഷപ്പെടുമായിരുന്നില്ല.

അതുകൊണ്ട്, കേരളത്തിലെ ഭൂവുടമസ്ഥതയുടെ ഉത്ഭവത്തെപ്പറ്റിയുള്ള ഐതിഹ്യം- ഭൂമി നമ്പൂതിരിമാർക്കു ദാനം ചെയ്യപ്പെട്ടുവെന്ന

കഥ- ഒരു അർഥത്തിൽ മാത്രമാണ് ശരിയാണെന്നു പറയാവുന്നത്. അതായത്, ജാതിവ്യവസ്ഥയുടെ വളർച്ചയും (അതിൽ തീർച്ചയായും നമ്പൂതിരിമാരാണേറ്റവുമുയർന്ന സ്ഥാനം വഹിക്കുന്നത്) ഭൂമിയിൽ സ്വകാര്യസ്വത്തിന്റെ വളർച്ചയുമായി വളരെ അടുത്തു ബന്ധപ്പെട്ടിരിക്കുന്നു. വാസ്തവത്തിൽ, മധ്യയുഗത്തിൽ യൂറോപ്പിലുണ്ടായിരുന്നതിനു സദൃശമായ ഒരു ഭൂവുടമാസമ്പ്രദായം വളർത്തിക്കൊണ്ടുവരാൻവേണ്ടി ഗംഗാസമതലത്തിലെ ബ്രാഹ്മണരുടേതായ ജാതിവ്യവസ്ഥയെ കേരളത്തിലെ മണ്ണിനു യോജിച്ചമട്ടിൽ ഇപ്രകാരം പാകപ്പെടുത്തിയെടുത്തതാണ്, പുറമേനിന്നു വരുന്ന ഒരു സന്ദർശകനെ അമ്പരപ്പിക്കുന്ന, കേരളത്തിലെ സാമൂഹ്യക്രമത്തിന്റെ ആ പ്രത്യേകതകളുടെയെല്ലാം അടിയിലുള്ളത്. ഈ പാകപ്പെടുത്തിയെടുക്കൽ എങ്ങനെ നടന്നു എന്ന പ്രശ്നം പരിശോധിക്കുമ്പോൾ, കേരളത്തിലെ ഭരണകൂടത്തിന്റെ വളർച്ചയുടെ പ്രശ്നത്തിലേക്കു നാം നേരേ എത്തിച്ചേരുന്നു. പുരാതന ഗോത്രസഭകളുടെ തകർച്ചയും ഏഷ്യാറ്റിക് സമൂഹത്തിൽ കാണുന്ന തരത്തിലുള്ള ഒരു കേന്ദ്രീകൃതഭരണം സ്ഥാപിക്കാനുള്ള പരിശ്രമങ്ങളും ഈ പരിശ്രമങ്ങളുടെ പരാജയവും അവസാനം യാതൊരു കേന്ദ്രീകൃതസാമ്രാജ്യവുമില്ലാത്ത ഒരു സൈനിക ഫ്യൂഡൽ ഭരണകൂടം രൂപീകരിക്കുന്നതിലെത്തിച്ചേർന്നതും മറ്റും- നമുക്കിനി പരിശോധിക്കാം.

III

കോഴിക്കോട്ടെ സാമൂതിരിയും കൊച്ചീരാജാവും തമ്മിൽ, ആരാണ് കേരളചക്രവർത്തിയായിത്തീരേണ്ടതെന്ന പ്രശ്നം തീരുമാനിക്കാനായി, വളരെക്കാലം യുദ്ധം നടന്നു. അവസാനത്തെ പെരുമാളായ ചേരമാൻപെരുമാളുടെ പിൻഗാമി താനാണെന്നും ആ നിലയിൽ കേരളചക്രവർത്തിസ്ഥാനത്തിനുള്ള അവകാശം തനിക്കാണെന്നും രണ്ടുപേരും അവകാശപ്പെട്ടു.

തിരുവിതാംകൂറിലെ രാജവംശമാകട്ടെ, പെരുമാക്കന്മാർക്ക് കേരളത്തിൽ പ്രതിഷ്ഠ ലഭിക്കുന്നതിനു വളരെ മുമ്പുതന്നെ, ചക്രവർത്തിമാരെന്ന നിലയിൽ കേരളം ഭരിച്ചിരുന്ന ചേരന്മാരുടെ നേരിട്ടുള്ള പിന്തുടർച്ചക്കാരാണെന്നവകാശപ്പെട്ടു. ഇതിനുംപുറമേ, ഈ വംശം പെരുമാക്കന്മാരുടെ മേൽക്കോയ്മയ്ക്കു കീഴടങ്ങിയിട്ടില്ലെന്നും നേരേമറിച്ച് പെരുമാക്കളോട് തുല്യനിലയിൽ വർത്തിച്ചിരുന്ന ഒരു സ്വതന്ത്രരാജവംശമാണെന്നും അവകാശപ്പെടുന്നു. അതുകൊണ്ട് കേരളചക്രവർത്തിപദത്തിനുള്ള അവകാശം, പെരുമാക്കന്മാരുടെ ഏതെങ്കിലും പിൻഗാമികളെക്കാൾ ഏറെ പഴക്കവും തുടർച്ചയുമുള്ള തങ്ങളിലാണു നിലനിൽക്കുന്നതെന്നും അവർ അവകാശപ്പെട്ടു.

പെരുമാക്കന്മാരുടെ സാമ്രാജ്യം ഒരു ഡസനിലധികം ചെറുരാജ്യങ്ങളായി ചിന്നിച്ചിതറിയ എ ഡി ഒൻപതാം നൂറ്റാണ്ടു വരെ കേരളം ഒരു കേന്ദ്രീകൃത സാമ്രാജ്യഭരണകൂടമായിരുന്നുവെന്ന് മിക്ക ചരിത്രകാരന്മാരും ചോദ്യം കൂടാതെ അംഗീകരിക്കത്തക്കവണ്ണം, വിവിധ രാജവംശങ്ങളുടെ ഈ അവകാശത്തർക്കങ്ങൾ അവരുടെ ബോധത്തിൽ വലിയ സ്ഥാനം കരസ്ഥമാക്കിയിരിക്കുന്നു. ചരിത്രകാരന്മാരുടെ ഈ പൊതുബോധമാണ് ഐക്യകേരളപ്രസ്ഥാനത്തിന്റെ ബൂർഷ്വാ നായകന്മാർ അവരുടെ ആശയപരമായ അടിസ്ഥാനമായി സ്വീകരിച്ചിട്ടുള്ളത്. ഒരു കാലത്ത് ഐക്യത്തോടും മഹിമയോടുംകൂടി വർത്തിച്ചിരുന്ന കേരളത്തിലെ രാജവംശങ്ങൾ തമ്മിൽ പരസ്പരം കലഹിക്കുകയും ജനങ്ങൾക്ക് നാശവും അടിമത്തവും കൈവരുത്തുകയും ചെയ്ത "ദുഷ്കാല വൈഭവ"ത്തെപ്പറ്റി അവർ കേഴുന്നു.

കേരളത്തിൽ പണ്ട് ഏകീകൃതവും കേന്ദ്രീകൃതവുമായ ഒരു സാമ്രാജ്യഭരണമുണ്ടായിരുന്നുവെന്ന ഈ വീക്ഷണം ശരിയല്ല. ഇന്ത്യയുടെ മറ്റുഭാഗങ്ങളിൽ കേന്ദ്രീകരണം സാധ്യവും ആവശ്യമാക്കിത്തീർത്തതെന്തോ അത്- കൃത്രിമജലസേചനം സംഘടിപ്പിക്കേണ്ടതിന്റെ ആവശ്യം- കേരളത്തിൽ ഉണ്ടായിരുന്നില്ലെന്നും, ഇതിന്റെ അഭാവമായിരുന്നു ചേരസാമ്രാജ്യത്തിന്റെയും പെരുമാക്കന്മാരുടെ സാമ്രാജ്യത്തിന്റെയും അധഃപതനത്തിനു കാരണമെന്നും നാം കണ്ടുകഴിഞ്ഞു. അതുകൊണ്ട് കേരളത്തിൽ ഒരുകാലത്ത് ഒരു കേന്ദ്രീകൃത സാമ്രാജ്യഭരണമുണ്ടായിരുന്നുവെന്ന 'ചരിത്രവസ്തുത' വിമർശനം കൂടാതെ സ്വീകരിക്കുന്നത് അശാസ്ത്രീയമാണ്.

എന്നാൽ ചേരസാമ്രാജ്യവും പെരുമാക്കന്മാരുടെ സാമ്രാജ്യവും കേരളത്തിലെ സാമൂഹ്യവികാസഗതിയുടെമേൽ യാതൊരു സ്വാധീനവും ചെലുത്തിയിട്ടില്ലെന്നു പറഞ്ഞ് അവയെ നിരാകരിക്കുന്നതും ശരിയായിരിക്കില്ല. നേരേമറിച്ച്, ഈ രണ്ടു സാമ്രാജ്യഭരണങ്ങളുടെ കാലത്ത് സാമൂഹ്യവ്യവസ്ഥയിൽ അടിസ്ഥാനപരമായ മാറ്റങ്ങളുണ്ടായെന്നാണ്, ലഭ്യമായ തെളിവുകളെ നിഷ്കൃഷ്ടമായി പരിശോധിക്കുമ്പോൾ കാണുന്നത്. അതിൻഫലമായി, അടിമത്തയുഗത്തിലും മധ്യയുഗത്തിലുമുള്ള എല്ലാ സാമ്രാജ്യങ്ങളെയും സംബന്ധിച്ച് സ്റ്റാലിൻ വിവരിക്കുന്നതുപോലെ, "അൽപ്പായുസ്സും അസ്ഥിരവുമായ സൈനികവും ഭരണപരവുമായ സംഘടന"യായിരുന്ന ആ സാമ്രാജ്യഭരണമെങ്കിലും അതിന്റെ നാശത്തിനുശേഷം സമൂഹം അതിന്റെ രൂപീകരണത്തിനു മുമ്പുണ്ടായിരുന്ന അതേ പടിയിൽത്തന്നെ നിന്നില്ല.

ചേരസാമ്രാജ്യത്തിന്റെ രൂപീകരണത്തിനു മുമ്പ് എന്തുതരം സമൂഹമാണ് നിലനിന്നിരുന്നതെന്നു കാണിക്കാൻ ഇനിയും വിശ്വാസ്യമായ

തെളിവില്ല. മഹാബലിപുരാണകാലത്തുണ്ടായിരുന്ന അതേ സാമൂഹ്യക്രമമാണ് ഏറെക്കുറെ അന്നുമുണ്ടായിരുന്നതെന്നൂഹിക്കുവാനേ നമുക്കു നിവൃത്തിയുള്ളൂ- വർഗങ്ങൾ വളർന്നിട്ടില്ലാത്തതും ഗോത്രസമത്വം തുടർന്നു വന്നിരുന്നതും, എന്നാൽ ഗോത്രനായകന്മാർ, പ്രാകൃതകമ്യൂണിസത്തിന്റെ ആദ്യഘട്ടങ്ങളിലുണ്ടായിരുന്നതിനെക്കാൾ കൂടുതൽ അധികാരം കൈക്കൊള്ളാൻ തുടങ്ങിയിരുന്നതുമായ ഒരു സാമൂഹ്യക്രമം. ചേരന്മാർ വർഗസമൂഹം (ഏഷ്യാറ്റിക് രീതിയിലുള്ളത്) വളർത്തിക്കഴിഞ്ഞിരുന്ന ഒരു ജനതയായിരുന്നുവെന്നും അവരുടെ സാമ്രാജ്യഭരണത്തിൻകീഴിലാണ് കേരളത്തിൽ ബ്രാഹ്മണമുറ ഒരു മർമപ്രധാന സാമൂഹ്യ ശക്തിയായിത്തീർന്നതെന്നുംകൂടി അനുമാനിക്കാം. കാരണം, നാം കണ്ടുകഴിഞ്ഞതുപോലെ, ചേരസാമ്രാജ്യവും മറ്റു ദക്ഷിണേന്ത്യൻ സാമ്രാജ്യങ്ങളും ഉത്തരേന്ത്യൻ സാമ്രാജ്യങ്ങളുടെ അതേ സാമൂഹ്യ സാമ്പത്തികസ്വഭാവമുള്ളവയായിരുന്നു. അതുകൊണ്ട് അവ ബ്രാഹ്മണരുടെ ആശയസംഹിത അനായാസേനയും സ്വാഭാവികമായും സ്വീകരിക്കുകയും ചെയ്തു. ഏതായാലും നമ്പൂതിരിമാർ അവരുടെ സാമൂഹ്യമേധാവിത്വം സ്ഥാപിച്ചപ്പോഴേക്കും- അവർ മുഴുവനും കുടിയേറിപ്പാർത്തവരോ അവരിൽ ഭൂരിപക്ഷം നാടൻ ജനതയിൽനിന്നും ഉയർന്നുവന്നവരോ എന്ന പ്രശ്നം ഇവിടെ അസംഗതമാണ്- സമൂഹം പുരാണത്തിൽ പറയുംവിധം ഒരു ജാതിപ്രഭുത്വത്തിന്റെ രീതിയിൽ വളർന്നുകഴിഞ്ഞിരുന്നുവെന്നു നമുക്കറിയാം.

> പരശുരാമക്ഷേത്രം വളരെപ്പണ്ടേ, ഗോകർണം മുതൽ പെരുമ്പുഴ നദിവരെയുള്ള തുളുഖണ്ഡം, പെരുമ്പുഴ മുതൽ കോട്ടനദിവരെയുള്ള കൂപഖണ്ഡം, മലബാറിലെ കുറുമ്പ്രനാട്ടു താലൂക്കിന്റെ ദക്ഷിണാർധവും കൊച്ചിയും വടക്കൻ തിരുവിതാംകൂറും ഉൾപ്പെടെ പുതുപ്പട്ടണം മുതൽ കന്നേറ്റിവരെയുള്ള കേരളഖണ്ഡം, കന്നേറ്റി മുതൽ കന്യാകുമാരി വരെ വ്യാപിച്ചുകിടക്കുന്ന മൂഷികഖണ്ഡം എന്നിങ്ങനെ നാലു ജില്ലകളായി വിഭജിക്കപ്പെട്ടിരുന്നു.
>
> നാടിനെ 64 ഗ്രാമങ്ങൾ-32 എണ്ണം തുളുഖണ്ഡത്തിലും ബാക്കി 32 എണ്ണം തെക്കൻ പ്രദേശങ്ങളിലും- ആയി തിരിച്ച് കുടിയേറ്റക്കാരായ ബ്രാഹ്മണർക്ക് എന്നെന്നും സർവതന്ത്രസ്വതന്ത്രമായി അനുഭവിച്ചുകൊള്ളുന്നതിനായി "പൂവും നീരും" ഊട്ടി ദാനം ചെയ്തു. പുരുഷന്മാർക്ക് ആയുധപരിശീലനം നൽകുന്നതിനായി 108 കളരികൾ സ്ഥാപിച്ചു. ദുർഗയുടെയും ശാസ്താവിന്റെയും വിഗ്രഹങ്ങൾ- ആദ്യത്തേത് കടൽത്തീരത്തും രണ്ടാമത്തേത് മലനാട്ടിലും- നാനാദേശങ്ങളിലും പ്രതിഷ്ഠിച്ചു. മതോൽസവങ്ങൾ നടത്തുന്നതിനുള്ള

ചിട്ടവട്ടങ്ങൾ ഉണ്ടാക്കി. പരശുരാമന്റെ ആജ്ഞകൾ സകലരും ശിരസ്സാ വഹിച്ചു; കാറ്റും ഋതുക്കളും മറ്റു പ്രകൃതിശക്തികളും പോലും അദ്ദേഹത്തിന്റെ അനുശാസനങ്ങളെ ആദരിക്കുകയും കേരളത്തിന്റെ അഭിവൃദ്ധിയും തദ്ദേശവാസികളുടെ ക്ഷേമവും ഉറപ്പുവരുത്തുന്നതിനുവേണ്ടി താന്താങ്ങൾക്ക് നൽകപ്പെട്ട ചുമതലകൾ നിർവഹിക്കുകയും ചെയ്തു. അങ്ങനെ പരശുരാമന്റെ ദാനത്തിന്റെ ഫലമായി നമ്പൂതിരിമാർ ഭൂമിയുടെ അധിപന്മാരായിത്തീർന്നു.

ഒരുതരം പ്രഭുഭരണമാണ് പരശുരാമൻ അനുശാസിച്ച ഭരണരൂപം. അതിൽ 64 ഗ്രാമങ്ങൾക്കും പ്രാതിനിധ്യമുണ്ടായിരുന്നു. ഈ വ്യവസ്ഥ കുറേക്കാലം നന്നായി പ്രവർത്തിച്ചതായി തോന്നുന്നു. ഋഷി ആജ്ഞാപിച്ച പ്രകാരം, ഒത്തുചേരുകയും രാജ്യകാര്യങ്ങൾ നടത്തുകയും ചെയ്യാൻ ഗ്രാമക്കാർക്ക് കഴിയാതെവരുന്ന പക്ഷം മൊത്തം സമുദായത്തിന്റെയും പേരിൽ കാര്യങ്ങൾ നിർവഹിക്കുന്നതിനുള്ള പ്രാതിനിധ്യാധികാരം പയ്യന്നൂർ, പെരുഞ്ചെല്ലൂർ, പരപ്പൂർ, ചെങ്ങന്നൂർ എന്നീ നാലു ഗ്രാമങ്ങൾക്ക് നൽകപ്പെട്ടു. ബ്രാഹ്മണർ നാട്ടുഭരിച്ചിരുന്ന കാലത്ത് തർക്കങ്ങൾ പൊന്തിവരികയും അവ ജനങ്ങളുടെ സന്തുഷ്ടിക്ക് ഭംഗം വരുത്തുകയും ചെയ്തു. അതുകൊണ്ട് രക്ഷാപുരുഷന്മാരെ നിയമിച്ചു. അവരുടെ കാലാവധി മൂന്നുവർഷമായിരുന്നു. രക്ഷാപുരുഷന്മാരെ ഭരണകാര്യങ്ങളിൽ സഹായിക്കുന്നതിനായി നാലു കഴകങ്ങൾ അഥവാ ഉപദേശകസമിതികൾ സ്ഥാപിച്ചു; ഓരോന്നും തളിയാതിരി എന്ന ഉദ്യോഗസ്ഥന്റെ കീഴിലായിരുന്നു. വ്യത്യസ്ത ജാതികളുടെ താൽപ്പര്യങ്ങൾ സംരക്ഷിക്കുന്നതിനുവേണ്ടി നാലു 'ജാതിസഭകൾ'- വർണകഴകങ്ങൾ- രൂപവൽക്കരിച്ചു. പ്രതിനിധികൾക്ക് ഭരണം നടത്തുകയും നിയന്ത്രിക്കുകയും ചെയ്യാൻ കഴിയുന്നതിനുവേണ്ടി ഓരോ കഴകത്തിനും ഭരണത്തിന്റെ ആസ്ഥാനമായ തിരുവഞ്ചിക്കുളത്ത് ഒരു ഭവനം ഉണ്ടായിരിക്കണമെന്നും തീരുമാനിച്ചു. യുദ്ധസാമർഥ്യവും നല്ല നേതൃത്വവും ഉറപ്പുവരുത്തുന്നതിനായി ചില ബ്രാഹ്മണകുടുംബങ്ങളെ യുദ്ധമുറകൾ അഭ്യസിപ്പിച്ചു. (*തിരുവിതാംകൂർ സ്റ്റേറ്റ് മാനുവൽ, വാല്യം II*, പേജ് 4-5).

ഈ പുരാണകഥയിൽ പറഞ്ഞിട്ടുള്ള ഗ്രാമങ്ങൾ അന്നത്തെ സാമൂഹ്യസംഘടനയുടെ അവശിഷ്ടങ്ങളായി ഇന്നും നിലനിൽക്കുന്നു. ഇന്ന് അവയ്ക്ക് സാമൂഹ്യമായ ചുമതലകളൊന്നുമില്ല. പക്ഷേ മിക്ക കുടുംബങ്ങളും ഇന്നും ഏതെങ്കിലുമൊരു ഗ്രാമത്തിലുൾപ്പെട്ടതായറിയപ്പെടുന്നു. അവയിൽ ചിലതിന് ഗ്രാമക്ഷേത്ര(ഗ്രാമത്തിലെ പൊതുക്ഷേത്രം)കാ

ര്യങ്ങളുടെ നടത്തിപ്പിൽ അഭിപ്രായം പറയുവാനുള്ള അവകാശമുണ്ട്. അതുകൊണ്ട് മുകളിൽകൊടുത്ത പുരാണകഥ ഒരതിർത്തിവരെ ശരിയാണെന്ന തീരുമാനിക്കുന്നതിൽ തെറ്റില്ല- അതായത് നമ്പൂതിരിമാർ 64 ഗ്രാമങ്ങളായി സംഘടിച്ചിരുന്നു.

എന്നാൽ നമ്പൂതിരിമാരുടെ ഈ ഗ്രാമങ്ങൾക്ക് ഒരു പ്രത്യേകപ്രദേശത്തെ മുഴുവൻ ജനങ്ങളുടെയും മേൽ, എല്ലാ ജാതികളുടെയും മേൽ, രാഷ്ട്രീയവും ഭരണപരവുമായ അധികാരമുണ്ടായിരുന്നു എന്നു പറയുന്നത് ശരിയായി തോന്നുന്നില്ല. കാരണം നമ്പൂതിരിമാരുടെ ഈ ഗ്രാമങ്ങളോടൊപ്പം തന്നെ നായന്മാരുടെ തറക്കൂട്ടങ്ങളും മറ്റു ജാതികളുടെ സമിതികളുമുണ്ടായിരുന്നു.

അതുകൊണ്ട് നാം മുമ്പ് അനുമാനിച്ചതുപോലെ, പുരാതന ഗോത്രസമൂഹം തകർന്ന് ജാതിസമുദായം ഉയർന്നുവന്നുവെന്നും പ്രാകൃത കൂട്ടുടമയുടെ അടിസ്ഥാനത്തിലുള്ള ഗോത്രറിപ്പബ്ലിക്കിന്റെ സ്ഥാനത്ത് അനേകം ജാതിറിപ്പബ്ലിക്കുകൾ വന്നുവെന്നും ഈ ജാതിറിപ്പബ്ലിക്കുകൾ ജാതിനായന്മാരുടെ സ്വേച്ഛാധികാരത്തിലേക്കു വളരാൻ തുടങ്ങിയിരുന്നുവെന്നുമാണ് മുകളിൽ കൊടുത്ത പുരാണകഥയിൽ വിവരിച്ചിട്ടുള്ള സാമൂഹ്യരാഷ്ട്രീയസംഘടന കാണിക്കുന്നതെന്ന് അനുമാനിക്കുന്നതായിരിക്കും കൂടുതൽ നന്നായിരിക്കുക; കൂടുതൽ ശരിയായിരിക്കുക.

സ്റ്റേറ്റിന്റെ- ഉപരിവർഗങ്ങളുടെ (ജാതികളുടെ) അധികാരത്തോടുള്ള താഴ്ന്ന വർഗങ്ങളുടെ (ജാതികളുടെ) എതിർപ്പിനെ അടിച്ചമർത്താനുള്ള ഉപകരണമെന്ന നിലയിൽ വളർന്നു പൂർണത പ്രാപിക്കാനിരിക്കുന്ന ആ യന്ത്രത്തിന്റെ- ബീജം ഇതിൽ കാണാം. അത് സമുദായത്തിനുപരി നിൽക്കുന്ന ഒരുപകരണമായിക്കഴിഞ്ഞിട്ടില്ല. കാരണം, അതപ്പോഴും ഓരോ ജാതിയുടെയും സാമൂഹ്യസംഘടനയുടെ ഭാഗമായിരുന്നു. എന്നാൽ ആ ഗതിക്രമം ആരംഭിച്ചുകഴിഞ്ഞിരുന്നു. കാരണം, (1) ഓരോ ജാതിസഭയും അതിന്റെ അധികാരത്തിന്റെ ഒരു ഭാഗം ജാതിനായകന്മാർക്കു വിട്ടുകൊടുക്കാൻ തുടങ്ങിയിരുന്നു; (2) ഉയർന്ന ജാതികളുടെ സഭകൾ താഴ്ന്ന ജാതികളുടെ സഭകളുടെ അധികാരത്തിൽ കൈയേറ്റം തുടങ്ങിയിരുന്നു.

ഈ ഗതിക്രമത്തെ സഹായിക്കാനും ഒരു ശരിയായ ഭരണയന്ത്രം സ്ഥാപിക്കുന്നതിൽ പര്യവസാനിപ്പിക്കാനുമായിട്ടാണ് പെരുമാൾ സാമ്രാജ്യം സ്ഥാപിതമായത്. മേൽപ്പറഞ്ഞ പുരാണകഥ തുടരുന്നു:

> ഈ ഭരണസമ്പ്രദായം (വർണകഴകങ്ങളുടെ ഭരണം) അതിന്റെ ലക്ഷ്യത്തിൽ പരാജയപ്പെട്ടപ്പോൾ ബ്രാഹ്മണർ തിരുനാവായയിൽ യോഗം ചേരുകയും രാജ്യം ഭരിക്കുന്നതിനായി പുറത്തുനിന്ന് ഒരു രാജാവിനെ കൊണ്ടുവരണമെന്ന് തീരുമാനിക്കുകയും ചെയ്തു. സഹ്യപർവതത്തിനപ്പുറമുള്ള കേയപുരത്തെ കേയപെരുമാളി

നെയാണ് തിരഞ്ഞെടുത്തത്. അദ്ദേഹത്തിന്റെ സ്ഥാനാരോഹണം 'ഭീമൻ ളുപോയം പ്രാപ്യ' എന്ന കലിദിനസംഖ്യ അനുസരിച്ച് കലിവർഷം 3317- എ ഡി 216- ൽ ആണ്. പുതുതായി നിയമിതനായ പെരുമാൾ പാലിക്കേണ്ട നിബന്ധനകളും നിശ്ചയിച്ചു. അദ്ദേഹത്തിന് ജനങ്ങളുമായി ഒരു ഉടമ്പടി- പ്രാചീന നാട്ടുനടപ്പുകളെയും ആചാരങ്ങളെയും ആദരിച്ചുകൊള്ളാമെന്നും ഭരണകാര്യങ്ങൾ സ്വയം നടത്താൻ അവരെ അനുവദിച്ചുകൊള്ളാമെന്നും- ചെയ്യേണ്ടതുണ്ടായിരുന്നു. ഓരോ പെരുമാളുടെയും ഭരണകാലാവധി സാധാരണ 12 വർഷമായിരുന്നു; കാലാവധി കഴിഞ്ഞാൽ അദ്ദേഹം പൊതുജീവിതത്തിൽനിന്ന് വിരമിച്ചുകൊള്ളുകയും വേണം. ഇതുചെയ്യുന്നതിനുള്ള ഏറ്റവും അംഗീകൃതമായ രീതി, ഗംഭീരമായ ഒരു വിടവാങ്ങൽ സദ്യയുടെ അവസാനം അതിൽ സന്നിഹിതരായ അതിഥികളുടെ മുമ്പാകെവെച്ച് സ്വന്തം കഴുത്തുവെട്ടുക എന്നതായിരുന്നു എന്നാണ് പറയപ്പെടുന്നത്. ഈ ഭരണാധികാരികൾ ചില ബ്രാഹ്മണചിട്ടകൾ പാലിക്കേണ്ടതുണ്ടായിരുന്നു. സംശയമുള്ള കാര്യങ്ങളിൽ അന്തിമതീരുമാനം ബ്രാഹ്മണരുടേതായിരുന്നു. എ ഡി 216 മുതൽ 428 വരെയായി മൊത്തം 25 പെരുമാക്കന്മാർ രാജ്യഭാരം നടത്തി. പെരുമാളുടെ തിരഞ്ഞെടുക്കലിന്റെ മേഖല വിസ്തൃതമായിരുന്നു. അതതുകാലത്ത് തെക്കേഇന്ത്യയിൽ ഏറ്റവും ശക്തമായിരുന്ന വംശത്തെയാണ് പെരുമാക്കന്മാർ പ്രതിനിധീകരിച്ചിരുന്നത് എന്നു പറയപ്പെടുന്നു. കാരണം, ചേരപ്പെരുമാൾ, ചോളപ്പെരുമാൾ, പാണ്ഡ്യപ്പെരുമാൾ എന്നീ പേരുകളിലുള്ള പെരുമാക്കന്മാരെക്കുറിച്ച് നാം കേൾക്കുന്നുണ്ട്. അവസാനത്തെ പെരുമാൾ 36 വർഷം ഭരണം നടക്കുവാൻ അനുവദിക്കപ്പെട്ടുവെന്നും കാലാവധി കഴിഞ്ഞപ്പോൾ അദ്ദേഹം രാജ്യം തന്റെ അനേകം ബന്ധുക്കൾക്ക് വീതിച്ചുകൊടുത്തശേഷം ഇസ്ലാംമതം സ്വീകരിച്ച് മെക്കയ്ക്കു പുറപ്പെട്ടുവെന്നും അങ്ങനെ അദ്ദേഹത്തിന്റെ ബന്ധുക്കൾ നാടിന്റെ ഭരണാധികാരികളായിത്തീർന്നുവെന്നും പറയപ്പെടുന്നു. (*തിരുവിതാംകൂർ സ്റ്റേറ്റ് മാനുവൽ, വാല്യം II*, പേജ് 5).

പെരുമാക്കന്മാരെപ്പറ്റിയുള്ള ഈ പുരാണകഥ പല കാര്യങ്ങളിലും അബദ്ധമാണ്. ഉദാഹരണത്തിന്, അവസാനത്തെ പെരുമാൾ ഇസ്ലാംമതത്തിൽചേർന്നു മെക്കയ്ക്കുപോയെന്നത് വാസ്തവമല്ല. പരേതനായ പദ്മനാഭമേനോൻ- അദ്ദേഹത്തിന്റെ മഹൽകൃതിയായ കേരളചരിത്രമാണ് ആ വിഷയത്തെക്കുറിച്ചുള്ള ഏറ്റവും പ്രാമാണികമായ ഗ്രന്ഥം- പറയുന്നത്, രണ്ടു ചരിത്രവസ്തുതകൾ- മുമ്പൊരു പെരുമാൾ ബുദ്ധമതം സ്വീകരിച്ചതും

പിൽക്കാലത്തെ സാമൂതിരിമാരിലൊരാൾ ഇസ്ലാംമതം സ്വീകരിച്ചതും-കൂട്ടിക്കുഴച്ചതിന്റെ ഫലമാണ് ഈ കഥയെന്നും അവസാനത്തെ പെരുമാൾ മതം മാറുകയുണ്ടായില്ലെന്നും നേരേമറിച്ച് സാത്വികനായ ഒരു ഹിന്ദുവായി പ്രായാധിക്യംചെന്നു മരണമടയുകയാണുണ്ടായതെന്നുമാണ്.

പെരുമാക്കന്മാർ കേരളത്തിനൊട്ടുക്കും മേൽക്കോയ്മ വഹിച്ചിരുന്നുവെന്നുള്ള, പുരാണകഥയിൽ അന്തർല്ലീനമായ അനുമാനവും അതു പോലെ തെറ്റാണ്. കാരണം, ഈ പെരുമാക്കന്മാരിൽ ചിലരുടെ ചെപ്പേടുകൾ നിഷ്കൃഷ്ടമായി പരിശോധിച്ച പരേതനായ പദ്മനാഭമേനോന്റെ നിഗമനം എ ഡി ഏഴാം നൂറ്റാണ്ടിന്റെ അവസാനംമുതൽ എ ഡി ഒൻപതാംനൂറ്റാണ്ടിന്റെ ആരംഭംവരെയുള്ള കാലത്തിനിടയിൽ കേരളത്തിന്റെ അതിർത്തി കോഴിക്കോട്ടു മുതൽ കൊല്ലംവരെ മാത്രമായിരുന്നുവെന്നും, ഇന്നു മലയാളഭാഷ സംസാരിക്കുന്ന പ്രദേശം മുഴുവനുമല്ലെന്നുമാണ്. പെരുമാക്കന്മാർ ചക്രവർത്തികളായി കരുതപ്പെട്ടിരുന്നുവെങ്കിലും വളരെ പ്രബലരായ ചില രാജാക്കന്മാർ ഈ കാലഘട്ടത്തിൽ ഉണ്ടായിരുന്നുവെന്നും അവരിൽ ചിലർ ചെപ്പേട്ടുരേഖകളിൽ സാക്ഷികളായി ഒപ്പുവച്ചിട്ടുണ്ടെന്നുംകൂടി അദ്ദേഹം ചൂണ്ടിക്കാണിക്കുന്നു.

മേൽപ്പറഞ്ഞ ചെപ്പേടുകളുടെ പഠനത്തിൽനിന്ന് മൂന്നാമതൊരു രസകരമായ സംഗതി വെളിവാകുന്നുണ്ട്. അതായത്, പെരുമാക്കന്മാർ ബ്രാഹ്മണരുടെ ജാതിസംഘടനയെ അടിസ്ഥാനപ്പെടുത്തിയ ഒരു ഭരണകൂടത്തിന്റെ തലവന്മാരായിരുന്നില്ല; പിന്നെയോ, എല്ലാ ജാതികളും മതങ്ങളുമടങ്ങിയ ഭൂപരമായ ഒരു ഭരണയന്ത്രത്തിന്റെ അധിപന്മാരായിരുന്നു. എന്തുകൊണ്ടെന്നാൽ, ആ മൂന്നു ചെപ്പേട്ടുരേഖകൾ, ചില അഹിന്ദു (ജൂതരും ക്രിസ്ത്യാനികളും) സമുദായങ്ങൾക്ക് പ്രത്യേക അവകാശങ്ങളും ഭൂമികളും അനുവദിച്ചുകൊടുക്കുന്നവയാണ്. അവയിൽ ചക്രവർത്തിമാരോടൊപ്പംതന്നെ, അക്കാലത്തെ കേരളരാജാക്കന്മാരിൽ ഏറ്റവും പ്രസിദ്ധരായ ചിലർ സാക്ഷികളായിട്ടുള്ളതുകൊണ്ട്, ജാതിപ്രഭുത്വത്തിൽനിന്നു പ്രദേശാടിസ്ഥാനത്തിലുള്ള ഭരണത്തിലേക്കുള്ള മാറ്റം അവസാനത്തെ പെരുമാൾ മരിക്കുന്നതിനുമുമ്പുതന്നെ സംഭവിച്ചുകഴിഞ്ഞിരുന്നു എന്ന് അവ തികച്ചും സ്പഷ്ടമാക്കുന്നു.

വാസ്തവത്തിൽ, പെരുമാക്കന്മാരുടെ കർത്തവ്യം ഇതുതന്നെയായിരുന്നുവെന്നും തോന്നുന്നു. ഏറ്റവുമുയർന്ന ജാതിയുടെ ഗ്രാമങ്ങൾപ്പെടെയുള്ള ജാതിസഭകൾക്ക് ഭരണപരമായ ചുമതലകളില്ലാതാക്കാനുള്ള കാലം സമാഗതമാകുമാറ് വർഗവ്യത്യാസം അത്രത്തോളം വളർന്നുകഴിഞ്ഞിരുന്നു. സാമൂഹ്യമായി ജാതിമേധാവിത്വത്തോട് ബന്ധപ്പെട്ടതും, എന്നാൽ രാഷ്ട്രീയമായി അതിൽനിന്നു സ്വതന്ത്രവുമായ ഒരു പ്രത്യേകയന്ത്രത്തിന്

ഈ ഭരണപരമായ ചുമതലകൾ ഏൽപ്പിച്ചുകൊടുക്കേണ്ടിയിരുന്നു. അത്തരമൊരു യന്ത്രത്തെ അന്വേഷിച്ചാണ് തിരുനാവായയിൽ യോഗം ചേർന്ന നമ്പൂതിരിമാർ പശ്ചിമഘട്ടങ്ങൾക്കപ്പുറത്തേക്ക്, അത്തരമൊരു യന്ത്രം നൂറ്റാണ്ടുകളായി പ്രവർത്തിച്ചിരുന്ന ഏറ്റവും അടുത്ത പ്രദേശത്തേക്ക്, പോയത്. ആ യന്ത്രം അതിന്റെ ജന്മദേശത്തിൽ പ്രവർത്തിച്ചിരുന്ന രൂപത്തിൽ- കേന്ദ്രീകൃതസാമ്രാജ്യത്തിന്റെ രൂപത്തിൽ- ഇവിടെ പരാജയപ്പെട്ടു. കാരണം, ആ രൂപത്തിന്റെ, ഏഷ്യാറ്റിക് സമൂഹത്തിന്റെ, സാമ്പത്തികാടിസ്ഥാനം കേരളത്തിൽ സൃഷ്ടിച്ചിരുന്നില്ല; സൃഷ്ടിക്കാൻ സാധ്യമായിരുന്നുമില്ല.

എന്നാൽ അത്തരമൊരു കേന്ദ്രീകൃത സാമ്രാജ്യഭരണകൂടത്തിനടിക്കല്ലിടുന്നതിനിടയ്ക്ക് കേരളത്തിൽ അന്ന് ആവിർഭവിച്ചുകൊണ്ടിരുന്ന അധികാരിവർഗം കേരളത്തിനു പ്രത്യേകം യോജിച്ച ഒരു ഭരണകൂടം കണ്ടെത്തി- ഭൂമിയിലുള്ള സ്വകാര്യസ്വത്തിൽ വേരൂന്നിയതും ഹിന്ദുമതത്തിലെ ജാതിവ്യവസ്ഥയുമായി അടുത്ത ബന്ധമുള്ളതും (ജൂത, ക്രിസ്ത്യൻ, മുസ്ലിം മതസ്ഥരായ ആളുകളുടെ സഹായവും തീർച്ചയായും അതിനുണ്ടായിരുന്നു). ഗതാഗത സൗകര്യങ്ങൾ വേണ്ടത്ര വളർന്നിട്ടില്ലാത്ത പരിതഃസ്ഥിതികളിൽ ഭരണം നടത്താൻ കഴിയും വിധം ചുരുങ്ങിയ അതിർത്തികൾക്കുള്ളിൽ ഒതുങ്ങിനിൽക്കുന്ന ഒരു സൈനിക ഫ്യൂഡൽരാഷ്ട്രമായിരുന്നു അത്. ചെറിയ സംസ്ഥാനങ്ങളുടെ അത്തരമൊരു കൂട്ടുകെട്ടിന്റെ ആവശ്യകതയായിരുന്നു, കേരളത്തിന്റെ ഭൗതികപരിതഃസ്ഥിതികളിൽ കേന്ദ്രീകൃതസാമ്രാജ്യരീതിയിലുള്ള സ്റ്റേറ്റിന്റെ പൊരുത്തക്കേടായിരുന്നു, പെരുമാൾവാഴ്ചയുടെ തകർച്ചയ്ക്കു കാരണമായത്.

ഈ പരിവർത്തനങ്ങളിൽ നിന്ന് ആവിർഭവിച്ച സ്റ്റേറ്റിന്റെ സ്വരൂപം കൊച്ചിൻ സ്റ്റേറ്റ് മാനുവലിന്റെ കർത്താവ് ഇപ്രകാരം വിവരിച്ചിരിക്കുന്നു:

> ഗവൺമെന്റ് ഏറെക്കുറെ, മധ്യകാലയൂറോപ്പിലെ ഫ്യൂഡൽവ്യവസ്ഥയുടേതിന് സദൃശമായ തത്വങ്ങളിൽ അധിഷ്ഠിതമായിരുന്നു. രാജ്യത്തിന്റെ പരമാധികാരി രാജാവായിരുന്നു. എന്നാൽ അദ്ദേഹത്തിന്റെ കീഴിലുള്ള പരമ്പരാഗതമുഖ്യന്മാരുടെ കൈയിലായിരുന്നു പ്രാദേശികഭരണം. രാജ്യത്തെ വ്യത്യസ്ത വിസ്തൃതിയുള്ള ഏതാനും നാടുകൾ അഥവാ ജില്ലകൾ ആയി വിഭജിക്കുകയും ഓരോന്നിന്റെയും ഭരണം 'നാടുവാഴി'യെന്നു വിളിക്കുന്ന പരമ്പരാഗത മുഖ്യനെ ഏൽപ്പിക്കുകയും ചെയ്തിരുന്നു. സൈനികവും മറ്റുമായിരുന്ന ആവശ്യങ്ങൾക്കുവേണ്ടി ഓരോ നാടിനെയും ദേശങ്ങളായും വിഭജിച്ചിരുന്നു. അവയിൽ ചിലതിന്റെ ഭരണാധികാരി പരമ്പരാഗത ദേശവാഴികളായിരുന്നെങ്കിൽ മറ്റുള്ളവ നാടുവാഴിയുടെയോ രാജാവിന്റെയോ സ്വകാര്യസ്വത്തായിരുന്നതുകൊണ്ട്, അവർ തന്നെ നേരിട്ടോ അവർ നിയമിച്ച ഉദ്യോഗസ്ഥന്മാർ മുഖേനയോ ആണ്

അവയുടെ ഭരണം നടത്തിയിരുന്നത്. ദേശത്തിന്റെ തുടർന്നുള്ള ഉപവിഭജനം സ്ഥലത്തിന്റെയല്ല, പിന്നെയോ നമ്പൂതിരിമാരുടെ ഗ്രാമം, നായന്മാരുടെ തറ, അധഃസ്ഥിതജാതികളുടെചേരി എന്നിവപോലെ ജാതി അഥവാ ഗോത്രഗ്രൂപ്പുകളുടെ അടിസ്ഥാനത്തിലാണ് നടത്തിയിരുന്നത്. അത്തരം ഗ്രൂപ്പുകളുടെ അതിരുകൾ ഏറെക്കുറെ സുനിർവചിതമായിരുന്നെങ്കിലും അങ്ങോട്ടുമിങ്ങോട്ടും കയറിക്കിടന്നിരുന്നു. ഈ കടൽത്തീരത്തെ നാട്ടുകളും ദേശങ്ങളും ഏതാദൃശമായ മറ്റു നാട്ടുകളിലെ സ്ഥലവിഭജനങ്ങളിൽനിന്നും വ്യത്യസ്തമായത് അവ ഉൾക്കൊണ്ടിരുന്നത് ഇത്രയിത്ര പട്ടണങ്ങളെയും ഗ്രാമങ്ങളെയുമല്ല,പ്രത്യുത,കൊടകരനാട്ടിലെ'അഞ്ഞൂറ്റവർ',അന്നമനാട്ടിലെ 'നാനൂറ്റവർ', ചെങ്ങഴിനാട്ടിലെ 'മൂന്നൂറ്റവർ' എന്നിങ്ങനെ ഇത്രയിത്ര നായന്മാരെ ആയിരുന്നതുകൊണ്ടാണ്. ജാതി അഥവാ ഗോത്രവർഗഗ്രൂപ്പുകളുടെ കാര്യങ്ങൾ നടത്തിയിരുന്നത്, അതതു ജാതിക്കനുസരിച്ച് ഗ്രാമിണി,കാരണവൻ,തണ്ടാൻതുടങ്ങിയ തലവൻ അഥവാ മൂപ്പൻ ആയിരുന്നു. തറയുടെ കാര്യങ്ങൾ നോക്കിനടത്തിയിരുന്ന കാരണവന്മാർ തങ്ങളുടെ മുഖ്യനായ രാജാവിന്റെയോ നാട്ടുവാഴിയുടെയോ ദേശവാഴിയുടെയോ അല്ലെങ്കിൽ വെറുമൊരു ജന്മിയുടെയോ ദേശങ്ങളിലെ കൃഷിനടത്തിപ്പിനു മേൽനോട്ടം വഹിക്കുകയും അവയുടെ പരിപാലനത്തിനായി വിളവിന്റെ ഒരു വീതം കൈപ്പറ്റുകയും തമ്പുരാൻ ആവശ്യപ്പെടുമ്പോൾ അദ്ദേഹത്തിന് സൈനികസേവനം അർപ്പിക്കുകയും ചെയ്തിരുന്നു. ദേശവാഴികൾ ഉണ്ടായിരുന്ന ഇടങ്ങളിലെല്ലാം ദേശത്തിന്റെ മുഴുവൻ കൈകാര്യകർതൃത്വവും അവർക്കായിരുന്നു. രാജാവ് അഥവാ നാട്ടുവാഴി നൽകുന്ന കൽപ്പനകളെല്ലാം നടപ്പിലാക്കുന്നത് ഉറപ്പുവരുത്തിയിരുന്നതും അവരായിരുന്നു. അവർ സൈനികത്തലവന്മാർ കൂടിയായിരുന്നു; നാട്ടുവാഴിയുടെ അധികാരത്തിനു വിധേയമായിട്ടായിരുന്നു എന്നുമാത്രം. തങ്ങളുടെ സൈന്യനിരകളെ യുദ്ധക്കളത്തിലേക്കു നയിച്ചിരുന്നത് അവരാണ്. നാട്ടുവാഴികൾക്ക് താന്താങ്ങളുടെ നാട്ടുകളിലെ സിവിലും സൈനികവുമായ എല്ലാ കാര്യങ്ങളിലും അധികാരം ഉണ്ടായിരുന്നു. എന്നാൽ ആ അധികാരത്തിന്റെ വ്യാപ്തിയും രാജാവിനോടുള്ള അവരുടെ വിധേയത്വത്തിന്റെ തോതും അവരുടെ രാഷ്ട്രീയപദവിയെ ആശ്രയിച്ചിരുന്നു. എങ്കിലും തങ്ങളുടെ പദവിക്കും സമ്പത്തിനും അനുസൃതമായി നിശ്ചയിക്കപ്പെട്ട എണ്ണം സൈനികരെ യുദ്ധസന്നദ്ധരാക്കി നിർത്തുവാനും രാജാവിനെ അദ്ദേഹത്തിന്റെ യുദ്ധങ്ങളിൽ സേവിക്കുവാനും അവരെല്ലാം ബാധ്യസ്ഥരായിരുന്നു.

* * * * * * * *

നാട്ടുവാഴികൾ

നാട്ടുവാഴികൾ, അവരുടെ സ്ഥാനപ്പേര് രാജാവെന്നോ അച്ചനെന്നോ അല്ലെങ്കിൽ വെറും നായർ എന്നുതന്നെയോ ആയിരുന്നാലും ശരി; സ്വരൂപി, പ്രഭു, മാടമ്പി എന്നീ മൂന്നു വിഭാഗങ്ങളിൽ ഏതെങ്കിലുമൊന്നിൽ ഉൾപ്പെട്ടിരുന്നു. കൊല്ലിനും കൊലയ്ക്കും അധികാരമുള്ളവരെല്ലാം സ്വരൂപികളായിരുന്നു. അതുകൊണ്ട്, സ്വരൂപി കൊച്ചിയിലെയും കോഴിക്കോട്ടെയും രാജാക്കന്മാരെപ്പോലെ സ്വതന്ത്രനായ ഒരു രാജാവോ പുറക്കാട്ടെയോ ആലങ്ങാട്ടെയോ സാമന്തരാജാക്കന്മാരെപ്പോലെ ഒരു സാമന്തരാജാവോ- മേൽക്കോയ്മയുടെ അനുവാദം കൂടാതെ യുദ്ധം നടത്തുകയും കമ്മട്ടം അടിക്കുകയോ ചെയ്യാൻ പാടില്ല എന്നതുമാത്രമായിരുന്നു. അവരുടെ അധികാരത്തിന്മേലുണ്ടായിരുന്ന നിയന്ത്രണം- അല്ലെങ്കിൽ കൊരട്ടി കൈമളെപ്പോലെയോ മുരിയനാട് നമ്പ്യാരെപ്പോലെയോ രാജാവിന്റെ ആജ്ഞാനുസാരം ഒരു ജില്ല ഭരിക്കുന്ന ഇടപ്രഭുവോ ആവാം. കൊല്ലിനും കൊലയ്ക്കും അധികാരമില്ലെന്നതു മാത്രമായിരുന്നു പ്രഭുവിന് ഒന്നാമത്തെ വിഭാഗത്തിൽനിന്നുള്ള വ്യത്യാസം. പ്രഭു സ്വരൂപിയെക്കാൾ സമ്പന്നനും ശക്തനുമാണെന്നു വരാം. പക്ഷേ സ്വരൂപിയുടെ സ്ഥാനത്തേക്ക് ഉയർത്തപ്പെട്ടാലല്ലാതെ, കൊല്ലിനും കൊലയ്ക്കുമുള്ള അധികാരം നടത്തുവാൻ അദ്ദേഹത്തിന് കഴിയുമായിരുന്നില്ല. വളരെ പരിമിതമായ അധികാരങ്ങളുള്ള ചെറുകിട മുഖ്യന്മാരായിരുന്നു മാടമ്പിമാർ. അവരുടെ കീഴിൽ വളരെ ചെറിയ സൈന്യവിഭാഗങ്ങളേ ഉണ്ടായിരുന്നുള്ളൂ; സൈനികരുടെ എണ്ണം അപൂർവമായി മാത്രമേ നൂറിൽ കവിഞ്ഞിരുന്നുള്ളൂ. എല്ലാവരും രാജാവിന് രണ്ടുമുതൽ 1,200 പണംവരെ 'പുരുഷാന്തര'മായും 'ആണ്ടുകച്ച്' എന്ന പേരിൽ ചെറിയൊരു പ്രതിവർഷപ്പൊലിവും പ്രത്യേക സംരക്ഷണത്തിനായി 'രക്ഷാഭോഗം', 'ചങ്ങതം', 'പലം' എന്നും മറ്റുമുള്ള വിവിധ പേരുകളിൽ അറിയപ്പെടുന്ന ഒരു പ്രതിവർഷപ്പിരിവും കൊടുക്കേണ്ടതുണ്ടായിരുന്നു. ഇവയ്ക്കു പുറമേ 'കെട്ടുതെങ്ങ്'- ഒരു പറമ്പിലെ തെങ്ങുകളിൽ മൂന്നിലൊന്നിനുമാത്രം ഏർപ്പെടുത്തുന്ന ഒരു നികുതി- എന്നു പേരുള്ള ഒരു നികുതിയും കൂടി മാടമ്പിമാർ കൊടുക്കേണ്ടതുണ്ടായിരുന്നു. സ്വരൂപികൾക്കും പ്രഭുക്കൾക്കും സ്ഥിരമായ ഭൂനികുതി ഏർപ്പെടുത്തിയിരുന്നില്ല. പക്ഷേ അസാധാരണമായ സന്ദർഭങ്ങളിൽ പ്രത്യേക പിരിവുകൾ നൽകാൻ അവരോടാവശ്യപ്പെട്ടിരുന്നു. പടത്തലവന്മാർ കൂടിയായ പരമ്പരാഗത പ്രഭുക്കന്മാർ വഴി നിർവഹിച്ചുപോന്നിരുന്ന ഭരണത്തിന്റെ ഗുണദോഷങ്ങൾ സ്വയം വ്യക്തമാണല്ലോ.

മുഖ്യന്മാർ തമ്മിലുള്ള താൽപ്പര്യസംഘട്ടനങ്ങളും അസൂയയും തെറ്റിദ്ധാരണകളും അന്തമറ്റ വഴക്കുകൾക്കും ചേരിപ്പോരുകൾക്കും ഇടയാക്കുകയും രാജ്യം പൊതുവിൽ രാഷ്ട്രീയമായ ഒരു തിളച്ചുമറിയലിന്റെ സ്ഥിതിയിൽ എത്തിച്ചേരുകയും ചെയ്തു. ഇതേ സാഹചര്യങ്ങൾ കാരണം മുഖ്യന്മാർക്ക് തങ്ങളുടെ പ്രജകളെയും അവരുടെ ക്ഷേമവും സംരക്ഷിക്കേണ്ടത് സ്വന്തം താൽപ്പര്യമാണെന്നുവന്നു; അക്കാലത്തെ യുദ്ധങ്ങളും ചേരിപ്പോരുകളും ജനക്ഷേമത്തെ കാര്യമായി ബാധിക്കുകയുമുണ്ടായില്ല. കാരണം ആ യുദ്ധങ്ങളും പോരുകളും നടത്തിയിരുന്നത് എല്ലാ കക്ഷികളും നിഷ്ഠാപൂർവം പരിപാലിച്ചിരുന്ന ചില മാനുഷികമായ നിയമങ്ങളുടെയും ചട്ടങ്ങളുടെയും അടിസ്ഥാനത്തിലായിരുന്നു.

*   *   *   *   *   *   *   *

രാജാവിന്റെ അധികാരം

രാജാവിന് തന്റെ പ്രജകളുടെയും മുഖ്യന്മാരുടെയും മേൽ വമ്പിച്ച അധികാരമുണ്ടായിരുന്നെങ്കിലും അത് അപരിമിതമായിരുന്നില്ല. ഒന്നാമതായി, പഴയ കൊച്ചിയുടെ രാഷ്ട്രീയത്തിൽ വൈയക്തിക ബലാബലം ഒരു പ്രധാനഘടകമായിരുന്നു. രാജാവ് ദുർബലനായ ഒരാളാണെന്ന വന്നാൽ അദ്ദേഹത്തിന്റെ അധികാരം, തന്റെ മുഖ്യന്മാരുടെ നേരിട്ടുള്ള നിയന്ത്രണത്തിലുള്ള പ്രദേശങ്ങളിൽ വിശേഷിച്ചും, നാമമാത്രം എന്നതിൽക്കവിഞ്ഞ് ഒന്നുമായിരിക്കില്ല. രാജാവ് ശക്തനായ ഒരു വ്യക്തിയും സമർഥനായ ഭരണാധികാരിയുമാണെങ്കിൽ വമ്പിച്ച അധികാരം നടത്തുവാൻ അദ്ദേഹത്തിനു സാധിച്ചിരുന്നു. പക്ഷേ അത്തരത്തിലുള്ള ഒരു രാജാവിന്റെ അധികാരം പോലും പരമമായിരുന്നില്ല. നാട്ടുക്കൂട്ടം അഥവാ ദേശീയസഭ രാജാവിന്റെ അധികാരത്തെ ഫലപ്രദമായി വെട്ടിച്ചുരുക്കിയിരുന്നു; നിയമങ്ങളെയും നാട്ടുനടപ്പുകളെയും രാജാവ് ഏതെങ്കിലും തരത്തിൽ ലംഘിക്കുന്നതും അവർ പൊറുപ്പിക്കുമായിരുന്നില്ല. ദ്വാർതേ ബാർബോസ പറയുന്നു: "പുതിയ ഒരു രാജാവിനെ വാഴിക്കുമ്പോൾ എല്ലാ സാമന്തൻമാരും മുൻഗവർണർമാരുംകൂടി അദ്ദേഹത്തെക്കൊണ്ട് മുൻരാജാവിന്റെ എല്ലാ നിയമങ്ങളും പാലിക്കുമെന്നും അദ്ദേഹം വരുത്തിയിട്ടുള്ള കടങ്ങൾ വീട്ടുമെന്നും മുൻരാജാക്കന്മാർ നഷ്ടപ്പെടുത്തിയതെല്ലാം വീണ്ടെടുക്കാൻവേണ്ടി പ്രയത്നിക്കുമെന്നും പ്രതിജ്ഞ ചെയ്യിക്കും."

"ഇടതുകൈയിൽ ഉടവാൾ ഊരിപ്പിടിച്ചുകൊണ്ടും നിരവധി എണ്ണത്തിരികൾ കത്തുന്ന ചങ്ങലവിളക്കിനുമുകളിൽ വലതുകൈ വച്ചുകൊണ്ടും വിരലുകൾകൊണ്ട് വിളക്കിനു നടുവിലുള്ള സ്വർണവലയത്തിൽ തൊട്ടുകൊണ്ടും, ആ വാളുകൊണ്ട് സകലരേയും പരിപാലിച്ചുകൊള്ളാമെന്ന് പറഞ്ഞുകൊണ്ടാണ് അദ്ദേഹം പ്രതിജ്ഞയെടുക്കുന്നത്. അദ്ദേഹം പ്രതിജ്ഞയെടുത്തുകഴിയുമ്പോൾ സൂര്യനെ സ്തുതിച്ചുകൊണ്ടുംമറ്റുമുള്ളനിരവധിപൂജാദികർമങ്ങളോടുകൂടിഅവർ അദ്ദേഹത്തിന്റെ ശിരസ്സിൽ അരി വിതറുന്നു. തൊട്ടുപിന്നാലെതന്നെ, കൈമൾ എന്നുവിളിക്കപ്പെടുന്ന ചില നാട്ടുപ്രമാണിമാരും അതോടൊപ്പം രാജപരമ്പരയിലെ എല്ലാ അംഗങ്ങളും സാമന്തന്മാരും, രാജാവു ചെയ്തതുപോലെതന്നെ, രാജാവിനെ സേവിച്ചുകൊള്ളാമെന്നും അദ്ദേഹത്തോട് കൂറും സത്യസന്ധതയും പുലർത്തിക്കൊള്ളമെന്നും പ്രതിജ്ഞ ചെയ്യുന്നു." അങ്ങനെ മുഖ്യന്മാരും ജനങ്ങളും രാജാവിനെ, അദ്ദേഹം നിയമപരിധിക്കുള്ളിൽ നിന്നിരുന്ന കാലത്തോളം, യാതൊരു മുറുമുറുപ്പും കൂടാതെ അനുസരിച്ചിരുന്നു. ഒരു രാജാവോ മുഖ്യനോ ചില വ്യക്തികളെ കഷ്ടപ്പെടുത്തിയെന്നുവന്നാൽപ്പോലും സമുദായമൊന്നടങ്കം അദ്ദേഹത്തിനെതിരായി പ്രക്ഷോഭം കൂട്ടുകയില്ല. പക്ഷേ ഏതെങ്കിലും കൽപ്പനകൾ സമുദായത്തിന്റെ താൽപ്പര്യങ്ങൾക്ക് ദോഷകരമാണെന്നുവന്നാൽ ജനങ്ങൾ അതിനു കീഴ്വഴങ്ങുമായിരുന്നില്ല. 1673 മുതൽ 1677 വരെ കൊച്ചിയിലെ ഡച്ച ഗവർണറും *ഹോർത്തൂസ് മലബാറിക്കസ്* എന്ന വിഖ്യാത ഗ്രന്ഥത്തിന്റെ കർത്താവുമായ അഡ്രിയാൻ വാൻ റീഡ് പറയുന്നു: "രാജാവിന്റെ ഉത്തരവുകളോ ആജ്ഞകളോ ആഗ്രഹപ്രകടനങ്ങളോ രാജസഭയുടെ തീരുമാനങ്ങളോ ജനങ്ങൾ തങ്ങളുടെ ദേശങ്ങളിൽ സ്വീകരിച്ചിട്ടുള്ളതും രാഷ്ട്രീയ സഭകളിൽ അംഗീകരിച്ചിട്ടുള്ളതുമായ നിയമങ്ങൾക്കോ ക്ഷേമത്തിനോ ആനുകൂല്യങ്ങൾക്കോ യോജിക്കുന്നവയല്ലെന്നു വന്നാൽ അവയൊന്നുംതന്നെ പാലിക്കുവാൻ പ്രജകൾ ബാധ്യസ്ഥരല്ല. പ്രഭുക്കളുടെയോ ആഢ്യരുടെയോ അഥവാ നായന്മാരുടെയോ താൽപ്പര്യങ്ങൾക്ക് ദോഷകരമാകുന്ന ഉടമ്പടികൾ ചെയ്യുവാൻ മലബാറിലെ ഒരു രാജാവിനും അധികാരമില്ല. അങ്ങനെ ചെയ്യുന്ന രാജാവിനെ അദ്ദേഹത്തിന്റെ പ്രജകൾ പുറത്താക്കുകയോ തള്ളിപ്പറയുകയോ ചെയ്തേക്കാമെന്ന അപകടവുമുണ്ട്. കോഴിക്കോട്ടു നടന്ന ചില ബഹളങ്ങളെക്കുറിച്ച് റിപ്പോർട്ട് ചെയ്ത ഇംഗ്ലീഷ് ഈസ്റ്റിന്ത്യാ കമ്പനിയുടെ ദ്വിഭാഷി പറയുന്നു: "കോഴിക്കോട്ടെ ജനങ്ങളുടെ നായകന്മാരായ ഈ നായന്മാർ പാർലമെന്റിനോട് സാദൃശ്യം വഹി

ക്കുന്നു. അവർ എല്ലാ കാര്യങ്ങളിലും രാജാവിന്റെ തീട്ടൂരങ്ങൾ അനുസരിക്കുകയില്ല. എന്നുതന്നെയല്ല, അദ്ദേഹത്തിന്റെ മന്ത്രിമാർ അവിഹിതമായ കാര്യങ്ങൾ ചെയ്താൽ അവരെ ദണ്ഡിക്കുകയും ചെയ്യും." കേരളോൽപ്പത്തിപ്രകാരം, അവകാശങ്ങൾ (എല്ലാ വർഗങ്ങളുടെയും) ചുരുക്കുകയോ നിരുപയോഗമായിത്തീരുകയോ ചെയ്യുന്നതു തടയുന്നതിനുവേണ്ടി പരശുരാമൻ നായന്മാരെ തറകളായി വിഭജിക്കുകയും അവർക്ക് "കണ്ണ്", "കൈയ്", "കൽപ്പന" (മേൽനോട്ടത്തിനും നടത്തിപ്പിനും ആജ്ഞാപനത്തിനുമുള്ള അധികാരം) കൽപ്പിച്ചു കൊടുക്കുകയും ചെയ്തു. (*കൊച്ചിൻ സ്റ്റേറ്റ് മാനുവൽ,* പേജ് 50-51).

അടിത്തറയുടെയും (ഭൂമിയിലുള്ള സ്വകാര്യസ്വത്തവകാശത്തെ അടിസ്ഥാനപ്പെടുത്തിയുള്ള ഒരു സാമ്പത്തികക്രമം) രാഷ്ട്രീയ ഉപരിഘടനയുടെയും (സൈനിക- ഫ്യൂഡൽ ഭരണയന്ത്രം) വളർച്ച കേരളത്തിലെ പുരാതനഗോത്രസമുദായത്തിന്റെ സ്വാഭാവിക വളർച്ചയായിരുന്നുവെന്നും കേരളത്തിലെ ഭരണാധികാരി വർഗങ്ങൾ നിർവഹിച്ച ചരിത്രപരമായ പങ്ക് ഈ സാമ്പത്തികാടിസ്ഥാനമിടുന്നതിലും ഈ രാഷ്ട്രീയ ഉപരിഘടന കെട്ടിപ്പടുക്കുന്നതിലുമായിരുന്നുവെന്നും മേൽ വിവരിച്ച ഭാഗങ്ങൾ വ്യക്തമാക്കുന്നുണ്ട്.

എന്നാൽ ഭരണാധികാരിവർഗങ്ങളിലും അവരിലൂടെ സമൂഹത്തിലാകെയും ആധിപത്യമുറപ്പിച്ച ആശയസംഹിത ഇതേമാതിരിയായിരുന്നുവെന്നു പറഞ്ഞുകൂടാ. കാരണം, കേരളം ഇന്ത്യയുടെ ഒരു ചെറിയ ഭാഗം മാത്രമായതുകൊണ്ടും അതിന്റെ ഉൽപ്പാദനരീതി അധ്വാനത്തിന്റെ ഉൽപ്പാദകത്വക്കുറവിലേക്കു നയിക്കുന്ന തരത്തിലായിരുന്നതുകൊണ്ടും, ഭരണാധികാരിവർഗങ്ങൾക്ക്, അവർ കേരളത്തിന്റെ മണ്ണിൽനിന്നുതന്നെ വളർന്നുവന്നവരായപ്പോൾപോലും, സ്വന്തമായ ഒരാശയസംഹിത വളർത്തിക്കൊണ്ടുവരാൻ കഴിഞ്ഞില്ല; മറ്റുള്ളവരുടെ ആശയസംഹിതകളെ സ്വാംശീകരിക്കുകയാണവർ ചെയ്തത്. സാമ്പത്തികാടിത്തറയിടുകയും രാഷ്ട്രീയ ഉപരിഘടന കെട്ടിപ്പടുക്കുകയും ചെയ്യുന്ന പ്രശ്നത്തിൽ, ഭരണാധികാരിവർഗങ്ങളിൽ പുറമേനിന്നുവന്നവർക്കുപോലും (ഉദാഹരണത്തിന് നമ്പൂതിരിമാരോ പെരുമാക്കന്മാരോ) അവരുടെ പൂർവജന്മദേശങ്ങളിൽ പരിചയിച്ചിരുന്നതിൽനിന്ന് വ്യതിചലിക്കുകയും പുതുതായൊന്നു സൃഷ്ടിക്കുകയും ചെയ്യാതിരിക്കാൻ കഴിഞ്ഞില്ല. നേരേമറിച്ച്, ആശയപരമായ ഉപരിഘടന- മതം, സാഹിത്യം, കലകൾ മുതലായവ- വളർത്തുന്ന പ്രശ്നത്തിൽ ഇന്നാട്ടിലെ മണ്ണിൽ വളർന്നുവന്ന ഭരണാധികാരികൾക്കുപോലും പുറമേ സൃഷ്ടിക്കപ്പെട്ട ഒന്നിനെ സ്വീകരിക്കേണ്ടിവന്നു.

അടിത്തറയുംരാഷ്ട്രീയഉപരിഘടനയുംതമ്മിൽഒരുവശത്തും ആശയ പരമായ ഉപരിഘടനയുമായി മറുവശത്തുമുള്ള ഈ സംഘട്ടനം ഭരണാധി കാരിവർഗങ്ങളിലെവിവിധവിഭാഗങ്ങൾതമ്മിലുള്ളസംഘട്ടനങ്ങൾക്കിട യാക്കിയിരിക്കണം; ഭരിക്കുന്നവരും ഭരിക്കപ്പെടുന്നവരാകമാനവും തമ്മി ലുള്ള സംഘട്ടനങ്ങൾക്കും അതിടയാക്കി. ഈ വർഗസംഘട്ടനങ്ങൾ എങ്ങനെയാണ് നടന്നതെന്നു സൂചിപ്പിക്കുന്ന ചരിത്രപരമായ തെളിവുകൾ വളരെ വിരളമാണ്. എന്നിരുന്നാലും, കേരളത്തിൽ നമ്പൂതിരിമാർ കുടിയേ റിപ്പാർത്തതിനെ സംബന്ധിച്ച പുരാണകഥയിൽ- അതായത്, അവരി വിടെവന്നപ്പോൾ നാഗന്മാരുടെ (നായന്മാർ) ഭയങ്കരമായ എതിർപ്പുണ്ടാ യെന്നും നമ്പൂതിരിമാർ നാഗപൂജയുൾപ്പെടെയുള്ള കേരളത്തിലെ ആചാ രങ്ങളും നടപടികളും അനുസരിക്കുവാൻ സമ്മതിച്ചപ്പോൾ മാത്രമാണ് നാഗന്മാർ (നായന്മാർ) അടങ്ങിയതെന്നുമുള്ള കഥയിൽ- സൂചിപ്പിച്ചിട്ടു ള്ളതുപോലെ അത്തരം സംഘട്ടനങ്ങളുണ്ടായെന്നതിനു സംശയമില്ല.

ബഹുജനങ്ങളുടെമേൽ ഒന്നിനുപുറകേ ഒന്നായി പലമതങ്ങൾ പി ടിമുറുക്കിയതിന്റെ വേഗതയും എളുപ്പവും- ആദ്യം ബ്രാഹ്മണമതം, പിന്നെ ബുദ്ധമതവും യഹൂദമതവും, പിന്നീട് ക്രിസ്തുമതവും അതിനുംപിമ്പ് ഇസ്ലാംമതവും; ഈ നാനാമതങ്ങൾ വന്നതിനുശേഷം നൂറ്റാണ്ടുകൾ കഴി ഞ്ഞിട്ടും നാടൻമതവിശ്വാസങ്ങളും നടപടികളും ബഹുജനങ്ങൾക്കിടയി ൽ തുടർന്നുവന്നതിന്റെ സുസ്ഥിരത; തങ്ങളുടെ പൂർവജന്മദേശങ്ങളിൽ മുറുകെപ്പിടിച്ചിരുന്നതു വിടാനും പുതിയ നാട്ടിലെ പരിതഃസ്ഥിതികൾക്ക നുസരിച്ച് സ്വയം പാകപ്പെടുത്താനും ഈ മതസമൂഹങ്ങളിലോരോന്നിനു മനുഭവപ്പെട്ട സമ്മർദം- രണ്ടു സംഗതികളാണ് കാണിക്കുന്നത്.

ഒന്ന്, ചേരസാമ്രാജ്യത്തിന്റെ ആരംഭം മുതൽ പെരുമാക്കന്മാരു ടെ സാമ്രാജ്യത്തിന്റെ അവസാനംവരെയുള്ള നൂറ്റാണ്ടുകൾക്കിടയിലു ണ്ടായ വമ്പിച്ച സാമൂഹ്യപരിവർത്തനം, പുരാതനഗോത്രസമൂഹത്തിന്റെ ആശയസംഹിതയെ തികച്ചും അപര്യാപ്തമാക്കുമാറ് അത്ര വലുതായി രുന്നു. ലോകത്തിലെവിടെയും അന്നുണ്ടായിരുന്ന എല്ലാത്തരം പുതിയ ആശയസംഹിതകൾക്കും കടന്നുവരാൻ ഇങ്ങനെ കളമൊരുക്കപ്പെട്ടു; ഏതു പുതിയ മതവും (അതായിരുന്നുവല്ലോ ആ യുഗത്തിൽ ആശയപ രമായ വ്യവസ്ഥയുടെ കേന്ദ്രമായ അംശം) പെട്ടെന്നു ബഹുജനമനസ്സി നെ പിടികൂടും; പെരുമാക്കന്മാരിലൊരാൾ ബുദ്ധമതത്തിൽ ചേർന്നതും അനേകം നമ്പൂതിരിമാരെ സെന്റ് തോമസ് തന്നെ ക്രിസ്തുമതത്തിൽ ചേർത്തതും മേൽജാതിയിലുള്ള ചില ഹിന്ദുകുടുംബങ്ങൾ ഇസ്ലാംമതം സ്വീകരിച്ചതും കാണിക്കുന്നതുപോലെ, ഭരണാധികാരിവർഗങ്ങളിലെ വിഭാഗങ്ങളുടെ മനസ്സിനെപ്പോലും അതു പിടികൂടുമായിരുന്നു.

രണ്ട്, ഈ ആശയപരമായ വ്യവസ്ഥകളിലോരോന്നും കേരളത്തി

ലെ മണ്ണോടിണങ്ങാത്തതായിരുന്നു. ബഹുജനങ്ങൾ അവയെ മൊത്തമായോ അവയുടെ ആദ്യരൂപത്തിലോ സ്വീകരിക്കാൻ ഒരുക്കമായിരുന്നില്ല; ഈ മതങ്ങളിലോരോന്നിന്റെയും നേതാക്കന്മാർ അവരുടെ പൂർവവിശ്വാസങ്ങളിൽനിന്നും നടപടികളിൽനിന്നും പല വ്യതിയാനങ്ങളും വരുത്താൻ നിർബന്ധിതരായിത്തീർന്നു. നമ്പൂതിരിയും സിറിയൻ ക്രിസ്ത്യനും മാപ്പിളയും യഥാക്രമം ബ്രാഹ്മണ്യത്തിന്റെയും ക്രിസ്തുമതത്തിന്റെയും ഇസ്ലാമിന്റെയും യഥാർഥാനുയായികളാണെന്ന് അവകാശപ്പെടുന്നുണ്ടെങ്കിലും അവരുടെ വിശ്വാസങ്ങളിലും നടപടികളിലും ഒരു മലയാളി സവിശേഷതയുണ്ട്.

മതസമ്പ്രദായത്തിലുണ്ടായ ഈ മാറ്റങ്ങൾ വളരെ സുഗമമായിട്ടാണ് സംഭവിച്ചതെന്നു വിചാരിക്കുന്നതു തെറ്റായിരിക്കും; വലിയ സംഘട്ടനങ്ങളും വൈരുധ്യങ്ങളുമുണ്ടായിട്ടുണ്ടാവും, അവയെപ്പറ്റി വളരെ കുറച്ചേ നമുക്കറിവുള്ളൂ. ഈ സംഘട്ടനങ്ങളിലൊന്നിനെ- ബ്രാഹ്മണമതവും ബുദ്ധമതവും തമ്മിലുള്ളത്- സംബന്ധിച്ച മാത്രമേ, തുച്ഛമായെങ്കിലും ചില തെളിവുകളുള്ളൂ. ഈ സംഘട്ടനമായിരുന്നു കേരളത്തിൽ ബുദ്ധമതത്തെ അവസാനമായി തകർത്ത, തത്വജ്ഞാനിയായ ശങ്കരാചാര്യരെ ഉയർത്തിക്കൊണ്ടുവന്നത്. അത് ഗഹനമായ ആത്മീയ പ്രശ്നങ്ങളിൽ ഒതുങ്ങിനിന്നിരുന്ന ആശയപരമായ ഒരു സംഘട്ടനം മാത്രമല്ലായിരുന്നു; അത് രണ്ടു ചേരികൾ തമ്മിൽ നടന്ന- എല്ലാ യുദ്ധങ്ങളിലുമെന്നപോലെ വിജയത്തിലേക്കു നയിക്കുന്നതെന്തും സമുചിതവും ന്യായവുമായി പരിഗണിക്കപ്പെട്ട- നിശിതവും പ്രായോഗികരംഗത്തുള്ളതുമായ ഒരു ദൈനംദിനസമരമായിരുന്നു. അതിന്റെ ഫലമായി കേരളത്തിൽ ബുദ്ധമതം- അത് ഒരു കാലത്തൊരു വലിയ ശക്തിയായിരുന്നുവെങ്കിലും- അസ്തമിച്ചു.

ഭരണാധികാരിവർഗങ്ങൾക്ക് ഈ ആശയസമരങ്ങൾ നടത്തേണ്ടിയിരുന്നതുകൊണ്ട് അവർക്ക്, മുഴുവൻസമയവും ഏതെങ്കിലും ആശയസംഹിത പഠിക്കുകയും ആ വിഷയത്തെപ്പറ്റിയുള്ള തങ്ങളുടെ ജ്ഞാനത്തിനു മൂർച്ചകൂട്ടുകയും പ്രതിയോഗികളെ ഖണ്ഡിക്കുകയും മറ്റും ചെയ്തിരുന്ന സൈദ്ധാന്തികന്മാരുടെ ഒരു പ്രത്യേകവിഭാഗത്തെ വളർത്തേണ്ടിവന്നു. വളരെയധികം കൃതികൾ- കലയെയും തത്വശാസ്ത്രത്തെയും ശാസ്ത്രത്തെയും സംബന്ധിച്ച്- സൃഷ്ടിക്കപ്പെട്ടതങ്ങനെയായിരുന്നു. ശങ്കരാചാര്യരുടെ തത്വശാസ്ത്രകൃതികളാണ് കേരളത്തിലെ ഭരണാധികാരിവർഗങ്ങളുടെ, സൈദ്ധാന്തികപ്രതിനിധികളുടെ ഈ കൃതികളിൽ ഏറ്റവും പ്രശസ്തമായത്. എന്നാൽ പുറമേയ്ക്ക് അത്രതന്നെ പ്രസിദ്ധിയില്ലാത്തവരെങ്കിലും നമ്മുടെ സൈദ്ധാന്തികന്മാരുടെ സാംസ്കാരികനിലവാരത്തിന്റെ ഔന്നത്യത്തെ കാണിക്കുന്ന അനേകംപേർ പിന്നെയുമുണ്ട്. ആ സാംസ്കാരികസമ്പത്തിൽ സ്വന്തമായ കലാസൃഷ്ടികളും (കാവ്യങ്ങൾ) വിജ്ഞാന

ത്തിന്റെ വിവിധ തുറകളിലുള്ള ശാസ്ത്രകൃതികളുമടങ്ങുന്നു.

എന്നാൽ ഗംഗാസമതലത്തിലും കാവേരി നദീതടത്തിലും സ്വാഭാവികമായിരുന്ന ഒരുതരം ആശയപരമായ ഉപരിഘടന കേരളത്തിൽ നിർമിക്കുവാനുള്ള പരിശ്രമമായ ഈ സാംസ്കാരിക പ്രവർത്തനമെല്ലാംതന്നെ കേരളത്തിന്റെ മണ്ണിനോടു പൊരുത്തപ്പെടാത്തതായിരുന്നു. കേരളത്തിലെ ഭരണാധികാരികൾ കേരളത്തിന്റെ മണ്ണിൽ പറിച്ചുനടാൻ ശ്രമിച്ച ആ ആശയസംഹിതയ്ക്കു ജന്മം കൊടുത്തത് സുശക്തമായ ഒരു കേന്ദ്രീകൃത സാമ്രാജ്യ ഭരണകൂടത്തിൻ കീഴിലുള്ള നിരവധി ഗ്രാമസമൂഹങ്ങളെ അടിസ്ഥാനപ്പെടുത്തിയുള്ള സാമൂഹ്യക്രമമായിരുന്നു; അതേസമയത്ത്, കേരളത്തിലെ സാമൂഹ്യക്രമത്തിൽ പുരാതന ഗോത്രറിപ്പബ്ലിക്കുകളുടെ സ്ഥാനത്ത്, ഗ്രാമസമൂഹങ്ങളും കേന്ദ്രീകൃത സാമ്രാജ്യവും കൂടിയ ഒരു വ്യവസ്ഥയല്ല, നേരേ മറിച്ച് ആദ്യം ജാതിസഭകളും പിന്നീട് ചെറുചെറു സൈനിക- ഫ്യൂഡൽ നാടുകളുമാണ്, പകരം വളർന്നുവന്നത്.

സ്വാഭാവികമായി വളർന്നുകൊണ്ടിരുന്ന സാമൂഹ്യക്രമവും ഇവിടെ കൃത്രിമമായി നട്ടുവളർത്താൻ ശ്രമിച്ചുകൊണ്ടിരുന്ന ആ ആശയപദ്ധതിയും തമ്മിലുള്ള ഈ വൈരുധ്യമാണ് കലകളും സാഹിത്യവും ശാസ്ത്രങ്ങളും തത്വജ്ഞാനവും മറ്റും സാധാരണ ജനങ്ങളിൽനിന്നും അത്യന്തം അകന്നുപോകാൻ കാരണമായത്. ചില കലകളെ ഭരണാധികാരിവർഗങ്ങൾ വളരെ ഉയർന്ന നിലയിലേക്കു വളർത്തിയിട്ടുണ്ടെങ്കിലും ഈ ഉന്നത കലാരൂപങ്ങളുടെ ആസ്വാദനം ഉപരിവർഗപണ്ഡിതന്മാരുടെ സങ്കുചിതവൃത്തങ്ങളിൽ ഒതുങ്ങിനിന്നതിനുള്ള കാരണവും ഈ കൃത്രിമത്വമാണ്; ഇത് ഈ കലാരൂപങ്ങളെ ജനങ്ങളിൽനിന്നു കൂടുതൽ കൂടുതലകറ്റുന്നതിനും അവയുടെ കലാപരമേന്മയെപ്പോലും അധഃപതിപ്പിക്കുന്നതിനുമിടയാക്കി (ഇതിന്റെ ഒരുദാഹരണം കഥകളിയാണ്. അത് ഗാനം, നൃത്തം, അഭിനയം എന്നീ കലകളുടെ ഒരു മേളനമാണ്. അവയിലൊരോന്നിനെയും ഒരുയർന്ന നിലവാരത്തിലേക്കു വളർത്തിയിട്ടുണ്ട്. എന്നാൽ അവയുടെ മേളനം അപൂർവം പേർ മാത്രമാസ്വദിക്കുന്ന വളരെ കൃത്രിമമായ ഒരു സൃഷ്ടിയായിത്തീർന്നു).

ഭരണാധികാരിവർഗങ്ങൾ ഉയർത്തിക്കൊണ്ടുവന്നിട്ടുള്ള ഗ്രന്ഥകർത്താക്കളുടെ സംഖ്യ വളരെ വലുതാണെങ്കിലും, മലയാളം ഒരു ഭാഷയെന്ന നിലയ്ക്ക് വളരെ അടുത്തകാലംവരെ വളരാതിരുന്നതിനിടയാക്കിയ സാഹചര്യവും ഈ കൃത്രിമത്വംതന്നെയാണ്. ആദ്യകാലത്തെ കൃതികളിൽ മിക്കതും രചിച്ചിരുന്നത് തമിഴിലോ സംസ്കൃതത്തിലോ ആയിരുന്നു. ആദ്യത്തെ യഥാർഥ മലയാളസാഹിത്യകൃതി പതിനഞ്ചാം നൂറ്റാണ്ടിലോ പതിനാറാം നൂറ്റാണ്ടിലോ മാത്രമേ പുറത്തുവന്നുള്ളൂ.

ഈ കൃത്രിമത്വത്തിന്റെ ഫലം ഭരണാധികാരിവർഗങ്ങൾക്കിടയിലു

ണ്ടായ വമ്പിച്ച സാംസ്കാരികസമൃദ്ധി ബഹുജനങ്ങളെ സ്പർശിച്ചെല്ലെന്നതാണ്. അവർ അവരുടെ പഴയ പാട്ടുകളും ആട്ടങ്ങളും മറ്റും നിലനിർത്തിപ്പോന്നു. ശങ്കരാചാര്യർക്ക് ബുദ്ധമതത്തെ നശിപ്പിക്കാൻ കഴിഞ്ഞു. പക്ഷേ അദ്ദേഹത്തിന്റെ വർഗത്തിന് ബഹുഭൂരിപക്ഷം ജനങ്ങളുടെ നാടൻ സംസ്കാരത്തെ നശിപ്പിക്കാൻ കഴിഞ്ഞില്ല. ക്രിസ്ത്യാനികൾക്കും മുസ്ലിങ്ങൾക്കും ആയിരക്കണക്കിനു നാട്ടുകാരെ മതം മാറ്റാൻ കഴിഞ്ഞു. പക്ഷേ അവർക്കും തങ്ങൾ മതം മാറ്റിയവരുടെ നാടൻ സംസ്കാരത്തിന്റെ വിവിധരൂപങ്ങളെ നശിപ്പിക്കാൻ കഴിഞ്ഞില്ല.

ഈ കൃത്രിമത്വം സാംസ്കാരികരംഗത്തു മാത്രമല്ല പ്രകടിതമായത്. ഒരു പുറംനാട്ടുകാരന് ആശ്ചര്യകരമായിത്തോന്നുന്ന കുടുംബവ്യവസ്ഥയുടെ കഥയും ഇതുതന്നെ.

മക്കത്തായരൂപത്തിലും മരുമക്കത്തായരൂപത്തിലുമുള്ള, ഭാഗം വയ്ക്കാൻ പാടില്ലാത്ത കൂട്ടുകുടുംബസമ്പ്രദായം സ്വകാര്യസ്വത്തിന്റെ വളർച്ചയ്ക്ക് വളരെ പറ്റിയതാണ്. കാരണം, കുടുംബം സമ്പാദിക്കുന്ന സ്വത്ത് ഓരോ പ്രത്യേക താവഴിയുടെയും ഉടമസ്ഥതയിലുള്ള ചെറുകഷണങ്ങളായി ഛിന്നഭിന്നമാക്കുന്നതിനെ അതു തടയുന്നു (ഹിന്ദുക്കളുടെ മിതാക്ഷരനിയമം ബാധകമല്ലാത്ത അപൂർവം സ്ഥലങ്ങളിലൊന്നാണ് കേരളം. കുടുംബാംഗങ്ങളിൽ ഓരോരുത്തരും ഭാഗത്തിനനുകൂലിക്കാത്തപക്ഷം കുടുംബസ്വത്ത് ഭാഗിച്ചുകൂടെന്ന ഒരു പ്രാദേശികനിയമം കേരളത്തിലുണ്ട്).

മരുമക്കത്തായത്തിൽനിന്നു മക്കത്തായത്തിലേക്കുള്ള മാറ്റം, യൂഥവിവാഹത്തിൽനിന്നു പലതരം ഏകപത്നീവ്യവസ്ഥയിലേക്കുള്ള മാറ്റം, സംഭവിക്കുന്നത് തലമുറയിൽനിന്നു തലമുറയിലേക്ക് സ്വത്തു കൈമാറുന്നതെളുപ്പമാക്കിത്തീർക്കേണ്ടതാവശ്യമായിരുന്ന ഒരു കാലത്താണ്. കേരളത്തിലെ സാമൂഹ്യവളർച്ചയുടെ പരിതഃസ്ഥിതികളിൽ അത്തരമൊരു മാറ്റത്തിന്റെ ആവശ്യമുണ്ടായിരുന്നില്ല. കാരണം, മക്കത്തായരൂപത്തിലും മരുമക്കത്തായരൂപത്തിലുമുള്ള കൂട്ടുകുടുംബം അതേ ഉദ്ദേശം സാധിച്ചു. മുകളിൽ വിവരിച്ചവിധം ഇതിന്, കുടുംബം നിരവധി താവഴികളായി ഭിന്നിക്കുകയും തൽഫലമായി കുടുംബസ്വത്ത് ഭാഗിക്കുകയും ചെയ്യുന്നതിനെ തടഞ്ഞുവെന്നുള്ള കൂടുതലായ മെച്ചവുമുണ്ടായിരുന്നു. ഈ രണ്ടാമതു പറഞ്ഞ മുൻകരുതൽ കേരളത്തിനുപുറത്ത് ആവശ്യമായിരുന്നില്ല. അവിടെ സ്വത്തിന്റെ പ്രധാനരൂപമായ ഭൂമി സമൂഹത്തിന്റെ സ്വത്തായിരുന്നു. അതുകൊണ്ട്, അത് ഭാഗിക്കപ്പെടുക എന്ന അപകടമുണ്ടായിരുന്നില്ല. കേരളത്തിൽ മാത്രമാണ് ഭൂമി ഗ്രാമസമൂഹങ്ങളുടെ സ്വത്തല്ലാതായിത്തീർന്നതും, സമ്പാദിച്ച സ്വത്തു നിലനിർത്തണമെങ്കിൽ കുടുംബം ഭാഗിക്കുന്നതിനെ തടയേണ്ടിയിരുന്നതും.

കുടുംബത്തിന്റെ ഈ പ്രത്യേകരൂപം പ്രതിഷ്ഠിച്ചുകഴിഞ്ഞപ്പോൾ

ഏകപത്നീത്വത്തിലേക്കു കൂടുതൽ പുരോഗമിക്കേണ്ട ആവശ്യമില്ലായിരുന്നു. വിവാഹത്തിന്റെ എല്ലാ പരിണതരൂപങ്ങളെയും തരങ്ങളെയും ഈ ഭാഗംവയ്ക്കാൻ പാടില്ലാത്ത കൂട്ടുകുടുംബങ്ങളുടെ ചട്ടക്കൂടിനുള്ളിൽ കൊണ്ടുവരികമാത്രമേ വേണ്ടിയിരുന്നുള്ളൂ. ഇങ്ങനെയാണ് സ്ത്രീക്ക് കർശനമായ പാതിവ്രത്യനിയമങ്ങളും പുരുഷന് ബഹുഭാര്യത്വവും സംബന്ധവും മറ്റുമുള്ള നമ്പൂതിരിയുടെ മക്കത്തായക്കൂട്ടുകുടുംബം സ്ഥാപിക്കപ്പെട്ടത്. യഥേഷ്ടം വിവാഹവും എളുപ്പമായ വിവാഹമോചനവുമുള്ള നായരുടെ മരുമക്കത്തായക്കൂട്ടുകുടുംബവും ഇങ്ങനെയാണ് സ്ഥാപിതമായത്. ഈ മരുമക്കത്തായ കുടുംബത്തിൽ സ്ത്രീക്ക് കർശനമായ പാതിവ്രത്യനിഷ്ഠയുണ്ടായിരുന്നില്ല. വിവാഹബന്ധങ്ങളിൽ അവർക്ക് ധാരാളം സ്വാതന്ത്ര്യമുണ്ടായിരുന്നു. പ്രധാനമായ രണ്ടുതരം കുടുംബസമ്പ്രദായങ്ങൾ മേൽജാതിക്കാരേർപ്പെടുത്തിയതുകൊണ്ട് കീഴ്ജാതികൾക്ക് തങ്ങൾ വളർത്തിക്കഴിഞ്ഞിരുന്ന കുടുംബരീതിയും വിവാഹരീതിയും നിലനിർത്താൻ സാധിച്ചു; കേരളത്തിനു പുറത്തുണ്ടായിരുന്ന അവരുടെ സഹോദരന്മാർ സ്വീകരിച്ച കുടുംബരീതിയും വിവാഹരീതിയും അവരുടെ മേൽ വച്ചുകെട്ടപ്പെട്ടില്ല. ഇങ്ങനെയാണ് കേരളത്തിൽ യൂഥവിവാഹത്തിൽനിന്നും മരുമക്കത്തായത്തിൽനിന്നും ഏകപത്നീത്വത്തോടുകൂടിയ മക്കത്തായകുടുംബത്തിലേക്കുള്ള പരിവർത്തനക്രമം തടയപ്പെട്ടതും കുടുംബത്തിന്റെയും വിവാഹത്തിന്റെയും ഒരു പ്രത്യേകരൂപം പരിണമിച്ചതും.

ഉപരിഘടനയുടെ ഈ കൃത്രിമാംശങ്ങൾ നശിപ്പിക്കുമ്പോൾ മാത്രമേ, അടിത്തറയോടു പരിപൂർണമായും പൊരുത്തപ്പെട്ടിരിക്കുന്ന ഒരുപരിഘടന നിർമിക്കുമ്പോൾ മാത്രമേ ആശയപരവും കുടുംബപരവും സാമൂഹ്യവുമായ വ്യവസ്ഥയുടെ ഈ കൃത്രിമത്വം അവസാനിക്കുകയുള്ളൂ. ഇത് ഇന്നും നിറവേറ്റാനിരിക്കുന്ന ഒരു കടമയാണ്. എന്തുകൊണ്ടെന്നാൽ, സാമൂഹ്യവ്യവസ്ഥയുടെ വളർച്ച- പെരുമാക്കന്മാരുടെ സാമ്രാജ്യത്തിന്റെ നാശംതൊട്ട് ബ്രിട്ടീഷാധിപത്യത്തിന്റെ ആരംഭംവരെയും, ബ്രിട്ടീഷാധിപത്യത്തിന്റെ ആരംഭംമുതൽ ബ്രിട്ടീഷുകാരിൽനിന്ന് ഇന്ത്യക്കാരിലേക്കുള്ള ഔപചാരികമായ അധികാരക്കൈമാറ്റംവരെയും, ഔപചാരികമായ അധികാരക്കൈമാറ്റം മുതൽ ഇന്നുവരേയുമുള്ള വളർച്ച- കേരളത്തിന്റെ മണ്ണിൽ മുളയ്ക്കാത്തതായ ഒരാശയപദ്ധതിയുടെ ആധിപത്യത്തെ അവസാനിപ്പിച്ചിട്ടില്ല; മാത്രമല്ല, പെരുമാക്കന്മാരുടെ കാലത്ത് അടിത്തറയിലും രാഷ്ട്രീയ ഉപരിഘടനയിലുമുണ്ടായിരുന്ന ഇവിടത്തെ മണ്ണോടിണങ്ങിയ ആ അംശങ്ങൾപോലും അവരുടെ സാമ്രാജ്യത്തിന്റെ നാശത്തിനുശേഷമുള്ള നൂറ്റാണ്ടുകൾക്കിടയിൽ നശിപ്പിക്കപ്പെട്ടു- പ്രത്യേകിച്ചും കേരളത്തിൽ പാശ്ചാത്യസാമ്രാജ്യാധികാരികൾ അവരുടെ ആധിപത്യം സ്ഥാപിച്ചതിനുശേഷം.

നമ്മുടെ സാമൂഹ്യവും സാംസ്കാരികവുമായ ജീവിതത്തെ കൃത്രിമമാക്കിത്തീർത്ത വൈദേശികാശയസംഹിത ഇന്നുവരെ ഒരേ രൂപത്തിൽതന്നെ നിലനിന്നുവന്നു എന്ന് ഇതിനർഥമില്ല. സാമ്പത്തികവും രാഷ്ട്രീയവുമായ രംഗങ്ങളിൽ പിന്നീടുണ്ടായ വളർച്ചകൾ നമ്മുടെ സാമൂഹ്യവും സാംസ്കാരികവുമായ ജീവിതത്തിൽ തീർച്ചയായും സ്വാധീനം ചെലുത്തിയിട്ടുണ്ട്. എന്നിരുന്നാലും ഈ വളർച്ചകളെല്ലാമുണ്ടായിട്ടും ഭരണാധികാരിവർഗങ്ങൾക്ക് ജനങ്ങളിൽനിന്നുള്ള അകൽച്ച, തൽഫലമായി ഭരണാധികാരിവർഗങ്ങൾ സൃഷ്ടിക്കുന്ന ആശയസംഹിതയും ജനങ്ങളുടെ സാമൂഹ്യവും സാംസ്കാരികവുമായ ജീവിതവും തമ്മിലുള്ള അന്തരം കുറഞ്ഞിട്ടില്ല കൂടിയിട്ടേയുള്ളൂ എന്ന പരമാർഥം അവശേഷിക്കുന്നു; അതുകൊണ്ടാണ് ഇന്നത്തെ ദേശീയജനാധിപത്യപ്രസ്ഥാനം, പഴയ മതപരവും തത്വശാസ്ത്രപരവും നിയമപരവും കുടുംബപരവും മറ്റുമായ വിശ്വാസങ്ങളുടെയും നടപടികളുടെയും വ്യവസ്ഥയെയും അവയോടനുബന്ധിച്ച സ്ഥാപനങ്ങളെയും നശിപ്പിക്കുന്നതിനുള്ള ഒരു ഊക്കേറിയ പ്രസ്ഥാനത്തെ അഴിച്ചുവിട്ടിട്ടുള്ളതെന്ന് നമുക്ക് പിന്നീടു കാണാം. ഈ ദേശീയജനാധിപത്യപ്രസ്ഥാനത്തിന്റെ നേതാവെന്ന നിലയ്ക്ക് തൊഴിലാളിവർഗത്തിന് ഈ കടമയുടെ നേരേ കണ്ണടയ്ക്കാൻ സാധ്യമല്ല; അതിനുമാത്രമേ, അടിത്തറയ്ക്കനുസരിച്ച, സാമൂഹ്യവളർച്ചയുടെ ആവശ്യങ്ങൾക്കനുസരിച്ച ഒരുപരിഘടന നിർമിക്കാൻ സാധിക്കൂ.

ഒരു രാഷ്ട്രത്തിന്റെ പിറവി

പെരുമാക്കന്മാരുടെ അധഃപതനം ചരിത്രത്തിലെ നിർഭാഗ്യകരമായ ഒരു യാദൃച്ഛികസംഭവമാണെന്നാണ് ബൂർഷ്വാ ഐക്യകേരളവാദികൾ പൊതുവെ പറയുന്നത്. ആ സാമ്രാജ്യത്തിന്റെ അധഃപതനത്തെ സംബന്ധിച്ച്, പുരാണത്തിൽ പറയുന്നതുപോലെ, സാമ്രാജ്യത്തെ തന്റെ മക്കൾക്കും മരുമക്കൾക്കും മറ്റു ബന്ധുക്കൾക്കുമായി ഭാഗിച്ചുകൊടുത്ത അവസാനത്തെ പെരുമാളുടെ സ്വേച്ഛാനടപടികൊണ്ട്, ആരംഭം മുതൽക്കേ ഏകീകൃതമായിരുന്ന ഒരു രാഷ്ട്രം അന്ന് ഛിന്നഭിന്നമായെന്നവർ വാദിക്കുന്നു.

ഇത് നാം കണ്ടുകഴിഞ്ഞപോലെ, ചരിത്രവിരുദ്ധമാണ്: പെരുമാക്കന്മാരുടെ സാമ്രാജ്യം തകർന്നു വീണത് അവസാനത്തെ ചക്രവർത്തിയുടെ കമ്പം കൊണ്ടല്ല; പിന്നെയോ, അത്തരമൊരു സാമ്രാജ്യത്തിന്റെ നിലനിൽപ്പിനാവശ്യമായ ഭൗതികാടിസ്ഥാനം അക്കാലത്തെ കേരളത്തിലുണ്ടായിരുന്നില്ലെന്നുള്ളതുകൊണ്ടാണ്. വാസ്തവത്തിൽ ഏതെങ്കിലും യാദൃച്ഛികസ്വഭാവമാരോപിക്കപ്പെടണമെങ്കിൽ, അത് ആ സാമ്രാജ്യത്തിന്റെ രൂപീകരണത്തിനാണു വേണ്ടത്, അല്ലാതെ അതിന്റെ തകർച്ചയ്ക്കല്ല. കാരണം, നാം കണ്ടുകഴിഞ്ഞതുപോലെ, അത് രൂപീകരിക്കപ്പെട്ടത് കേന്ദ്രീകൃതമായ ഏതുതരം സാമ്രാജ്യങ്ങൾക്കും ഒട്ടുംതന്നെ പറ്റാത്തതായ ഒരു മണ്ണിലാണ്. അതിന്റെ നിലനിൽപ്പ് യാദൃച്ഛികമായിരുന്നതുകൊണ്ടുതന്നെയാണ് (ഏതെങ്കിലും ചരിത്രസംഭവത്തെ യാദൃച്ഛികമെന്നു പറയാവുന്നിടത്തോളം) ആ സാമ്രാജ്യം ഒരു മണൽക്കോട്ടപോലെ തകർന്നുവീണത്.

എന്നാൽ ഇതുകൊണ്ടുമായില്ല. പെരുമാക്കന്മാരുടെ അധഃപതനം കൊണ്ട് ഏകീകൃതമായ ഒരു രാഷ്ട്രം ഛിന്നഭിന്നമായെന്നു പറയുന്നത് ചരിത്രത്തിന്റെ ഒരു ദുർവ്യാഖ്യാനമാണ്. ആ സാമ്രാജ്യത്തിന്റെ തകർച്ചയ്ക്കുശേഷമുള്ള നൂറ്റാണ്ടുകളിലാണ് ചരിത്രത്തിലാദ്യമായി കേരളരാഷ്ട്രം രൂപംകൊള്ളാൻ തുടങ്ങിയതെന്നതാണ് വാസ്തവം. കേരളത്തിലെ ചെറുകിട രാജ്യങ്ങളിലെ (രണ്ടു ഡസനോളം വരും) ഭരണാധിപന്മാർ പരസ്പരം യുദ്ധം ചെയ്തുകൊണ്ടിരുന്നപ്പോഴാണ് അന്നു കേരളത്തിൽ താമസിച്ചിരുന്ന വിവിധഗോത്രങ്ങളും ജാതികളും- അതായത് ഇന്നത്തെ കേരളം- തമിഴരും തുളുനാട്ടുകാരുമായ തങ്ങളുടെ അയൽക്കാരിൽനിന്നും സ്വയം വേർതിരിയുകയും മലയാളികളെന്ന നിലയിൽ സ്വയം ഒന്നിക്കുകയും ചെയ്യാൻ തുടങ്ങിയത്. മാത്രമല്ല ഇന്നത്തെ ഐക്യകേരളവാദികൾ അത്ര ഉച്ചത്തിലും നിരന്തരവും വിലപിക്കുന്നതെന്തിന്റെ പേരിലാണോ, ഭരണാധികാരികളുടെ ആ ആഭ്യന്തരകലഹങ്ങൾതന്നെയാണ്- അഥവാ, ഈ കലഹങ്ങൾക്കു കാരണമായ ഭൗതികപരിതഃസ്ഥിതികൾ തന്നെയാണ് കേരള രാഷ്ട്രത്തിന്റെ ജനനത്തിനു സഹായിച്ച ഏറ്റവും വലിയതും പ്രധാനവുമായ ഘടകമായിത്തീർന്നത്.

ഓരോന്നും സ്വന്തം പ്രത്യേക ഗോത്രജീവിതം നയിക്കുന്നതും ഓരോന്നിനും സ്വന്തം പ്രത്യേക ഗോത്രസ്വഭാവമുള്ളതും, എന്നാൽ പ്രാചീന കമ്യൂണിസമെന്നു ചരിത്രശാസ്ത്രത്തിലറിയപ്പെടുന്ന ഉൽപ്പാദന ബന്ധങ്ങളുടെ പൊതുസ്വഭാവമുള്ളതുമായ പല ഗോത്രങ്ങളുടെയും ഒരു സങ്കരം; ഓരോന്നും സ്വന്തമായ ജാതിജീവിതം നയിക്കുന്നതും ഓരോന്നിനും സ്വന്തമായ ജാതിസ്വഭാവമുള്ളതും, എല്ലാംതന്നെ ഹിന്ദുസമുദായത്തിന്റെ പൊതുനിയമങ്ങളാൽ ഏകീകരിക്കപ്പെട്ടതുമായ ജാതികളുടെ ഒരു സങ്കരം; ഒരു പ്രത്യേകപ്രദേശത്തു താമസിക്കുന്ന എല്ലാ ഗോത്രങ്ങളെയും ജാതികളെയും, ഒരു ഭരണാധികാരിയുടെയും അയാളുടെ കീഴിലുള്ള ഭരണയന്ത്രത്തിന്റെയും രാഷ്ട്രീയവും ഭരണപരവുമായ അധികാരത്തിൻകീഴിൽ സംഘടിപ്പിക്കൽ- കേരളം ഇന്ത്യയുടെ മറ്റു ഭാഗങ്ങളെന്നപോലെതന്നെ ചരിത്രാതീതകാലത്തും, ചരിത്രത്തിന്റെ ആദിമഘട്ടമെന്നു പറയപ്പെടുന്ന അക്കാലത്തും, അതായത് പെരുമാക്കന്മാരുടെ അധഃപതനംവരെയുള്ള കാലഘട്ടത്തിലും, കടന്നുപോന്നിട്ടുള്ള മൂന്നു ദശകൾ ഇവയാണ്.

മേൽപ്പറഞ്ഞ മൂന്നു ദശകളിൽ അവസാനദശയിൽ നിർമിക്കപ്പെട്ട ഭരണയന്ത്രത്തിന്റെ സ്വഭാവത്തെ സംബന്ധിച്ചു മാത്രമാണ് കേരളം ഇന്ത്യയുടെ മറ്റുഭാഗങ്ങളിൽനിന്നും വ്യത്യസ്തമായിരുന്നത്. മറ്റുഭാഗങ്ങളിൽ കൃഷിയുടെ അഭിവൃദ്ധിക്കുവേണ്ടിയുള്ള ഒരു കേന്ദ്രീകൃതസാമ്രാജ്യഭരണകൂടത്തെ സൃഷ്ടിച്ചപ്പോൾ, ഇങ്ങനെ ഒരു കേന്ദ്രസംഘടന കേരളത്തിന് ആവശ്യമില്ലെന്നിരുന്നതിനാൽ വിസ്തൃതി കുറഞ്ഞ പ്രദേശത്തിലൊതുങ്ങി

നിന്ന ഒരു ഭരണകൂടമാണ് കേരളത്തിൽ നിലവിൽ വന്നത്. ഇന്ത്യയുടെ മറ്റു ഭാഗങ്ങളിൽ ഭരണകൂടത്തിന്റെ അധികാരപരിധിയിൽവന്ന പ്രദേശത്തിന്റെ വലുപ്പക്കൂടുതലും ഭൂമിയുടെ സാമൂഹ്യമായ ഉടമസ്ഥതയും ചക്രവർത്തിമാരെ തത്വത്തിലും പ്രയോഗത്തിലും എല്ലാ അധികാരത്തിന്റേയും പ്രഭവസ്ഥാനമാക്കി. എന്നാൽ രാജ്യത്തിന്റെ വലുപ്പക്കുറവും ഭൂമിയിലുള്ള സ്വകാര്യസ്വത്തും ഫ്യൂഡൽപ്രമാണികളും- നാടുവാഴി, ദേശവാഴി മുതലായവർ- രാജാവുമായി അധികാരം പങ്കിടുന്ന ഒരു വ്യവസ്ഥയിലേക്കാണ് കേരളത്തെ നയിച്ചത്.

കേരളത്തിലെയും ഇന്ത്യയുടെ മറ്റു ഭാഗങ്ങളിലെയും ഭരണയന്ത്രങ്ങളുടെ സ്വഭാവത്തിലുള്ള ഈ വ്യത്യാസവും അഖിലേന്ത്യാരീതിയിലുള്ള ഒരു ഭരണകൂടം കേരളത്തിന്റെ മണ്ണിൽ പറിച്ചുനടുവാനുള്ള പരിശ്രമത്തിന്റെ പരാജയവുംമൂലം അഖിലേന്ത്യാരീതിയിലുള്ള ഭരണകൂടം ഇവിടെ ഛിന്നഭിന്നമായി. എന്നാൽ കേരളത്തിൽ ഭരണകൂടം ഇല്ലാതായി എന്ന് ഇതിനർഥമില്ല. രാജാവ് ഭരിക്കുന്ന പ്രദേശത്തിന്റെ വലുപ്പം കുറഞ്ഞതോടെ- പെരുമാക്കന്മാരുടെ സാമ്രാജ്യത്തിൽനിന്ന് രണ്ടു ഡസനോളം വരുന്ന ചെറുസംസ്ഥാനങ്ങളിലേക്ക്- ഗോത്രം, ജാതി എന്നിവയിൽനിന്ന് പ്രദേശത്തെ അടിസ്ഥാനമാക്കിയ സംഘടനയിലേക്കുള്ള സമുദായത്തിന്റെ വളർച്ച പിറകോട്ടടിച്ചുവെന്നും ഇതിനർഥമില്ല. മറ്റുവാക്കുകളിൽ പറഞ്ഞാൽ, പെരുമാക്കന്മാരുടെ പതനം, ഒരു പ്രത്യേകതരം പ്രദേശാടിസ്ഥാന രാഷ്ട്രസംഘടനയുടെ പരാജയത്തിന്റെയും തൽസ്ഥാനത്ത് മറ്റൊന്നിന്റെ പ്രതിഷ്ഠയുടെയും ഔപചാരികപ്രഖ്യാപനമായിരുന്നു; അല്ലാതെ, പഴയ കാലഘട്ടങ്ങളിലെ ഗോത്രം, ജാതി സംഘടനകളിലേക്കുള്ള മടങ്ങിപ്പോക്കായിരുന്നില്ല.

പെരുമാക്കന്മാരുടെ സാമ്രാജ്യത്തിന്റെ തകർച്ചയ്ക്കുശേഷം കേരളത്തിൽ സ്ഥാപിക്കപ്പെട്ട സാമൂഹ്യവും ഭരണപരവുമായ വ്യവസ്ഥ, മൂലധനം എന്ന തന്റെ കൃതിയിൽ മാർക്സ് വളരെ വ്യക്തമായി വിവരിച്ചിട്ടുള്ളതുപോലെ, ഗ്രാമീണസമുദായത്തെ ഭൂമിയിലുള്ള സ്വകാര്യസ്വത്തിന്റെ പരിതഃസ്ഥിതിയോടിണക്കുന്നതായിരുന്നു. ഭൂമി 'പൊതുവായി ഉഴുന്നി'ല്ല; അതുകൊണ്ട് വിളവ് 'അംഗങ്ങൾക്കിടയിൽ വീതിക്കു'ന്നുമില്ല; നേരേമറിച്ച്, ഓരോ കൃഷിക്കാരനും ഒറ്റയ്ക്കൊറ്റയ്ക്കാണ് കൃഷി ചെയ്യുന്നത്. എന്നിരുന്നാലും അവർക്ക് വിളവ് ജന്മിയുമായി പങ്കിടേണ്ടതുണ്ട്. ഇന്ത്യൻ ഗ്രാമസമൂഹത്തിന്റെ ഭാഗമായി മാർക്സ് വിവരിക്കുന്ന ഡസനോളം വ്യക്തികൾ, ഇന്ത്യയുടെ മറ്റു ഭാഗങ്ങളിലെന്നപോലെ 'സമൂഹത്തിന്റെ മുഴുവൻ ചെലവിന്മേൽ നിലനിർത്തപ്പെടുന്നി'ല്ല; ഈ ഡസൻ വ്യക്തികളും മറ്റു പലരും ഓരോരുത്തർക്കും ഭൂമിയിലോ വിളവിന്മേലോ ഏതെങ്കിലും തരത്തിലുള്ള അവകാശമുള്ളവരാണ്. ഇങ്ങനെയാണ്,

പരേതനായ ലോഗൻ വിവരിക്കുന്ന രീതിയിലുള്ള സമ്പ്രദായം സൃഷ്ടിക്കപ്പെട്ടത്:

> ഹിന്ദുവ്യവസ്ഥയുടെ ഏകകം കുടുംബമായിരുന്നു; വ്യക്തിയല്ല. കുടുംബങ്ങളുടെ ഒരു സമുച്ചയം ഒരു സംഘമോ ഗിൽഡോ ആയി രൂപം പൂണ്ടു. ഈ സംഘങ്ങളിൽ ഓരോന്നിനും രാഷ്ട്രശരീരത്തിൽ വ്യക്തമായ ധർമങ്ങളുണ്ടായിരുന്നു. ഈ പ്രവൃത്തികൾ പഴയ കാലത്ത് വ്യക്തമായും പരമ്പരാഗതമായിരുന്നു... നായന്മാർ 'കണ്ണി'ന്റെയും 'കൈ'യുടെയും 'കൽപ്പന'യുടെയും പ്രവൃത്തി നിർവഹിച്ചു. 'അവകാശങ്ങളിൻമേൽ കൈവയ്ക്കുകയോ അവയെ ദുരുപയോഗപ്പെടുത്തുകയോ ചെയ്യുന്നതിനെ തടയേണ്ടത്' അവരുടെ കടമയായിരുന്നു. കാണം (കാണുകയോ കാണപ്പെടുകയോ) 'കാണുക' എന്ന ദ്രാവിഡപദത്തിൽ നിന്നാണ് ഉൽഭവിക്കുന്നത്. ആ ക്രിയയുടെ ധാതു കൺ(=കണ്ണ്) ആണ്... അതുകൊണ്ട് 'കാണം' അതിന്റെ മൂലാർഥത്തിൽ രാഷ്ട്രശരീരത്തിലുള്ള അവരുടെ ഈ പ്രവൃത്തിയെ സൂചിപ്പിച്ചതായി തോന്നുന്നു... എന്നാൽ ഈ മേൽനോട്ടാവകാശം (കാണം) എന്തായിരുന്നു? കോൻ (ഇടയൻ, രാജാവ്), പതി (പ്രഭു, യജമാനൻ) ഇവർക്ക് ഭൂമിയിൽ അധികാരമുള്ളവരെന്ന നിലയ്ക്ക് വിളവിൽ ഓഹരിയുണ്ടായിരുന്നു. ഈ ഓഹരികളെ കുറിക്കുന്നതിനുള്ള പ്രത്യേക വാക്ക് പട്ടുവിന്റെ (= അധികാരിയുടെ) വാരം (പങ്ക്) എന്ന അർഥത്തിലുള്ള പാട്ടമായിരുന്നു... നായന്മാർ എല്ലാ അവകാശങ്ങളെയും സംരക്ഷിച്ചുകൊണ്ടും യാതൊന്നും ദുരുപയോഗപ്പെടുത്താതെ നോക്കിയും അതേസമയത്തുതന്നെ കൃഷിയുടെ മേൽനോട്ടം വഹിച്ചുകൊണ്ടും വിളവിൽ കോന് അല്ലെങ്കിൽ രാജാവിനുള്ള ഓഹരി- വാസ്തവത്തിൽ പൊതുഭൂനികുതി- പിരിച്ചുകൊണ്ടു രാജ്യമൊട്ടുക്കും വ്യാപിച്ചുകിടന്നിരുന്നുവെന്നതിനു സംശയമില്ല...
>
> സ്റ്റേറ്റിന്റെ എല്ലാ പ്രവൃത്തിക്കാർക്കും വിളവിൽ സുനിശ്ചിതമായ ഓഹരികൾ നീക്കിവച്ചിരുന്നു. കോന് അല്ലെങ്കിൽ രാജാവിന് അദ്ദേഹത്തിന്റെ ഓഹരിയുണ്ടായിരുന്നു. അതുപോലെതന്നെ പതിക്ക് അല്ലെങ്കിൽ മേൽക്കോയ്മയ്ക്ക് (പ്രത്യക്ഷത്തിൽ പാരമ്പര്യമായുള്ള ദായകൻ- അങ്ങനെ ഒരാളുണ്ടായിരുന്നെങ്കിൽ) ഒരോഹരിയുണ്ടായിരുന്നു. അങ്ങനെയൊരു പതിയോ പാരമ്പര്യമായുള്ള ദായകനോ ഉണ്ടായിരുന്നില്ലെങ്കിൽ അയാളുടെ ഓഹരി സംരക്ഷകരുടെയും മേൽനോട്ടക്കാരുടെയും സംഘത്തിന്- 'അറനൂറ്'കാർക്ക്, നായർ കൂട്ടത്തിന്, കാണക്കാർക്ക്- ലഭിച്ചിരുന്നെന്നു തോന്നുന്നു.

> എന്നാൽ പെരുമാളുടെ അവകാശം പെട്ടെന്നവസാനിച്ചപ്പോൾ അവരുടെ (കോന്റെ) വിളവിലുള്ള ഓഹരി, ചുരുങ്ങിയത് മലബാറിലെങ്കിലും, ഏതെങ്കിലും നിലയിൽ പെരുമാളുടെ സ്ഥാനം വഹിച്ച പ്രമാണികളിലേക്കു തീർച്ചയായും പകർന്നില്ല. പ്രമാണികൾക്ക് സ്വന്തം ഭൂമിയിൽനിന്നുള്ള വരവുണ്ടായിരുന്നു; അവരുടെ കീഴിലുള്ളവരിൽ ഭൂരിഭാഗത്തിന്റെ ഭൂമിയിൽനിന്നും അവർ ഒന്നും പിരിച്ചിരുന്നില്ല. പ്രമാണികൾ പാരമ്പര്യമായുള്ള ഭൂമിയുടമസ്ഥ (ജന്മികൾ)രായിരുന്നു. വിളവിന്റെ ഒരോഹരി അവർക്കു ലഭിച്ചു. നേരേമറിച്ച്, അവരുടെ കീഴിലുണ്ടായിരുന്നവരിൽ ഭൂരിഭാഗം-നായർ സംരക്ഷകക്കൂട്ടത്തിന്റെ തലവന്മാർ- കോന്റെ വിളഭോഗം അപഹരിച്ച്, അതുപോലെ പാരമ്പര്യ ഭൂമിയുടമസ്ഥ(ജന്മികൾ) രായിത്തീർന്നു.
>
> കേരളത്തിലെ കുടിയായ്മകളുടെ മൗലികാശയം ഓർമിക്കുന്നപക്ഷം- അതായത് ഭൂമി തുണ്ടുകളാക്കി ചില വർഗങ്ങൾക്ക് കൃഷി ചെയ്യാൻ കൊടുത്തുവെന്നത്- മുകളിൽ പറഞ്ഞ സംഗതി ഹിന്ദുവ്യവസ്ഥയുടെ ഏറ്റവും സ്വാഭാവികഫലമാണെന്നു കാണാൻ കഴിയും.

ഇങ്ങനെയാണ് ഫ്യൂഡൽ ജന്മിത്വവ്യവസ്ഥ- ജന്മി, കാണംദാർ, കൃഷി ചെയ്യാത്ത മറ്റുതരം ഉടമസ്ഥന്മാർ, അതുപോലെതന്നെ യഥാർഥത്തിൽ കൃഷി ചെയ്യുന്ന കുടിയാന്മാർ ഇവരിലോരോരുത്തർക്കും വിളവിൽ നിശ്ചയിച്ചിട്ടുള്ള ഓഹരി ലഭിക്കുന്ന ആ വ്യവസ്ഥ സൃഷ്ടിക്കപ്പെട്ടത്. ഈ മുറതന്നെയാണ് പിന്നീട് ബ്രിട്ടീഷുകാർ പരിഷ്കരിക്കുകയും കുറ്റമറ്റതാക്കുകയും ചെയ്തതും ഇന്നേവരെ തുടർന്നുവരുന്നതും. അതുകൊണ്ടത് ഇന്നു ജനാധിപത്യവാദികളുടെയെല്ലാം തികച്ചും ശരിയായ അധിക്ഷേപത്തിനു ശരവ്യമായിട്ടുണ്ട്. എന്നാൽ എംഗൽസ് അടിമത്തത്തെ സംബന്ധിച്ചു പറഞ്ഞതുപോലെ,

> അതെത്രതന്നെ പരസ്പരവിരുദ്ധവും തെറ്റുമായിട്ടു നമുക്കു തോന്നാമെങ്കിലും അക്കാലത്തെ പരിതഃസ്ഥിതികളിൽ അതിന്റെ ആവിർഭാവം മുന്നോട്ടുള്ള ഒരു വലിയ കാൽവയ്പ്പായിരുന്നുവെന്നു പറയാൻ നാം നിർബന്ധിതരായിരിക്കുന്നു... ജീവിക്കാനാവശ്യമായതിൽ കൂടുതലായി വളരെ കുറച്ചുമാത്രം മിച്ചമുണ്ടാക്കാനുള്ള കഴിവേ മനുഷ്യാധ്വാനത്തിനുള്ളു എന്ന നിലയിൽ, ഉൽപ്പാദനശക്തികൾക്ക് എന്തെങ്കിലും ഒരു വികാസമുണ്ടാകണമെങ്കിൽ, വ്യാപാരം വിപുലപ്പെടണമെങ്കിൽ, രാഷ്ട്രത്തിന്റെയും നിയമത്തിന്റെയും വളർച്ചവേണമെങ്കിൽ, കലയും ശാസ്ത്രവും വളരാൻ തുട

> ങ്ങണമെങ്കിൽ, കൂടുതലായ പ്രവൃത്തിവിഭജനംകൊണ്ടുമാത്രമേ സാധ്യമായിരുന്നുള്ളുവെന്നു വ്യക്തമാണ്. ലളിതമായ കായികാധ്വാനം നിർവഹിക്കുന്ന ബഹുജനങ്ങളും, അധ്വാനത്തെ നിയന്ത്രിക്കുകയും വ്യാപാരവും പൊതുക്കാര്യങ്ങളും നടത്തുകയും പിന്നീട് കലയിലും ശാസ്ത്രത്തിലും വ്യാപൃതരാവുകയും ചെയ്യുന്ന ചുരുക്കം മെച്ചപ്പെട്ടവരും തമ്മിലുള്ള ആ വലിയ പ്രവൃത്തിവിഭജനമാണ് ഇതിനാവശ്യമായ അടിസ്ഥാനം.

അതുകൊണ്ട് ഇന്നത്തെ ഫ്യൂഡൽ- ജന്മിത്വ വ്യവസ്ഥയെ തകർക്കാൻ നാം അങ്ങേയറ്റം സമരം ചെയ്യുമ്പോൾ തന്നെ എംഗൽസിനെപ്പോലെ നാമും മനസ്സിലാക്കണം:

> അതിനെ പൊതുവിൽ എതിർക്കുകയും അത്തരം നെറികേടുകളുടെ നേരേ കടുത്ത ധാർമികരോഷം പ്രകടിപ്പിക്കുകയും ചെയ്യാനെളുപ്പമാണ്. നിർഭാഗ്യവശാൽ, ഇതിന്റെയെല്ലാം അർഥം എല്ലാവർക്കും അറിയാം, അതായത് ഈ സ്ഥാപനങ്ങൾ നമ്മുടെ ഇന്നത്തെ പരിതഃസ്ഥിതികൾക്കും ഈ പരിതഃസ്ഥിതികൾ നിർണയിക്കുന്ന നമ്മുടെ വികാരങ്ങൾക്കുമനുയോജ്യമല്ല.

ഫ്യൂഡൽ- ജന്മിത്വവ്യവസ്ഥ നിലവിലുള്ള മണ്ണിലാണ് ഇന്നത്തെ കേരളത്തിലെ വിവിധ ഗോത്രങ്ങളും ജാതികളും വ്യക്തമായ ജനസമുദായമായി വളരാൻ തുടങ്ങിയത്. എന്തുകൊണ്ടെന്നാൽ, കായികാധ്വാനം ചെയ്യുന്നവരും ബുദ്ധിപരമായി പ്രവർത്തിക്കുന്നവരും തമ്മിലുള്ള പ്രവൃത്തിവിഭജനവും, ഉൽപ്പാദനപ്രക്രിയയിൽ നേരിട്ടേർപ്പെടാത്ത വർഗങ്ങൾക്കും ജാതികൾക്കും ഉൽപ്പന്നത്തിന്റെ ഒരു നിശ്ചിത ഓഹരി നീക്കിവച്ചുകൊണ്ട് സാധ്യമായിത്തീർന്ന ബുദ്ധിജീവികളുടെ തലമുറയിൽനിന്നു തലമുറയിലേക്കുള്ള വളർച്ചയും കൂടിയാണ് പല നാട്ടുഭാഷകളുടെയും ഏകീകരണം വഴി ഒരു ദേശീയഭാഷ- ഒരു രാഷ്ട്രത്തിന്റെ പ്രഥമലക്ഷണമതാണല്ലോ- ആവിർഭവിക്കാൻ സഹായിച്ചത്.

മലയാളം വ്യക്തമായ ഒരു സാഹിത്യഭാഷയായി വളർന്നത് നമ്മുടെ ചരിത്രത്തിൽ വളരെ വൈകിയ ഒരു ഘട്ടത്തിലാണെന്നും അത് ആദ്യം തമിഴിനും പിന്നീട് സംസ്കൃതത്തിനും വളരെയധികം കീഴ്പ്പെട്ടിരുന്നുവെന്നും നാം കണ്ടുകഴിഞ്ഞു. എന്നാൽ പെരുമാക്കന്മാരുടെ പതനത്തിനുശേഷമുള്ള നൂറ്റാണ്ടുകളിൽ മലയാളത്തിലെ സാഹിത്യകൃതികൾ ഈ രണ്ടു ഭാഷകളുടെയും പിടിയിൽനിന്നു കൂടുതൽ കൂടുതൽ വിമുക്തമാവാൻ തുടങ്ങുകയും യഥാർഥത്തിൽ പുതിയൊരു ദേശീയഭാഷയ്ക്കു ജന്മം കൊടുക്കുകയും ചെയ്യുന്നതായി നാം കാണുന്നു. കവിതകളിലും മറ്റു കലാസൃഷ്ടി

കളിലും അതുപോലെതന്നെ വിവിധ നാട്ടുവാഴി ഭരണാധികാരികളുടെ റിക്കാർഡുകളിലും വളർന്നുകൊണ്ടിരിക്കുന്ന ഒരു ജനസമുദായത്തിന്റേതായ ഭാഷയുടെ സ്വഭാവ വിശേഷങ്ങളോട്ടുകൂടിയ ഒരു ശൈലിയുടെ അനുക്രമമായ വളർച്ച നാം കാണുന്നു. ഈ പരിണാമഗതി പതിനാറും പതിനേഴും നൂറ്റാണ്ടുകളായപ്പോഴേക്കും ഗണ്യമായി പുരോഗമിച്ചു- ഒരു യഥാർഥ ദേശീയ സാഹിത്യം രൂപം കൊള്ളാൻ തുടങ്ങിയ കാലമായി ആ നൂറ്റാണ്ടുകളെ കണക്കാക്കാവുന്നതാണ്. ഈ കാലഘട്ടത്തിലെ സാഹിത്യകൃതികൾ ഏതെങ്കിലും സംസ്കൃതകൃതികളുടെ വെറും തർജ്ജമകളോ ദുർബലമായ പരാവർത്തനങ്ങളോ അനുകരണങ്ങളോ അല്ലെന്നും നേരേമറിച്ച്, സ്വതന്ത്ര കൃതികളാണെന്നും (സ്വീകരിച്ച ഇതിവൃത്തങ്ങളിൽ അവ സ്വതന്ത്രങ്ങളല്ലെങ്കിലും ശൈലി, ഭാവന തുടങ്ങിയവയിൽ തീർച്ചയായും സ്വതന്ത്രങ്ങളായിരുന്നു.) നാം കാണുന്നു; പോരാ, ഈ കൃതികൾ ഓരോ വീട്ടിലും പാരായണം ചെയ്യപ്പെട്ട, ഇന്നും പാരായണം ചെയ്തുപോരുന്ന, പുരാണങ്ങളായിത്തീരുമാറ് എഴുതുന്നതിന്റെ ശൈലിയും സാങ്കേതികരീതിയും അത്ര പ്രചാരമുള്ളതായിത്തീർന്നു.

എന്നാൽ പെരുമാക്കന്മാരുടെ പതനത്തിനുശേഷമുള്ള നൂറ്റാണ്ടുകൾ ഒരു ദേശീയഭാഷയുടെ ആവിർഭാവംകൊണ്ടു മാത്രമല്ല മുന്തിനിൽക്കുന്നത്. അതുപോലെതന്നെ ഗണനീയമായ തരത്തിൽ പൊതുവിൽ കലകളും ഈ കാലഘട്ടത്തിൽ പൂത്തുവിരിഞ്ഞു. ഹിന്ദുക്ഷേത്രങ്ങളും ക്രിസ്ത്യൻപള്ളികളും മുസ്ലിംപള്ളികളും മതപരവും സാംസ്കാരികവുമായ പ്രവർത്തനത്തിന്റെ വിവിധരൂപങ്ങളിലൂടെ വിനോദവും വിജ്ഞാനവും നൽകിക്കൊണ്ട് സാധാരണക്കാരായ ജനലക്ഷങ്ങൾക്ക് ആകർഷണ കേന്ദ്രങ്ങളായിത്തീർന്നു; ഇവയിലൂടെയാണ് കഥകളി, ഓട്ടൻതുള്ളൽ, കൂത്ത് തുടങ്ങിയവ വളരുകയും ദേശീയകലകളുടെ സ്ഥാനം നേടുകയും ചെയ്തത്. ഈ കലാരൂപങ്ങളെ വളർത്തിയ കലാകാരന്മാരും അവയിൽ ആകൃഷ്ടരായ സദസ്യരും കൂടിച്ചേർന്ന് തലമുറകളിലൂടെ മലയാളിയുടെ പ്രത്യേക മാനസികഘടനയുടെ ഭാഗമായിത്തീർന്ന സാംസ്കാരിക ബോധം ഒട്ടുമൊത്തത്തിൽ സൃഷ്ടിച്ചു.

ഈ സാഹിത്യകൃതികളിൽ മിക്കവയും, ഈ കലാരൂപങ്ങളിലധികവും, ഒരു ജാതിയുടെയോ ജാതികളുടെ ഒരു ഗ്രൂപ്പിന്റെയോ സങ്കുചിതപരിധിക്കുള്ളിലാണുയർന്നുവന്നതെന്നത് വാസ്തവമാണ്. മലയാളത്തിലെ മഹത്തായ പുരാണകൃതികൾ മിക്കവയും ഹിന്ദു ഗ്രന്ഥകാരന്മാരെഴുതിയവയും ഹിന്ദുമതകഥകളെ പരാമർശിക്കുന്നവയുമാണ്; അതുപോലെ കഥകളിയും മറ്റു കലകളും മുഖ്യമായ ഹൈന്ദവസ്വഭാവത്തോടുകൂടിയവയാണ്. ഈ ദേശീയകലകളിലും സാഹിത്യകൃതികളിലും അധികവും ഉപരിവർഗങ്ങളിൽ ഒതുങ്ങിനിന്നിരുന്നുവെന്നതും വാസ്തവമാണ്. എന്നി

രുന്നാലും ഈ സാഹിത്യകൃതികളും കലാരൂപങ്ങളും, ജാതികളുടെ അതിർവരമ്പുകൾക്കപ്പുറത്തേക്കുപോകുന്നതും യഥാർഥത്തിൽ ദേശീയവുമായ ഒരു ശൈലിയുടെയും സാങ്കേതികരീതിയുടെയും സൃഷ്ടിക്കടിസ്ഥാനമിട്ടു. അതിനുംപുറമേ, എല്ലാ ജാതികളുടെയും ഉപരിവർഗങ്ങളിൽനിന്നു വന്നവരായ സംസ്കൃതാശയർ ഈ ശൈലിയും സാങ്കേതികരീതിയും ആസ്വദിക്കുവാനും സ്വന്തം പ്രത്യേകജാതിയിലും മതത്തിലും അവയെ അംഗീകരിക്കാൻപോലും തുടങ്ങി (ഉദാഹരണം, ക്രിസ്ത്യാനിയുടെ ചവിട്ടുനാടകം ഹിന്ദുവിന്റെ കഥകളിയുടെ ഒരനുവർത്തനമാണ്).

ഇങ്ങനെ സാഹിത്യവും കലകളും പൂത്തുവിരിയാൻ തുടങ്ങിയത്, സ്റ്റാലിന്റെ അഭിപ്രായപ്രകാരം, ഒരു രാഷ്ട്രത്തിന്റെ സ്വഭാവവിശേഷങ്ങളിലൊന്നായ ആ "സാമ്പത്തികജീവിതൈക്യത്തിന്റെ സാമ്പത്തികച്ചേർച്ചയുടെ" വികാസത്തിന്റെ പ്രകടനമല്ലാതെ മറ്റൊന്നുമായിരുന്നില്ല. നാം കണ്ടുകഴിഞ്ഞതുപോലെ, ഈ സാമ്പത്തികജീവിതൈക്യത്തിന്റെ അഭാവമായിരുന്നു ചേരസാമ്രാജ്യത്തിന്റെയും പെരുമാൾ സാമ്രാജ്യത്തിന്റെയും പതനത്തിനു കാരണം. എന്നാൽ പെരുമാക്കന്മാരുടെ പതനത്തിനുശേഷമുണ്ടായ ഉൽപ്പാദനത്തിന്റെയും വിനിമയത്തിന്റെയും വളർച്ച- തേങ്ങ മുതലായ ധാന്യേതര വിളകളുടെ ഉൽപ്പാദനം; പ്രാഥമികോൽപ്പന്നങ്ങളെ സംസ്കരിച്ച് കൂടുതലായ ഉൽപ്പാദനത്തിനുപയോഗിക്കുന്ന ചില സമ്പ്രദായങ്ങളുടെ അംഗീകാരം; ചില കൈവേലകളുടെ വളർച്ചയും പരിഷ്കരണവും; അനേകം ഉൽപ്പന്നങ്ങളുടെ പ്രാദേശികവും വിദേശങ്ങളിൽപ്പോലുമുള്ള വിനിമയം മുതലായവ; ആഭ്യന്തരവും വൈദേശികവുമായ വ്യാപാരത്തിന്റെ വളർച്ച, പണം അധികമധികം ഉപയോഗിക്കാൻ തുടങ്ങിയത്- ഇവയെല്ലാം ഭൂമി പണയപ്പെടുത്തുകയും വിൽക്കുകയും വാങ്ങുകയും ചെയ്യുന്നതിനു വഴിതെളിച്ചു. ഇങ്ങനെ സാവധാനത്തിലും തലമുറകളിലൂടെയും എന്നാൽ അസന്നിഗ്ധമായും ഒരു രാഷ്ട്രത്തിന്റെ രൂപീകരണത്തിനുള്ള ആ പൂർവോപാധി- ദേശീയവിപണി- ആവിർഭവിച്ചുകൊണ്ടിരുന്നു. ഇതായിരുന്നു, എല്ലാവർക്കുമറിയുന്നപോലെ, ആദ്യം അറബികളെയും പിന്നീട് പോർച്ചുഗീസുകാരെയും അനന്തരം ഡച്ചുകാരെയും അവസാനം ബ്രിട്ടീഷുകാരെയും അവർ ഫാക്ടറികൾ സ്ഥാപിക്കുകയും കച്ചവടം തുടങ്ങുകയും ചെയ്തു, കോഴിക്കോട്, കൊച്ചി, കൊല്ലം തുടങ്ങിയ കടലോരപട്ടണങ്ങളിലേക്കാകർഷിച്ചത്.

ഒരു ജനസമുദായമെന്ന നിലയ്ക്കുള്ള മലയാളികളുടെ ഐക്യത്തിന്റെ ഒരു സിദ്ധാന്തത്തെപ്പറ്റി- പെരുമാൾ സാമ്രാജ്യം അനേകം ചെറുരാജ്യങ്ങളായി ഛിന്നഭിന്നമായത് നിർഭാഗ്യകരമായ ഒരു യാദൃച്ഛികസംഭവമായിരുന്നുവെന്ന ധാരണയെപ്പറ്റി- ഈ അധ്യായത്തിന്റെ ആരംഭത്തിൽ സൂചിപ്പിക്കുകയുണ്ടായല്ലോ. ആ ധാരണതന്നെ വാസ്തവത്തിൽ ഈ സാ

ബത്തികയാഥാർഥ്യത്തിന്റെ, വളർന്നുവരുന്ന ദേശീയവിപണിയെന്ന യാഥാർഥ്യത്തിന്റെ സാമൂഹ്യബോധത്തിലുള്ള പ്രതിഫലനമാണ്. കാരണം, കേന്ദ്രീകൃത സാമ്രാജ്യരാഷ്ട്രം, പ്രാചീനകാലത്തും മധ്യയുഗത്തിന്റെ ആദ്യഘട്ടത്തിലും കേരളത്തിന്റെ മണ്ണിനനുയോജ്യമല്ലാത്ത ഒരു സ്ഥാപനമായിരുന്നുവെങ്കിലും, അതുകൊണ്ട് ചേരപ്പെരുമാൾ സാമ്രാജ്യങ്ങൾ പ്രതിഷ്ഠിക്കാൻ ശ്രമിച്ച കാലത്ത് അവ തകർന്നുവീഴാതിരിക്കാൻ സാധ്യത ഉണ്ടായിരുന്നില്ലെങ്കിലും, പെരുമാക്കന്മാരുടെ പതനത്തിനുശേഷമുള്ള നൂറ്റാണ്ടുകളിൽ, പെരുമാൾ സാമ്രാജ്യത്തിന്റെ അവശിഷ്ടങ്ങളിന്മേൽ പ്രതിഷ്ഠിതമായ ചെറുരാജ്യങ്ങൾ അധികമധികം കാലാനുസൃതമല്ലാതായിത്തീരത്തക്കവിധം ഉൽപ്പാദനത്തിലും വിപണിയുടെ വികസനത്തിലും അത്രമാത്രം അഭിവൃദ്ധിയുണ്ടായി. ശക്തരായ ഭരണാധികാരികൾ അയൽരാജ്യങ്ങൾ പിടിച്ചടക്കുകയും ഈ അയൽരാജ്യങ്ങളിലെ ഭരണാധികാരികളെ സാധാരണ ജന്മികളാക്കിമാറ്റുകയും ചെയ്യുന്ന നടപടിക്രമം അധികമധികം ഉണ്ടാകാൻ തുടങ്ങി. ഇതായിരുന്നു, പെരുമാക്കന്മാരുടെ പതനത്തിനുശേഷം സ്ഥാപിതമായ ചെറുകിട രാജ്യങ്ങളുടെ വ്യവസ്ഥയിൽ അനിവാര്യമായിരുന്ന, അയൽരാജ്യങ്ങൾ തമ്മിൽ വ്യാപാരം നടക്കുന്നതിനുള്ള തടസ്സങ്ങൾ നീക്കുന്നതിനിടയാക്കിയത്.

കോഴിക്കോട്ടെ സാമൂതിരിയും കൊച്ചിയിലെയും തിരുവിതാംകൂറിലെയും രാജാക്കന്മാരുമായിരുന്നു ഇങ്ങനെ ചെറുകിട രാജ്യങ്ങളുടെ ചെലവിന്മേൽ സ്വയം ശക്തി പ്രാപിച്ചത്. ഇവരിലോരോരുത്തരും കേരള ചക്രവർത്തിപദത്തിനുള്ള അവകാശമുന്നയിച്ചു- പെരുമാളുടെ നേരിട്ടുള്ള പിന്തുടർച്ചാവകാശിയാണെന്നതായിരുന്നു സാമൂതിരിയുടെ ന്യായം. എന്തുകൊണ്ടെന്നാൽ, അവസാനത്തെ പെരുമാളുടെ മകനായിരുന്നു സാമൂതിരിവംശത്തിന്റെ സ്ഥാപകൻ; കൊച്ചിരാജാവിന്റെ ന്യായം അവസാനത്തെ പെരുമാളുടെ സഹോദരീപുത്രനാണ് തന്റെ വംശത്തിന്റെ സ്ഥാപകനെന്നതായിരുന്നു; തിരുവിതാംകൂർ രാജാവിന്റെ ന്യായമാകട്ടെ, ചേരചക്രവർത്തിമാരുടെ നേരിട്ടുള്ള പിന്തുടർച്ചാവകാശി താനാണെന്നതായിരുന്നു. ഏറ്റവും ശക്തരായ ഈ മൂന്നു കേരളരാജാക്കന്മാരിലാരാണ് ചക്രവർത്തിയായിത്തീരേണ്ടത്- ഇതുമാത്രമായിരുന്നു തീരുമാനിക്കേണ്ട പ്രശ്നം.

എന്നാൽ ഈ രാജാക്കന്മാർ തങ്ങളുടെ രാജ്യങ്ങളുടെ വിസ്തൃതി വർധിപ്പിച്ചതുകൊണ്ടുമാത്രം തൃപ്തരായിരുന്നില്ല. അവർക്ക് തങ്ങളുടെ രാഷ്ട്രീയാധികാരം വർധിപ്പിക്കുകയും നാടുവാഴി പ്രമാണികളുടെയും ക്ഷേത്രസമിതികളുടെയും മറ്റും അധികാരങ്ങളെ നിയന്ത്രിക്കുകയുംകൂടി ചെയ്യണമായിരുന്നു. സൈനികമായും ഭരണപരമായും തങ്ങളുടെ കീഴിലുള്ള നാടുവാഴികൾ തങ്ങളെ ആശ്രയിക്കേണ്ടിവരണമെന്നവർ ആഗ്രഹിച്ചു.

ച്ചുരുക്കത്തിൽ, രാജാവ് പരമാധികാരിയും, നാട്ടുവാഴികളും ദേശവാഴികളും ജന്മികളും പരിപൂർണമായും അദ്ദേഹത്തിന്റെ വരുതിക്ക് കീഴിലുമായിരിക്കുന്ന ഒരുതരം ഭരണം സ്ഥാപിക്കാനാണവർ പരിശ്രമിച്ചത്. അത്തരമൊരു ഭരണവ്യവസ്ഥ സ്ഥാപിക്കാൻവേണ്ടി അവർ തങ്ങളുടെ നാട്ടുവാഴിപ്രതിയോഗികൾക്കെതിരായി കണ്ണിൽച്ചോരയില്ലാത്ത ഭീകര നടപടികളെടുത്തു. രാജാവും അദ്ദേഹത്തിന്റെ ഫ്യൂഡൽ സിൽബന്തികളും തമ്മിലുള്ള സംഘട്ടനത്തിന്റെ കഥകൾ അനേകമുണ്ട്. അവർ താന്താങ്ങളുടെ അവകാശങ്ങൾ ഉറപ്പിക്കുന്നതിനുവേണ്ടി പരസ്പരം ഒരേവിധത്തിലുള്ള അടവുകൾ പ്രയോഗിച്ചു. ഈ രാജാക്കന്മാരിലൊരാളുടെ ജീവചരിത്രകാരൻ പറയുന്നതുപോലെ, ഈ രാജാക്കന്മാർ

> സന്ധിക്കേണ്ടവരുമായി സന്ധി ചെയ്തു; എതിർക്കേണ്ടവരെ എതിർത്തു; ഞെരുക്കേണ്ടവരെ ഞെരുക്കി; സഹായിക്കേണ്ടവരെ സഹായിച്ചു; നശിപ്പിക്കേണ്ടവരെ നശിപ്പിച്ചു- എല്ലാം ഒരു രാഷ്ട്രം, ഒരു രാജാവ് എന്ന തത്വം സ്ഥാപിക്കാൻവേണ്ടി.

ഇങ്ങനെ, അതേ കാലഘട്ടത്തിൽ യൂറോപ്യൻ രാജ്യങ്ങളിൽ കണ്ടിരുന്നതുപോലെ ദേശീയൈക്യം, ദേശീയ രാഷ്ട്രത്തിന്റെ സ്ഥാപനം തുടങ്ങിയ ഗതിക്രമത്തിലൂടെ കേരളവും കടന്നുപോവുകയായിരുന്നു. ഐക്യകേരളവാദികൾ അത്രയേറെ പരിതപിക്കുന്ന, കേരളത്തിന്റെ രാജാക്കന്മാർ തമ്മിൽ മേധാവിത്വത്തിനുവേണ്ടി നടത്തിയ ആഭ്യന്തര കലഹംതന്നെ, കേരളത്തിന്റെ വർധിച്ചുകൊണ്ടിരുന്ന ഐക്യത്തിന്റെ ദേശീയമായ ഏകീകരണത്തിനുള്ള തടസ്സങ്ങൾ, ചരിത്രത്തിനറിയുന്ന ഒരേയൊരു രീതിയിൽ- ബലപ്രയോഗംവഴി- നീക്കം ചെയ്യപ്പെടുകയായിരുന്നുവെന്ന വസ്തുതയുടെ ഒരു പ്രകടനമായിരുന്നു. സാമൂതിരിയും കൊച്ചിയിലെയും തിരുവിതാംകൂറിലെയും രാജാക്കന്മാരും തമ്മിൽ കേരളചക്രവർത്തിസ്ഥാനത്തിനുവേണ്ടിയും അവരുടെ കീഴിലുണ്ടായിരുന്ന നാട്ടുവാഴി പ്രമാണികൾക്കെതിരായും നടത്തിയ യുദ്ധങ്ങളിലൂടെയായിരുന്നു കേരളത്തിന്റെ രാഷ്ട്രീയൈക്യം വാർത്തെടുത്തത്. അതുകൊണ്ടാണ് ആ യുദ്ധങ്ങൾ നടത്തിയ രാജാക്കന്മാർ, അതേസമയംതന്നെ ദേശീയ കലയുടെയും സാഹിത്യത്തിന്റെയും വലിയ രക്ഷാധികാരികളുമായിരുന്നത്; അവരുടെ കൊട്ടാരങ്ങൾ മഹാപണ്ഡിതന്മാരുടെയും കവികളുടെയും കലാകാരന്മാരുടെയും ആകർഷണകേന്ദ്രങ്ങളായിരുന്നത്. ഇങ്ങനെ ദേശീയവിപണിയുടെ മണ്ണിൽ ദേശീയരാഷ്ട്രവും ദേശീയസംസ്കാരവും ഉയർന്നുവരികയായിരുന്നു. കേരളത്തിന് ഇങ്ങനെ ഒരു രാഷ്ട്രത്തിന്റെ എല്ലാ പ്രധാന സ്വഭാവവിശേഷങ്ങളും സിദ്ധിച്ചു.

സാമ്രാജ്യാധിപത്യം അരങ്ങത്തുവരുന്നു

കഴിഞ്ഞ അധ്യായത്തിൽ വിവരിച്ച പരിണാമഗതി കേരളത്തിനു പ്രത്യേകമായ ഒന്നല്ലായിരുന്നു. സാരാംശത്തിൽ അതുപോലുള്ള ഒരു പരിണാമം ഇന്ത്യയുടെ മറ്റു ഭാഗങ്ങളിലും സംഭവിച്ചുകൊണ്ടിരുന്നു; ദേശീയ ഭാഷകളും ദേശീയസാഹിത്യവും വളർന്നുകൊണ്ടിരുന്നു; മഹാരാഷ്ട്രത്തിലും ബംഗാളിലും ഇന്ത്യയുടെ മറ്റുഭാഗങ്ങളിലും നാടൻ സംസ്കാരം ദേശീയസംസ്കാരമായി പൂവിട്ടുകൊണ്ടിരുന്നു. പതിനാറും പതിനേഴും നൂറ്റാണ്ടുകളിൽ ഇന്ത്യയിലെ മിക്കഭാഷകളിലും പ്രശസ്തരായ ദേശീയ കവികളും സാഹിത്യകാരന്മാരും ഉണ്ടായി. മുഗൾസാമ്രാജ്യം ഛിന്നഭിന്നമാവുകയും ദേശീയരാഷ്ട്രങ്ങൾക്കടിക്കല്ലിടുകയും ചെയ്തുകൊണ്ടിരുന്നു. മഹാനായ ശിവജിയും മറ്റു ദേശീയവീരന്മാരും- അവരിലനേകംപേർ ഇതരജനതകളുടെ ദേശീയമർദകർ കൂടിയായിരുന്നെങ്കിലും- പുതിയൊരു രൂപത്തിലുള്ള സാമൂഹ്യസംഘടനയുടെയും രാഷ്ട്രസംഘടനയുടെയും- ദേശീയഭാഷയിലും സംസ്കാരത്തിലും അധിഷ്ഠിതമായ ഒരു സംഘടനയുടെ- പോരാളികളായി പ്രത്യക്ഷപ്പെട്ടുകഴിഞ്ഞിരുന്നു.

ഈ പരിണാമഗതി യൂറോപ്പിൽ സംഭവിച്ചതിനു സമാനമാണ്. അവിടെ "ബ്രിട്ടീഷുകാരും ഫ്രഞ്ചുകാരും ജർമൻകാരും ഇറ്റലിക്കാരും മറ്റും മുതലാളിത്തത്തിന്റെ വിജയകരമായ മുന്നേറ്റത്തിന്റെയും ഫ്യൂഡൽ അനൈക്യത്തിന്റെമേൽ അതുനേടിയ വിജയത്തിന്റെയും കാലത്ത് സ്വയം ജനസമുദായങ്ങളായി രൂപപ്പെട്ടു" (സ്റ്റാലിൻ). എന്നിരുന്നാലും അത് വലിയ പ്രതിബന്ധത്തിൻകീഴിലാണു സംഭവിച്ചുകൊണ്ടിരുന്നത്. അതായത്, യൂറോപ്പിലെന്നപോലെ, "ജനസമുദായങ്ങളെ സൃഷ്ടിക്കുന്ന

പരിണാമഗതിയുടെനേതാക്കന്മാരുംയജമാനന്മാരുമായിരുന്ന"(ലെനിൻ) കരുത്തേറിയ ഒരു കച്ചവടമുതലാളിവർഗം ഇവിടെ ഉണ്ടായിരുന്നില്ല.

ഇന്ത്യൻ ഗ്രാമീണ സമുദായത്തിന്റെ പ്രത്യേക സ്വഭാവമിതാണ്:

> ഉൽപ്പന്നങ്ങളുടെ പ്രധാനഭാഗം സമുദായത്തിന്റെ നേരിട്ടുള്ള ഉപയോഗത്തിനാണ് നീക്കിവച്ചിരുന്നത്. അതു ചരക്കിന്റെ രൂപം കൈക്കൊള്ളുന്നില്ല. അതുകൊണ്ട് ഇവിടെ ഉൽപ്പാദനം ചരക്കു കൈമാറ്റംകൊണ്ട് പൊതുവിൽ ഇന്ത്യൻ സമൂഹത്തിൽ ഉണ്ടായിരുന്ന പ്രവൃത്തിവിഭജനത്തിൽനിന്നു വിമുക്തമായിരുന്നു. മിച്ചസാധനങ്ങൾ മാത്രമാണ് ചരക്കായിത്തീരുന്നത്. അതിൽത്തന്നെ ഒരു ഭാഗം സ്റ്റേറ്റിന്റെ കൈയിലെത്തിച്ചേരുന്നതുവരെ ചരക്കായിത്തീർന്നിരുന്നില്ല. സ്റ്റേറ്റിന്റെ കൈയിലേക്ക് ഈ ഉൽപ്പന്നങ്ങളുടെ ഒരു ഭാഗം സാധനമായുള്ള നികുതിയുടെ രൂപത്തിൽ അനാദികാലം മുതൽക്കേ വന്നുകൊണ്ടിരിക്കുന്നു. (മാർക്സ്, മൂലധനം).

അതുകൊണ്ട്, ഈ ഗ്രാമീണ സമുദായങ്ങൾക്ക് മധ്യകാല യൂറോപ്പിൽ വളർന്നതുപോലുള്ള കച്ചവട മുതലാളിമാരുടെ ഒരു പ്രബല വർഗത്തെ വളർത്തിക്കൊണ്ടുവരാനസാധ്യമായിരുന്നു. കാരണം, ഉൽപ്പന്നത്തിന്റെ ഗണ്യമായ ഭാഗം ചരക്കായിത്തീരുമ്പോഴും ചരക്കുകളുടെ കൈമാറ്റം രാജ്യത്തിന്റെ സാമ്പത്തികക്രമത്തിൽ പ്രധാനമായ പങ്കു വഹിക്കുമ്പോഴും മാത്രമേ കച്ചവട മുതലാളിവർഗം സമുദായത്തിൽ ഒരു പ്രാമാണികസ്ഥാനത്തേക്കു വരികയുള്ളൂ.

ഇങ്ങനെയാണ് ഇന്ത്യയിൽ ദേശീയൈക്യത്തിലേക്കുള്ള പരിണാമത്തിന്റെ നേതൃത്വം കച്ചവടക്കാരല്ലാത്ത വർഗങ്ങൾക്ക്, ഉൽപ്പാദനത്തിലോ ചരക്കുകളുടെ കൈമാറ്റത്തിലോ നേരിട്ടു ബന്ധമില്ലാത്ത വർഗങ്ങൾക്ക് ലഭിച്ചത്.

ഇതുകൊണ്ടുതന്നെയാണ്, നമ്മുടെ കച്ചവട മുതലാളിമാർ പുറമേ പോയി വിദേശവിപണികളിൽ ആധിപത്യം സ്ഥാപിക്കുന്നതിനുപകരം പുറമേനിന്നുള്ള കച്ചവട മുതലാളികൾക്ക് ഇന്ത്യയിൽ വന്ന് നമ്മുടെ വിപണിയിൽ ആധിപത്യം സ്ഥാപിക്കാൻ കഴിഞ്ഞത്.

"പശ്ചിമ യൂറോപ്പിൽ ജനസമുദായങ്ങൾ രാഷ്ട്രങ്ങളായിത്തീരുകയും കിഴക്കൻ യൂറോപ്പിൽ അനേകം ജനസമുദായങ്ങളെ ഉൾക്കൊണ്ട ബഹുദേശീയരാഷ്ട്രങ്ങൾ രൂപീകരിക്കപ്പെടുകയും" (സ്റ്റാലിൻ) ചെയ്തപ്പോൾ, ഇന്ത്യയിൽ തികച്ചും വിഭിന്നമായ രീതിയിലാണ് ഈ പരിണാമം സംഭവിച്ചത്. നാടൻ കച്ചവട മുതലാളിവർഗത്തിന്റെ അഭാവംമൂലം, വിദേശീയരായ കച്ചവട മുതലാളിമാരാണ്- പോർച്ചുഗീസുകാരും ഡച്ചുകാരും ഫ്രഞ്ചുകാരും ബ്രിട്ടീഷുകാരുമാണ്- ഇന്ത്യൻ സമുദായത്തിലെ, മുത

ലാളിമാരല്ലാത്ത നേതാക്കളുമായൊത്തുചേർന്ന് ദേശീയവിപണി സൃഷ്ടിക്കുകയും ഇന്ത്യയിലെ ജനതകളെ രാഷ്ട്രീയമായി ഏകീകരിക്കുകയും ചെയ്തത്. ഇങ്ങനെ രൂപീകരിക്കപ്പെട്ട രാഷ്ട്രം കിഴക്കൻ യൂറോപ്പിലെപ്പോലെ വെറുമൊരു ബഹുദേശീയരാഷ്ട്രമായിരുന്നില്ല; പിന്നെയോ, ഒരു വിദേശീയ ജനതയുടെ- ബ്രിട്ടീഷുകാരുടെ- അധീനത്തിലുള്ളതും മുതലാളിത്തത്തിനുമുമ്പുള്ള ഉൽപ്പാദനരീതിയുടെ പ്രതിനിധികളുടെ (അതായത്, നാട്ടുവാഴി പ്രഭുക്കൾ അഥവാ ഗ്രാമസമൂഹങ്ങളുടെ നേതാക്കന്മാരുടെ) സഹായത്തോടെ നിലനിൽക്കുന്നതുമായ ഒരു ബഹുദേശീയരാഷ്ട്രമായിരുന്നു.

ജനസമുദായങ്ങളുടെ വളർച്ചയെയും ദേശീയരാഷ്ട്രങ്ങളുടെ സ്ഥാപനത്തെയും സഹായിക്കുന്നതിനുപകരം ഒരു വിലങ്ങുതടിയായിത്തീർന്നു ഇതെന്ന് ഇന്നു നമുക്കനുഭവപ്പെട്ടിട്ടുണ്ടല്ലോ. ബ്രിട്ടീഷുകാർ ഉണ്ടാക്കിയ ഇന്ത്യയുടെ ഏകീകരണം യഥാർഥത്തിൽ ദേശീയവളർച്ചയുടെ പരിണാമഗതിയെ പൊളിക്കലായിരുന്നു; മലയാളികൾ, തമിഴർ, ആന്ധ്രക്കാർ തുടങ്ങിയവർ വ്യക്തമായ ജനസമുദായങ്ങളെന്ന നിലയിൽ പൊന്തിവരുന്നതിനു വൻ തടസ്സമായിരുന്നു അത്. ഈ ജനസമുദായങ്ങളോരോന്നിനെയും രണ്ടോ അധികമോ ഭരണഘടകങ്ങളിലാക്കി ഭിന്നിപ്പിച്ചുകൊണ്ടാണ് ബ്രിട്ടീഷ്ഭരണാധികാരികൾ, ഇന്ത്യൻ നാട്ടുരാജ്യങ്ങളെയും ബ്രിട്ടീഷിന്ത്യൻ പ്രവിശ്യകളെയും സൃഷ്ടിച്ചത്.

സാമ്രാജ്യഭരണാധികാരികളുടെ ബലാൽക്കാരമായ ഈ കൈകടത്തൽ, കേരളത്തെയും ബാധിക്കാതിരുന്നില്ല. അതു നമുക്കു തുടർന്നുവരുന്ന പേജുകളിൽ കാണാം.

II

പ്രാചീനകാലത്തും മധ്യയുഗത്തിലും ഇന്ത്യൻ സമൂഹം സുശക്തമായ ഒരു കച്ചവടമുതലാളിവർഗത്തെ വളർത്തിയില്ല; കേരളത്തിൽ അതു തീരെയും നടന്നില്ല. കേരളത്തിലെ പരിതഃസ്ഥിതികൾക്കനുസരിച്ചു ഭേദഗതി ചെയ്യപ്പെട്ട ജാതിവ്യവസ്ഥയിൽ ഇന്ത്യയുടെ മറ്റു ഭാഗങ്ങളിലെ വൈശ്യരെപ്പോലുള്ള കച്ചവടക്കാരുടെ ഒരു ജാതിയില്ലെന്നു നാം മുമ്പു കണ്ടുകഴിഞ്ഞുവല്ലോ. കച്ചവടം കേരളത്തിലെ സാമ്പത്തികജീവിതത്തിന്റെ ഒരു ഭാഗമായിരുന്നില്ലെന്ന് തീർച്ചയായും ഇതിനർഥമില്ല. ഒരു തൊഴിലെന്ന നിലയിൽ ആരുംതന്നെ കച്ചവടത്തിലേർപ്പെട്ടിരുന്നില്ലെന്നും ഇതിനർഥമില്ല. കുരുമുളക്, ആനക്കൊമ്പ്, മറ്റു വനോൽപ്പന്നങ്ങൾ തുടങ്ങിയ വിലപ്പെട്ട സാധനങ്ങൾ ശേഖരിക്കാനോ നിർമിക്കാൻപോലുമോ വളരെ തുച്ഛമായ അധ്വാനമേ വേണ്ടിയിരുന്നുള്ളു; അങ്ങനെ വാസ്തവത്തിൽ ചരിത്രാതീതകാലത്തുതന്നെ കേരളം അന്തർദേശീയ വാണിജ്യക്കളരിയിൽ എത്തിയിരുന്നു. എന്നാൽ ഭരണാധികാരികളായ പ്രഭുവർഗങ്ങളി

ൽപെട്ടവരല്ല ഇതെല്ലാം ചെയ്തത്. അവർ വിജ്ഞാന സമ്പാദനം, ഭരണം, ആയുധപരിശീലനം തുടങ്ങിയ ജോലികളിൽ മാത്രമാണ് വ്യാപൃതരായിരുന്നത്.

അതുകൊണ്ട്, പൊതുവെ ഉൽപ്പാദനത്തിലുള്ള വർധനവ്, പ്രത്യേകിച്ച് ചരക്കുകളായിത്തീരാൻ കഴിവുള്ള സാധനങ്ങളുടെ ഉൽപ്പാദനത്തിലുള്ള വർധനവ്, ഒരുവശത്ത് കേരളത്തിലെ ഹിന്ദുജാതിക്രമത്തിനു വെളിയിലുള്ള ഒരു കച്ചവട വർഗത്തിന്റെ വളർച്ചയ്ക്കിടയാക്കി; മറുവശത്താണെങ്കിൽ, ഭരണാധികാരികളായ പ്രഭുവർഗത്തെ ഈ കച്ചവടക്കാരുടെ ആശ്രയത്തിലുമാക്കി. ക്രിസ്തുവിനു മുമ്പും തൊട്ടു പിമ്പുമുള്ള നൂറ്റാണ്ടുകളിലെ ജൂതന്മാരും ക്രിസ്ത്യാനികളും, കച്ചവടം നടത്താൻ പ്രത്യേകാവകാശത്തോടുകൂടിയവരെന്ന നിലയ്ക്ക് സമുദായത്തിൽ ഒരു മാന്യസ്ഥാനം വഹിച്ചവരായിരുന്നു; എന്നിരുന്നാലും അവർ ഹിന്ദുസമുദായത്തിലെ ഉയർന്ന വർഗങ്ങളുടെ പരിധിക്കുപുറത്തായിരുന്നു. പിന്നീടുവന്ന് കോഴിക്കോട്ടും മറ്റു സ്ഥലങ്ങളിലും സ്ഥാനംപിടിച്ച അറബികൾക്കും ഇതുതന്നെ സംഭവിച്ചു. അവർക്കും മാന്യമായ ഒരു പദവിയും രാജാക്കന്മാരിൽനിന്ന് പല അവകാശങ്ങളും ലഭിച്ചു. എങ്കിലും സമുദായത്തിലെ ഉയർന്ന ജാതികൾക്കു വെളിയിലായിരുന്നു അവരും.

പതിനാറും പതിനേഴും പതിനെട്ടും നൂറ്റാണ്ടുകളിൽ മാത്രമാണ് ഇത്തരത്തിൽ നാടൻ ഭരണാധികാരിവർഗങ്ങൾക്ക് വിദേശവ്യാപാരികളോടുള്ള ആശ്രിതത്വം, കേരളത്തിലെ സാമൂഹ്യക്രമത്തെത്തന്നെ അപകടപ്പെടുത്തത്തക്കനിലയിൽ വളർന്നത്. എന്തുകൊണ്ടെന്നാൽ, അപ്പോഴാണ് കിഴക്കൻ മെഡിറ്ററേനിയൻ പ്രദേശങ്ങളിൽനിന്നുവന്ന ജൂതന്മാരുടെയും ക്രിസ്ത്യാനികളുടെയും അറബികളുടെയും സ്ഥാനം പടിഞ്ഞാറൻ യൂറോപ്പിൽനിന്നുവന്ന ഡച്ചുകാരും ഫ്രഞ്ചുകാരും ഇംഗ്ലീഷുകാരും കൈക്കലാക്കിയത്. ആദ്യത്തെ കൂട്ടർ അടിസ്ഥാനപരമായി ഇന്ത്യയുടേതിൽനിന്നു വളരെ വിഭിന്നമല്ലാത്ത ഒരു സാമൂഹ്യക്രമത്തിന്റെ പ്രതിനിധികളായിരുന്നെങ്കിൽ, രണ്ടാമത്തെ കൂട്ടർ വമ്പിച്ച വിപ്ലവങ്ങളുടെ വക്കത്തായിരുന്ന ഒരു സാമൂഹ്യക്രമത്തിന്റെ പ്രതിനിധികളായിരുന്നു; പോരാ, അവർതന്നെയാണ് സാമൂഹ്യക്രമത്തിലാകമാനം ഈ വിപ്ലവങ്ങൾ നടത്തിക്കൊണ്ടിരുന്നത്.

> മേൽക്കൈ കിട്ടിയ ഇടങ്ങളിലെല്ലാം ഫ്യൂഡലും ഗോത്രപരവും അനവദ്യ ഗ്രാമീണവുമായ എല്ലാ ബന്ധങ്ങൾക്കും അറുതി വരുത്തിയ;... മതപരവും രാഷ്ട്രീയവുമായ വ്യാമോഹങ്ങളിൽ പൊതിഞ്ഞ ചൂഷണത്തിന്റെ സ്ഥാനത്ത് നഗ്നവും നിർലജ്ജവും പ്രത്യക്ഷവും മൃഗീയവുമായ ചൂഷണത്തെ അവരോധിച്ചു;... ഭയഭക്തി ബഹുമാനങ്ങളോടെ ഇന്നോളവും ആദരിക്കുകയും നോക്കിക്കാണുകയും ചെയ്തിരുന്ന

> എല്ലാ തൊഴിലുകളുടെയും ദിവ്യപരിവേഷത്തെ പിച്ചിച്ചീന്തിയ; വൈദ്യനെയും വക്കീലിനെയും വൈദികനെയും കവിയെയും ശാസ്ത്രജ്ഞനെയും കൂലിവേലക്കാരാക്കി മാറ്റിയ;... ഈജിപ്ഷ്യൻ പിരമിഡുകളെയും റോമൻ ജലവിതരണച്ചാലുകളെയും ഗോഥിക് ഭദ്രാസനപ്പള്ളികളെയും ബഹുദൂരം പിന്തള്ളുന്ന മഹാൽഭുതങ്ങൾ വിരചിച്ച... (*മാർക്സും എംഗൽസും, കമ്യൂണിസ്റ്റ് മാനിഫെസ്റ്റോ,* പേജ് 16-17).

ആ ബൂർഷ്വാസിയായി അവർ അതിവേഗം മാറിക്കൊണ്ടിരിക്കുകയായിരുന്നു.

അങ്ങനെയുള്ള ഒരു വർഗത്തിന്റെ- അത് വളർച്ചയുടെ പ്രാരംഭഘട്ടത്തിലായിരുന്നെങ്കിലും- പ്രതിനിധിയായിട്ടാണ് വാസ്കോ ദ ഗാമ 1498 ൽ ഒരു ദിവസം കോഴിക്കോട്ടു വന്നിറങ്ങിയത്. കോഴിക്കോട്ടെ സാമൂതിരി അദ്ദേഹത്തെ ഹാർദമായി സ്വാഗതം ചെയ്തു. പക്ഷേ അറബികൾ കോഴിക്കോട്ടു സ്ഥാനമുറപ്പിച്ചു കഴിഞ്ഞിരുന്നതിനാൽ വാസ്കോ ദ ഗാമയ്ക്ക് അവിടെ സ്ഥാനം കിട്ടിയില്ല. അതുകൊണ്ടദ്ദേഹം കേരളത്തിലെ മറ്റു തുറമുഖ പട്ടണങ്ങളിലേക്കു- കൊല്ലം, കൊച്ചി, കണ്ണൂർ- പോയി. അവിടങ്ങളിൽ അദ്ദേഹത്തിനു കൂടുതൽ സ്വാഗതം ലഭിച്ചു. കുറച്ചുകൊല്ലങ്ങൾക്കിടയിൽ പോർച്ചുഗീസുകാർ വടക്ക് ഗോവ മുതൽ തെക്ക് കൊല്ലംവരെ നീണ്ടുകിടക്കുന്ന പശ്ചിമതീരത്തു സുപ്രതിഷ്ഠിതരായിത്തീർന്നു.

കേരളത്തിൽ പോർച്ചുഗീസുകാരുടെ അടിസ്ഥാനനയം, കോഴിക്കോട്ടെ സാമൂതിരിയും കൊച്ചിരാജാവും തമ്മിലുണ്ടായിരുന്ന രഷ്ട്രീയമത്സരത്തിൽനിന്ന് മുതലെടുക്കുകയായിരുന്നു. സാമൂതിരി, ഇന്ന് തെക്കേ മലബാറെന്നു പറയുന്ന ഭാഗത്തുണ്ടായിരുന്ന നാട്ടുവാഴിപ്രമാണികളെയെല്ലാം തന്റെ കീഴിലാക്കുകയും ഇന്നത്തെ കൊച്ചിയുടെ ഒരു ഭാഗത്തേക്ക് തന്റെ അധികാരവും സ്വാധീനശക്തിയും വ്യാപിപ്പിക്കുകയും കേവലം സൈനികബലംകൊണ്ട് കൊച്ചിരാജാവിനെത്തന്നെ കീഴടക്കുമെന്ന ഘട്ടത്തിലെത്തുകയും ചെയ്തുകഴിഞ്ഞിരുന്നു. അതുകൊണ്ട് കൊച്ചിരാജാവിന് തന്റെ സ്ഥാനം നിലനിർത്താൻ സഹായമത്യാവശ്യമായിരുന്നു. പോർച്ചുഗീസുകാർക്ക് ഈ സഹായം നൽകാൻ കഴിഞ്ഞു: പോർച്ചുഗീസുകാർക്കാണെങ്കിൽ കച്ചവടസൗകര്യങ്ങൾക്കുവേണ്ടിമാത്രമല്ല, കോഴിക്കോട്ടെ അറബികളോടുള്ള പകപോക്കാൻകൂടി കൊച്ചിരാജാവുമായുള്ള സഖ്യം ആവശ്യമായിരുന്നു. ഇങ്ങനെയാണ് പോർച്ചുഗീസുകാരുടെ ആധിപത്യത്തിന്റെ 165 കൊല്ലങ്ങൾക്കിടയിൽ (1498-1663) കോഴിക്കോടും കൊച്ചിയും തമ്മിലുണ്ടായ തുടർച്ചയായ അഞ്ചു യുദ്ധങ്ങളിൽ കൊച്ചിരാജാവ് സാമൂതിരിക്കടിമപ്പെടാതെ രക്ഷപ്പെട്ടത്. അതേസമയത്ത് പോർച്ചുഗീസുകാർ തങ്ങളുടെ എതിരാളികളായ അറബികളിൽനിന്നു

രക്ഷപ്പെടുകയും ചെയ്തു.

പോർച്ചുഗീസുകാരും കൊച്ചിരാജാവും തമ്മിലുണ്ടായ സഖ്യംപോലെതന്നെ, അവരും കൊല്ലം, കണ്ണൂർ രാജാക്കന്മാരും തമ്മിലും സഖ്യങ്ങളുണ്ടായി. ഈ സഖ്യങ്ങളുടെയെല്ലാം വ്യവസ്ഥകൾ സാരാംശത്തിൽ ഒന്നുതന്നെയായിരുന്നു- കുരുമുളകിന്റെ വില നിർണയിക്കുക, പോർച്ചുഗീസുകാർക്ക് കുരുമുളകു വാങ്ങാനുള്ള കുത്തക നൽകുക, നാവികകാര്യങ്ങളിൽ പോർച്ചുഗീസുകാരുടെ പരമാധികാരമംഗീകരിക്കുക, പോർച്ചുഗീസുകാരെ നികുതിയിൽനിന്നുമൊഴിവാക്കുക, പോർച്ചുഗീസുകാരുടെയും നാടൻ ക്രിസ്ത്യാനികളുടെയും കുറ്റങ്ങൾ വിചാരണചെയ്തു ശിക്ഷിക്കാനുള്ള അധികാരം പോർച്ചുഗീസ് ക്യാപ്റ്റനു മാത്രമനുവദിക്കുക മുതലായവ. ഇപ്രകാരം കേരളത്തിലെ ഭരണാധികാരികൾ തങ്ങളുടെ പരമാധികാരം വിദേശികളായ കച്ചവടക്കാർക്ക് അടിയറവയ്ക്കുന്ന പരിണാമഗതിയുടെ തുടക്കമായിരുന്നു ഈ കരാറുകൾ. ചേരന്മാരും പെരുമാക്കന്മാരും പരിശ്രമിച്ചു പരാജയപ്പെട്ടിടത്ത് വിദേശീയ മുതലാളിമാർ വിജയിച്ചു.

പോർച്ചുഗീസുകാർ കൊച്ചിരാജാവിനെ സാമൂതിരിക്കെതിരായി ഉപയോഗിച്ച് കേരളത്തിൽ സ്ഥാനമുറപ്പിച്ചുകൊണ്ടിരുന്നപ്പോൾ, വാണിജ്യത്തിൽ അവരുടെ പ്രതിയോഗികളായിരുന്ന ഡച്ചുകാർ ശക്തിപ്രാപിച്ചുവരികയായിരുന്നു. വാസ്കോ ദ ഗാമ വന്നതിനുശേഷം ഏതാണ്ടൊരു നൂറ്റാണ്ടുകഴിഞ്ഞിട്ടാണ് അവർ കേരളത്തിൽ വന്നത്. പക്ഷേ ഇവിടത്തെ ഭരണാധികാരികളെ തമ്മിലടിപ്പിക്കുന്ന നയമുപയോഗിച്ച് അവർ വളരെവേഗം ശക്തിപ്പെട്ടു. അക്കാലത്ത് കൊച്ചിയിലെ രാജകുടുംബത്തിലുണ്ടായ ഒരു കലഹംമൂലം രാജാക്കന്മാരിലൊരാൾ, സിലോണിൽ സ്ഥാനമുറപ്പിച്ചുകഴിഞ്ഞിരുന്ന ഡച്ചുകാരുടെ സഹായം തേടി. ഡച്ചുകാർ ഈ സുവർണാവസരമുപയോഗിച്ച് ആ രാജാവിന്റെ സ്ഥാനാരോഹണത്തിനു സഹായിക്കുകയും കൂട്ടത്തിൽ പോർച്ചുഗീസുകാരെ കൊച്ചിയിൽനിന്നെന്നല്ല, കേരളത്തിൽനിന്നാകെയും പുറംതള്ളുകയും ചെയ്തു. ഇങ്ങനെ ഡച്ചുകാരുടെ സഹായത്തോടെ സിംഹാസനാരൂഢനായ ആ കൊച്ചിരാജാവ് അവരുടെ വെറും ദാസനായിത്തീർന്നു. ഔദ്യോഗിക എഴുത്തുകുത്തുകളിൽപ്പോലും ഈ രാജാവ് ഡച്ചുകാരെ "യജമാനന്മാർ" എന്നാണ് പറഞ്ഞിരുന്നത്. ഇങ്ങനെ കൊച്ചിയിൽ സ്ഥാനമുറപ്പിച്ചശേഷം അവർ മറ്റു രാജാക്കന്മാരുടെ നേരേ തിരിഞ്ഞു. അവരിൽ പലരും ഡച്ചുകാരുമായി കച്ചവട ഉടമ്പടികൾ ചെയ്തു.

എന്നാൽ ഡച്ചുകാർക്ക് കേരളത്തിന്റെ അധിപതികളായിത്തീരാൻ കഴിഞ്ഞില്ല. കാരണം, അവരുടെ എതിരാളികളായി ഇംഗ്ലീഷുകാരുണ്ടായിരുന്നു. ഡച്ചുകാർക്ക് കൊച്ചിയിൽ വളരെ ശക്തിയുണ്ടായിരുന്നതുകൊണ്ട് ഇംഗ്ലീഷുകാർ തെക്കോട്ടും വടക്കോട്ടുമാണ് തിരിഞ്ഞത്. വടക്ക്

കണ്ണൂരും തലശ്ശേരിയിലും തെക്ക് കൊല്ലത്തും തിരുവനന്തപുരത്തും അവർ ഫാക്ടറികൾ സ്ഥാപിച്ചു. പോർച്ചുഗീസുകാർ കൊച്ചിരാജാവിനെ ഉപയോഗിച്ചതുപോലെയും ഡച്ചുകാർ കൊച്ചിരാജകുടുംബത്തിലെ കലഹത്തെ ഉപയോഗിച്ചതുപോലെയും ഇംഗ്ലീഷുകാർ അവരുടെ മേൽക്കോയ്മ സ്ഥാപിക്കാൻവേണ്ടി വേണാട്ടിലെ അധികാരമോഹിയായ മാർത്താണ്ഡവർമ രാജാവിനെ ഉപയോഗിച്ചു.

അയൽരാജ്യങ്ങൾ പിടിച്ചടക്കി രാജ്യാതിർത്തി വർധിപ്പിക്കാനും അതോടൊപ്പം നാട്ടുവാഴി പ്രമാണികളുടെ അധികാരങ്ങൾ കുറയ്ക്കാനുമാഗ്രഹിച്ച കേരളരാജാക്കന്മാരിലൊരാളായിരുന്നു മാർത്താണ്ഡവർമ. തന്റെ രാജ്യത്തെ, ഏതാനും ചതുരശ്രനാഴിക മാത്രം വിസ്താരമുള്ള ഒരു ചെറുനാട്ടിൽനിന്ന് ഇന്നത്തെ തിരുവിതാംകൂറാക്കി ഒരു തലമുറകൊണ്ടു വളർത്തിയതും അങ്ങനെ 'ആധുനിക തിരുവിതാംകൂറിന്റെ നിർമാതാവ്' ആയി ന്യായമായും ഗണിക്കപ്പെടുന്നതും അദ്ദേഹമാണ്. ഡച്ചുകാരും ഇംഗ്ലീഷുകാരും തമ്മിലുള്ള മത്സരത്തെ സമർഥമായും വിജയകരമായും ഉപയോഗപ്പെടുത്തിയതുകൊണ്ടുമാത്രമാണദ്ദേഹത്തിനിതു സാധിച്ചത്. അദ്ദേഹത്തെ ശക്തിപ്പെടുത്തുന്നത് സ്വയം ശക്തിപ്പെടുത്തലാണെന്ന് ഇംഗ്ലീഷുകാർ മനസ്സിലാക്കി. അദ്ദേഹമോ അദ്ദേഹത്തിന്റെ പിൻഗാമികളോ അവരെ നിരാശപ്പെടുത്തിയതുമില്ല. കാരണം, മൈസൂറിന്റെയും ഫ്രഞ്ചുകാരുടെയും കൂട്ടുകെട്ടിനെ എതിർത്തുതോൽപ്പിക്കുവാൻ അവർക്ക് കേരളത്തിലുണ്ടായിരുന്ന ഒരേയൊരു സഹായി ശക്തിമാനായ തിരുവിതാംകൂർ രാജാവായിരുന്നു.

എന്നാൽ ഡച്ചുകാരും, ഫ്രഞ്ച്- മൈസൂർ സഖ്യത്തെ എതിർത്തു തോൽപ്പിച്ചുകഴിഞ്ഞ ഉടനേ ഇംഗ്ലീഷുകാർ തിരുവിതാംകൂർ രാജാവിനോടും, പോർച്ചുഗീസുകാരും ഡച്ചുകാരും കൊച്ചിരാജാവിനോടു പെരുമാറിയതുപോലെതന്നെ പെരുമാറി. 1795 ലെ ഉടമ്പടിയെ, റസിഡന്റും ദിവാനുമെന്ന നിലയിൽ കേണൽ മൺറോ ഭേദഗതിചെയ്തു നിർമിച്ച പുതിയ ഉടമ്പടിയുമെല്ലാംകൂടി തിരുവിതാംകൂറിനെ ഇംഗ്ലീഷുകാരുടെ ഒരു പുത്രികാരാജ്യ- ആ വാക്കിന്റെ പൂർണവും യഥാർഥവുമായ അർഥത്തിൽ- മാക്കിത്തീർത്തു.

കേരളത്തിലെ ഏറ്റവും സുശക്തരാജ്യമായ തിരുവിതാംകൂർ ഇങ്ങനെ ഇംഗ്ലീഷുകാരുടെ ആശ്രിതനിലയിലായിത്തീർന്നതും അതോടൊപ്പം കൊച്ചിരാജാവിന്റെ കൂറ്, പോർച്ചുഗീസുകാരിൽനിന്നും ഡച്ചുകാരിൽനിന്നും മൈസൂറിൽനിന്നും, ഇംഗ്ലീഷുകാരിലേക്കു മാറിയതും, കേരളത്തിന്റെ ബാക്കി ഭാഗങ്ങളിൽ ഇംഗ്ലീഷുകാർ നേരിട്ട് അധികാരം കൈയാളിയതും മൈസൂറിന്റെ (ടിപ്പു സുൽത്താന്റെ) അവസാനത്തെയും ബ്രിട്ടീഷ് ഭരണത്തിന്റെ ആരംഭത്തെയും കുറിച്ചു.

III

ബ്രിട്ടീഷ് ഭരണസ്ഥാപനം കേരളത്തിന്റെ രാഷ്ട്രീയവിഭാഗങ്ങളെ പതിനെട്ടാം നൂറ്റാണ്ടിന്റെ അവസാനത്തിലുണ്ടായിരുന്ന നിലയിലുറപ്പിച്ചു നിർത്തി; അതായത്, തിരുവിതാംകൂറിനെയും കൊച്ചിയെയും കേരളത്തിന്റെ ബാക്കിഭാഗങ്ങളെയും സ്ഥിരമായി വേർതിരിച്ചു; തെക്കൻ തിരുവിതാംകൂറിലെ തമിഴ്ഭാഷ സംസാരിക്കുന്ന പ്രദേശങ്ങളെ തമിഴ്നാട്ടിൽനിന്നും സ്ഥിരമായി വേർതിരിച്ചു. ഇങ്ങനെ രാഷ്ട്രങ്ങളുടെ സ്വാഭാവികമായ രൂപീകരണം വിദേശസാമ്രാജ്യശക്തിയുടെ ബലാൽക്കാരമായ കൈകടത്തൽമൂലം കൃത്രിമമായി തടയപ്പെട്ടു.

ഇന്ത്യയിലെ സാമ്രാജ്യവിരുദ്ധപ്രസ്ഥാനത്തിന്റെ ചരിത്രത്തിൽ ഏറ്റവും ഉജ്വലമായ ചില അധ്യായങ്ങൾ എഴുതിച്ചേർത്തിട്ടുള്ള കേരളീയർ സാമ്രാജ്യാധിപത്യത്തിന്റെ ഈ കൈകടത്തലിനെ ചെറുത്തുവെന്ന് പിന്നീടു നമുക്കു കാണാം. എന്നിരുന്നാലും, ഭരണാധികാരിവർഗങ്ങൾ പൊതുവെ തങ്ങളുടെയും പ്രജകളുടെയും ഈ സ്വാതന്ത്ര്യനാശത്തിനു കീഴ്വഴങ്ങുകയാണു ചെയ്തത്. തിരുവിതാംകൂറിലെയും കൊച്ചിയിലെയും കോഴിക്കോട്ടെയും രാജകുടുംബങ്ങൾ കേരള ചക്രവർത്തിപദത്തിനുള്ള അവകാശവാദങ്ങളെല്ലാം ഉപേക്ഷിച്ചു; അവരെല്ലാം ബ്രിട്ടീഷുകാരെ തങ്ങളുടെ മേൽക്കോയ്മയും യജമാനനുമായംഗീകരിച്ചു. നാട്ടുവാഴി സോപാനത്തിന്റെ താഴെപ്പടിയിലുള്ളവരും അപ്രകാരംതന്നെ ചെയ്തു. സുശക്തമായ ഒരു ഭരണമേർപ്പെടുത്താൻ രാജാക്കന്മാർ നടത്തിയ തുടർച്ചയായ പരിശ്രമങ്ങളെ അതിജീവിച്ച നാട്ടുവാഴികളും ദേശവാഴികളും മാടമ്പികളും മറ്റും ബ്രിട്ടനെ പരമാധികാരിയായി അംഗീകരിച്ചു. നമ്പൂതിരിമാരും കേരളത്തിന്റെ ആത്മീയനേതാക്കളെന്നുള്ള അവകാശമുപേക്ഷിച്ച് ആത്മീയമുൾപ്പെടെയുള്ള സകല കാര്യത്തിലും ബ്രിട്ടന്റെ മേധാവിത്വമംഗീകരിച്ചു. വാസ്തവത്തിൽ, ഭരണാധികാരിവർഗങ്ങളിലെ എല്ലാ വിഭാഗങ്ങളും തങ്ങളുടെ പഴയ മേന്മ പുലർത്താൻ അങ്ങേയറ്റം പരിശ്രമിച്ചുകൊണ്ടിരുന്നു; അതിനുവേണ്ടി പുതിയ പരമാധികാരിയുടെ ആനുകൂല്യം നേടാൻ പരിശ്രമിക്കുകയായിരുന്നു.

പഴയ ഭരണാധികാരിവർഗങ്ങളുടെ അനുമതികൂടാതെ, അവരെ പുതിയ ഭരണത്തിന്റെ കൂറ്റു സഹായികളാക്കാതെ തങ്ങളുടെ ഭരണമുറപ്പിക്കാൻ സാധ്യമല്ലെന്ന് ബ്രിട്ടീഷ് ഭരണാധികാരികളും മനസ്സിലാക്കി; അതുകൊണ്ട് അവർ, തങ്ങളേർപ്പെടുത്താനുദ്ദേശിക്കുന്ന ഭരണക്രമത്തിൽ പഴയ ഭരണാധികാരികളെ തൃപ്തിപ്പെടുത്തുമാറ് നീക്കുപോക്കുകൾ ചെയ്യാൻ സന്നദ്ധരായി. കൊച്ചിയും തിരുവിതാംകൂറും പുരാതനരാജവംശങ്ങൾ ഭരിക്കുന്ന പ്രത്യേക നാട്ടുരാജ്യങ്ങളായി അംഗീകരിച്ചതായിരുന്നു

ആദ്യത്തെ പടി. എന്നാൽ അതുകൊണ്ടവസാനിച്ചില്ല. കോഴിക്കോട്ടെ സാമൂതിരിയുടെയും ചിറയ്ക്കൽ, അറയ്ക്കൽ, കോട്ടയം, കടത്തനാട്, വള്ളുവനാട് തുടങ്ങിയ രാജാക്കന്മാരുടെയും കുടുംബങ്ങൾക്ക് സ്ഥിരമായ മാലിഖാൻസ്‌ പ്പെടെ പലവിധ അവകാശങ്ങളും നൽകി. ഈ രാജകുടുംബങ്ങൾക്ക് സിംഹാസനാരോഹണമെന്ന (അരിയിട്ടുവാഴ്ച) പൊങ്ങച്ചം നിറഞ്ഞ ചടങ്ങുപോലും അനുവദിക്കപ്പെട്ടു. ഉദാഹരണത്തിന്, ഈ കുടുംബങ്ങളിലെ പുരുഷനായ കാരണവർ മരിക്കുമ്പോൾ മൂപ്പുമുറയനുസരിച്ച് അടുത്തയാൾക്കു കിരീടധാരണച്ചടങ്ങു നിർവഹിക്കാനനുവാദമുണ്ട്. നമ്പൂതിരിമാരുടെയും ഭരണാധികാരമില്ലാത്ത മറ്റുള്ളവരുടെയും കുടുംബങ്ങൾക്ക് മുമ്പുണ്ടായിരുന്ന ഭൂമിയെല്ലാം നൽകി; കൂടാതെ അവരെ ഈ ഭൂമികളുടെ പൂർണ ഉടമകളുമാക്കി. കുടിയാന്മാരുമായുള്ള അവരുടെ ബന്ധങ്ങളിൽ യാതൊരു നിയന്ത്രണവും വച്ചില്ല. അതുകൊണ്ട്, ബ്രിട്ടീഷ് ഭരണസ്ഥാപനം പഴയ ഭരണാധികാരിവർഗങ്ങളിലാരുടെയും അവകാശങ്ങളെ ഇല്ലായ്മ ചെയ്തില്ല; തങ്ങളുടെ രാജ്യാതിർത്തികൾ വിപുലപ്പെടുത്താമെന്ന സ്വപ്നം കണ്ട ആളുകളെ അത്തരം ശ്രമങ്ങളിൽനിന്നു തടഞ്ഞുവെന്നുമാത്രം.

ഇതിനർഥം എല്ലാം പഴയപടി തന്നെ നിലനിന്നുവെന്നല്ല; നേരേ മറിച്ച്, ബ്രിട്ടീഷ്ഭരണം സ്ഥാപിതമായതുതന്നെ, ഇതുവരെ നിശ്ചലവും നൂറ്റാണ്ടുകളിലൂടെ പടുത്തുകെട്ടപ്പെട്ടതുമായ കേരളത്തിലെ സാമൂഹ്യവ്യവസ്ഥക്കേറ്റവും വലിയ ഒരു ഞെട്ടലുണ്ടാക്കി. കാരണം, ബ്രിട്ടീഷുകാർ ഏർപ്പെടുത്തിയ ഭരണക്രമം, കേരളത്തിന്റെ സാമൂഹ്യവ്യവസ്ഥയ്ക്കുള്ളിൽ ആരംഭിച്ചിരുന്ന ഗതിവിശേഷത്തെ- കച്ചവടബന്ധങ്ങളുടെ വളർച്ചയെ- മുമ്പോട്ടു കൊണ്ടുപോകാനുദ്ദേശിക്കപ്പെട്ടതായിരുന്നു. ബ്രിട്ടീഷ്ഭരണസ്ഥാപനം ഈ പദ്ധതിയെ എങ്ങനെ ത്വരിതപ്പെടുത്തുകയും കേരളത്തെ എങ്ങനെ ലോകവിപണിയിലേക്കു കൊണ്ടുവരികയും ചെയ്തുവെന്ന് നമുക്ക് അടുത്ത അധ്യായത്തിൽ കാണാം. ഈ സാമ്പത്തികപരിവർത്തനക്രമത്തെത്തുടർന്നുണ്ടായ വമ്പിച്ച സാമൂഹ്യ- രാഷ്ട്രീയ മാറ്റങ്ങളെയും- കേരളത്തെ ലോകത്തിലെ ജനാധിപത്യപരവും സോഷ്യലിസ്റ്റ് വിപ്ലവപരവുമായ പ്രസ്ഥാനങ്ങളിലെ ഒരു സജീവ പങ്കാളിയാക്കിത്തീർത്ത മാറ്റങ്ങൾ- നമുക്ക് അടുത്ത അധ്യായങ്ങളിൽ പരിശോധിക്കാം. ഈ കോളിളക്കങ്ങളുണ്ടാക്കിത്തീർത്ത ശക്തി ബ്രിട്ടീഷുകാർ ഏർപ്പെടുത്തിയ പുതിയ ഭരണക്രമമായിരുന്നു എന്നുമാത്രമേ ഈ ഘട്ടത്തിൽ ശ്രദ്ധിക്കേണ്ടതുള്ളൂ.

കൊച്ചിയിലെയും തിരുവിതാംകൂറിലെയും റസിഡന്റും ദിവാനുമായി പ്രവർത്തിച്ച ആളും ആ നിലയിൽ ബ്രിട്ടീഷ് അധീശശക്തിയുടെ ആവശ്യങ്ങൾക്കനുസരിച്ച് ഈ രാജ്യങ്ങളിലെ ഭരണവ്യവസ്ഥയിൽ

മാറ്റങ്ങൾ വരുത്തിയ ദേഹവുമായ കേണൽ മൺറോ കൊച്ചിയിലെ ഭരണക്രമത്തിൽ വരുത്തിയ മാറ്റങ്ങളെ *കൊച്ചിൻ സ്റ്റേറ്റ് മാനുവലിന്റെ* കർത്താവ് താഴെ പറയും പ്രകാരം വിവരിച്ചിരിക്കുന്നു:

> നാട്ടുവാഴികളുടെ ഭരണപരമായ അധികാരങ്ങൾ എടുത്തുകളഞ്ഞപ്പോൾ താലൂക്കുകളുടെ ചുമതല കാര്യക്കാർമാരെയാണ് ഏൽപ്പിച്ചത്. ഗവൺമെന്റിന്റെ എല്ലാ പ്രവൃത്തികളും ഇതുവരെയും അവരിലാണ് ഏകോപിതമായിരുന്നത്. അവർ റവന്യൂ ആപ്പീസറും എക്സിക്യൂട്ടീവ് ആപ്പീസറും മാത്രമല്ല മുൻസിഫും സബ്മജിസ്ട്രേട്ടും പോലീസ് ഇൻസ്പെക്ടറും കൂടിയായിരുന്നു. ഇപ്പോൾ അവരുടെ നീതിന്യായപരവും പോലീസ് സംബന്ധവുമായ അധികാരങ്ങൾ എടുത്തുകളയുകയും അവരുടെ ചുമതലകൾ നികുതി പിരിവിൽ മാത്രമായി ഒതുക്കുകയും ചെയ്തിരിക്കുന്നു. നീതിന്യായത്തിന്റെ ശരിയായ നടത്തിപ്പിനുവേണ്ടി 1812 ൽ തൃപ്പൂണിത്തുറയിലും തൃശ്ശൂരിലും ഓരോ സബോർഡിനേറ്റ് കോടതിയും സ്ഥാപിക്കപ്പെട്ടു; ഓരോന്നിന്റെയും അധ്യക്ഷപദത്തിൽ ഒരു ഹിന്ദു ജഡ്ജിയെയും ഒരു ക്രിസ്ത്യൻ ജഡ്ജിയെയും ഒരു ശാസ്ത്രിയെയും അവരോധിച്ചു. ദിവാനുൾപ്പെടെ നാലു ജഡ്ജിമാർ അധ്യക്ഷരായുള്ള ഒരു ഹജൂർ കോടതിയും സ്ഥാപിതമായി. ധർമശാസ്ത്രവും നാട്ടുനടപ്പുകളും ആചാരമര്യാദകളും അനുസരിച്ചാണ് നീതിന്യായം നടത്തേണ്ടിയിരുന്നത്. എന്നാൽ നടപടിക്രമങ്ങളുടെ കാര്യത്തിൽ ജഡ്ജിമാർക്ക് മാർഗനിർദേശകമായി ലളിതമായ ഒരു ചിട്ടയാണ് നടപ്പാക്കിയത്. ഓരോ താലൂക്കിലും ഓരോ 'ഥാനാനായക്കി'ന്റെ കീഴിൽ പോലീസിന്റെ അഥവാ 'ഥാനാദാർ'മാരുടെ ഒരു സേനയെ സംഘടിപ്പിച്ചു. നായക്കുകളുടെ മേൽനോട്ടം വഹിക്കുന്നതിനുള്ള അധികാരം ഹജൂറിന്റെ കീഴിലുള്ള, 'ദറോഹ' എന്ന ഉദ്യോഗപ്പേരോടുകൂടിയ ഒരു ആപ്പീസർക്കു നൽകപ്പെട്ടു. ആധുനിക പോലീസിന്റെയും കുറ്റകൃത്യപ്രതിരോധസേനകളുടെയും ഒന്നിച്ചുള്ള ചുമതലകളാണ് ഈ ഥാനാദാർമാർക്ക് ഉണ്ടായിരുന്നത്. നിശ്ചിതമായ തോതിനനുസരിച്ച് കോർട്ട്ഫീസ് ഈടാക്കാൻ തുടങ്ങുകയും ആധാരങ്ങൾ ചമയ്ക്കുന്നതിന് മുദ്രപ്പത്രങ്ങൾ ഏർപ്പെടുത്തുകയും ചെയ്തു. 1812 നും 1816 നും ഇടയ്ക്ക്, നീതിന്യായ ഉദ്യോഗസ്ഥന്മാരുടെയും പോലീസിന്റെയും മറ്റ് ആപ്പീസർമാരുടെയും ചുമതലകളും അധികാരങ്ങളും നിർവചിച്ചുകൊണ്ട് ഒട്ടനവധി വിളംബരങ്ങളും കൽപ്പന(ഹുക്കുംനാമ)കളും പുറപ്പെടുവിക്കുകയുണ്ടായി. അനിശ്ചിതമായ പണം പിടുങ്ങലിനാണ് ഇതേവരെ ആപ്പീസർമാർക്ക് അധികാരമുണ്ടായിരുന്നത്. എന്നാൽ അതി

നപകരം നിശ്ചിതമായ ശമ്പളത്തോത് ഏർപ്പെടുത്തി. റിട്ടയർ ചെയ്ത ആപ്പീസർമാർക്ക് പെൻഷൻ അനുവദിക്കുന്നതിനുള്ള ചില്ലറ വ്യവസ്ഥകൾ ഉണ്ടാക്കുകയും ചെയ്തു. ചില പ്രത്യേക വ്യക്തികളെയോ വിഭാഗങ്ങളെയോ വല്ലാതെ ശ്വാസംമുട്ടിച്ചിരുന്ന, ശല്യകാരിയായ പല ഇറക്കുമതിത്തീരുവകളും ധാന്യത്തിന്റെയും ഭക്ഷ്യവസ്തുക്കളുടെയും മേലുള്ള കയറ്റിറക്ക ചുങ്കങ്ങളും നിറുത്തലാക്കുകയും 1809 വരെ പിരിയാതെ കിടന്ന എല്ലാ റവന്യൂ കുടിശ്ശികകളും എഴുതിത്തള്ളുകയും ചെയ്തു. പല റോഡുകളും പാലങ്ങളും, പ്രാകൃതമായ ഒരു രീതിയിലാണെങ്കിലും, നിർമിച്ചു; വർഷങ്ങളായി ശ്രദ്ധിക്കാതിരുന്നതുമൂലം ഇറുന്നു പൊളിഞ്ഞു കിടന്നിരുന്ന ഒട്ടനേകം സർക്കാർ കെട്ടിടങ്ങൾ നന്നാക്കുകയോ പുതുക്കിപ്പണിയുകയോ ചെയ്തു.

ഇതുവരെ പ്രാബല്യത്തിലിരുന്ന ഭൂനികുതിയുടെയും തീരുവകളുടെയും വനവിഭവച്ചുങ്കങ്ങളുടെയും സമ്പ്രദായം നിർത്തലാക്കുകയും ഈ നികുതികൾ നേരിട്ടു പിരിക്കുന്നതിന് സർക്കാർ ഉദ്യോഗസ്ഥന്മാരെ നിയമിക്കുകയും ചെയ്തു. ഡിപ്പാർട്ടുമെന്റ് വഴി വൻതോതിൽ തേക്ക് വെട്ടിയെടുക്കുന്നതിന് ഊർജിതമായ നടപടികൾ കൈക്കൊണ്ടതോടൊപ്പം തന്നെ ചൗക്കി സ്റ്റേഷനുകളിൽ ചുങ്കമടച്ചതിനുശേഷം ആളുകൾക്ക് വനത്തിൽനിന്ന് വിറകും മറ്റു ചില്ലറ വനവിഭവങ്ങളും ശേഖരിക്കുന്നതിനുള്ള അനുവാദം നൽകുകയും ചെയ്തു. സർക്കാരിന്റെ കുത്തകയായ പുകയിലയുടെയും കുരുമുളകിന്റെയും കള്ളക്കടത്ത് തടയുന്നതിനുള്ള പ്രതിരോധനടപടികൾ സ്വീകരിച്ചു. ഉപ്പും സർക്കാരിന്റെ കുത്തകയിലാക്കി. അടുത്തകാലത്തായി കെടുകാര്യസ്ഥത കൊടികുത്തിവാണിരുന്ന ദേവസ്വങ്ങളും ഊട്ടുപുരകളും തൃപ്തികരമായ നിലയിലേക്ക് കൊണ്ടുവരികയും അവയുടെ നോക്കിനടത്തിപ്പിനായി നിശ്ചിതമായ തോതിലുള്ള ചെലവിനം വകയിരുത്തുകയും ചെയ്തു. ഒരു അക്കൗണ്ട് ഡിപ്പാർട്ട്മെന്റ് സംഘടിപ്പിക്കുകയും അക്കാലത്ത് കമ്പനി പ്രദേശങ്ങളിൽ നിലവിലുണ്ടായിരുന്നതിനു സമാനമായ ഒരു കണക്കുസൂക്ഷിപ്പുസമ്പ്രദായം ഏർപ്പെടുത്തുകയും ചെയ്തു. സർക്കാരിന്റെ കീഴിൽ കണക്കെഴുത്തുകാരും അക്കൗണ്ടന്റുമാരുമായി എടുക്കുന്നതിന് യോഗ്യരായ കുറെ ചെറുപ്പക്കാരെ വാർത്തെടുക്കുക എന്ന ലക്ഷ്യത്തോടുകൂടി ഓരോ പ്രവൃത്തിയിലും ഒന്ന് എന്ന കണക്കിന് മുപ്പത്തിമൂന്നു മലയാളം സ്കൂളുകൾ സ്ഥാപിച്ചു. ഈ നടപടികൾ വിജയകരമായി പ്രാവർത്തികമാക്കുന്നതിന് പ്രകടമായും ഭാരിച്ച അധ്വാനവും ബുദ്ധിമുട്ടും ഉണ്ടായിരുന്നു. പക്ഷേ തങ്ങളുടെ അധ്വാനം ഗംഭീരമായ ഫലം

ഉളവാക്കിയത് കാണുന്നതിലുള്ള സംതൃപ്തി കേണൽ മൺറോയ്ക്കും ക്യാപ്റ്റൻ ബേക്കർക്കും ലഭിച്ചു. ഭൂനികുതി 1811-12 ൽ 2,85,000 രൂപയായിരുന്നത് 1816-17 ൽ 3,27,000 രൂപയായും പുകയില 21,000 ൽനിന്ന് 1,57,000 രൂപയായും ചുങ്കങ്ങൾ 25,000 ൽനിന്ന് 35,000 രൂപയായും ഉപ്പ് 2,000 ൽനിന്ന് 63,000 രൂപയായും വനം 10,000 ൽനിന്ന് 62,000 രൂപയായും മൊത്തം റവന്യൂ 4,96,000 ൽ നിന്ന് 7,55,000 രൂപയായും ഉയർന്നു.

അങ്ങനെ യുദ്ധത്തിനുള്ള നഷ്ടപരിഹാരത്തിന്റെയും മറ്റു സൗജന്യങ്ങളുടെയും മുഴുവൻ കുടിശ്ശികയും, അതുപോലെതന്നെ സ്വകാര്യവ്യക്തികളിൽനിന്നു വാങ്ങിയ വായ്പയുടെ നല്ലൊരു പങ്കും കൊടുത്തുതീർക്കാൻ ഈ ഏഴു വർഷങ്ങൾക്കുള്ളിൽ രാജാവിന്റെ ഗവൺമെന്റിനു കഴിഞ്ഞു. ഈ നേട്ടങ്ങളിൽ എന്തെന്നില്ലാത്ത സംതൃപ്തി പ്രകടിപ്പിച്ചുകൊണ്ട് പൊന്നുതമ്പുരാൻ ഗവർണർ ജനറലിനെഴുതിയ ശ്രദ്ധേയമായ ഒരു കത്തിൽ ഇങ്ങനെ പറഞ്ഞു: "1811 ൽ കേണൽ ജോൺ മൺറോയെ എന്റെ രാജ്യത്തിന്റെ റസിഡന്റായി നിയമിച്ചതിനുശേഷം ആ മാന്യദേഹം തന്റെ അശ്രാന്തപരിശ്രമവും ജാഗ്രതയും കൊണ്ട്, അഴിമതിക്കാരും വഞ്ചകരുമായ എന്റെ മന്ത്രിമാരുടെ പ്രവൃത്തികളുടെ ഫലമായി ദൗർഭാഗ്യവശാൽ കടത്തിന്റെ നടുക്കടലിൽ അകപ്പെട്ടുപോയ എന്നെ കരകയറ്റുകയും എന്റെ കുടുംബത്തിനും എന്റെ പ്രജകൾക്കും ഇപ്പോൾ സന്തോഷത്തോടും സ്വസ്ഥതയോടുംകൂടി കഴിഞ്ഞുകൂടുവാൻ കഴിയുമാറാക്കുകയും ചെയ്തിരിക്കുന്നു. അനുകൂലമായ ഈ സ്ഥിതിവിശേഷത്തെ കൗൺസിൽ അധിപനായ അവിടത്തെ ശ്രദ്ധയിൽ പെടുത്താതിരുന്നാൽ അത് അനീതിയായിരിക്കും." (പേജ് 150-52).

ഇതേ മാറ്റങ്ങൾ തിരുവിതാംകൂറിലും നടപ്പാക്കിയെന്നു *തിരുവിതാംകൂർ സ്റ്റേറ്റ് മാനുവലിൽ* (വാല്യം IV, പേജ് 2-6) വിവരിച്ചിട്ടുണ്ട്.

മലബാറിലെയും ഇന്ത്യയുടെ മറ്റു ഭാഗങ്ങളിലെയും പോലെയായിരുന്നു ഇതെന്നു പറയേണ്ടതില്ലല്ലോ. ഒരു വ്യത്യാസം മാത്രമേ ഉണ്ടായിരുന്നുള്ളൂ. മലബാറിലും ബ്രിട്ടീഷിന്ത്യയുടെ ഇതരഭാഗങ്ങളിലും കളക്ടർ അഥവാ ബ്രിട്ടീഷുദ്യോഗസ്ഥർ ചക്രവർത്തിയുടെ പ്രതിനിധികളാൽ (ഗവർണർമാരും ഗവർണർ ജനറലും) നേരിട്ടു നിയമിക്കപ്പെട്ടവരും അവരോടുത്തരവാദപ്പെട്ടവരുമായിരുന്നു; നാട്ടുരാജ്യങ്ങളിലെ ദിവാൻ പേഷ്കാരും മറ്റുമായ ഉദ്യോഗസ്ഥന്മാരെയാവട്ടെ ഔപചാരികമായി ബ്രിട്ടനോടു സഖ്യം ചെയ്തിട്ടുള്ള, 'പരമാധികാരമുള്ള' ഒരു കോയ്മയുമായിരുന്നു നിയമിച്ചിരുന്നത്. രാജാവിന് എത്രമാത്രം പരമാധികാരമുണ്ടെന്നത് പല

നാട്ടുരാജ്യങ്ങളിലും പല സന്ദർഭങ്ങളിലും കാണുകയുണ്ടായി. കൊച്ചിയിലും ഒന്നാം ലോകമഹായുദ്ധത്തിനിടയിൽ അതുകണ്ടു; ജർമൻകാരുമായി ഗൂഢാലോചന നടത്തുന്നതായി ബ്രിട്ടീഷുകാർ സംശയിച്ച അന്നത്തെ രാജാവ് സ്ഥാനത്യാഗം ചെയ്യാൻ നിർബന്ധിതനായി. വാസ്തവമിതാണ്: നാടുവാഴുന്ന ഒരു രാജവംശത്തിന്റെ സകല ആർഭാടങ്ങളുമുണ്ടെങ്കിലും, കൊച്ചി, തിരുവിതാംകൂർ രാജകുടുംബങ്ങൾ കാര്യക്ഷമമായ ഭരണചക്രത്തിന്റെ അഴികൾ മാത്രമായിരുന്നു; യഥാർഥാധികാരം രാജാക്കന്മാരിലല്ല; നേരേമറിച്ച്, റസിഡന്റിൽ അഥവാ പൊളിറ്റിക്കൽ ഏജന്റിലും അദ്ദേഹത്തിലൂടെ ഇന്ത്യൻ വൈസ്രോയിയിലുമാണ് സ്ഥിതിചെയ്തിരുന്നത്.

എന്നിരുന്നാലും ഭരണചക്രത്തിലെ ഈ അഴികളെ ബ്രിട്ടീഷുകാർ നിലനിർത്തിപ്പോന്നു. കാരണം, അവ നീക്കം ചെയ്യുന്നതുമൂലം നാടുവാഴി ഭരണാധികാരികൾക്കിടയിലുണ്ടാവുന്ന അസംതൃപ്തിയെ നേരിടാൻ അവർ ഒരുക്കമായിരുന്നില്ല. ബ്രിട്ടീഷുകാർ നാട്ടുരാജ്യവ്യവസ്ഥയെ പുനഃസംഘടിപ്പിച്ചതിന്റെ പ്രധാന ഉദ്ദേശം ജനങ്ങളെ ഏറ്റവും കാര്യക്ഷമമായി ചൂഷണം ചെയ്യുകയെന്നതായിരുന്നതിനാൽ പഴയ ഭരണാധികാരിവർഗങ്ങളിൽ, കഴിയുന്നത്ര വിപുലമായ വിഭാഗങ്ങളെ രാജ്യഭരണത്തിൽ പങ്കെടുപ്പിക്കേണ്ടത് അവരുടെ ആവശ്യമായിരുന്നു. ഇതിന് കൊച്ചി, തിരുവിതാംകൂർ രാജവംശങ്ങളെ, യഥാർഥ രാഷ്ട്രീയാധികാരമൊഴിച്ചുള്ള അവരുടെ പഴയ സർവ അവകാശങ്ങളോടുംകൂടി നിലനിർത്തുന്നതിനെക്കാൾ ഫലപ്രദമായി മറ്റൊന്നുംതന്നെയില്ല. "ഇന്ത്യക്ക് അധികാരക്കൈമാറ്റം" നടന്നതിനുശേഷം കോൺഗ്രസ്സ് തുടർന്നുവന്ന നയവും ഇതുതന്നെയായിരുന്നുവെന്ന് മുൻകൂട്ടി പറഞ്ഞേക്കാം. നാട്ടുരാജ്യങ്ങളുടെ സംയോജനവും ലയനവുമെന്ന നയം രാജകുടുംബങ്ങളുടെ അവകാശങ്ങൾ നിലനിർത്തുക മാത്രമല്ല, കേരളം, തമിഴ്നാട്, ആന്ധ്ര തുടങ്ങിയ രാജ്യങ്ങളുടെ കൃത്രിമമായ വിഭജനം തുടരുകകൂടി ചെയ്തു.

അതുകൊണ്ട്, ബ്രിട്ടീഷ്ഭരണസ്ഥാപനം കേരളത്തിലെ മധ്യയുഗ സാമൂഹ്യക്രമത്തിലുണ്ടായിരുന്ന പുരോഗമനപരമായ സകലതും നശിപ്പിക്കുകയും പിന്തിരിപ്പനായതെല്ലാം ഉറപ്പിക്കുകയും ചെയ്തു. കേരളത്തിന്റെ ഐക്യത്തിനുവേണ്ടിയുള്ള നിരവധി തലമുറകളുടെ ചിരന്തനാഭിലാഷം തകർക്കപ്പെട്ടു. പക്ഷേ ആ അഭിലാഷത്തിന്റെ പ്രത്യക്ഷവക്താക്കൾ- രാജകുടുംബങ്ങൾ- നിലനിർത്തപ്പെട്ടു. ഭരണസമ്പ്രദായം പരിഷ്കരിക്കാനും നവീകരിക്കാനുമായി പല രാജ്യങ്ങളിലെയും രാജാക്കന്മാർ തുടർച്ചയായി നടത്തിവന്ന പരിശ്രമങ്ങൾ സാമൂഹ്യവ്യവസ്ഥയെയാകെ പരിഷ്കരിക്കാനും പുതുക്കാനുമുള്ള അടിസ്ഥാനമിടാൻ വേണ്ടിയല്ല മുന്നോട്ടുപോയത്; നേരേമറിച്ച്, ബ്രിട്ടീഷ് ഭരണാധികാരികൾക്ക് അവരുടെ വിദേശഭരണം നടത്തുവാൻവേണ്ടി മാത്രമായിരുന്നു. പഴയ ഭരണാ

ധികാരിവർഗങ്ങളുടെ അധികാരാവകാശങ്ങളെ വെട്ടിക്കുറച്ചത് ജനാധിപത്യം നടപ്പിലാക്കാൻ വേണ്ടിയല്ല; നേരേമറിച്ച്, ഇന്ത്യയുടെമേൽ ഒരു വിദേശസാമ്രാജ്യാധിപത്യത്തിന്റെ പിടിയുറപ്പിക്കാൻവേണ്ടിയായിരുന്നു. ഈ സാമ്രാജ്യഭരണസ്ഥാപനത്തെ പഴയ ഭരണാധികാരിവർഗം പൂർണമനസ്സോടെ അനുകൂലിക്കുകയും ചെയ്തു.

സൈനിക- ഫ്യൂഡൽ സാമ്പത്തികക്രമത്തിൽനിന്ന് കൊളോണിയൽ ഫ്യൂഡൽ സാമ്പത്തികക്രമത്തിലേക്ക്

ചേരന്മാരുടെയും പെരുമാക്കന്മാരുടെയും സാമ്രാജ്യങ്ങൾ, ഒരു കേന്ദ്രീകൃതഭരണം സൃഷ്ടിക്കുന്നതിനുള്ള കൃത്രിമ പരിശ്രമങ്ങളായിരുന്നെന്നും അവയുടെ കൃത്രിമത്വംകൊണ്ടുതന്നെ അടിയുറച്ചുനിൽക്കാൻ അവയ്ക്കു കഴിയാതെവന്നുവെന്നും മുൻ അധ്യായങ്ങളിൽ നാം കണ്ടുവല്ലോ. നേരത്തേയുണ്ടായ ആ പരിശ്രമങ്ങളെ കൃത്രിമമാക്കിത്തീർത്തത് അന്നത്തെ ക്കാലത്ത് അത്തരമൊരു കേന്ദ്രീകൃതഭരണത്തിനുള്ള സാമ്പത്തികാടിസ്ഥാനത്തിന്റെ- ഇന്ത്യയുടെ മറ്റു ഭാഗങ്ങളിലെപ്പോലെ പൊതുകൃഷിയുടെ ആവശ്യത്തിന്റെ- അഭാവമാണെന്നും നാം കണ്ടു. എന്നാൽ അനന്തര ശതാബ്ദങ്ങളിൽ, ഒരു ദേശീയവിപണിയുടെ ആവിർഭാവം ഈ സ്ഥിതിക്കു മാറ്റമുണ്ടാക്കി. ഈ ദേശീയവിപണിയുടെ മണ്ണിലാണ് കേരളത്തിലെ ചെറുകിടനാട്ടുവാഴിപ്രഭുക്കളെ ഓരോന്നായി വിഴുങ്ങി കൂടുതൽ വലിയ രാജ്യങ്ങൾ സ്ഥാപിക്കപ്പെട്ടത്.

ബ്രിട്ടീഷ് ഭരണസ്ഥാപനം ഈ പരിണാമഗതിയെ ഒരു പ്രത്യേകതരത്തിലാണ് ബാധിച്ചത്. ഒരുവശത്ത്, അത് ദേശീയവിപണിയുടെ നിർമാണത്തെ ത്വരിതപ്പെടുത്തുകയും ഉൽപ്പാദനരീതിയിൽ ഏറ്റവും വലിയ മാറ്റം വരുത്തുകയും ചെയ്തു. അതായത്, പ്രധാനമായും ഒരാൾ സ്വന്തം ഉപയോഗത്തിനുള്ള സാധനങ്ങൾ നിർമിക്കുന്നതിന്റെ സ്ഥാനത്ത്, വിപണിയിൽ വിറ്റഴിക്കാനുള്ള സാധനനിർമാണത്തെ അത് പ്രതിഷ്ഠിച്ചു. മറുവശത്ത്, ചരക്കു നിർമാണത്തിൽനിന്ന് മുതലാളിത്ത ഉൽപ്പാദനരീതിയിലേക്കുള്ള- ആധുനിക വൻകിട വ്യവസായത്തിന്റെയും ആധുനിക ശാസ്ത്രത്തെ കൃഷിയിൽ പ്രയോഗിക്കുന്നതിന്റെയും അടിസ്ഥാനത്തിലുള്ള

ചരക്കുകളുടെ നിർമാണത്തിലേക്കുള്ള- സ്വാഭാവികവളർച്ചയെ അത് തടഞ്ഞു. മൊത്തത്തിൽ ഉൽപ്പാദനം വളരെ മുന്നോട്ടുപോയി. എന്നാൽ ഉൽപ്പാദനത്തിലുണ്ടായ ആ പുരോഗതിമൂലം, സാമ്പത്തികക്രമം മുതലാളിത്തമായി മാറുമ്പോൾ അതോടൊപ്പം സാമൂഹ്യക്രമത്തിൽ സംഭവിക്കാറുള്ള മൗലികമായ മാറ്റങ്ങൾ ഇവിടെയുണ്ടായില്ല.

ഒന്നരനൂറ്റാണ്ടുകാലത്തെ ബ്രിട്ടീഷ്ഭരണത്തിനുശേഷവും കേരളത്തിൽ കാർഷികസാമ്പത്തികക്രമമാണ് നിലവിലിരുന്നതെന്ന വസ്തുതയിൽനിന്ന് ഇതു മനസ്സിലാക്കാം. വ്യക്തികളുടെയും കുടുംബങ്ങളുടെയും സമ്പന്നതയും ദാരിദ്ര്യവും ഇന്നും അളക്കപ്പെടുന്നത്, ബ്രിട്ടീഷ്ഭരണത്തിനു മുമ്പെന്നപോലെ, അവർക്കെത്രകണ്ടു ഭൂമി സ്വന്തമായുണ്ടെന്ന അടിസ്ഥാനത്തിലാണ്.

തിരുവിതാംകൂറിൽ 1941 ൽ നടത്തിയ ഒരു സാമ്പത്തിക സർവേയനുസരിച്ച്, 1173 കുടുംബങ്ങൾക്ക് (ആകെ പരിശോധിച്ച ഒരു ലക്ഷം കുടുംബങ്ങളിൽ) ആണ്ടിൽ 1200 ഉറുപ്പികയും കൂടുതലും വരവുണ്ട്. ഈ 1173 കുടുംബങ്ങളിൽ 520 കുടുംബങ്ങളുടെ ഉപജീവനമാർഗം ഉദ്യോഗമാണ്- അതായത്, ശാസ്ത്രീയമായ അർഥത്തിൽ ഉൽപ്പാദനപരമല്ലാത്ത തൊഴിലുകൾ; ബാക്കിയുള്ള 653 കുടുംബങ്ങളിൽ 325 എണ്ണത്തിന്റെ പ്രധാനവരവിനടിസ്ഥാനം ഭൂമിയും.

അതേ സർവേയനുസരിച്ച്, 60 ഉറുപ്പികയിൽ താഴെ വാർഷികവരുമാനമുള്ള 20,199 കുടുംബങ്ങളുണ്ട്. ഇതിൽ 11,353 എണ്ണം തികച്ചും ഭൂമിയില്ലാത്തവരാണ്. അടുത്ത ഗ്രൂപ്പിൽ (60 ഉറുപ്പിക മുതൽ 120 ഉറുപ്പിക വരെ വരവുള്ളവർ) 38,992 കുടുംബങ്ങളുണ്ട്. ഇതിൽ 17,533 എണ്ണത്തിനു ഭൂമിയില്ല. ഇങ്ങനെ ഏറ്റവും താഴ്ന്ന വരവുള്ള രണ്ടു ഗ്രൂപ്പുകളിൽ (അവ രണ്ടും കൂടി ആകെ കുടുംബങ്ങളുടെ 60 ശതമാനം വരും) ഒട്ടുംതന്നെ ഭൂമിയില്ലാത്തവർ യഥാക്രമം 56.8 ശതമാനവും 44.9 ശതമാനവുമുണ്ട്. നേരേമറിച്ച്, ഏറ്റവുമുയർന്ന വരവുള്ള രണ്ടു ഗ്രൂപ്പുകളിൽ-3,600 ഉറുപ്പികയ്ക്കു മീതെയും 2,400 ഉറുപ്പികയ്ക്കും 3,600 ഉറുപ്പികയ്ക്കുമിടയിലും- യഥാക്രമം 8 ശതമാനത്തിനും 15 ശതമാനത്തിനും മാത്രമേ ഒട്ടുംതന്നെ ഭൂമിയില്ലാതുള്ളൂ.

ഇതിനുംപുറമേ, ഏറ്റവും കുറഞ്ഞ വരുമാനമുള്ള നാലുഗ്രൂപ്പുകളിൽ (പ്രതിവർഷം 300 ഉറുപ്പികയിൽ താഴെ) 43 ശതമാനത്തിന് (90,152 കുടുംബങ്ങളിൽ 38,877 ന്) ഭൂമിയില്ല; അതേസമയത്ത്, ഏറ്റവും കൂടിയ വരുമാനമുള്ള നാലുഗ്രൂപ്പുകളിൽ (2,000 ഉറുപ്പികയ്ക്കു മീതെ) 16 ശതമാനത്തിനുമാത്രമേ (1173 കുടുംബങ്ങളിൽ 190 ന്) ഭൂമിയില്ലാതുള്ളൂ.

അതിനുമുമ്പുനടന്ന (1931) സർവേയനുസരിച്ച് തിരുവിതാംകൂറിന്റെ ആകെ ദേശീയവരുമാനം 20 കോടി ഉറുപ്പികയിൽ കുറച്ചധികമാണ്. ഇതിൽ 50 ശതമാനത്തിനു മീതെ (10.5 കോടി ഉറുപ്പിക) ഭൂമിയിൽനി

ന്നുള്ള വരവാണ് (കാർഷികത്തൊഴിലാളികളുടെ കൂലിയും ജന്മിയുടെ പാട്ടവും മൂലധനത്തിന്റെ പലിശയും കൃഷിയുടെ ആദായവുമുൾപ്പെടെ). ബാക്കിയുള്ളതിൽ ഉദ്യോഗസ്ഥന്മാരുടെ ശമ്പളവും, ശാസ്ത്രീയമായ അർഥത്തിൽ ഉൽപ്പാദനപരമല്ലാത്ത മറ്റിനങ്ങളുമുൾപ്പെടുന്നുവെന്നോർക്കുമ്പോൾ, ദേശീയവരുമാനത്തിന്റെ പ്രധാനാടിസ്ഥാനം കൃഷിയാണെന്നു വ്യക്തമാവുന്നുണ്ടല്ലോ.

കേരളത്തിന്റെ മറ്റുഭാഗങ്ങളെ (കൊച്ചിയും മലബാറും) സംബന്ധിച്ചിടത്തോളം ഇങ്ങനെ മൊത്തം സാമ്പത്തികസ്ഥിതികളെ കാണിക്കുന്ന കണക്കുകളില്ല. 1936 ൽ കൊച്ചി ഗവൺമെന്റ് രാജ്യത്തിലെ ചില മാതൃകാഗ്രാമങ്ങളുടെ സർവേ നടത്തി. ഇതിൽ ശേഖരിക്കപ്പെട്ട കണക്കുകൾ കാണിക്കുന്നത്, കൊച്ചിയിലെ ഗ്രാമീണസാമ്പത്തികക്രമത്തിൽ കൃഷി സുപ്രധാനമായ ഒരു പങ്കു വഹിക്കുന്നുവെന്നാണ്.

ഉദാഹരണത്തിന്, അന്തിക്കാട് വില്ലേജിലുള്ള എല്ലാ കുടുംബങ്ങളുടെയുംകൂടി ആകെ ധനം 12,58,788 ഉറുപ്പികയാണെന്നു കണക്കാക്കിയിരിക്കുന്നു. ഇതിൽ 7,13,946 ഉറുപ്പിക അല്ലെങ്കിൽ 56.7 ശതമാനം ഭൂമിയുടെ വിലതന്നെയാണ്. അതുപോലെതന്നെ ചൂണ്ടൽ, ഏരുട്ടെമ്പാടി, വെങ്ങാനല്ലൂർ, വള്ളിവട്ടം, തിരുവഴിയാട് എന്നീ ഗ്രാമങ്ങളിൽ അവയുടെ ആകെ ധനത്തിൽ യഥാക്രമം 63.7, 53.7, 42.5, 54.2, 66.7, 62.4 എന്നീ ശതമാനങ്ങൾ ഭൂമിയുടെ വിലയാണ്. ഈ ഏഴ് ഗ്രാമങ്ങളുടെ കണക്കുകൾ കൂട്ടുമ്പോൾ ആകെ ധനത്തിൽ 54 ശതമാനം (73,68,753 ഉറുപ്പികയിൽ 40,59,704 ഉറുപ്പിക) ഭൂമിയുടെ വിലയാണെന്നു കാണാം.

കഴിഞ്ഞില്ല. മറ്റിനങ്ങളും കണക്കിലെടുക്കേണ്ടതുണ്ട്: കെട്ടിടങ്ങളുടെയും ഭൂമി നന്നാക്കിയതിന്റെയും കാർഷികോപകരണങ്ങളുടെയും കടത്തിന്റെയും വില. ഈ ഇനങ്ങളിൽ ചിലത് ഭൂമിയോടു തനിച്ചും നേരിട്ടും ബന്ധപ്പെട്ടവയാണ് (ഭൂമി നന്നാക്കിയതിന്റെയും കാർഷികോപകരണങ്ങളുടെയും വില); മറ്റു ചിലത് മിക്കവാറും മുഴുവനും ഭൂമിയുമായി ബന്ധപ്പെട്ടിരിക്കുന്നു. (ഉദാഹരണം: കടം ഭൂരിഭാഗവും കൃഷിക്കാരുടെയോ ജന്മിയുടെയോ കടബാധ്യതയാണ്'). അതുകൊണ്ടിവയും ഭൂമിയെ അടിസ്ഥാനപ്പെടുത്തിയുള്ള ധനത്തിന്റെ പട്ടികയിലുൾപ്പെടുത്തുന്നതു ന്യായമായിരിക്കും. ഇവയെല്ലാംകൂടി മേൽപ്പറഞ്ഞ വില്ലേജുകളിൽ യഥാക്രമം 91.4, 95.9, 85.3, 90, 92.8, 93.6, 95.3 ശതമാനം വരും.

ഇങ്ങനെ, കൊച്ചിയിൽ ഒരു ശരാശരി വില്ലേജിലെ ആകെ ധനത്തിന്റെ 90 ശതമാനത്തിൽ കുറയാതെ കൃഷിയുമായി നേരിട്ടോ പരോക്ഷമായോ ബന്ധപ്പെട്ടിരിക്കുന്നു. കൈത്തറിപോലുള്ള ഉൽപ്പാദനോപകരണങ്ങളും കൈവേലക്കാരുടെ (ആശാരി, കൊല്ലൻ, മുക്കവൻ, വള്ളക്കാരൻ തുടങ്ങിയവർ) മറ്റുപകരണങ്ങളും വില്ലേജിൽ നിലവിലുള്ള

ചില ചെറുകിട വ്യവസായസ്ഥാപനങ്ങളിലെ ധനവും, ശേഷിച്ചതില്പ്പെടുത്തുന്നപക്ഷം കൊച്ചിയിലെ വില്ലേജുകളിൽ കൃഷിയാണ് മുന്തിനിൽക്കുന്നതെന്നുകാണാം.

നഗരപ്രദേശങ്ങളെ ഉൾപ്പെടുത്തുന്നപക്ഷം തീർച്ചയായും ഭൂമിയുടെ ഈ പ്രാമുഖ്യം കുറച്ചു കുറയുന്നതാണ്. എന്നാൽ അത് വസ്തുതകളെ അടിസ്ഥാനപരമായി മാറ്റുന്നില്ല. കാരണം രണ്ടു തുണിമില്ലുകളും ഒരു വൻകിട എണ്ണ- സോപ്പു കമ്പനിയും (ടാറ്റാ) കഴിച്ചാൽ, കൊച്ചിയിലെ മിക്ക വ്യവസായസ്ഥാപനങ്ങളും ചെറുകിടയും ഇടത്തരവുമാണ്. അതുകൊണ്ട്, ഗ്രാമപ്രദേശങ്ങളും നഗരപ്രദേശങ്ങളും ഒരുമിച്ചു കൂട്ടിയാൽപ്പോലും മറ്റു സാമ്പത്തികപ്രവർത്തനങ്ങളെക്കാൾ കൃഷിയാണ് മുന്തിനിൽക്കുന്നതെന്നു പറയുന്നതു ശരിയായിരിക്കും.

II

എന്നാൽ മൊത്തത്തിൽ സാമ്പത്തികവ്യവസ്ഥയിൽ ഭൂമിക്കാണു പ്രാമുഖ്യമെങ്കിലും ബ്രിട്ടീഷുകാർ വരുന്നതിനുമുമ്പ് സാമ്പത്തികവ്യവസ്ഥയിൽ ഭൂമിക്കുണ്ടായിരുന്ന അതേ സ്ഥാനംതന്നെ തുടരേണ്ട കാര്യമില്ല. അതുകൊണ്ടുതന്നെ, ഭൂമിയിൽ വമ്പിച്ച ഒരു പരിവർത്തനമുണ്ടായിരിക്കുന്നു.

നാം മുമ്പു കണ്ടുകഴിഞ്ഞതുപോലെ, ഇന്ത്യയുടെ മറ്റു ഭാഗങ്ങളിൽനിന്നു വ്യത്യസ്തമായി, കേരളത്തിൽ ബ്രിട്ടീഷ്ഭരണത്തിനു മുമ്പുപോലും ഭൂമിയിൽ സ്വകാര്യസ്വത്തവകാശം വളരാൻ തുടങ്ങിയിരുന്നുവെന്നതു വാസ്തവമാണ്. എന്നാൽ ഭൂമിയിലുള്ള ഈ ഉടമാവകാശത്തിന്റെ വളർച്ച, പ്രധാനമായും പ്രാചീനമായ (പ്രകൃതിസിദ്ധമായ) സാമ്പത്തികക്രമത്തിന്റെ ചട്ടക്കൂടിനകത്താണുണ്ടായത്. ഭൂമിയിൽ ഉൽപ്പാദിപ്പിക്കുന്നതിന്റെ ഭൂരിഭാഗവും അതുൽപ്പാദിപ്പിക്കുന്ന വില്ലേജിലോ അയൽ വില്ലേജുകളിലോ ഉപയോഗിച്ചുപോന്നു; അതുപോലെതന്നെ, ഉപഭോഗസാധനങ്ങളുടെ ഭൂരിഭാഗവും അതതു പ്രദേശത്തുതന്നെ ഉൽപ്പാദിപ്പിക്കപ്പെടുകയും ചെയ്തിരുന്നു. പ്രകൃതിസിദ്ധമായ ഈ സാമ്പത്തികക്രമത്തിന് ബ്രിട്ടീഷ് ഭരണാധികാരികളിൽനിന്നു മാരകമായ പ്രഹരമേറ്റു. അതിന്റെ ഫലമായി ഭൂമി, ഉൽപ്പാദകൻതന്നെ ഉപയോഗിക്കുന്ന സാധനങ്ങളുടെ ഉൽപ്പാദനത്തിനുപയോഗിക്കാതായി; നേരേമറിച്ച്, വിൽക്കാനുള്ള ചരക്കുകളുടെ ഉൽപ്പാദനത്തിനുപയോഗിക്കാൻ തുടങ്ങി.

അരിയുടെ കാര്യമെടുക്കുക. നാലോ അഞ്ചോ ശതാബ്ദങ്ങൾക്കുമുമ്പ്, പ്രാഥമികവും ഏറ്റവും അവശ്യവുമായിരുന്ന ഈ ജീവനോപാധിയെസംബന്ധിച്ചിടത്തോളം കേരളം സ്വയംപര്യാപ്തമായിരുന്നു. എന്നാലിന്ന്, പ്രാദേശികോൽപ്പാദനം ഉപഭോഗത്തിന്റെ 50 ശതമാനത്തിൽ

കുറവാണ്. പ്രാദേശികാവശ്യത്തിന്റെ ഏകദേശം 60 ശതമാനം വിദേശ ത്തുനിന്നുവരുന്നു. ഇന്ത്യയിലെ മറ്റൊരു സംസ്ഥാനവും ഭക്ഷ്യധാന്യത്തി ന്റെ കാര്യത്തിൽ കേരളത്തോളം കമ്മിയല്ല.

തിരുവിതാംകൂർ സ്റ്റേറ്റ് മാനുവലനുസരിച്ച്, 1050 മുതൽ 1056 വരെ(എ ഡി 1874-75 മുതൽ 1880-81 വരെ)യുള്ള ഏഴുവർഷങ്ങൾക്കിടയി ൽ പ്രതിവർഷം അരിയുടെ ശരാശരി ഇറക്കുമതി 12,11,611 ഉറുപ്പികയ്ക്കുള്ള തായിരുന്നു. ഇത് അടുത്ത അഞ്ചു ദശാബ്ദങ്ങളിൽ യഥാക്രമം 15,00,380 ഉറുപ്പിക; 24,70,120 ഉറുപ്പിക; 52,22,378 ഉറുപ്പിക; 1,41,61,305 ഉറുപ്പിക; 2,64,20,189 ഉറുപ്പിക എന്നീ ക്രമത്തിൽ വർധിച്ചു. അവസാനത്തെ രണ്ടു ദശാബ്ദങ്ങളെ (1911-12 മുതൽ 1930-31 വരെ) ഒന്നാം ലോകമഹായുദ്ധത്തി നും അതിനുശേഷവുമുള്ള ഘട്ടവുമെന്ന നിലയ്ക്ക് തൽക്കാലം വിട്ടുകളയുന്ന പക്ഷം 37 കൊല്ലങ്ങൾക്കിടയ്ക്ക് (1874-75 മുതൽ 1910-11 വരെ) പ്രതിവ ർഷം ഇറക്കുമതി ചെയ്തിരുന്ന അരിയുടെ വില 12,11,611 ഉറുപ്പികയിൽനി ന്ന് 52,22,578 ഉറുപ്പികയായി; അതായത് നാലിരട്ടിയിലധികം വർധിച്ചു.

അരിയുടെ കാര്യത്തിലെന്നപോലെതന്നെ, മറ്റു നിത്യോപയോഗ സാധനങ്ങളുടെ കാര്യത്തിലും ഇറക്കുമതിയിൽ വമ്പിച്ച വർധനവുണ്ടാ യിട്ടുണ്ട്. മേൽപ്പറഞ്ഞ പ്രസിദ്ധീകരണമനുസരിച്ചുതന്നെ, കൊല്ലവർഷം 1113 ൽ (1937-38) തിരുവിതാംകൂറിലെ ഇറക്കുമതിയുടെ 37.5 ശതമാനം ഭക്ഷ്യധാന്യങ്ങളായിരുന്നു. തുണി, മണ്ണെണ്ണ, പുകയില എന്നിവയുടെ ഇറക്കുമതി യഥാക്രമം 11 ശതമാനം, 7 ശതമാനം, 3.7 ശതമാനം എന്നി ങ്ങനെയായിരുന്നു; ഇവയും കൂട്ടിയാൽ ഏറ്റവും അത്യാവശ്യമായ ഉപ യോഗസാധനങ്ങളുടെ ഇറക്കുമതിയുടെ ശതമാനം 59.2 ആയിത്തീരുന്നു (ഈ കണക്കുകളിൽ ഇന്ത്യയുടെ മറ്റു ഭാഗങ്ങളിൽനിന്നുള്ള ഇറക്കുമതി യും ഉൾപ്പെടുന്നുണ്ട്. പക്ഷേ ഈ വിശേഷണം മൊത്തം ഇറക്കുമതിക്കും ബാധകമാകകൊണ്ട് അതിവിടെ പറഞ്ഞിട്ടുള്ള പൊതുതത്വത്തെ ബാ ധിക്കുന്നില്ല. കൂടാതെ, ഇറക്കുമതി ചെയ്യപ്പെടുന്ന ഭക്ഷ്യധാന്യങ്ങളിൽ പ്രധാനഭാഗം ബർമാ അരിയും സയാം അരിയുമാണ്).

അരിയുടെയും മറ്റത്യാവശ്യസാധനങ്ങളുടെയും ഇറക്കുമതിയിലു ണ്ടായ ഈ വർധനവോടുകൂടിത്തന്നെ ചില ചരക്കുകളുടെ കയറ്റുമതിയും വർധിച്ചിട്ടുണ്ട്. ഉദാഹരണത്തിന്,

കൊല്ലവർഷം 1029 ൽ (എ ഡി 1853-54) കയറ്റുമതി ചെയ്ത കാപ്പി യുടെ വില 6,553 ഉറുപ്പിക ആയിരുന്നു. അത് അടുത്ത എട്ടുകൊല്ലങ്ങളി ൽ 37,370 ഉറുപ്പികയായും പിന്നത്തെ 76 കൊല്ലങ്ങളിൽ 1,87,875 ഉറുപ്പി കയായും വർധിച്ചു.

കൊല്ലവർഷം 1029 ൽ (എ ഡി 1853-54) റബ്ബറോ ചായയോ ഏലമോ കയറ്റുമതി ചെയ്തിരുന്നില്ല. എന്നാൽ 1113 (1937-38) ആയപ്പോഴേ

ക്കും കയറ്റുമതി ചെയ്ത ഈ സാധനങ്ങളുടെ വില യഥാക്രമം 74,89,464 ഉറുപ്പികയും 2,25,61,823 ഉറുപ്പികയും 33,01,502 ഉറുപ്പികയുമായി.

വെളിച്ചെണ്ണ കയറ്റുമതിയുടെ വില 1853-54 ൽ 1,27,395 ഉറുപ്പികയായിരുന്നത് 1861-62 ൽ 1,34,649 ഉറുപ്പികയായും 1937-38 ൽ 59,51,499 ഉറുപ്പികയായും വർധിച്ചു. അതുപോലെതന്നെ, ഇതേകാലത്ത് കയറിന്റെ കയറ്റുമതിവില 92,427 ഉറുപ്പികയിൽനിന്ന് 5,93,936 ഉറുപ്പികയിലേക്കും 1,64,10,624 ഉറുപ്പികയിലേക്കും ഉയർന്നു.

ഇതിനുപുറമേ, 1937-38 ൽ തിരുവിതാംകൂറിലെ ഇറക്കുമതിയുടെ 59.2 ശതമാനം അത്യാവശ്യോപയോഗസാധനങ്ങളായിരുന്നതുപോലെ തന്നെ, അക്കൊല്ലത്തെ കയറ്റുമതിയുടെ 65.1 ശതമാനം അസംസ്കൃത പദാർഥങ്ങളോ കേരളത്തിൽ ഉൽപ്പാദിപ്പിച്ചിരുന്ന, വ്യാപാരവിളകൾ കൊണ്ടുണ്ടാക്കിയ അർധ- സംസ്കൃത സാധനങ്ങളോ ആയിരുന്നു (കൃത്യമായ കണക്കുകൾ: ചായ 23.9 ശതമാനം; റബ്ബർ എട്ടു ശതമാനം; മറ്റു തോട്ട ഉൽപ്പന്നങ്ങൾ 4.5 ശതമാനം; കയർ 17.4 ശതമാനം; വെളിച്ചെണ്ണ 6.3 ശതമാനം; കൊപ്രയും മറ്റു കേരോൽപ്പന്നങ്ങളും 5.8 ശതമാനം. ഇങ്ങനെ, തിരുവിതാംകൂറിലെ കയറ്റുമതിയിൽ 36.4 ശതമാനം തോട്ടങ്ങളിലെ ഉൽപ്പന്നവും 29.5 ശതമാനം കേരോൽപ്പന്നങ്ങളുമായിരുന്നു.)

ഈ ചരക്കുകളുടെ കയറ്റുമതി ഇത്ര വർധിച്ചതിന്റെ അടിസ്ഥാനം കൃഷിസമ്പ്രദായത്തിലുണ്ടായ വമ്പിച്ച മാറ്റങ്ങളാണ്: നാണ്യവിളകൾക്കുപയോഗിക്കപ്പെട്ട ഭൂമിയുടെ വിസ്തീർണത്തിലും ഉൽപ്പന്നത്തിന്റെ അളവിലുമുണ്ടായ വർധനവ്. ചില വ്യാപാര വിളവുകളുടെ വർദ്ധനവിന്റെ വേഗം 'തിരുവിതാംകൂർ സ്റ്റേറ്റ് മാനുവലിൽ'നിന്നുദ്ധരിക്കുന്ന താഴെ പറയുന്ന ഭാഗങ്ങളിൽ കാണാം.

> "1934-35 ൽ തെങ്ങുകൃഷിയുടെ സ്ഥലം 5,66,590 ഏക്കറാണ്. ഇതു മുമ്പത്തെ 16 കൊല്ലത്തെ അപേക്ഷിച്ച് 50 ശതമാനം അധികമാണ്. ഒട്ടൊരു മിതമായ കണക്കാണിത്." (വാല്യം III, പേജ് 351).
>
> "1862 ൽ ഹോപ് എസ്റ്റേറ്റിൽ ഡി മൺറോവാണ് ആദ്യം കാപ്പിക്കൃഷിയാരംഭിച്ചത്." (വാല്യം III, പേജ് 370).
>
> "തിരുവിതാംകൂറിലെ അതിപ്രധാനമായ ഒരു തോട്ടവിളയാണ് തേയില; വടക്കേ ഇന്ത്യയിൽ തേയില കൃഷിചെയ്യാൻ തുടങ്ങിയിട്ട് ഒരു നൂറ്റാണ്ടായെങ്കിലും അടുത്തകാലത്താണ് തെക്കേ ഇന്ത്യയിൽ അതു തുടങ്ങിയത്. ദക്ഷിണേന്ത്യയിൽ എവിടെയാണാദ്യം തേയിലകൃഷി ആരംഭിച്ചതെന്നു പറയാൻ പ്രയാസമാ

ണ്. ഇതിന്റെ മേന്മ തിരുവിതാംകൂറിന് യഥാർഥത്തിൽ അവകാശപ്പെടാമോ എന്ന തീർച്ചയില്ലെങ്കിലും തെക്ക് കൃഷി ആരംഭിച്ച് ഏതാനും വർഷങ്ങൾക്കകം തന്നെ അത് ഈ സംസ്ഥാനത്ത് എല്ലാത്തരത്തിലും സമൃദ്ധി നേടി." (വാല്യം III, പേജ് 372).

നെൽകൃഷി ചെയ്തിരുന്ന സ്ഥലം 1936-37 ൽ 6,63,184 ഏക്കറായിരുന്നു; 5,77,418 സ്ഥലത്തു കൃഷിചെയ്തിരുന്ന തെങ്ങിൻതോപ്പുകൾ അതിന്റെ തൊട്ടുപിന്നാലെ നിന്നിരുന്നുവെന്നും സ്റ്റേറ്റ് മാനുവലിൽ ചൂണ്ടിക്കാണിക്കുന്നു. മൂന്നു തോട്ടക്കൃഷികളായ റബ്ബറും (97125 ഏക്കർ) തേയിലയും (77,726 ഏക്കർ) കാപ്പിയും (6,279 ഏക്കർ) കൂടി നെൽക്കൃഷി നടന്നിരുന്ന സ്ഥലത്തിന്റെ നാലിലൊന്നിൽ അധികം വരും. തെങ്ങ്, കരിമ്പ്, റബ്ബർ, തേയില, കാപ്പി, കുരുമുളക്, ഇഞ്ചി ഇവയെല്ലാം കൂടി കൃഷിചെയ്തിരുന്ന സ്ഥലം 8,16,335 ഏക്കറാണ്. ഇതു നെൽകൃഷി ചെയ്തിരുന്ന സ്ഥല(6,63,184 ഏക്കർ)ത്തിന്റെ 123 ശതമാനമാണ്.

ഭക്ഷണാവശ്യത്തിനും വിൽപ്പനയ്ക്കുമായി കൃഷിചെയ്യുന്ന ഒരു വിളയുണ്ട്- കൊള്ളിക്കിഴങ്ങ്. അതിന്റെ ഒരു ഭാഗം ഭക്ഷണത്തിനായുപയോഗിക്കുന്നു. ഇത് സാധുക്കളുടെ പ്രധാന ഭക്ഷ്യവും ഉപരിവർഗങ്ങൾ പച്ചക്കറിയുടെ സ്ഥാനത്തുപയോഗിക്കുന്നതുമാണ്; യുദ്ധത്തിന്റെയും ക്ഷാമത്തിന്റെയും ഫലമായി ഇതിന്റെ ഭക്ഷ്യോപയോഗം വമ്പിച്ചതോതിൽ വർധിച്ചു. ഇതിന്റെ ഒരുഭാഗം 'നൂറ്' (സ്റ്റാർച്ച്) ആക്കി വ്യാവസായികോപയോഗത്തിനായി ബോംബെ തുടങ്ങിയ വ്യവസായകേന്ദ്രങ്ങളിലേക്കു കയറ്റി അയയ്ക്കുന്നുണ്ട്. ഇതുമുഴുവനുംതന്നെ ഭക്ഷ്യസാധനമായി കണക്കാക്കിയാൽപ്പോലും ഭക്ഷ്യവിളകൾ (നെല്ലും കൊള്ളിക്കിഴങ്ങുംകൂടി) എടുക്കുന്ന സ്ഥലം 10,86,876 ഏക്കർ മാത്രമാണ്; അതായത്, പ്രധാന നാണ്യവിളകളെടുക്കുന്ന സ്ഥലത്തെക്കാൾ 2,70,541 ഏക്കർ മാത്രം കൂടുതൽ.

അതുപോലെതന്നെ, മലബാറിൽ 1937-38 ൽ നെൽക്കൃഷി നടന്നിരുന്ന സ്ഥലം 8,64,825 ഏക്കറായിരുന്നു. നാളികേരം, അടയ്ക്ക, കുരുമുളക് എന്നീ മൂന്നു നാണ്യവിളകൾക്കുംകൂടി 5,32,787 ഏക്കർ സ്ഥലമുണ്ടായിരുന്നു; അതായത്, നെൽക്കൃഷി നടന്നിരുന്ന സ്ഥലത്തിന്റെ ഏതാണ്ടു മൂന്നിൽ രണ്ടുഭാഗം. മറ്റു നാണ്യവിളകളുടെ കൃഷിക്കും വയനാട്ടിൽ വലിയ തോട്ടങ്ങൾക്കു(ചായ, കാപ്പി, മധുരനാരങ്ങ മുതലായവ)മായി (ഇവ തിരുവിതാംകൂറിലെ തോട്ടങ്ങളോളംതന്നെ വലിപ്പവും വ്യാപ്തിയുമുള്ളവയാണ്) ഉപയോഗിച്ചിരുന്ന സ്ഥലംകൂടി കൂട്ടുന്നപക്ഷം മലബാറിൽ നാണ്യവിളകൾ കൃഷിചെയ്യുന്ന ആകെ സ്ഥലം മൊത്തം കൃഷിഭൂമിയുടെ 50 ശതമാനത്തോളം വരും (മലബാറിനെ സംബന്ധിച്ച കണക്കുകൾ 1940 ലെ മലബാർ കുടിയായ്മക്കമ്മിറ്റിയുടെ റിപ്പോർട്ടിൽനിന്നെടുത്തതാണ്).

കേരളത്തിലെ കൃഷി, ലോകവിപണിയിൽ വിറ്റഴിക്കേണ്ട നാ

ണ്യവിളകളുടെ ഉൽപ്പാദനത്തിലേക്കു ശ്രദ്ധ തിരിച്ചിരിക്കുന്നുവെന്നും പ്രാദേശികോപയോഗത്തിനുവേണ്ടി ഏറ്റവും ചുരുക്കം സാധനങ്ങൾ മാത്രമാണുൽപ്പാദിപ്പിക്കപ്പെടുന്നതെന്നും ഇതുകൊണ്ടു വ്യക്തമാണ്. ഓരോ കൃഷിക്കാരനും ഇന്നു രണ്ടുവിധത്തിൽ ലോകവിപണിയുടെ സ്ഥിതിഗതികളെ ആശ്രയിച്ചു ജീവിക്കണം. അവന് വിദേശത്തുണ്ടാക്കുന്ന സാധനങ്ങൾ വാങ്ങണം; താനുണ്ടാക്കിയ സാധനം വിദേശങ്ങളിൽ വിൽക്കുകയും വേണം.

III

കാർഷികസാമ്പത്തികക്രമത്തിന്റെ സ്ഥാനത്ത് കച്ചവടസാമ്പത്തികക്രമം പ്രതിഷ്ഠിതമായത് സ്വാഭാവികമായും പഴയ കാലത്ത് തികച്ചും ഇല്ലാതിരുന്നതോ അഥവാ വളരെ അപ്രധാനമോ ആയ ഒരു പുതിയ സാമൂഹ്യവർഗത്തിന്റെ വളർച്ചയ്ക്കു കാരണമായി.

1820 ൽ വാർഡും കോണറുംകൂടി തിരുവിതാംകൂർ, കൊച്ചി സ്റ്റേറ്റുകളെ പഠിച്ചെഴുതിയ വിവരണങ്ങളിൽ ഇപ്രകാരം പ്രസ്താവിച്ചു:

> "ഉപജീവനം മിക്കവാറും മുഴുവനുംതന്നെ കാർഷികവൃത്തിയിലൂടെയാണ് സാധിക്കുന്നത്; ധനികവർഗങ്ങൾപോലും കാർഷികജോലി ഉപേക്ഷിച്ച് വ്യാപാരത്തിലേക്ക് പോകുന്നില്ല. കൈത്തൊഴിലുകൾ അധഃസ്ഥിതർക്കായി വിട്ടുകൊടുത്തിരിക്കുന്നു."

ഇന്നാണെങ്കിൽ കച്ചവടം, ചരക്കുകൊണ്ടുപോകൽ മുതലായവ പ്രധാനോപജീവനമാർഗമായിട്ടുള്ള ഒരു വലിയ വിഭാഗം ജനങ്ങൾ വളർന്നുവന്നിരിക്കുന്നു. ഉദാഹരണത്തിന്, 'പലവിധ തൊഴിലുകളിലേർപ്പെട്ട്' വേതനം നേടുന്നവരിൽ ഏറ്റവും വമ്പിച്ച വിഭാഗം ഇപ്പോഴും 'കൃഷിപ്പണിക്കാരാണെ'ന്നും പിന്നത്തെ ഏറ്റവും വമ്പിച്ച വിഭാഗം 'കച്ചവടക്കാരാണെ'ന്നും (2,63,385 ഉം 1,20,293 ഉം) 1831 ലെ തിരുവിതാംകൂറിന്റെ സാമ്പത്തിക കാനേഷുമാരിക്കണക്കു കാണിക്കുന്നു. പ്രാഥമിക ചരക്കുകളുടെ ഉൽപ്പാദനത്തിലേർപ്പെട്ടിരിക്കുന്നവരുടെ (അതായത് കൃഷിപ്പണിക്കാർ, തോട്ടങ്ങളിലെ കൂലിവേലക്കാർ, അവിദഗ്ധ തൊഴിലാളികൾ, ഖനിത്തൊഴിലാളികൾ, മുക്കുവർ) സംഖ്യ മൊത്തം 4,28,321 ആണെങ്കിൽ 'മൂന്നാംതരം' തൊഴിലുകളിൽ (അതായത് ചരക്കു കൊണ്ടുപോകൽ, കച്ചവടം, മത്സ്യവ്യവസായം, പൊതുഭരണം, ഉദ്യോഗങ്ങൾ, വിജ്ഞാന, കലാപ്രവർത്തനങ്ങൾ) ഏർപ്പെട്ടിരിക്കുന്നവരുടെ സംഖ്യ മൊത്തം 2,41,935 ആണ്. ഇത് 'രണ്ടാംതരം' തൊഴിലുകളിൽ (വ്യവസായങ്ങൾ) ഏർപ്പെട്ടിരിക്കുന്നവരുടെ സംഖ്യ (2,01,659)യെക്കാൾ 40,276

കൂടുതലാണ്. ഇങ്ങനെ നോക്കുമ്പോൾ കച്ചവടം, ചരക്കുകൊണ്ടുപോകൽ, ഉദ്യോഗങ്ങൾ, കലകൾ എന്നിവ ഇന്ന് ഒരു നൂറ്റാണ്ടു മുമ്പത്തെക്കാൾ വളരെ വലിയ ഒരു ശക്തിയായിത്തീർന്നിരിക്കുന്നു.

കാർഷികവൃത്തിയുടെയും കൈത്തൊഴിലുകളുടെയും സ്വഭാവത്തിൽത്തന്നെയും ഒരു മാറ്റമുണ്ടായിട്ടുണ്ട്. ബ്രിട്ടീഷ് ഭരണത്തിനു മുമ്പുള്ള അർധ-അടിമകളായ കൃഷിപ്പണിക്കാർ പ്രത്യേകം ഭൂമികളോടും അവരുടെ യജമാനന്മാരോടും ബന്ധപ്പെട്ടിരുന്നുവെങ്കിൽ, ഓരോ കൈത്തൊഴിൽക്കാരനും ഒരു പ്രത്യേക ഗ്രാമത്തോട്- അതിൽ അവൻ ജോലി ചെയ്യുകയും അതിലെ നിവാസികൾ അവനെ തീറ്റിപ്പോറ്റുകയും ചെയ്തിരുന്നു- ബന്ധപ്പെട്ടിരുന്നുവെങ്കിൽ, ബ്രിട്ടീഷുകാർ കൊണ്ടുവന്നത് പരിമിതമായ തോതിലാണെങ്കിലും, കൂലിവേലയിലും മുടക്കുമുതലിലും അധിഷ്ഠിതമായ ഉൽപ്പാദനബന്ധങ്ങളായിരുന്നു.

ഭക്ഷ്യവിളകളുടെ സ്ഥാനം വ്യാപാരവിളകൾ കൈക്കലാക്കിയതെങ്ങനെയെന്നു വ്യക്തമാക്കിക്കഴിഞ്ഞിട്ടുണ്ട്. ഇതു സ്വാഭാവികമായും മുതലാളിത്തകൃഷിസ്ഥലങ്ങളുടെ വളർച്ചയ്ക്കു കാരണമായി.

ഈ മുതലാളിത്തകൃഷിസ്ഥലങ്ങളുടെ ഏറ്റവും വളർച്ചയെത്തിയ രൂപം തോട്ടങ്ങളാണ്- തേയില, റബ്ബർ, കാപ്പി, ഏലം, ഇഞ്ചിപ്പുല്ല് മുതലായവ. തിരുവിതാംകൂർ വിലയിടിവന്വേഷണക്കമ്മിറ്റിയുടെ അഭിപ്രായപ്രകാരം, റബ്ബർ കൃഷിചെയ്യുന്ന സ്ഥലം 61,986 ഏക്കറാണ്; തേയില, 74,618 ഏക്കർ; കുരുമുളക് 30,000 ഏക്കർ; ഇഞ്ചിപ്പുല്ല് 12,000 ഏക്കർ- ആകെ 1,78,604 ഏക്കർ. ഇത് ആകെ കൃഷിയിറക്കുന്ന 21,97,000 ഏക്കറിന്റെ പന്ത്രണ്ടിലൊരു ഭാഗമാണ്. ഇതിനുംപുറമേ, തിരുവിതാംകൂറിലുള്ള തോട്ടങ്ങളിൽ ആകെ ഇറക്കിയിട്ടുള്ള മൂലധനം ഭരണറിപ്പോർട്ടു പ്രകാരം 10 കോടി ഉറുപ്പികയിൽ കൂടുതലാണ്.

കൊച്ചിയെയോ മലബാറിനെയോ സംബന്ധിച്ച് ഇത്തരം കണക്കുകൾ ശേഖരിക്കുവാൻ സാധ്യമല്ല; എങ്കിലും അവിടങ്ങളിലും ഏതാണ്ടിതൊക്കെത്തന്നെയാണു സ്ഥിതി. വാസ്തവത്തിൽ മലബാറിലെ ഒരു താലൂക്കു മുഴുവനും (ഒമ്പത് എണ്ണത്തിൽ) തോട്ടങ്ങളാണ്.

കൂലിവേലയും മൂലധനവും വൻതോതിലുപയോഗിക്കുന്ന മറ്റൊരുതരം കൃഷിയുമുണ്ട്. ഇതിന് 'കോൾ' എന്നോ കായലെന്നോ പറയുന്നു. ഇതിന്റെ പ്രത്യേകത വെള്ളം വറ്റിക്കാൻ അധ്വാനവും മൂലധനവും വമ്പിച്ച തോതിൽ വേണ്ടിവരുന്നു എന്നതാണ് (ഇത് പഴയകാലത്ത് മനുഷ്യാധ്വാനംകൊണ്ടു പ്രവർത്തിക്കുന്ന നിരവധി ചക്രങ്ങൾ ഉപയോഗിച്ചാണ് നടത്തിയിരുന്നത്; ഈ സമ്പ്രദായം മാറ്റി ഇപ്പോൾ ഡീസൽ എൻജിനുകൾ ഉപയോഗിക്കുന്നു). കൊച്ചിൻ കാർഷിക പരിഷ്കരണക്കമ്മിറ്റിയുടെ അഭിപ്രായപ്രകാരം, കൊച്ചിയിൽ ഇത്തരത്തിൽ കൃഷിചെയ്യുന്ന

സ്ഥലം 18,761 ഏക്കറാണ്. ഇത് ആകെ നെൽകൃഷി ചെയ്യുന്ന സ്ഥലത്തിന്റെ(2,06,000 ഏക്കർ) ഒമ്പതു ശതമാനമാണ്. തിരുവിതാംകൂറിലാണെങ്കിൽ, കുട്ടനാട്ടുപ്രദേശംതന്നെ (തിരുവിതാംകൂറിലെ കായൽക്കൃഷി നടത്തുന്ന ഏറ്റവും വിസ്തൃതമായ പ്രദേശം) 1,67,176 ഏക്കർ വരും- ഏകദേശം ആകെ നെൽക്കൃഷി നടത്തുന്ന സ്ഥലത്തിന്റെ (7,01,306 ഏക്കർ) 25 ശതമാനവും ആകെ കൃഷിചെയ്യുന്ന സ്ഥലത്തിന്റെ (21,97,000 ഏക്കർ) 7.5 ശതമാനവുമാണിത്.

കൂലിവേല- മൂലധനബന്ധങ്ങൾ, തോട്ടങ്ങൾക്കും കോൾ- കായൽ കൃഷിക്കും മാത്രമല്ല ബാധകമാവുന്നുള്ളൂ. തീരപ്രദേശങ്ങളിലെ തെങ്ങിൻതോപ്പുകളിൽ അധികം പങ്കും ചില ജോലികൾ നടത്തേണ്ട കാലങ്ങളിൽ കൂലിവേലക്കാരെക്കൊണ്ടു പണിയെടുപ്പിക്കുന്ന ഉടമസ്ഥന്മാരുടെ കൈവശമാണ്; അതുപോലെതന്നെ കൊള്ളിക്കിഴങ്ങ്, നേന്ത്രവാഴ തുടങ്ങിയ നാണ്യവിളകളെടുക്കുന്ന ഭൂമിയുടെ ഒരു നല്ലഭാഗവും കൂലിവേലക്കാരെക്കൊണ്ടാണ് കൃഷിചെയ്യിക്കുന്നത്.

മുതലാളിത്തരീതിയിലുള്ള കൃഷി നടക്കുന്ന ഈ ഭൂമികൾക്കു പുറമേ മുതലാളിത്തബന്ധങ്ങൾ വളർന്നിട്ടുള്ള വളരെയധികം ഗ്രാമീണവ്യവസായങ്ങളുമുണ്ട്. ഇവയിൽ ഏറ്റവും വ്യാപകമായിട്ടുള്ളത് കയർവ്യവസായമാണ്. തൊണ്ട് വെള്ളത്തിലിട്ടു ചീയിക്കുന്നതിലും ചീഞ്ഞുകഴിഞ്ഞാൽ അവ പുറത്തെടുക്കുന്നതിലും തല്ലുന്നതിലും ചകിരിയാക്കുന്നതിലും കയർ പിരിക്കുന്നതിലും ഏർപ്പെട്ടിരിക്കുന്നവർ പതിനായിരക്കണക്കിനാണ്, പ്രത്യേകിച്ചും സ്ത്രീകൾ. തൊണ്ട് വാങ്ങുകയും കൂലിക്കാരെ ജോലിക്കു നിർത്തി പണിയെടുപ്പിച്ച് ലാഭമുണ്ടാക്കുകയും ചെയ്യുന്ന മുതലാളിമാരുടെ കീഴിലാണിവർ പണിയെടുക്കുന്നത്. അതുപോലെതന്നെ നാളികേരം ഉണക്കി കൊപ്രയാക്കുക, മീൻ പിടിക്കുക, വള്ളമൂന്നുക (നാടൻതൊഴിൽ) തുടങ്ങിയ മറ്റു വ്യവസായങ്ങളുമുണ്ട്. ഈ ഗ്രാമീണ വ്യവസായങ്ങളിൽനിന്നാണ് കയർ ഫാക്ടറികൾ, എണ്ണമില്ലുകൾ, ഫിഷറികൾ, മോട്ടോർ വ്യവസായം, സ്റ്റീംബോട്ട് തുടങ്ങിയ താരമ്യേന നവീനമായ വ്യവസായങ്ങൾ വളർന്നിട്ടുള്ളത്. ഈ വ്യവസായങ്ങളിൽ നഗരത്തിലുള്ള ഓരോ ഫാക്ടറിയുടെയും പിന്നിൽ അവർക്കുവേണ്ട പ്രാഥമിക ജോലികൾ നിർവഹിക്കുന്ന ആയിരക്കണക്കിനു സ്ത്രീപുരുഷന്മാരും കുട്ടികളും ഗ്രാമങ്ങളിലുണ്ട്.

ഉദാഹരണത്തിന്, കൊച്ചിയിൽ 1936 ൽ പഠനം നടത്തിയ എട്ടു ഗ്രാമങ്ങളിൽ ഏഴിലും (എട്ടാമത്തെ ഗ്രാമത്തിന്റെ റിപ്പോർട്ട് എനിക്കു ലഭിച്ചിട്ടില്ല) ആകെ കുടുംബങ്ങളിൽ കൃഷിവേല ചെയ്തു ജീവിക്കുന്നവരുടെ ശതമാനം യഥാക്രമം 39.1, 38.7, 59.3, 64.4, 54.7, 41.7, 42.9 എന്നിങ്ങനെയാണ്. കൂടാതെ 1931 ലെ സെൻസസ് പ്രകാരം മലബാറിലും കൊ

ച്ചിയിലും തിരുവിതാംകൂറിലും ഭൂമിയെ ആശ്രയിച്ചു ജീവിക്കുന്ന ആകെ ജനസംഖ്യയിൽ കാർഷികത്തൊഴിലാളികളുടെ ശതമാനം യഥാക്രമം 42.9 ഉം 61 ഉം 37.9 മാണ്. എന്നാൽ ഈ സെൻസസ് കണക്കുകളിൽ, മുക്കവർ, വള്ളത്തൊഴിലാളികൾ, തോട്ടത്തൊഴിലാളികൾ, ഗ്രാമീണവ്യവസായങ്ങളിലും മറ്റും പ്രവർത്തിക്കുന്ന തൊഴിലാളികൾ എന്നിങ്ങനെയുള്ള നാട്ടിൻപുറത്തെ കൂലിവേലക്കാരുടെ പല വിഭാഗങ്ങളും ഉൾപ്പെടുന്നില്ല. കൃത്യമായും കാർഷികത്തൊഴിലാളികളെന്നു പറയപ്പെടുന്നവരുടെ കണക്കിൽ ഇവരെയെല്ലാം ചേർക്കുന്നപക്ഷം ആകെ ജനസംഖ്യയിൽ കൂലിവേലക്കാരുടെ ശതമാനം എത്രയോ കൂടുതലായിരിക്കുമെന്നതിനു സംശയമില്ല.

ഈ പ്രവണതയുടെ മറ്റൊരു സൂചന ജോയിന്റ്സ്റ്റോക്ക് കമ്പനികളുടെ വളർച്ചയാണ്, അതിനെ സംബന്ധിച്ച് *തിരുവിതാംകൂർ സ്റ്റേറ്റ് മാനുവൽ* പറയുന്നു:

> "നാട്ടിലെ കച്ചവടത്തിന്റെ വലിയൊരു പങ്ക് നടത്തുന്നത് കമ്പനി നിയമമനുസരിച്ച് രജിസ്റ്റർ ചെയ്തിട്ടുള്ള വാണിജ്യ കോർപ്പറേഷനുകളാണ്. തിരുവിതാംകൂറിൽ കച്ചവടക്കമ്പനികളുടെയും മറ്റു സംഘടനകളുടെയും രൂപീകരണവും നിയന്ത്രണവും സമാപ്തീകരണവും നിയമവൽക്കരിക്കേണ്ടത് ആവശ്യമായിത്തീർന്നത് 1063 (കൊല്ലവർഷം) ൽ ആണ്. പാഴായിപ്പോകുന്ന വളരെയധികം അസംസ്കൃതപദാർഥങ്ങൾ പ്രയോജനപ്പെടുത്തുന്നതിനുവേണ്ടി പുനലൂരിൽ ഒരു പേപ്പർമിൽ നടത്തുന്നതിനായി ഒരു ജോയിന്റ്സ്റ്റോക്ക് കമ്പനി രൂപവൽക്കരിക്കേണ്ടിയിരുന്നതുകൊണ്ടാണ് അത് ഒരു അടിയന്തരാവശ്യമായിത്തീർന്നത്. വ്യക്തിക്ക് താങ്ങാൻ കഴിയാത്ത തരത്തിലുള്ള വ്യാവസായികവും മറ്റുമായ സമാരംഭങ്ങളിൽ മൂലധനത്തിന്റെയും വൈദഗ്ധ്യത്തിന്റെയും ഏകോപനത്തെ പ്രോത്സാഹിപ്പിക്കേണ്ടത് ആവശ്യമാണെന്ന് ആനുഷംഗികമായി തോന്നുകയും ചെയ്തു. അങ്ങനെ ജോയിന്റ് സ്റ്റോക്ക് കമ്പനികളുടെ രൂപവൽക്കരണം സാധ്യമാക്കുന്നതിനുവേണ്ടി 1063 ലെ ഒന്നാം റഗുലേഷൻ പാസ്സാക്കി. 1882 ലെ ഇന്ത്യൻ കമ്പനി ആക്ട്, 1887 ലെ ആക്ട് VI വഴി ഭേദഗതി വരുത്തിയ പ്രകാരം, തിരുവിതാംകൂറിലാകമാനം, ആവശ്യമായ ഭേദഗതികളോടുകൂടി, നടപ്പിലാക്കുക മാത്രമാണ് ആ റഗുലേഷൻ വഴി ചെയ്തത്... മേൽ റഗുലേഷൻ, നിലവിലുള്ള 1092 ലെ റഗുലേഷൻ വഴി റദ്ദ് ചെയ്യപ്പെട്ടു. മുൻ റഗുലേഷനിലെ വകുപ്പുകൾ ഇപ്പോഴത്തെ ആവശ്യങ്ങൾ നിറവേറ്റുവാൻ അപര്യാപ്തമാണെന്നു കണ്ടതുകൊണ്ടാണ് അങ്ങനെ ചെയ്തത്. ഇതേത്തുടർന്ന് കമ്പനികളുടെ രൂപവൽക്കരണത്തിൽ അഭൂതപൂർവ

മായ വർധനവുണ്ടായി. (വാല്യം III, പേജ് 666).

കൊല്ലവർഷം 1102 മുതൽ 1111 വരെ (1926-27 മുതൽ 1935-36 വരെ) യുള്ള പത്തുകൊല്ലങ്ങൾക്കിടയിൽ പ്രവർത്തിച്ചുകൊണ്ടിരുന്ന ജോയിന്റ്സ്റ്റോക്ക് കമ്പനികളുടെ എണ്ണം 152 ൽനിന്ന് 390 ആയും അതേ സമയത്ത് അവയിലിറക്കിയ മൂലധനം 84,81,341 ഉറുപ്പികയിൽനിന്ന് 1,87,58,898 ഉറുപ്പിക ആയും വർധിച്ചുവെന്ന് സ്റ്റേറ്റ് മാനവലിൽ കൊടുത്തിട്ടുള്ള കണക്കുകൾ കാണിക്കുന്നു. ജോയിന്റ്സ്റ്റോക്ക് കമ്പനികളുടെ എണ്ണത്തിലും അവയിലിറക്കിയ മൂലധനത്തിലുമുണ്ടായ ഈ വർധനവ് 1929 മുതൽ 1932 വരെയുള്ള ലോകസാമ്പത്തികക്കുഴപ്പക്കാലം മുഴുവനുമുൾക്കൊണ്ട ഒരു ഘട്ടത്തിലാണു നടന്നതെന്നുകൂടി ഓർക്കണം.

ഈ കാലഘട്ടത്തിലാണ് തിരുവിതാംകൂറിലെ ഇന്ത്യൻ വ്യാപാരികൾ സ്വയം സംഘടിച്ചതെന്നുള്ളതും ഒരു പ്രധാന സംഗതിയാണ്: ആലപ്പുഴ വ്യാപാരി സംഘടന 1929 ലും തെക്കൻ തിരുവിതാംകൂർ വ്യാപാരിസംഘടന 1935 ലും തിരുവനന്തപുരം സംഘടന ഏതാണ്ടതേ ഘട്ടത്തിലുമാണാരംഭിച്ചത്. ഈ മൂന്നു സംഘടനകളും തിരുവിതാംകൂറിന്റെ മൂന്നു പ്രധാന പ്രദേശങ്ങളിലുള്ള ഇന്ത്യക്കാരായ വ്യാപാരികളെ പ്രതിനിധീകരിക്കുന്നു. യൂറോപ്യന്മാരും ഇന്ത്യക്കാരുമായ വ്യാപാരികൾക്ക് ഔപചാരികമായി തുറന്നുവച്ചിട്ടുള്ളതാണെങ്കിലും, യഥാർഥത്തിൽ യൂറോപ്യൻ വ്യാപാരികൾ മേധാവിത്വം വഹിക്കുന്ന തിരുവിതാംകൂർ വ്യാപാരിസംഘടനയിൽനിന്നു വേർതിരിഞ്ഞാണിവയുടെ നില.

ഇങ്ങനെ കേരളവും സ്വന്തം മുതലാളിവർഗത്തെ വളർത്തിക്കൊണ്ടുവരികയായിരുന്നുവെന്നു വ്യക്തമാണെങ്കിലും അത് കൊളോണിയൽ സാമ്പത്തികക്രമത്തിന്റെ സാഹചര്യങ്ങളിലാണ് വളർന്നുകൊണ്ടിരുന്നത്.

> അതായത്, കോളനിരാജ്യത്തിന്റെ യഥാർഥ വ്യവസായവൽക്കരണത്തെ- പ്രത്യേകിച്ചും രാജ്യത്തിന്റെ ഉൽപ്പാദനശക്തികളുടെ സ്വതന്ത്രമായ വളർച്ചയ്ക്കു കഴിവുണ്ടാക്കുന്ന സമൃദ്ധമായ ഒരു എൻജിനിയറിങ് വ്യവസായത്തിന്റെ നിർമാണത്തെ- ത്വരിതപ്പെടുത്തുന്നതിനുപകരം, സാമ്രാജ്യരാഷ്ട്രം അതിനെ തടയുന്ന പരിതഃസ്ഥിതികളിലാണ് വളർന്നുകൊണ്ടിരുന്നത്- (ഉദ്ധൃതഭാഗം *കമ്യൂണിസ്റ്റ് ഇന്റർനാഷണലിന്റെ കൊളോണിയൽ തീസിസ്,* 15-ാം പേജിൽനിന്ന്).

> വ്യവസായത്തിലേർപ്പെട്ടിട്ടുള്ള മൊത്തം 3,51,076 തൊഴിലാളികളിൽ 24,511 പേർ (ഏഴുശതമാനം) മാത്രമേ തിരുവിതാംകൂറിൽ ഫാക്ടറിത്തൊഴിലാളികളായുള്ളു; ബാക്കിയുള്ളവർ കുടിൽവ്യ

വസായങ്ങളിലേർപ്പെട്ടിട്ടുള്ളവരാണ് (*തിരുവിതാംകൂർ സ്റ്റേറ്റ് മാനുവൽ വാല്യം III*, പേജ് 42).

കൊല്ലവർഷം 1111 ൽ (1935-36) തിരുവിതാംകൂറിൽ രജിസ്റ്റർചെയ്തിട്ടുള്ളതും പ്രവർത്തിച്ചുകൊണ്ടിരുന്നതുമായ 390 ജോയിന്റ്സ്റ്റോക്ക് കമ്പനികളിൽ 244 എണ്ണം 'ബാങ്കിങ്ങും കടംവായ്പ'യുമെന്ന ഇനത്തിലും 26 എണ്ണം ഇൻഷൂറൻസ് ഇനത്തിലും ഒരെണ്ണം 'നിധികളും ചിട്ടി'യുമെന്ന യിനത്തിലും വരുന്നവയാണ്- പണം പലിശയ്ക്കു കൊടുക്കുന്ന ആകെ 271 കമ്പനികൾ. മറ്റ് ഏഴെണ്ണം ഗതാഗതത്തിലും അഞ്ചെണ്ണം കച്ചവടത്തിലും 38 എണ്ണം തോട്ടങ്ങളിലും ഏർപ്പെട്ടിരിക്കുന്നു. ബാക്കി 69 കമ്പനികൾക്കുമാത്രമേ ശരിയായ യന്ത്രവ്യവസായവുമായി എന്തെങ്കിലും ബന്ധമുള്ളൂ. ഇവയിൽത്തന്നെയും 13 എണ്ണം 'അച്ചടിയും പ്രസിദ്ധീകരണവും സ്റ്റേഷനറിയും' സംബന്ധിച്ചവയാണ്, മൂന്നെണ്ണം 'പലവക'യായി തരംതിരിക്കാം, ബാക്കി 53 കമ്പനികളേ ശരിയായ വ്യാവസായികോൽപ്പാദനത്തിൽ ഏർപ്പെട്ടിട്ടുള്ളൂ. ഈ 53 ൽ ഒന്ന് ഒരു പരുത്തിമില്ലും മറ്റൊന്ന് ഒരു കടലാസുമില്ലും മൂന്നാമതൊന്ന് ഒരു നെല്ലുകുത്തുമില്ലും നാലാമതൊന്ന് ഒരു എണ്ണമില്ലും അഞ്ചാമതൊന്ന് ഒരു പഞ്ചസാരക്കമ്പനിയുമാണ്. ബാക്കിയുള്ളതിൽ 38 എണ്ണം 'വ്യാപാരപരവും നിർമാണപരവുമായ മറ്റിന'ത്തിൽപ്പെടുന്നു- ഇതിനു യന്ത്രവ്യവസായവുമായി വളരെ കുറച്ചു ബന്ധമേയുള്ളുവെന്ന് പേരുകൊണ്ടുതന്നെ വരുന്നുണ്ടല്ലോ; ബാക്കി 10 എണ്ണം മാത്രമുണ്ട് (എൻജിനിയറിങ് നാല്, പബ്ലിക് സർവീസ് ഒന്ന്, നിർമാണോപകരണങ്ങൾ അഞ്ച്). (*തിരുവിതാംകൂർ സ്റ്റേറ്റ് മാനുവൽ വാല്യം III*, പേജ് 667).

1119 ലെ (1943-44) ഭരണറിപ്പോർട്ടിൽ കൊടുത്തിട്ടുള്ള ജോയിന്റ്സ്റ്റോക്ക് കമ്പനികളുടെ കണക്കുകൾ കാണിക്കുന്നത്, തിരുവിതാംകൂറിൽ രജിസ്റ്റർ ചെയ്തിട്ടുള്ള- ആകെ 502 ലക്ഷം ഉറുപ്പിക മൂലധനമുള്ള- 436 കമ്പനികളിൽ, ആകെ 63 ലക്ഷം ഉറുപ്പിക മൂലധനമുള്ള 138 കമ്പനികൾ പണം പലിശയ്ക്കു കൊടുക്കുന്നതിലും ഏഴുലക്ഷം ഉറുപ്പിക മൂലധനമുള്ള 18 കമ്പനികൾ ഗതാഗതത്തിലും 282 ലക്ഷം ഉറുപ്പിക മൂലധനമുള്ള 89 കമ്പനികൾ തോട്ടങ്ങളിലുമേർപ്പെട്ടിരിക്കുന്നുവെന്നാണ്. ഇതിന്റെ അർഥം 70.1 ശതമാനം മൂലധനമുള്ള 56.1 ശതമാനം കമ്പനികൾ വ്യവസായങ്ങളുമായി യാതൊരു ബന്ധവുമില്ലാത്ത ഉൽപ്പാദനപ്രവൃത്തികളിൽ ഏർപ്പെട്ടിരിക്കുന്നുവെന്നാണല്ലോ. ബാക്കിയുള്ള ജോയിന്റ്സ്റ്റോക്ക് കമ്പനികളിലെ 30 ശതമാനം മൂലധനമാണ് വ്യാപാരപരവും നിർമാണപരവുമായ എല്ലാ പ്രവർത്തനങ്ങൾക്കുമായി വിനിയോഗിച്ചിട്ടുള്ളത്. ജോയിന്റ്സ്റ്റോക്ക് കമ്പനികളിലിറക്കിയിട്ടുള്ള ആകെ മൂലധനത്തിൽ വളരെ ചെറിയൊരു ശതമാനം മാത്രമാണ് വ്യാവസായികോൽപ്പാദനത്തിനുപ

യോഗിക്കുന്നതെന്ന് ഇതിൽനിന്നു വ്യക്തമാവും.

കൊളോണിയൽ സാമ്പത്തികക്രമത്തിന്റെ മറ്റൊരു വശവും ഭരണറിപ്പോർട്ടിൽനിന്നു വ്യക്തമാവുന്നു: രാജ്യത്തിന്റെ സാമ്പത്തികവ്യവസ്ഥയുടെ പ്രധാനഭാഗം വിദേശീയരാണ്- പ്രധാനമായും ബ്രിട്ടീഷുകാരാണ്- നിയന്ത്രിക്കുന്നത്. ഉദാഹരണത്തിന്, ഇന്ത്യയ്ക്കുപുറത്ത് രജിസ്റ്റർ ചെയ്തിട്ടുള്ള 21 തോട്ടം കമ്പനികൾ തിരുവിതാംകൂറിൽ പ്രവർത്തിക്കുന്നുണ്ട്; അവയുടെ ആകെ മൂലധനം 7,70,22,558 ഉറുപ്പികയാണ്; അതേസമയത്ത്, തിരുവിതാംകൂറിൽ രജിസ്റ്റർ ചെയ്തിട്ടുള്ള 89 കമ്പനികളിലെ ആകെ മൂലധനം 2,82,00,000 ഉറുപ്പികയാണ്. ഇങ്ങനെ തോട്ടം കമ്പനികളിലെ ആകെ മൂലധനത്തിൽ 73.3 ശതമാനം വിദേശീയമാണ്; പ്രധാനമായും ബ്രിട്ടീഷുകാരുടേതാണ്. അതുപോലെതന്നെ 'വിലയിടിവു കമ്മിറ്റി'യുടെ അഭിപ്രായപ്രകാരം, ആകെ തോട്ടക്കൃഷി നടക്കുന്ന 1,84,604 ഏക്കർ ഭൂമിയിൽ 31,000 ഏക്കർ മാത്രമാണ് ഇന്നാട്ടുകാരായ തോട്ടമുടമസ്ഥന്മാരുടെ കൈവശമുള്ളത്; ആകെയുള്ള തോട്ടഭൂമിയിൽ ആറിൽ അഞ്ചുഭാഗവും ബ്രിട്ടീഷുകാരുടെ കീഴിലാണ്. തിരുവിതാംകൂറിലെ കയർ വ്യവസായത്തിന്റെ 60 ശതമാനവും നിയന്ത്രിക്കുന്നത് ബ്രിട്ടീഷുകാർ തന്നെയാണ്. വാസ്തവത്തിൽ തിരുവിതാംകൂറിലും കൊച്ചിയിലും മലബാറിലും വളർന്നിട്ടുള്ള തോട്ടങ്ങളിലും അതുപോലുള്ള മറ്റു വ്യവസായങ്ങളിലും മേധാവിത്വം വഹിക്കുന്നത് പിയേഴ്സ് ലെസ്ലി കമ്പനി, ഹാരിസൺ ആന്റ് ക്രോസ്ഫീൽഡ്, കണ്ണൻ ദേവൻ, കോമൺവെൽത്ത് ട്രസ്റ്റ് തുടങ്ങിയ ഏതാനും കുറച്ചു ബ്രിട്ടീഷ് കമ്പനികളാണെന്നു പറഞ്ഞാൽ അതൊരതിശയോക്തിയാവുകയില്ല.

IV

മൊത്തത്തിൽ സാമ്പത്തികക്രമത്തിന്റെ ഈ കൊളോണിയൽ സ്വഭാവം- ശരിയായ വ്യവസായങ്ങളുടെ വളരെ താണതലത്തിലുള്ള വളർച്ചയും, മുതലാളിത്തപരമെന്നു പറയാവുന്ന എല്ലാ പ്രവർത്തനരംഗങ്ങളിലും ബ്രിട്ടീഷ് മൂലധനത്തിന്റെ മേധാവിത്വവും- നാടൻ മുതലാളിവർഗത്തിനു മുതലിറക്കാനുള്ള രംഗം ഭൂമി മാത്രമാക്കിത്തീർത്തു. സമ്പാദ്യമുണ്ടാക്കാൻ നോക്കുന്നവരെല്ലാം കൃഷിക്കാർക്കോ ജന്മികൾക്കോ കടംകൊടുക്കുന്നതിലോ ഭൂമി പണയമോ തീറോ വാങ്ങുന്നതിലോ മുതലിറക്കാൻ നിർബന്ധിതരായി. ഇതു ഭൂസ്വത്തിന്റെ സ്വഭാവത്തിൽത്തന്നെ ഒരു വമ്പിച്ച പരിവർത്തനം വരുത്തി; അതായത്, മറ്റേതൊരു ചരക്കുംപോലെ വിൽക്കുകയും വാങ്ങുകയും ചെയ്യാവുന്ന ഒരു ചരക്കായിത്തീർന്നു ഭൂമിയും.

*തിരുവിതാംകൂർ സ്റ്റേറ്റ് മാനുവലനു*സരിച്ച്, തിരുവിതാംകൂറിൽ കൃ

ഷിചെയ്യുന്ന ഭൂമിയുടെ (21,97,000 ഏക്കർ) ആകെ വില 14,099 ലക്ഷം ഉറുപ്പികയാണ്. അതേസമയംതന്നെ, ഭൂമികൈമാറ്റം താഴെ പറയുന്ന കാലഘട്ടങ്ങളിൽ താഴെ പറയുന്ന തോതുകളിൽ നടക്കുകയുണ്ടായി:

കാലം	വിറ്റഭൂമിയുടെ വില (ലക്ഷം ക.)	പണയപ്പെടുത്തിയ ഭൂമിയുടെ വില (ലക്ഷം ക.)	ഈടുവച്ചിട്ടുള്ള ഭൂമിയുടെ വില (ലക്ഷം ക.)	ആകെ (ലക്ഷം ക.)
1917-18 മുതൽ 1919-20 വരെ	193	144	218	555
1920-21 മുതൽ 1924-25 വരെ	221	164	234	619
1925-26 മുതൽ 1930-31 വരെ	303	153	298	754
1931-32 മുതൽ 1933-34 വരെ	172	103	192	467
ആകെ	889	564	942	2,395

ഇതിന്റെ അർഥം 16 കൊല്ലക്കാലത്ത് പ്രതിവർഷം ശരാശരി 149.7 ലക്ഷം ഉറുപ്പികയുടെ ഭൂമി കൈമാറ്റം നടന്നിട്ടുണ്ടെന്നാണ്. മറ്റു വാക്കുകളിൽ പറഞ്ഞാൽ, ആകെ കൃഷിചെയ്യുന്ന ഭൂമിയുടെ (അതിന്റെ വില മുകളിൽ കൊടുത്തിട്ടുള്ളപ്രകാരം 14,099 ലക്ഷം ഉറുപ്പികയാണ്.) ഒരു ശതമാനത്തിലധികം ആണ്ടുതോറും കൈമാറുന്നു.

അതുപോലെതന്നെ, കൊച്ചിയിൽ (അവിടെ ആകെ കൃഷിചെയ്യുന്ന ഭൂമി 5,09,564 ഏക്കറാണ്) പ്രതിവർഷം വിൽപ്പന നടക്കുന്ന ഭൂമി മാത്രം (അതായത് പണയവും ഈടും ഒഴിച്ച്) 1942 മുതൽ 46 വരെയുള്ള യുദ്ധവർഷങ്ങളിൽ ശരാശരി 7,351 ഏക്കറും അതിന്റെ വില 35,40,000 ഉറുപ്പികയുമാണ് (ശിവസ്വാമിക്കമ്മിറ്റി റിപ്പോർട്ട്).

1940 ലെ മലബാർ കുടിയായ്മക്കമ്മിറ്റിയുടെ ഭൂരിപക്ഷ റിപ്പോർട്ടിൽ പാട്ടം മൂന്നിൽരണ്ടിൽനിന്നു രണ്ടിലൊന്നാക്കി കുറയ്ക്കുന്നതിനെതിരായി ഉന്നയിക്കപ്പെട്ട വാദം, അങ്ങനെ കുറച്ചാൽ ജന്മിക്ക് അയാളുടെ മുതലിറക്കിന് ഭൂവിപണിയിലെ നിരക്കിനനുസരിച്ച് ന്യായമായ ആദായം കിട്ടാൻ സാധ്യമാവില്ലെന്നായിരുന്നുവെന്നതും പ്രസ്താവ്യമാണ്.

ഇതെല്ലാം കാണിക്കുന്നത് ഭൂമിയുടെ കൈമാറ്റം മറ്റേതൊരു ചര

ക്കിന്റെയും കൈമാറ്റംപോലെതന്നെ സാധാരണമായിത്തീർന്നിരിക്കുന്നുവെന്നാണ്.

അതു കർഷകരുടെമേൽ ഒരു പുതിയ ചുമട്ടുകൂടി കയറ്റിവച്ചിട്ടുണ്ട്- കടത്തിന്റെ ചുമട്.

1951 ലെ ബാങ്കിങ് കമ്മിറ്റിക്കുവേണ്ടി ശേഖരിച്ച കണക്കുകളനുസരിച്ച്, തിരുവിതാംകൂറിലെ ആകെ കാർഷികകടം 20-25 കോടി ഉറുപ്പികയാണ്. ഇതിന്റെ അർഥം, ചുരുങ്ങിയത് മൂന്നു കോടി ഉറുപ്പിക (20 കോടി ഉറുപ്പികയിൽ 15 ശതമാനപ്രകാരം കണക്കാക്കുന്നത്) പ്രതിവർഷം പണം കടംകൊടുക്കുന്നവന് പലിശയായി കിട്ടുന്നുവെന്നാണ്; ഇത് കാർഷികോൽപ്പന്നത്തിന്റെ ആകെ വിലയായ 10.5 കോടി ഉറുപ്പികയിലാവുമ്പോൾ മൊത്തം കാർഷികോൽപ്പന്നത്തിന്റെ മൂന്നിലൊന്നു വരുന്നു. എന്നാൽ യഥാർഥത്തിൽ കടം അതിലും വളരെ കൂടുതലാണ്. കാരണം 15 ശതമാനം പലിശനിരക്ക് കൂടിയ മതിപ്പല്ല, കുറഞ്ഞ മതിപ്പാണ്.

കൊച്ചിയെയോ മലബാറിനെയോ സംബന്ധിച്ച് ഇത്തരം കണക്കുകൾ ലഭ്യമല്ല. എന്നാൽ 1940 ലെ മലബാർ കുടിയായ്മക്കമ്മിറ്റി റിപ്പോർട്ടിലെ ഭിന്നാഭിപ്രായക്കുറിപ്പുകളിലൊന്നിൽ, മലബാറിലെ കാർഷികകടം 15 കോടി ഉറുപ്പികയോളം വരുമെന്നു കണക്കാക്കിയിട്ടുണ്ട്. 15 ശതമാനം വച്ച് ഇതിന്റെ പലിശ രണ്ടേകാൽ കോടി ഉറുപ്പികവരും. ഇത് ഒരു കൊല്ലത്തെ കാർഷികോൽപ്പന്നത്തിന്റെ വില(ഏഴു കോടി ഉറുപ്പിക)യുടെ 25 ശതമാനത്തിലധികം വരുന്നു.

കൊച്ചിയിലെ ഏഴു ഗ്രാമങ്ങളിലെ ഭൂമിയുടെ ആകെ വില (അങ്ങാടി നിലവാരമനുസരിച്ച്) 40,59,704 ഉറുപ്പികയായിരുന്നുവെന്നും ഈ ഭൂമികളിൽമാത്രമുണ്ടായിരുന്ന കടം (അതായത്, ഭൂമി ഈടുകൊടുക്കാതെ കൃഷിക്കാർ പ്രമാണങ്ങളിന്മേൽ വാങ്ങിയിരുന്ന കടങ്ങളൊഴിച്ചുനിർത്തിക്കൊണ്ട്)8,00,903 ഉറുപ്പികയായിരുന്നുവെന്നും കൊച്ചിയിലെ ചില ഗ്രാമങ്ങളിലെ സ്ഥിതിവിവരക്കണക്കുകളെക്കുറിച്ച് 1936 ൽ നടത്തിയ പഠനം തെളിയിച്ചു. അതായത്, ഈ ഗ്രാമങ്ങളിലെ ആകെ ഭൂമിയുടെ വിലയിൽ 20 ശതമാനം കടബാധ്യതയായി നിൽക്കുന്നു.

ഈ കണക്കുകളിൽനിന്നെല്ലാം ഒരുകൊല്ലത്തെ കാർഷികോൽപ്പന്നത്തിന്റെ 30 ശതമാനത്തിൽ കുറയാതെ ഹുണ്ടികക്കാരൻ കൊണ്ടുപോകുന്നുണ്ടെന്ന് നമുക്കു ന്യായമായും അനുമാനിക്കാം. അതിലൊരുഭാഗം ജന്മി പാട്ടമായി പിരിക്കുന്ന ഓഹരിയിൽനിന്നായിരിക്കാം; അതുകൊണ്ട് കൃഷിക്കാരനെ നേരിട്ടു ബാധിക്കുന്നില്ലായിരിക്കാം; എന്നാൽ ഒരു ഭാഗം തീർച്ചയായും കർഷകന്റെ മേലുള്ള ഒരു അധിക(ജന്മി പിരിക്കുന്ന പാട്ടത്തിനു പുറമേയുള്ള)ഭാരമാണ്. ജന്മിയുടെ ഓഹരി താരതമ്യേന കുറവായ തിരുവിതാംകൂറിൽ ജന്മി പിരിക്കുന്നതിന്റെ ഏതാണ്ട് അഞ്ചി

രട്ടി ഹുണ്ടികക്കാരൻ പിരിക്കുന്ന(പാട്ടം 117 ലക്ഷം ഉറുപ്പിക, കടപ്പലിശ മൂന്നുകോടി ഉറുപ്പികയ്ക്കുമേൽ)വെന്നത് അർഥവത്താണ്.

V

ബ്രിട്ടീഷ്ഭരണകാലത്തുണ്ടായ അതിപ്രധാനമായ ഒരു മാറ്റം, ഒരു യഥാർഥ ഭരണാധികാരിവർഗത്തിൽനിന്ന്, പാട്ടം വാങ്ങുന്ന ഒരു വർഗത്തിലേക്കുള്ള- എല്ലാ അർഥത്തിലും ഇത്തിക്കണ്ണികളായ ഒരു ജനവിഭാഗത്തിലേക്കുള്ള- ജന്മിമാരുടെ വളർച്ചയാണ്.

ബ്രിട്ടീഷ്ഭരണത്തിനുമുമ്പ് ജന്മികൾ, നിലവിലുണ്ടായിരുന്ന സാമൂഹ്യ- രാഷ്ട്രീയവ്യവസ്ഥയുടെ ഒരു അഭേദ്യഭാഗമായിരുന്നുവെന്ന നാം മുമ്പൊരധ്യായത്തിൽ കണ്ടുകഴിഞ്ഞു. അന്നത്തെ ഭരണയന്ത്രം, ഭൂസ്വത്തിന്റെ ഉടമസ്ഥതയെ അടിസ്ഥാനമാക്കിയ ഒരു സാമൂഹ്യഘടനയിലധിഷ്ഠിതമായിരുന്നു- ഓരോ രാജാവിനും ദേശവാഴിക്കും നാട്ടുവാഴിക്കും സ്വന്തമായ ഭൂമിയുണ്ട്; ഉൽപ്പന്നത്തിൽ ഒരു നിശ്ചിതമായ ഓഹരിയുമുണ്ട്. കാർഷികോൽപ്പന്നത്തിന്റെ ഒരോഹരിയുടെ രൂപത്തിൽ, സാധനമായുള്ള ഈ പിരിവു സമ്പ്രദായം നിമിത്തമാണ് ടിപ്പസുൽത്താന്റെ കാലംവരെ, കേരളത്തിൽ ഗവൺമെന്റ് ഭൂനികുതി പിരിക്കുന്ന നടപടിയെപ്പറ്റി കേൾക്കാത്തത്.

ഈ സമ്പ്രദായത്തിന്റെ ഒരു പ്രത്യേകത, ഇന്നത്തെ അർഥത്തിൽ ആരുംതന്നെ ഭൂമിയുടമസ്ഥന്മാരായിരുന്നില്ലെന്നതാണ്; അതായത്, ആർക്കുംതന്നെ ഭൂമി ഇഷ്ടംപോലെ വിനിമയം ചെയ്തുകൂടാ എന്നാണ്. ജന്മി, കാണക്കാരൻ, വെറുംപാട്ടക്കാരൻ തുടങ്ങിയവർ തമ്മിലുള്ള ബന്ധങ്ങൾക്ക് ചില ചിട്ടയും ക്രമവുമുണ്ടായിരുന്നു. ഈ നടപടിക്രമങ്ങൾ ജന്മിക്കു വാസ്തവത്തിൽ വളരെ വിപുലമായ അധികാരങ്ങൾ നൽകിയിരുന്നു; അയാൾക്ക് തന്റെ എല്ലാ കുടിയാന്മാരുടെയും വ്യക്തിപരവും ഗാർഹികവുമായ കാര്യങ്ങളിൽ കൈകടത്താമായിരുന്നു. എന്നാൽ കുടിയാന്മാർ, ഉൽപ്പന്നമായി ജന്മിയുടെ ഓഹരി കൊടുക്കുകയും മറ്റുതരത്തിൽ അയാളെ അനുസരിക്കുകയും ചെയ്തിരുന്നിടത്തോളംകാലം ജന്മിക്ക് അവരിൽ ആരെയും ഒഴിപ്പിക്കാനധികാരമുണ്ടായിരുന്നില്ല. ഈ ജന്മിക്ക് ഭൂമി കൈവശം വയ്ക്കുന്നതിനെപ്പറ്റി സ്വപ്നം കാണാൻപോലും കഴിഞ്ഞിരുന്നുമില്ല; കാരണം അതിന് സമുദായനീതി അനുവദിക്കുമായിരുന്നില്ല. അതുകൊണ്ട് കുടിയാന്മാർ ജന്മിയുടെ നാട്ടുവാഴിമേധാവിത്വത്തിനു വളരെയധികം അടിമപ്പെട്ടിരുന്നുവെങ്കിലും അവരനുഭവിച്ചിരുന്ന സാമ്പത്തിക ചൂഷണം വളരെ പരിമിതമായിരുന്നു.

ഈ സമ്പ്രദായത്തെ ബ്രിട്ടീഷ് ഭരണാധികാരികൾ അടിച്ചുടച്ചു. നാട്ടിൽ നികുതി സമ്പ്രദായത്തിൽ ഐകരൂപ്യം പുനഃസ്ഥാപിക്കുന്നതി

ന്റെപേരിൽ അവർ രണ്ടു കാര്യങ്ങൾ ചെയ്തു:

1. ടിപ്പുസുൽത്താൻ ഏർപ്പെടുത്തിയ ഭൂനികുതി അവർ സ്ഥിരപ്പെടുത്തി; ഭൂമിയാകെ അതിന്റെ പരിധിയിലാക്കി. ഈ ഭാരം എത്ര വലുതാണെന്ന് മനസ്സിലാക്കാൻ ഒരു വസ്തുത നോക്കിയാൽമതി: മലബാറിലും കൊച്ചിയിലും ഇന്നും, തിരുവിതാംകൂറിൽ ഈ അടുത്തകാലംവരെയും ഭൂനികുതിയുടെ തോതിൽ ഏക്കർ ഒന്നിന് ഒരുറുപ്പിക മുതൽ ഒമ്പത് ഉറുപ്പിക വരെയുള്ള വ്യത്യാസം കാണുന്നുണ്ടെങ്കിൽ, സ്ഥിരനികുതിനിയമമുള്ള ബംഗാളിൽ സെമിന്ദാർ പിരിക്കുന്ന നികുതിയുടെ ശരാശരി തോത് ഏക്കർ ഒന്നിന് മൂന്നുറുപ്പിക എട്ടണ മാത്രവും ഉത്തർപ്രദേശിൽ അഞ്ചുറുപ്പിക എട്ടണ മാത്രവുമാണ്. അതായത്, ഇവിടെ ഭൂനികുതി സെമിന്ദാർമാരുടെ പാട്ടത്തോളംതന്നെ ഭാരിച്ചതാണ്.

2. രണ്ടു ദശാബ്ദങ്ങളുടെ ചുരുങ്ങിയ കാലയളവിനുള്ളിൽ ജന്മിയെ ഭൂമിയുടെ പൂർണ ഉടമസ്ഥനാക്കി മാറ്റത്തക്കവിധമാണ് കേരളത്തിലെ ജന്മി- കുടിയാൻ സമ്പ്രദായത്തെ അവർ വ്യാഖ്യാനിച്ചത്. സമുദായാചാരങ്ങൾമൂലം ജന്മിക്കുണ്ടായിരുന്ന പരിമിതികൾ നീക്കി. ഇഷ്ടംപോലെ കുടിയാന്മാരെ ഒഴിപ്പിക്കുന്നതിനും പാട്ടം കൂട്ടുന്നതിനും ജന്മിക്ക് അനുവാദം നൽകി. കുടിയായ്മ നിയമം വഴി ഈ സ്ഥിതിക്ക് ഭാഗികമായ പരിഹാരമുണ്ടാക്കാൻ പിന്നീട് ശ്രമങ്ങളുണ്ടായിട്ടുണ്ട്; എന്നാൽ ഇത് കൃഷിക്കാരുടെ പാപ്പരീകരണത്തെ തടയാൻ പര്യാപ്തമായില്ല. കാരണം, ഈ കുടിയാൻ നിയമങ്ങൾ കൊണ്ടുണ്ടായിട്ടുള്ള നേട്ടങ്ങൾ എന്തുതന്നെയായാലും അത് കൃഷിചെയ്യുന്ന ബഹുഭൂരിപക്ഷം കുടിയാന്മാരെയും കീഴ്ക്കുടിയാന്മാരെയും ഒഴിച്ചുനിർത്തിക്കൊണ്ട് ഒരു ചെറിയ വിഭാഗം ഭേദപ്പെട്ട കുടിയാന്മാർക്കു (മിക്കവാറും കൃഷി ചെയ്യാത്തവർക്ക്) മാത്രമേ ഗുണകരമായുള്ളൂ.

മലബാർ കുടിയായ്മക്കമ്മിറ്റി (1940) ശേഖരിച്ച കണക്കുകളനുസരിച്ച്, ആകെ കൃഷിചെയ്യുന്ന ഭൂമിയുടെ 90 ശതമാനം കൃഷിചെയ്യാത്തവരുടെ ഉടമസ്ഥതയിലുള്ളതും കൃഷിചെയ്യുന്നവർക്കു നടപ്പിനു കൊടുത്തിട്ടുള്ളതുമാണ്. കമ്മിറ്റിയംഗങ്ങളിലൊരാൾ, തന്റെ ഭിന്നാഭിപ്രായക്കുറിപ്പിൽ, കമ്മിറ്റി ശേഖരിച്ച കണക്കുകളെ അടിസ്ഥാനപ്പെടുത്തിയും നിലവിലുണ്ടായിരുന്ന കുടിയാൻ നിയമത്തിന്റെ വകുപ്പുകൾ നിർണയിച്ചിട്ടുള്ള നിരക്കുകളുടെ അടിസ്ഥാനത്തിൽ കണക്കാക്കിയും, ഒരു കൊല്ലത്തെ ആകെ കാർഷികോൽപ്പന്നത്തിന്റെ വില 700 ലക്ഷം ഉറുപ്പികയാണെന്നും അതിൽ 250 ലക്ഷം ഉറുപ്പിക ജന്മികൾക്കും 50 ലക്ഷം ഉറുപ്പിക ഗവൺമെന്റിനും പോകുന്നുണ്ടെന്നും കാണിച്ചിരുന്നു. ഇങ്ങനെ ആകെ ഉൽപ്പന്നത്തിന്റെ 50 ശതമാനത്തിൽ അൽപ്പം കുറവായ ഒരു ഭാഗം കൃഷിക്കാരുടെ കൈയിൽനിന്നും അപഹരിക്കുന്നു. ഈ കണക്കുകൂട്ടൽ കുടിയായ്മ നിയമത്തിൽ നിർണയിച്ചിട്ടുള്ള നിരക്കുകളുടെ അടിസ്ഥാന

ത്തിലാണെന്നും അവ അപ്പോൾ നിലവിലുണ്ടായിരുന്ന യഥാർഥ നിരക്കുകളെക്കാൾ കുറവാണെന്നും ഓർക്കേണ്ടതുണ്ട്. അതുകൊണ്ട്, ഈ കണക്കിനെ ഒരു കൂടിയ മതിപ്പായിട്ടല്ല കുറഞ്ഞ മതിപ്പായിട്ടാണ് കരുതേണ്ടത്.

കൊച്ചിക്കു മൊത്തമായി അങ്ങനെയുള്ള കണക്കുകളില്ല. എന്നാൽ 1936 ൽ ചില മാതൃകാവില്ലേജുകളിൽ ഒരു സാമ്പത്തികസർവേ നടത്തിയ ഉദ്യോഗസ്ഥൻ, കൃഷിച്ചെലവും ജന്മിക്കുള്ള പാട്ടവും കഴിച്ചാൽ കൃഷി ചെയ്യുന്ന കുടിയാന് യാതൊന്നുംതന്നെ കിട്ടാനില്ലെന്നും പലരും കടത്തിലാവുകകൂടി ചെയ്യുന്നുണ്ടെന്നും രേഖപ്പെടുത്തിയിരിക്കുന്നു. 1948 ൽ കൊച്ചിൻ കാർഷികക്കമ്മിറ്റിക്കുവേണ്ടി അന്വേഷണം നടത്തിയ ഉദ്യോഗസ്ഥന്റെ റിപ്പോർട്ടും ഇതുതന്നെയാണ്. നിശ്ചയിച്ചിട്ടുള്ള പാട്ടത്തോത് പൊതുവെ വിളവിന്റെ പകുതിമുതൽ മുക്കാൽഭാഗംവരെ വരുന്നുണ്ടെന്നും അതേസമയം കൃഷിച്ചെലവ് 50 ശതമാനത്തോളം വരുമെന്നും അദ്ദേഹം പ്രസ്താവിച്ചു. കൃഷിച്ചെലവുതന്നെ 50 ശതമാനം വരുമെങ്കിൽ വിളവിന്റെ 50 മുതൽ 75 ശതമാനംവരെ പാട്ടമായി പിരിക്കുന്നതെങ്ങനെയെന്ന പ്രശ്നത്തിന് ഈ ഉദ്യോഗസ്ഥൻ ഉത്തരം പറയുന്നു: കൃഷിച്ചെലവിനു കണക്കാക്കുന്ന 50 ശതമാനത്തിൽ ശാസ്ത്രീയമായി കണക്കാക്കപ്പെട്ട കൃഷിച്ചെലവിന്റെ ഭാഗമായ എല്ലാ ഇനങ്ങളും (വിത്ത്, വളം, കൂലിക്കാരുടെയും കുടുംബത്തിന്റെയും വേലക്കൂലി, ആണ്ടടക്കമുള്ള കന്നുകാലിത്തീറ്റ, കന്നുകാലിക്കും ഉപകരണങ്ങൾക്കുംവേണ്ടി മുടക്കിയിട്ടുള്ള മുതലിന്റെ പലിശയും കേടുപാടുപോക്കാനുള്ള ചെലവും മറ്റും) ഉൾപ്പെടുന്നു. എന്നാൽ സാധാരണ കൃഷിക്കാരൻ വിത്തും കൂലിക്കാരുടെ വേലക്കൂലിയും കൃഷി നടത്തുന്ന കാലത്തേക്കുവേണ്ട കന്നുകാലിത്തീറ്റയും മാത്രമേ അതിൽ ഉൾപ്പെടുത്തുന്നുള്ളൂ. ഇങ്ങനെ പാട്ടം, "ലാഭത്തിൽനിന്നു മാത്രമല്ല, മുടക്കുമുതലിന്റെ പ്രത്യുൽപ്പാദനത്തിനാവശ്യമായ വസ്തുക്കളിൽനിന്നുകൂടിയുള്ള ഒരു കിഴിവാണ്" (മാർക്സ്).

എന്നാൽ യഥാർഥസ്ഥിതി ഇതിൽനിന്നെല്ലാം എത്രയോ മോശമാണ്; കൊച്ചിൻ കിസാൻസഭ ശേഖരിച്ചിട്ടുള്ള കണക്കുകളിൽനിന്ന് അതു കാണാം. (പട്ടിക അടുത്ത പേജിൽ)

ഇതുപോലെ കിസാൻസഭ രണ്ടു വില്ലേജുകളിലെ കണക്കുകൾകൂടി ശേഖരിച്ച് 1948 ലെ കാർഷികപരിഷ്കാരക്കമ്മിറ്റിക്കു സമർപ്പിക്കുകയുണ്ടായി.

പന്തല്ലൂർ വില്ലേജിലെ പാട്ടനിരക്കുകൾ

(മൂലരേഖയിൽ പേരുകളുള്ളത് ഇവിടെ ചേർത്തിട്ടില്ല)

നംബർ	വിളവ് (പറ)	പാട്ടം (പറ)	പാട്ടം വിളവിന്റെ എത്ര ശതമാനം	കടം (ഉറുപ്പിക)
1	100	90	90	500
2	250	213	85	200
3	120	100	83	300
4	180	168	93	300
5	350	240	69	3,000
6	400	308	77	400
7	400	357	89	- -
8	200	148	74	300
9	240	156	65	435
10	420	281	67	- -
11	80	56	72	1,000
12	40	28	70	2,500
13	160	150	94	400
14	240	192	80	125
15	100	60	60	200
16	75	54	72	250
17	720	428	60	- -
18	50	32	64	- -
19	90	60	67	125
20	88	69	78	300
21	130	105	81	- -
22	108	96	89	500
23	75	66	88	35
24	64	54	84	200

തിരുവിതാംകൂറിനെ സംബന്ധിച്ചിടത്തോളം കൃഷിചെയ്യാത്ത,

പാട്ടം വാങ്ങുന്ന, ജന്മികൾ ആകെ കാർഷികോൽപ്പന്നത്തിന്റെ 11.7 ശതമാനം പാട്ടമായി പിരിക്കുന്നു. 1931 ലെ സാമ്പത്തിക സെൻസസ് പ്രകാരം ഒരുകൊല്ലത്തെ കാർഷികോൽപ്പന്നത്തിന്റെ മൊത്തവില 1,050 ലക്ഷം ഉറുപ്പികയാണ്. ഇതിൽനിന്ന് 117 ലക്ഷം ഉറുപ്പിക ജന്മികളുടെ പാട്ടമായിപ്പോകുന്നു. ഈ 117 ലക്ഷം ഉറുപ്പിക 17.99 ശതമാനം വരുന്ന ജന്മികൾ കൊണ്ടുപോകുമ്പോൾ 161 ലക്ഷം ഉറുപ്പിക 3,55,635 ഉടമസ്ഥരായ കൃഷിക്കാർക്കും കൃഷിചെയ്യുന്ന കുടിയാന്മാർക്കുമായും പോകുന്നുവെന്നുള്ളതും ശ്രദ്ധേയമാണ്. ഇങ്ങനെ ജന്മിയുടെയും കാർഷികത്തൊഴിലാളിയുടെയും കൃഷിക്കാരനായ കുടിയാന്റെയും വരവിൽ ആളൊന്നുക്കുള്ള ഓഹരി യഥാക്രമം 650 ഉറുപ്പിക, 70 ഉറുപ്പിക, 202 ഉറുപ്പിക എന്നിപ്രകാരമാണ്.

അതുകൊണ്ട്, ബ്രിട്ടീഷ് ഭരണസമ്പ്രദായം പഴയ സൈനിക-ഫ്യൂഡൽ രാഷ്ട്രീയവ്യവസ്ഥയെ കാലഹരണംവന്നതും അനാവശ്യവുമാക്കിത്തീർത്തപ്പോൾ, രാജാക്കന്മാരുടെയും നാട്ടുവാഴികളുടെയും ദേശവാഴികളുടെയും മറ്റും പ്രവൃത്തികൾ മുഴുവനുംതന്നെ ബ്രിട്ടീഷുദ്യോഗസ്ഥന്മാർ ഏറ്റെടുത്തപ്പോൾ, മുമ്പ് ഭരണപരമായ ചുമതലകൾ വഹിച്ചിരുന്ന ഇവർക്ക്, ഇവരുടെ സേവനത്തിനു പ്രതിഫലമായി ലഭിച്ചിരുന്ന ഉൽപ്പന്നത്തിന്റെ ഓഹരികൾ വളരെ വർധിപ്പിക്കുകയാണു ചെയ്തത്. ഇവർ ഇങ്ങനെ യഥാർഥത്തിൽ ഇത്തിക്കണ്ണികളായിത്തീർന്നു. എന്നാൽ കേരളത്തിലെ ജനങ്ങളോടുള്ള ബന്ധത്തിൽ മാത്രമേ ഇവർ ഇത്തിക്കണ്ണികളായുള്ളൂ; ബ്രിട്ടീഷ് ഭരണാധികാരികൾക്കാണെങ്കിൽ ഇവർ മികച്ചസേവനം നൽകി. തങ്ങളുടെ ഭരണത്തെ കൂറോടെ പിന്താങ്ങിയ ഇവർ മുഖേനയാണ് ബ്രിട്ടീഷുകാർക്ക് കൃഷിക്കാരുടെ കൈയിൽനിന്ന് അവസാനച്ചില്ലിക്കാശുകൂടി പിഴിഞ്ഞെടുക്കാൻ സാധിച്ചത്; തുടർച്ചയായ ചൂഷണം മുഖേനയാണ് സാമ്രാജ്യത്വത്തിന് ആവശ്യമായ അസംസ്കൃതപദാർഥങ്ങൾ ഉൽപ്പാദിപ്പിക്കാൻ അവരെ നിർബന്ധിക്കാൻ സാധിച്ചത്; ഈ ചൂഷണവും അതിൻഫലമായുള്ള ഗ്രാമവാസികളുടെ പാപ്പരീകരണവും മുഖേനയാണ് സാമ്രാജ്യാധിപതികൾക്ക് ലോകത്തിന്റെ എല്ലാഭാഗത്തുമുള്ള അവരുടെ തോട്ടങ്ങളിലേക്കും ഖനികളിലേക്കും കുറഞ്ഞ കൂലിക്കുള്ള അധ്വാനശക്തിയെയും അതുപോലെതന്നെ യുദ്ധകാലത്ത് തോക്കിനു തീൻപണ്ടങ്ങളെയും ലഭിച്ചത്. ചേരന്മാരുടെയും പെരുമാക്കളുടെയും അഭിമാനികളായ പിൻഗാമികൾ ഇങ്ങനെ, തങ്ങളുടെ നിലനിൽപ്പിന്റെ ഏകനിദാനമായ വിദേശഭരണത്തിന്റെ, സ്വാമിഭക്തിയും അനുസരണവുമുള്ള ദല്ലാളരായിത്തീർന്നു.

VI

സാമൂഹ്യസാമ്പത്തികവ്യവസ്ഥയിലുണ്ടായ ഈ പരിവർത്തനങ്ങളെല്ലാം നമ്മുടെ ജനങ്ങളെ സ്ഥായിയായും തുടർച്ചയായും അധികമധികം പാപ്പരാക്കി.

ബ്രിട്ടീഷ്ഭരണത്തിന്റെ 150 കൊല്ലങ്ങൾ, ആദ്യം ദരിദ്രകൃഷിക്കാരനും പിന്നെ ഇടത്തരം കൃഷിക്കാരനും അതിനുശേഷം ധനികകൃഷിക്കാരനും ചില ജന്മിവിഭാഗങ്ങളും തങ്ങളുടെ ഭൂമിയിലുള്ള ഉടമാവകാശമെല്ലാം നഷ്ടപ്പെട്ട് നാട്ടുവിട്ട് ഇന്ത്യയുടെ നാനാഭാഗങ്ങളിലേക്കുമെന്നപോലെ ബർമ, മലയ, സിലോൺ തുടങ്ങിയ വിദേശങ്ങളിലേക്കും ജോലിതെണ്ടിപ്പോയ കാലമാണ്. സിലോണിലും ബർമയിലും മലയയിലുമുള്ള ഇന്ത്യൻ തൊഴിലാളികളുടെ നല്ല ഒരു ഭാഗം മലയാളികളാണ്; അതുപോലെ മലയാളികളായ ഇടത്തരക്കാരുടെ ഒരു നല്ലഭാഗം ഇന്ത്യയിലൊട്ടുക്കും ക്ലാർക്കന്മാരായിപ്പോയിരിക്കുന്നു; കോയമ്പത്തൂർ, മദ്രാസ്, ബോംബെ തുടങ്ങിയ നഗരങ്ങളിലെ വ്യവസായത്തൊഴിലാളികളിലും മലയാളികളെ ധാരാളമായി കാണാം. കേരളത്തിലുള്ള മലയാളികളിൽ 12 പേരിൽ ഒരാൾവീതം ഇന്ത്യയുടെയും ലോകത്തിന്റെയും വിവിധഭാഗങ്ങളിലേക്കുമായി നാട്ടുവിട്ടുപോയിട്ടുണ്ടെന്നു പറഞ്ഞാൽ അതൊരതിശയോക്തിയല്ല.

ഈ ദുരവസ്ഥ ആദ്യം കൃഷിക്കാരെയും മറ്റധ്വാനിക്കുന്ന വർഗങ്ങളെയും മാത്രമേ ബാധിച്ചിരുന്നുള്ളുവെങ്കിൽ, ഒന്നാം ലോകമഹായുദ്ധത്തോട്ടുകൂടി അനേകം വലിയ ജന്മി കുടുംബങ്ങളെയും ബാധിച്ചു. എന്നാൽ ഒന്നാംലോകമഹായുദ്ധത്തിനിടയ്ക്കും തൊട്ടടുത്ത യുദ്ധാനന്തര വർഷങ്ങളിലുമുണ്ടായ പണപ്പെരുപ്പം ഈ വൻകിട ജന്മിമാരുടെ കൈയിൽ വമ്പിച്ചതോതിൽ പണം കുന്നുകൂട്ടി. അവർ അത് ഇടത്തരക്കാരും ചെറിയവരുമായ ജന്മികൾക്കു കടം കൊടുക്കുകയോ അവരുടെ ഭൂമി അങ്ങനെതന്നെ വാങ്ങുവാനുപയോഗിക്കുകയോ ചെയ്തു. കിട്ടാവുന്നതെല്ലാം വാങ്ങാൻ മതിയായ പണം തങ്ങളുടെ കൈവശമില്ലായ്കയാൽ ഈ ജന്മികളിൽ പലരും അവർക്കാവശ്യമുണ്ടായിരുന്നതിന്റെ ഒരു നല്ലഭാഗം, കാർഷികോൽപ്പന്നങ്ങൾക്ക് ഉയർന്ന വിലയുണ്ടായിരുന്ന അക്കാലത്തെ നിരക്കിൽ പലിശയ്ക്ക് കടംവാങ്ങി. 1929 ലെ സാമ്പത്തികത്തകർച്ച, കടംവാങ്ങിയ മൂലധനംകൊണ്ടു ലാഭമുണ്ടാക്കാനുള്ള അവരുടെ ആശകളെയെല്ലാം തകർത്തു. കടംവാങ്ങിയ പണംകൊണ്ടു വാങ്ങിയ ഭൂമിയിൽനിന്നു യാതൊരാദായവും ലഭിച്ചില്ലെന്നുമാത്രമല്ല, ആ കടപ്പലിശ, അവർക്ക് അനേകം തലമുറകളായി പാരമ്പര്യസ്വത്തായുണ്ടായിരുന്ന ഭൂമികളുടെ പാട്ടത്തെ മുഴുവനും വിഴുങ്ങാനും തുടങ്ങി. കുടുംബത്തിന്റെ വരവു

ചെലവുകൾ അസന്തുലിതമാവുക, പഴയ കടംവീട്ടാൻവേണ്ടിയും അന്ന ന്നത്തെ ചെലവുകൾക്കുകൂടിയും പണവ്യാപാരിയെ ആശ്രയിക്കേണ്ടിവ രിക, ഭൂമി പണയമെഴുതാനും വിൽക്കാനും നിർബന്ധിക്കപ്പെടുക, പാ പ്പരാവുക- ഈ അവസ്ഥ വലിയ ഫ്യൂഡൽ ജന്മികൾക്കിടയിൽപ്പോലും ഉണ്ടായി. ഇതിന്റെ ഫലമായി ഇന്ന ജോലിയന്വേഷിച്ച് പുറമേപോകുന്ന മലയാളികൾക്കിടയിൽ പഴയ ഫ്യൂഡൽ ജന്മി കുടുംബങ്ങളിലെ അംഗ ങ്ങളെക്കൂടി കാണാൻ കഴിയും.

ജനങ്ങളുടെ ഈ പാപ്പരീകരണത്തിൽനിന്ന്- മുഴുവൻ കൃഷിക്കാരു ടെയും ജന്മികളിൽ ചില വിഭാഗങ്ങളുടെയും ഒരു പുതിയതരം ജന്മിവർഗം ഉയർന്നുവന്നിട്ടുണ്ട്. ഈ പുതിയതരം ജന്മികളുടെ അടിസ്ഥാനം 'പുരാത നമായ ജന്മാ'വകാശമല്ല; കാരണം, അവർക്ക് തങ്ങളുടെ ഭൂമിയിൽ പഴയ ജന്മികളെപ്പോലെ തുടർച്ചയായ ജന്മാവകാശമില്ല. നേരേമറിച്ച്, അവർ പണം കൊടുത്തുവാങ്ങിയതാണ് ഭൂമിയിൽ അവർക്കുള്ള അവകാശം. ആകയാൽ, കുടിയാന്മാരിൽനിന്നും പാട്ടം ഈടാക്കുന്നതിൽ അവർ പഴയ ജന്മികളെക്കാൾ വളരെ അധികം കർക്കശരായിത്തീർന്നു. പഴയ ജന്മികളെപ്പോലെ, സാമൂഹ്യമായ അടിമത്തത്തോടുകൂടിയതും നാമമാ ത്രവുമായ പാട്ടംകൊണ്ടവർ തൃപ്തിപ്പെടില്ല; പാട്ടം ഒരു പൈസപോലും വിടാതെ പിരിച്ചെടുക്കും. പഴയ ജന്മികുടുംബങ്ങളിൽത്തന്നെ പലരും ഭൂമി വാങ്ങിയും ഭൂമിയിൽ പണം മുടക്കി കഴിയുന്നത്ര ആദായമെടുക്കാ ൻവേണ്ടിയും പുതിയതരം ജന്മികളായിത്തീർന്നിട്ടുണ്ട്. ഇത്തരത്തി ലാണ്, കൃഷിക്കാർ മുഴുവനും, ജന്മികളിൽത്തന്നെ ചില വിഭാഗങ്ങളും, പാപ്പരായിത്തീർന്നപ്പോൾ പഴയ ജന്മികളുടെതന്നെ ഒരു വിഭാഗവും പുതിയ പണക്കാരായ വിഭാഗങ്ങളും ഭൂമിയുടെ കുത്തകാധികാരികളായി മാറിയത്.

പാപ്പരായ ഭൂരിപക്ഷവും വലിയ പണക്കാരായ ന്യൂനപക്ഷവുമായുള്ള തരംതിരിവ് 1936 ൽ കൊച്ചിയിലെ സാമ്പത്തികസർവേ ഉദ്യോ ഗസ്ഥൻ ശേഖരിച്ച കണക്കുകളിൽനിന്നു കാണാവുന്നതാണ്. കൊച്ചിയി ലെ ഏഴു മാതൃകാവില്ലേജുകളിലെ വാർഷികവരുമാനമനുസരിച്ച് തരം തിരിക്കപ്പെട്ട കുടുംബങ്ങളുടെ (ആകെ കുടുംബങ്ങളിൽ ഇത്ര ശതമാനമെ ന്ന്) കണക്കാണിത്:

ഗ്രാമം	25 രൂപയിൽ താഴെ	26 മുതൽ 50 വരെ	51 മുതൽ 100 വരെ	101 മുതൽ 200 വരെ	201 മുതൽ 500 വരെ	501 മുതൽ 1000 വരെ	1,001 മുതൽ 2,000 വരെ	2,000ത്തിനു മീതെ
അന്തിക്കാട്	3.8	9.0	35.5	33.3	10.5	1.5	1.1	0.5
ചൂണ്ടൽ	1.6	9.3	33.9	38.9	12.4	1.2	0.8	0.3
ഏരുട്ടെമ്പാടി	2.0	7.3	30.2	39.5	12.7	2.6	0.8	0.6
പട്ടഞ്ചേരി	0.9	6.1	37.2	41.8	10.8	1.7	0.3	0.1
വെങ്ങാനല്ലൂർ	1.1	10.4	38.7	35.5	11.5	2.0	0.2	- -
വള്ളിവട്ടം	1.7	5.9	31.3	46.7	9.8	0.3	0.1	- -
തിരുവഴിയാട്	1.0	7.0	35.6	44.2	9.0	1.3	0.4	- -

ഓരോ ഗ്രാമത്തിലും നൂറുതികയാതെ ബാക്കിവരുന്നത് തീരെ വരുമാനമില്ലാത്തവരും കടംവാങ്ങി ജീവിക്കുന്നവരുമായ കുടുംബങ്ങളുടെ സംഖ്യയാണ്.

ഇതിൽനിന്നു തെളിയുന്നത്:

ഒന്ന്, 38.9 ശതമാനം മുതൽ (വള്ളിവട്ടത്ത്) 50.2 ശതമാനം വരെ (വെങ്ങാനല്ലൂർ) കുടുംബങ്ങൾക്ക് പ്രതിവർഷം വരവ് 100 രൂപയിൽ താഴെയാണ്; പ്രതിവർഷം ഒരാൾക്കു വരവ് 20 രൂപയാണ്; പ്രതിദിനം ഒരാൾക്കു വരവ് ഒരണയാണ്.

രണ്ട്, 79 ശതമാനംമുതൽ (ഏരുട്ടെമ്പാടി) 87.8 ശതമാനംവരെ (തിരുവഴിയാട്) കുടുംബങ്ങൾക്ക് പ്രതിവർഷാദായം 200 രൂപയിൽ താഴെയാണ്; പ്രതിവർഷം ഒരാൾക്ക് 40 രൂപയിൽ താഴെ; പ്രതിദിനം ഒരാൾക്ക് രണ്ടണയിൽ താഴെ.

മൂന്ന്, 0.4 ശതമാനം (വള്ളിവട്ടം) മുതൽ അഞ്ചു ശതമാനം (അന്തിക്കാട്) വരെയുള്ള ഒരു ചെറിയ ന്യൂനപക്ഷം കുടുംബങ്ങൾക്കു മാത്രമേ 500 രൂപയും അതിൽമീതെയും പ്രതിവർഷാദായമുള്ളൂ; അതായത് പ്രതിവർഷം ഒരാൾക്ക് 100 ഉറുപ്പിക; പ്രതിദിനം ഒരാൾക്ക് നാലര അണ.

കുടുംബങ്ങളുടെ പ്രതിവർഷാദായമനുസരിച്ച് തിരുവിതാംകൂറിലെ 1,00,059 കുടുംബങ്ങളെ 1941 ൽ തരംതിരിച്ചിട്ടുള്ളതിന്റെ പട്ടികയാണ് താഴെ ചേർക്കുന്നത് (ഇതിൽ ഗ്രാമങ്ങൾ മാത്രമല്ല, പട്ടണങ്ങളും പെടും.

ആദായത്തിന്റെ തോത്	കുടുംബങ്ങളുടെ എണ്ണം	ശതമാനം (പ്രതിവർഷം)
60 രൂപയിൽ താഴെ	20,199	20.2
61- നും 120- നും ഇടയ്ക്ക്	38,992	39.0
121- നും 180- നും "	18,075	18.0
181- നും 300- നും "	12,886	12.9
301- നും 480- നും "	5,254	5.3
481- നും 840- നും "	2,695	2.7
841- നും 1,200- നും "	787	0.8
1,201- നും 1,800- നും "	558	0.6
1,801- നും 2,400- നും "	251	0.3
2,401- നും 3,600- നും "	183	0.2
3,601- നും 4,800- നും "	66	0.2
4,801- നും 6,000- നും "	40	0.2
6,001- നും 8,400- നും "	23	0.2
8,400- നും മീതെ	50	0.2

പട്ടണങ്ങളിലെ കണക്കുകൾ ഇതിൽനിന്നു മാറ്റിയാൽ ദാരിദ്ര്യത്തിന്റെ ആഴം എത്രയും ഭയങ്കരമായിരിക്കുമെന്നു വ്യക്തമാണ്).

അതായത്:

ഒന്ന്, 59.2 ശതമാനം കുടുംബങ്ങൾക്ക് പ്രതിവർഷാദായം 120 രൂപയിൽ താഴെയാണ്.

രണ്ട്, 77.2 ശതമാനത്തിന് പ്രതിവർഷാദായം 180 രൂപയിൽ താഴെയാണ്.

മൂന്ന് 90.1 ശതമാനത്തിന് 300 രൂപയിൽ താഴെയാണ്.

നാല്, 4.8 ശതമാനംവരുന്ന ഒരു ചെറിയ ന്യൂനപക്ഷത്തിനു മാത്രമേ 481 രൂപയിലധികം ആദായമുള്ളൂ.

ഇത് പ്രതിവർഷാദായത്തിന്റെ കണക്കാണ്. ഇനി മറ്റൊരു വീക്ഷണഗതിയിൽനിന്നു നോക്കാം; എത്ര ഭൂമിയുണ്ടെന്നു പരിശോധിക്കാം.

തിരുവിതാംകൂറിലെ 1,00,059 കുടുംബങ്ങളെ ഭൂമി കൈവശമനുസരിച്ച് താഴെപ്പറയുന്ന രീതിയിൽ തരംതിരിച്ചിരിക്കുന്നു:

ഭൂമിയുടെ വിസ്തീർണം	കുടുംബങ്ങളുടെ സംഖ്യ	ശതമാനം
തീരെ ഭൂമിയില്ലാത്തവർ	40,795	40.7
500 രൂപയിൽ താഴെ (ഏകദേശം അരഏക്കർ) ഭൂമിയുള്ളവർ	36,969	37.0
500നും 1,000ത്തിനും മധ്യേ(അര ഏക്കർമുതൽ ഒരു ഏക്കർവരെ)	8,985	9.0
1,000ത്തിനും 4,000ത്തിനും മധ്യേ (ഒരു ഏക്കർ മുതൽ നാല്		
ഏക്കർ വരെ)	9,601	9.6
4,000- ന മീതെ (നാല് ഏക്കറിന മീതെ)	3,709	3.7
ആകെ	1,00,059	

അതായത്,

ഒന്ന്, ആകെ കുടുംബങ്ങളിൽ 86.8 ശതമാനം തീരെ ഭൂമിയില്ലാത്തവരോ ഒരേക്കറിൽ താഴെമാത്രം ഭൂമിയുള്ളവരോ ആണ്.

രണ്ട്, നാല് ഏക്കറിലധികം ഭൂമിയുള്ളവർ 3.7 ശതമാനം മാത്രമാണ്. ഒരുകാര്യം കൂടി ശ്രദ്ധിക്കേണ്ടതുണ്ട്:

എ. 500 രൂപയിൽ താഴെ (അര ഏക്കർ) ഭൂമിയുള്ളവരും 60 രൂപയിൽ താഴെ വരവുള്ളവരുമായ കുടുംബങ്ങൾ 20,199 ആണ്.

ബി. 120 രൂപയിൽ താഴെ ആദായമുള്ളവരും 500 രൂപയിൽ താഴെ ഭൂമിയുള്ളവരും ആയ കുടുംബങ്ങൾ 55,012 ആണ്.

സി. 300 രൂപയിൽ താഴെ ആദായമുള്ളവരും 1,000 രൂപയിൽ (ഒരു ഏക്കർ) താഴെ ഭൂമിയുള്ളവരുമായ കുടുംബങ്ങൾ 83,259 ആണ്.

ഡി. 300 രൂപയിൽ മീതെ ആദായവും 4,000 രൂപയിൽ മീതെ ഭൂമിയും (നാല് ഏക്കർ) ഉള്ളവരായിട്ട് 3211 കുടുംബങ്ങൾ മാത്രമേയുള്ളു.

കൊച്ചിയിലെ മേൽപ്പറഞ്ഞ ഏഴ് ഗ്രാമങ്ങളുടെ കണക്ക് താഴെ ചേർക്കുന്നു:

ഗ്രാമം	25 സെന്റിൽ താഴെ	26 മുതൽ 50 സെന്റ് വരെ	51 സെന്റ് മുതൽ ഒരു ഏക്കർ വരെ	ഒരു ഏക്കർ മുതൽ അഞ്ച് ഏക്കർ വരെ	അഞ്ച് ഏക്കറിലധികം വരെ
അന്തിക്കാട്	12.5	12.5	17.7	39.1	18.2
ചൂണ്ടൽ	20.2	14.4	13.7	32.8	18.9
ഏരുട്ടെമ്പാടി	27.8	4.0	2.9	48.1	57.2
പട്ടഞ്ചേരി	7.9	7.9	17.1	26.3	40.8
വെങ്ങാനല്ലൂർ	21.5	20.5	18.1	22.0	18.1
വള്ളിവട്ടം	10.5	16.5	20.2	41.4	11.4
തിരുവഴിയാട്	42.1	3.5	7.0	15.8	31.6

ആകെ കുടുംബങ്ങളിൽ ഭൂവുടമസ്ഥന്മാരായ (ജന്മിയും കുടിയാനും) കുടുംബങ്ങളുടെ ശതമാനത്തിന്റെ കണക്കുകൂടിയില്ലെങ്കിൽ മേൽ കൊടുത്ത പട്ടിക അപൂർണമായിരിക്കും: ഏഴു ഗ്രാമങ്ങളിൽ ഇവരുടെ ശതമാനം 43.1, 54.4, 30.2, 17.2, 40.3, 43.5, 16.6 വീതമാണ്. ഈ രണ്ടു കണക്കുകളും കൂടി ഇണക്കിയാൽ നമുക്ക് കാണാം:

ഒന്ന്, 39.1; 38.7; 59.3; 64.4; 54.7; 41.7; 72.9 ശതമാനം വീതം കുടുംബങ്ങൾ തീരെ ഭൂമിയില്ലാത്തവരാണ്.

രണ്ട്, ഒരേക്കറിൽ താഴെ ഭൂമിയുള്ളവർ 18.5; 25.9; 10.5; 5.6; 24; 20.7; 8.3 ശതമാനം വീതമാണ്.

മൂന്ന്, ഒരേക്കറിനും അഞ്ച് ഏക്കറിനും മധ്യേ ഭൂമിയുള്ളവർ 16.8; 17.3; 2.4; 4.4; 8.8; 17.6; 2.4 ശതമാനം വീതമാണ്.

നാല്, 7.7; 9.7; 17.1; 7; 7.2; 4.8; 5.3 ശതമാനം വീതം ആളുകൾക്കു മാത്രമേ അഞ്ച് ഏക്കറിലധികം ഭൂമിയുള്ളു.

ഇങ്ങനെ നോക്കുമ്പോൾ, ഓരോ കുടുംബത്തിന്റെയും വാർഷികായമെടുത്താലും അതിനുള്ള ഭൂമി കണക്കാക്കിയാലും കൊച്ചിയിലും തിരുവിതാംകൂറിലും ഗ്രാമീണജനസംഖ്യയിൽ 60-80 ശതമാനം തൊഴിലാളികളും അർധതൊഴിലാളികളുമാണ്, ഇത് സാമ്രാജ്യത്വം, നാട്ടുവാഴിയും

അർധനാട്ടുവാഴിയുമായ ജന്മിത്വം, ഹുണ്ടികവ്യാപാരികൾ എന്നിവരുടെ കൂട്ടായ ചൂഷണത്തിന്റെ ഫലമാണ്.

തൊഴിലാളിയും അർധതൊഴിലാളിയുമായ ഈ ഭൂരിപക്ഷത്തിനെതിരായി, ഈ ഭൂരിപക്ഷത്തിന്റെ ചൂഷകന്മാരായ വൻകിട ജന്മികളുടെയും മറ്റുപരിവർഗങ്ങളുടെയും ഒരു ചെറു ന്യൂനപക്ഷമാണുള്ളത്.

1941 ൽ തിരുവിതാംകൂറിൽ നടത്തിയ സാമ്പത്തിക സർവേയനുസരിച്ച് 1,00,059 കുടുംബങ്ങളിൽ 20,199 കുടുംബങ്ങൾക്ക് 60 ഉറുപ്പികയിൽ താഴെയും, 38,992 കുടുംബങ്ങൾക്ക് 60 ഉറുപ്പികയ്ക്കും 120 ഉറുപ്പികയ്ക്കുമിടയിലും (ഇവ രണ്ടും തീർച്ചയായും തൊഴിലാളിയായി കണക്കാക്കാം) വാർഷികവരുമാനമുള്ളപ്പോൾ, വളരെ ചെറിയ ഒരു ന്യൂനപക്ഷമായ 1173 കുടുംബങ്ങൾക്കു മാത്രമേ (1.17 ശതമാനം) പ്രതിവർഷം 1,200 ഉറുപ്പികയ്ക്കുമേൽ വരവുള്ളൂ. ഈ 1173 കുടുംബങ്ങളെ അവയുടെ തൊഴിലും ഉപജീവനമാർഗങ്ങളുമനുസരിച്ച് താഴെപറയുംവിധം തരംതിരിച്ചിരിക്കുന്നു:

1. ജന്മികൾ: 325 (ഈ തോതിൽ വരുമാനമുള്ളവരുടെ 27.7 ശതമാനം ആകെ ജനസംഖ്യയുടെ 0.325 ശതമാനം).

2. വ്യാപാരികളും വ്യവസായികളും (ബാങ്കിങ്ങുൾപ്പെടെ): 301 (ഈ തോതിൽ വരുമാനമുള്ളവരുടെ 25.7 ശതമാനം; ആകെ ജനസംഖ്യയുടെ 0.301 ശതമാനം).

3. ഗവൺമെന്റ് സർവീസിലും ഉദ്യോഗങ്ങളിലുമുള്ളവർ: 520 (ഈ വരുമാനവിഭാഗത്തിൽ 44.3 ശതമാനം; ആകെ ജനസംഖ്യയിൽ 0.52 ശതമാനം).

4. മറ്റുള്ളവർ: 27 (ഈ വരുമാന ഗ്രൂപ്പിൽ 2.5 ശതമാനം; ആകെ ജനസംഖ്യയിൽ 0.027 ശതമാനം).

ചൂഷകന്മാരുടെ ഈ നേരിയ മേൽത്തട്ടിനെയാണ് ബ്രിട്ടീഷ് ഭരണാധികാരികൾ തങ്ങളുടെ ഭരണത്തിനുള്ള താങ്ങായിക്കാണുന്നത്. അവർക്കിടയിൽനിന്നാണ് ഉയർന്ന ഗവൺമെന്റുദ്യോഗസ്ഥന്മാരെയും അനുദ്യോഗസ്ഥരായ 'തൊഴിൽ'ക്കാരെയും സ്വീകരിച്ചിരിക്കുന്നത്. ഇനിയുള്ള അധ്യായങ്ങളിൽ നാം കാണാൻ പോകുന്നതുപോലെ, അവരുടെ സഹായത്തോടുകൂടിയാണ് ബ്രിട്ടീഷ് ഭരണാധികാരികൾ അധ്വാനിക്കുന്ന സാധാരണക്കാരുടെ ജനാധിപത്യപ്രസ്ഥാനത്തെ അടിച്ചമർത്തുകയും പിളർക്കുകയും അടിതുരക്കുകയും ചെയ്യുന്നത്. എന്തുകൊണ്ടെന്നാൽ, ചൂഷകന്മാരുടെ ഈ മേൽത്തട്ട്, സാമ്രാജ്യത്വ മർദനത്തിനും ചൂഷണത്തിനുമിരയായിരുന്നെങ്കിലും, മുഴുവൻ ജനങ്ങളുടെയും സാമ്രാജ്യവിരുദ്ധ പ്രസ്ഥാനത്തോടു സ്വയം ഐക്യം പ്രാപിക്കാൻ സാധ്യമല്ലാത്ത മട്ടിൽ

അത്രയ്ക്കു സാധാരണ ജനങ്ങളുടെ താൽപ്പര്യങ്ങൾക്കെതിരായിരുന്നു; പതിനെട്ടാം നൂറ്റാണ്ടിലെ രാജാക്കന്മാർ, നാട്ടുവാഴികൾ, ദേശവാഴികൾ മുതലായവരെപ്പോലെതന്നെ, ഇരുപതാം നൂറ്റാണ്ടിലെ അവരുടെ പിൻഗാമികളും- ഇന്നത്തെ ജന്മിയും വ്യാപാരിയും വ്യവസായിയും ഉദ്യോഗസ്ഥന്മാരും- സാമ്രാജ്യമേധാവിത്വത്തെ പിഴുതെറിയാൻ സാധാരണക്കാരോടു യോജിക്കുന്നതിനുപകരം സാമ്രാജ്യമർദ്ദകന്മാരുടെ ഭീഷണികൾക്കു വഴങ്ങാനാണ് ഇഷ്ടപ്പെട്ടത്.

കൃഷിക്കാർ സാമ്രാജ്യത്വ വിരുദ്ധസമരത്തിൽ

തിരുവിതാംകൂറിലെ ബ്രിട്ടീഷ് വിരുദ്ധകലാപത്തിന്റെ നേതാവായിരുന്ന വേലുത്തമ്പിദളവ 1809 ലെ തന്റെ സുപ്രസിദ്ധമായ കുണ്ടറ വിളംബരത്തിൽ ഇപ്രകാരം പ്രസ്താവിച്ചു:

> (ഇംഗ്ലീഷ് ഈസ്റ്റിന്ത്യാ കമ്പനി) കൊമ്പഞ്ഞിയാളുകൾക്ക് നേരും വിശ്വാസവും ഒണ്ടെന്നും അവരെ വിശ്വസിച്ചാൽ ചതിക്കയില്ലെന്നും നിശ്ചയിച്ച് ആദിപൂർവമായിട്ട് അഞ്ചുതെങ്ങലിൽ കോട്ടയിടുന്നതിനു സ്ഥലവും കൊടുത്ത് അവരെ അവിടെ ഉറപ്പിച്ചു. സ്വാധീനവും വിശ്വാസവും ഉണ്ടായിരിക്കുമെന്നും നിശ്ചയിച്ചു. ആ നിനവിനാൽ ടിപ്പു സുൽത്താനോടു പകച്ചു പടയെടുത്ത് ഇവരെ സ്നേഹിപ്പാൻ ഇടവരികയും ചെയ്തു. പിന്നത്തേതിൽ കാര്യവശാൽ ഒള്ള അനുഭവത്തിൽ ഇവരെ സ്നേഹിച്ചതു നാശത്തിനും വിശ്വസിച്ചതു ദോഷത്തിനും മൂലമായിട്ടു തീർന്നു. (*തിരുവിതാംകൂർ സ്റ്റേറ്റ് മാനുവൽ, വാല്യം II,* അനുബന്ധം, പേജ് 221).

തിരുവിതാംകൂർ രാജ്യത്തിന്റെമേൽ കമ്പനിയുടെ ആവശ്യങ്ങൾ എങ്ങനെ അടിക്കടി വർധിച്ചുവന്നുവെന്നും ഈ ആവശ്യങ്ങൾ നേടാൻ കമ്പനി പട്ടാളത്തെ അയച്ചതെങ്ങനെയെന്നും വിവരിച്ചുകൊണ്ട് വേലുത്തമ്പിദളവ തന്റെ വിളംബരം ഉപസംഹരിച്ചതിങ്ങനെയാണ്:

> ഇപ്പോൾ ഇവരു തുടങ്ങിയിരിക്കുന്നതിനെ പ്രതിക്രിയയായിട്ടു ചെയ്തു നിലനിൽക്കാതെ മുമ്പിച്ചു സംശയിച്ചാൽ പിന്നത്തേതിൽ

> അതുകൊണ്ടുവരുന്ന വൈഷമ്യങ്ങളെ ഈ രാജ്യത്തിൽ ആരും സഹിക്കാനുംകാലംകഴിപ്പാനുംനിർവാഹംഒണ്ടായിവരുന്നതുമല്ല. അതിന്റെ വിവരങ്ങൾ ചുരുക്കത്തിൽ എഴുതുന്നത് എന്തെന്നാൽ ചതുവുമാർഗത്തിൽ രാജ്യം അവരിടെ കൈവശത്തിൽ ആകുന്നത് അവരിടെ വംശപാരമ്പര്യമാകകൊണ്ടും അതിന്മണ്ണം രാജ്യം അവരിടെ കൈവശത്തിൽ ആയാൽ കോയിക്കൽ കൊട്ടാരം കോട്ടപ്പടി ഉൾപ്പെട്ട സ്ഥലങ്ങളിൽ അവരിടെ പാറാവും വരുതിയും ആക്കിത്തീർത്തു രാജമുദ്ര പല്ലക്ക പൗരുഷം ഉൾപ്പെട്ട ബഹുമാനങ്ങളും ദേവാലയം ബ്രഹ്മാലയം ബന്ധിച്ചിട്ടുള്ള ശട്ടവട്ടങ്ങളും നാട്ടുകൂട്ടവും നിറുത്തി ഉപ്പുമുതൽ സർവസ്വവും കുത്തകയായിട്ടു ആക്കിത്തീർത്തു തരിശുകിടക്കുന്ന നിലവും പുരയിടവും അളന്നു കുടികുത്തകയായിട്ടുംകെട്ടി നിലവരി തെങ്ങുവരി ഉൾപ്പെട്ട അതിക കരങ്ങളും കുടികളിൽ കൂട്ടിവച്ചു അൽപ്പപിഴക്ക നീചന്മാരെക്കൊണ്ടു ശിക്ഷയും കഴിപ്പിച്ചു ക്ഷേത്രങ്ങളിൽ കുരിശും കൊടിയും കെട്ടി വർണഭേദമില്ലാതെ ബ്രാഹ്മണസ്ത്രീ മുതലായ സംസർഗവും ചെയ്തു യുഗഭേദം പോലെ അധർമങ്ങളായിട്ടുള്ള വട്ടങ്ങൾ ആക്കിത്തീർക്കുകയും ചെയ്യും. അങ്ങനെയൊള്ളതൊന്നും ഈ രാജ്യത്തിൽ സംഭവിക്കാതെ രാജധർമത്തെ നടത്തി നാട്ടിൽ ഒള്ള മര്യാദക്ക അഴിവു വരാതെ ഇരിക്കേണ്ടുന്നതിനു മനുഷ്യയത്നത്തിൽ ഒന്നും കുറഞ്ഞുപോയെന്നുള്ള അപഖ്യാതി ഒണ്ടാകാതെ ഇരിക്കാൻ ആകുന്നേടത്തോളം ഒള്ള പ്രയത്നങ്ങൾ ചെയ്കയും പിന്നത്തേതിൽ ഈശ്വരാനുഗ്രഹംപോലെ വരുന്നതൊക്കെയും സഹിക്കയും യുക്തമെന്നും നിശ്ചയിച്ചു അത്രേ അവർ തുടങ്ങിയിരിക്കുന്നതിനെ പ്രതിക്രിയയായിട്ടു ചെയ്യേണ്ടിവന്നു. (*തിരുവിതാംകൂർ സ്റ്റേറ്റ് മാനുവൽ, വാല്യം II*, അനുബന്ധം, പേജ് 223.)

തിരുവിതാംകൂർ സ്റ്റേറ്റ് മാനുവലിന്റെ കർത്താവ് ഈ വിളംബരത്തെ സംബന്ധിച്ചു പ്രസ്താവിക്കുന്നു:

> വിളംബരത്തിന് ഉദ്ദേശിച്ച ഫലമുണ്ടായി. നാട് അതിന്റെ സമസ്ത കഴിവുകളും സമാഹരിച്ചുകൊണ്ട് ഒരൊറ്റ മനുഷ്യനെപ്പോലെ യുദ്ധത്തിനായി തയ്യാറെടുത്തു. വേലുത്തമ്പിയുടെ കൊടിക്കീഴിൽ അണിനിരക്കുന്നതിനായി ആയുധമണിഞ്ഞ ആളുകൾ ആയിരങ്ങൾക്കു പിന്നാലെ ആയിരങ്ങളായി മുന്നോട്ടുവന്നു. തിരുവിതാംകൂർ സൈന്യത്തിൽ മുപ്പതിനായിരത്തിൽപരം പടയാളികളും പതിനെട്ട് തോക്കുകളുമുണ്ടായിരുന്നു. (*തിരുവിതാംകൂർ സ്റ്റേറ്റ് മാനുവൽ, വാല്യം II*, പേജ് 482).

ഇതിൽ വേലുത്തമ്പി ഒറ്റയ്ക്കായിരുന്നില്ല. എന്തിനുവേണ്ടി അദ്ദേഹം കലാപത്തിന്റെ കൊടിയുയർത്തിയോ, ആ പ്രശ്നം ഭരണാധികാരി വർഗമുൾപ്പെടെ തിരുവിതാംകൂർ ജനതയെ മുഴുവനും അദ്ദേഹത്തിന്റെ പിന്നിൽ അണിനിരത്താൻ പര്യാപ്തമായ ഒന്നായിരുന്നു. സംശയിച്ചു നിന്നവർ ഏതൊരു കലാപവും വിജയിക്കാനിടയില്ലാത്തവിധം ബ്രിട്ടീഷുകാർ അത്ര ശക്തിയുള്ളവരാണെന്നു ഭയപ്പെട്ടിട്ടുമാത്രമാണങ്ങനെ ചെയ്തത്. ഇതിനുംപുറമേ,

> കൊച്ചിയിലെ സ്ഥിതിഗതികൾ ഇരുരാജ്യങ്ങളും കേണൽ മെക്കോളെയ്ക്കെതിരായി കൂട്ടുചേരുന്നതിന് അനുകൂലമായിരുന്നു. കൊച്ചി രാജാവാകട്ടെ അശക്തനായ ഒരു രാജാവുമായിരുന്നു. വെള്ളാരപ്പള്ളിയിൽ സ്വസ്ഥമായി ജീവിതം കഴിച്ചുകൂട്ടുന്നതിൽ സംതൃപ്തി കണ്ടെത്തിയ അദ്ദേഹം മന്ത്രിയായ പാലിയത്ത് അച്ചനെ സ്വന്തം ഇഷ്ടംപോലെ രാജ്യത്തിന്റെ ഭരണം നടത്തുവൻ അനുവദിച്ചു. ഭരണകാര്യങ്ങളിൽ ഇരുരാജ്യങ്ങളും ഒരേ ചിത്രമാണ് കാഴ്ചവച്ചത്.... അങ്ങനെ മുമ്പേതന്നെ വ്യക്തിപരമായ സ്നേഹബന്ധത്തിലൂടെ ഒന്നായിത്തീർന്നിരുന്ന ഇരുമന്ത്രിമാരും മെക്കോളെയ്ക്കെതിരായിരുന്ന ഒരു പൊതുവികാരത്താൽ വിക്ഷുബ്ധരായിരുന്നു. മെക്കോളെ തങ്ങളുടെ വ്യക്തിപരമായ ശത്രുമാത്രമല്ല, ഇരുരാജ്യങ്ങളുടെയും അപകടകാരിയായ ഒരു ശത്രു കൂടിയാണെന്ന് അവർ വിശ്വസിച്ചു. (*തിരുവിതാംകൂർ സ്റ്റേറ്റ് മാനുവൽ,വാല്യം II,* പേജ് 474-75).

ബ്രിട്ടീഷുകാർക്കെതിരായ പ്രഥമദേശീയകലാപം- രാജ്യത്തിന്റെ മറ്റൊരുഭാഗത്ത് അനന്തരകാലത്തു നടന്ന ഇതിലും എത്രയോ അധികം വമ്പിച്ച മറ്റൊരു കലാപത്തോട്, 1857 ലെ സുപ്രസിദ്ധമായ 'ശിപായി ലഹള'യോട്, സാരാംശത്തിലെല്ലാം സാമ്യമുള്ള ഒരു കലാപം- ഇങ്ങനെയാണാരംഭിച്ചത്.

ബ്രിട്ടീഷ് ചരിത്രകാരന്മാർ വേലുത്തമ്പിയെ ഒരു രാജ്യദ്രോഹിയായും ഉദ്ധതന്ത്രക്കാരനായും ചിത്രീകരിക്കാൻ നിരന്തരം ശ്രമിച്ചിട്ടുണ്ട്; ബ്രിട്ടീഷുകാരുമായി മൈത്രിയിൽ കഴിയാൻ ശ്രമിച്ചെങ്കിലും, ബ്രിട്ടീഷ് റസിഡന്റായ കേണൽ മെക്കോളെയുടെ ധിക്കാരപരമായ അടവുകൾമൂലം അവരുമായി അവസാനം ഏറ്റുമുട്ടാൻ നിർബന്ധിതനായ, സത്യസന്ധനും ദേശാഭിമാനിയുമായ ഒരാളായി അദ്ദേഹത്തെ ചിത്രീകരിക്കാൻ ഇന്ത്യൻ ചരിത്രകാരന്മാരും ശ്രമിച്ചിട്ടുണ്ട്. എന്നാൽ യഥാർഥത്തിൽ വേലുത്തമ്പിയും അതിലും കുറഞ്ഞ തോതിൽ പാലിയത്തച്ചനും, വിദേശീയരായ ഭരണാധികാരികളിൽ നിന്നനുഭവിക്കേണ്ടിവന്ന അപ

മാനംകൊണ്ടു സഹികെട്ടുകയും തന്മൂലം അവസാനകൈയായി യുദ്ധം ചെയ്യാനുറയ്ക്കുകയും ചെയ്ത നമ്മുടെ നാട്ടിലെ നാടുവാഴിഭരണാധികാരിവർഗത്തിന്റെ പ്രതിനിധികളായിരുന്നു.

ബ്രിട്ടീഷ് ഭരണത്തോടുള്ള നാടുവാഴിഭരണാധികാരിവർഗത്തിന്റെ ഇതേ എതിർപ്പാണ്, വടക്കേ മലബാറിൽ പഴശ്ശിരാജാവ് ഇന്നത്തെ കോട്ടയം, വയനാട് താലൂക്കുകളിലെ വനപ്രദേശങ്ങളിൽ ബ്രിട്ടീഷുകാരോടു നടത്തിയ സമരത്തിലും കാണുന്നത്. ലോകപ്രസിദ്ധനായ വെല്ലിങ്ടൻപ്രഭു ഈ (പഴശ്ശി) രാജാവിനോടും അദ്ദേഹത്തിന്റെ കുറിച്ചിയർമാരോടുമുള്ള നീണ്ടുനിന്ന യുദ്ധങ്ങളിൽപ്പെട്ടു കുഴങ്ങിയത് നമ്മുടെ നാടിന്റെ ചരിത്രത്തിലെ ധീരോദാത്തകഥകളിൽ ഏറ്റവും ഉജ്ജ്വലമായ ഒരധ്യായമാണ്.

നമ്മുടെ ഭരണാധികാരിവർഗത്തിന്റെ ഈ പ്രതിനിധികൾ, 1857 ലെ ശിപായിലഹളയിലെ അവരുടെ ചങ്ങാതികളെപ്പോലെ, ആദ്യം ബ്രിട്ടീഷ്ഭരണാധികാരികളോട് കൂറുള്ളവരായിരുന്നു; അവരുടെ കൂറ്റ സഹായത്തോടെയാണ് ബ്രിട്ടീഷുകാർ സ്വയം ശക്തിപ്പെട്ടത്. എന്നാൽ തങ്ങളുടെ സേവനത്തിനു പ്രതിഫലമായി ബ്രിട്ടീഷുകാർ അവരെ പരിപൂർണമായും കീഴടക്കുകയാണു ചെയ്തതെന്ന് യഥാർഥജീവിതത്തിൽ അനുഭവപ്പെട്ടമാത്രയിൽ അവരുടെ അഭിമാനബോധം ഉണരുകയും അവർ കലാപത്തിന്റെ കൊടി ഉയർത്തുകയും ചെയ്തു. വിദേശീയഭരണാധികാരികൾക്കെതിരായ ഈ കലാപത്തിൽ അവർ തങ്ങളുടെ സങ്കുചിതമായ വർഗതാൽപ്പര്യങ്ങളെ മാത്രമല്ല, മുഴുവൻ രാഷ്ട്രത്തിന്റേയും താൽപ്പര്യങ്ങളെ പ്രതിനിധീകരിച്ചു; എന്തുകൊണ്ടെന്നാൽ, വേലുത്തമ്പി തന്റെ കുണ്ടറ വിളംബരത്തിൽ വ്യക്തമാക്കിയതുപോലെ, താൻ ബ്രിട്ടീഷുകാരിൽനിന്നും കാത്തുരക്ഷിച്ചിരുന്നത് തന്റെ യജമാനനായ തിരുവിതാംകൂർ രാജാവിന്റെ അവകാശങ്ങളെ മാത്രമല്ല, മുഴുവൻ ജനങ്ങളുടെയും ഭൂമി, നിത്യോപയോഗസാധനങ്ങൾ,സാമൂഹ്യവുംമതപരവുമായആചാരങ്ങൾ- അവയെല്ലാം ബ്രിട്ടീഷുകാർ അപകടത്തിലാക്കിയിരുന്നു- എന്നിവകൂടിയാണ്. കലാപത്തിന്റെ ഈ ദേശീയസ്വഭാവമാണ്, രാജാവും കൃഷിക്കാരനും ഒരുമിച്ചുനിന്നതും പട്ടാളക്കാരൻ വെറും കൂലിക്കല്ലാതെ, ജനങ്ങളുടെ വീടും കുടുംബവും കാത്തുരക്ഷിക്കാൻവേണ്ടി പോരാടിയതുമായ ഒരു പ്രസ്ഥാനത്തിന്റെ നേതാക്കന്മാരാക്കി അവരെ മാറ്റിയത്.

എന്നിരുന്നാലും ശത്രുവിന് ജനങ്ങളെ അപേക്ഷിച്ച് വളരെ ശക്തികൂടിയിരുന്നതുകൊണ്ട് ഈ കലാപങ്ങൾ നിഷ്ഫലങ്ങളായി. ബ്രിട്ടീഷുകാരുടെ പട്ടാളശക്തി വളരെയേറെ മേലെയായിരുന്നെന്നു മാത്രമല്ല, അവർക്ക് ലഹളക്കാരുടെ അണികളെ രാഷ്ട്രീയമായി പിളർക്കുവാൻ സാധിക്കുകയും ചെയ്തു. കലാപത്തിന്റെ കൊടിയുയർത്തിയവരിലൊരു വിഭാഗം

ആദ്യം മുതൽക്കേ ചാഞ്ചാടിക്കൊണ്ടിരുന്നു; ഉദാഹരണം, ആദ്യം വേലുത്തമ്പിയോടുചേർന്ന പാലിയത്ത് അച്ചൻ പിന്നീട് ശത്രുവുമായി സന്ധി ചെയ്തു. ഇതിനുംപുറമേ, ഭരണാധികാരിവർഗത്തിലെ വളരെ പ്രബലമായ വിഭാഗങ്ങൾ കലാപത്തെ ഉറച്ചുനിന്നെതിർത്തിരുന്നു. ലഹളക്കാരുടെ ഈ രാഷ്ട്രീയദൗർബല്യങ്ങൾ അവർക്കു സൈനികപരാജയങ്ങളേൽക്കുകയും വമ്പിച്ച ആൾനാശം സംഭവിക്കുകയും ചെയ്തതോടെ വർധിച്ചു. അതുകൊണ്ട് കേണൽ മെക്കോളെയ്ക്ക് വളരെ എളുപ്പത്തിലും വേഗത്തിലും വേലുത്തമ്പിയെ അമ്പേ തോൽപ്പിക്കാൻ കഴിഞ്ഞു; കീഴടങ്ങുന്നതിന്റെ അപമാനത്തിൽനിന്നു രക്ഷനേടാനായി അദ്ദേഹം ആത്മഹത്യ ചെയ്തു. ലഹളക്കാരുടെമേൽപറഞ്ഞാലൊടുങ്ങാത്തഅക്രമങ്ങൾനടത്തിക്കൊണ്ട്-ഇന്ത്യാഗവൺമെന്റുപോലും മെക്കോളെയുടെ നടപടിയെ അധിക്ഷേപിക്കത്തക്കവിധം അവ അത്ര കടുത്തതായിരുന്നു- മെക്കോളെ പകവീട്ടി.

പഴശ്ശിരാജാവിന്റെ ലഹളയെ അമർത്താൻ വേലുത്തമ്പിയുടേതിനെക്കാൾ ദീർഘകാലം വേണ്ടിവന്നു. കാരണം, കോട്ടയം, വയനാട്ടു താലൂക്കുകളുടെ ഭൂപ്രകൃതി ഗറില്ലായുദ്ധത്തിന്റെ അടവുകൾക്കു പറ്റിയതായിരുന്നു. സൈനികമായി വളരെയധികം ശക്തിയേറിയ ഒരു ശത്രുവിനെ ജയിക്കാൻ അനുകൂലമായ ഭൂപ്രകൃതിയുടെ പിൻബലമുള്ള ധീരോദാത്തത മാത്രം പോരല്ലോ.

II

അതുവരെ ഭരിച്ചുകൊണ്ടിരുന്ന നാട്ടുവാഴിവർഗത്തെ സംബന്ധിച്ചിടത്തോളം ബ്രിട്ടീഷുകാർക്കെതിരായ ദേശീയകലാപം ഇതോടെ അവസാനിച്ചു; രാജാക്കന്മാരുടെയും നാട്ടുവാഴികളുടെയും ദേശവാഴികളുടെയും മറ്റും അനന്തരാവകാശികൾ, അവരുടെ മുൻഗാമികളുടെ രക്ഷാകർതൃത്വത്തിലുണ്ടായിരുന്ന സാമൂഹ്യവ്യവസ്ഥയുടെ ചിതാഭസ്മത്തിന്മേൽ ഉയർന്നുവന്ന പുതിയ ശക്തി, തങ്ങളെക്കാളെത്രയോ അധൃഷ്യമാണെന്നു കണ്ടു. മാത്രമല്ല, ആ പുതിയ ശക്തിക്കു കീഴടങ്ങാൻ തയ്യാറായാൽ അവർക്കു യാതൊന്നും നഷ്ടപ്പെടുകയില്ലെന്നും നേരേമറിച്ച്, അതുറച്ചാൽ തങ്ങൾക്കു സർവവും നേടാമെന്നും വ്യക്തമായിരുന്നു. അതുകൊണ്ട്, വേലുത്തമ്പിയുടെയും പഴശ്ശിരാജാവിന്റെയും കലാപങ്ങൾ അടിച്ചമർത്തപ്പെട്ടതിനുശേഷം നാട്ടുവാഴിവർഗങ്ങൾ പൊതുവെ ബ്രിട്ടീഷ്ഭരണത്തിന്റെ വിശ്വസ്തസഹായികളായിത്തീരുന്നതായിട്ടാണു നാം കാണുന്നത്.

എന്നാൽ വേലുത്തമ്പിയുടെയും പഴശ്ശിരാജാവിന്റെയും കൊടിക്കീഴിൽ ഗംഭീരമായി അണിനിരന്ന കൃഷിക്കാരുടെയും സാധാരണജനങ്ങളുടെയും സ്ഥിതി ഇതായിരുന്നില്ല. കാരണം, കഴിഞ്ഞ അധ്യായത്തിൽ നാം കണ്ടതുപോലെ, ഓരോ ദിവസം കഴിയുന്തോറും അവരുടെ നിത്യ

ജീവിതം കൂടുതൽ വഷളായിക്കൊണ്ടിരുന്നു; സാമ്രാജ്യത്വവിരോധം അവരെ സംബന്ധിച്ചിടത്തോളം, നാട്ടുവാഴിവർഗങ്ങൾക്കെന്നപോലെ, വെറുമൊരു ദേശീയവികാരം മാത്രമായിരുന്നില്ല; നേരേമറിച്ച്, നിത്യ ജീവിതത്തിന്റെ ഒരു പ്രശ്നമായിരുന്നു. മർദിതരും വിദ്യാവിഹീനരു മാകയാൽ പ്രധാനശത്രുവിനെതിരായി വിജയകരമായ ഒരു സമരം സംഘടിപ്പിക്കാനോ യഥാർഥശത്രുവിനെ- അതായത് സാമ്രാജ്യത്വ ത്തെ- തിരിച്ചറിയാൻപോലുമോ അവർക്കു കഴിഞ്ഞില്ലെന്നതു വാസ്ത വമാണ്. എന്നിരുന്നാലും ശത്രുവിന്റെ പ്രവർത്തനങ്ങളുടെ ഫലമായി ദിവസംതോറും മണിക്കൂറുതോറും കഷ്ടതയനുഭവിച്ചിരുന്നത് അവരാണ്; അതുകൊണ്ടുതന്നെ, ബ്രിട്ടീഷ് ഭരണാധികാരികൾ കെട്ടിപ്പൊക്കിയ നാട്ടുവാഴി- കൊളോണിയൽ സാമ്പത്തികക്രമത്തിന്റെ മൂർത്തമായ ഫലങ്ങൾക്കെതിരായ പ്രായോഗികസമരത്തിന്റെ ആവശ്യകതയെപ്പറ്റി യഥാർഥത്തിൽ ബോധമുള്ളവരായിരുന്നു അവർ. ഇങ്ങനെയാണ് മല ബാറിൽ കർഷകസമരങ്ങൾ തനിയെ പൊട്ടിപ്പുറപ്പെട്ടത്.

വേലുത്തമ്പിയുടെ കലാപത്തെ അമർത്തിയത് 1809 ലായിരു ന്നു; ഏതാണ്ടതേകാലത്തുതന്നെ പഴശ്ശിരാജാവിനെയും ബ്രിട്ടീഷുകാർ പിടിച്ചു. ഈ കലാപങ്ങൾ അടിച്ചമർത്തി കാൽനൂറ്റാണ്ടിനുള്ളിൽ 'മാപ്പി ളലഹള'കളെന്ന പേരിലറിയപ്പെടുന്ന കലാപങ്ങളിലാദ്യത്തേത് പൊട്ടി പ്പുറപ്പെട്ടു (ആദ്യത്തെ മാപ്പിളലഹള 1836- ലാണുണ്ടായത്). മുമ്പ് രാജ്യം ഭരിച്ചിരുന്ന നാട്ടുവാഴിവർഗത്തിന്റെ ദേശീയകലാപത്തെ അടിച്ചമർത്തു ന്നതിൽ ഫലപ്രദമായിക്കണ്ട അതേ ഭീകരതയുടെ അടവുകളുപയോഗിച്ചു തന്നെ ഈ കലാപങ്ങളെയും അമർത്തുവാൻ ബ്രിട്ടീഷ് ഭരണാധികാരികൾ ആദ്യം പരിശ്രമിച്ചു; മാപ്പിളസമുദായത്തിന്റെ നേതാക്കളിലൊരാളെ (സെയ്യദ് ഫസൽ പൂക്കോയ തങ്ങൾ) നാടുകടത്തുകയും (1852) മാപ്പിള ലഹള ആക്റ്റ് പാസ്സാക്കുകയും ചെയ്തു. മുസ്ലിംസമുദായമാകെ ബ്രിട്ടീഷ് വിരോധിയാണെന്നും ആ നിലയ്ക്ക് അതിനെ അടിച്ചമർത്തണമെന്നുമുള്ള തത്വമനുസരിച്ച് ബ്രിട്ടീഷുകാർ മാപ്പിളമാരെ അടിച്ചമർത്തുന്ന നയമനുവ ർത്തിച്ചു. എന്നാൽ ഈ നയം ഉദ്ദിഷ്ടഫലമുളവാക്കുന്നില്ലെന്നും നേരേമറിച്ച് ലഹളകൾ അടിക്കടി ഉണ്ടായിക്കൊണ്ടിരിക്കയാണെന്നും കണ്ടപ്പോൾ, 1870 ൽ ഈ അസ്വസ്ഥതകളുടെ മൂലകാരണങ്ങളെപ്പറ്റി ശരിയായ അന്വേ ഷണം നടത്താൻ അവർ തീരുമാനിച്ചു. ഈ അന്വേഷണത്തിനായി നിയമിക്കപ്പെട്ട ഉദ്യോഗസ്ഥൻ (ലോഗൻ) ജന്മിമാരുടെ വിവേചനരഹി തമായ ഒഴിപ്പിക്കലും പാട്ടം കൂട്ടലുമാണ് ഈ അസ്വസ്ഥതകൾക്കടിയിലു ള്ളതെന്നു റിപ്പോർട്ട് ചെയ്തു.

മാപ്പിളലഹളകളുടെ രൂപത്തിലല്ലെങ്കിലും ഇതേ വളർച്ച തിരുവിതാംകൂറിലും സംഭവിച്ചുകൊണ്ടിരുന്നു. കാരണം, അവിടെയും *തിരുവിതാംകൂർ സ്റ്റേറ്റ് മാനുവൽ* പറയുമ്പോലെ,

> ഭൂമിയിലുള്ള കുത്തകയും ഒഴിപ്പിക്കാൻ ജന്മിക്കുള്ള അവകാശംമൂലമുണ്ടായ അരക്ഷിതത്വബോധവും അങ്ങനെ കൃഷിക്കാരുടെ ആവലാതികൾക്കു കാരണമായി. ജനസംഖ്യയുടെ അനുക്രമമായ വർധനവും കൃഷിയല്ലാതെ മറ്റെന്തെങ്കിലും തൊഴിലിന്റെ അഭാവവും അധികമധികം ആളുകൾ ഉപജീവനത്തിന് കൃഷിയെ ആശ്രയിക്കാനിടയാക്കി. ഭൂമിയല്ലാതെ മറ്റ് ആദായമാർഗമൊന്നുമില്ലാത്ത ജന്മികൾ കുടിയാന്മാരിൽനിന്ന് കഴിയുന്നത്ര പാട്ടം ഈടാക്കാൻ നിർബന്ധിതരായി; ഇത് അസംതൃപ്തി വർധിപ്പിക്കുക മാത്രമാണ് ചെയ്തത്. കൃഷിയോഗ്യമായ ഭൂമിക്കുണ്ടായ വലിയ പ്രിയം ഏറ്റവുമുയർന്ന പാട്ടം പറയുന്നവനു ഭൂമി കൊടുക്കാൻ ജന്മിക്കു സഹായകമായി... ഭൂമിയുടെ വിലവർധന ജന്മികൾക്കു നല്ല അവസരം നൽകി. അവർ കുടിയാന്മാരിൽനിന്നു വലിയ മുൻകൂർ സംഖ്യയും കൂടിയ പാട്ടവും ആവശ്യപ്പെടാൻ തുടങ്ങി. ഒരു കുടിയാൻ ജന്മിയുടെ ആവശ്യത്തിനു വഴങ്ങാതിരുന്നാൽ അയാളുടെ ഭൂമി ഉടൻ ഒഴിപ്പിക്കും. ഇത് കൃഷിക്കാർക്കിടയിൽ ഗുരുതരമായ അസംതൃപ്തിയുളവാക്കി, ഗവൺമെന്റിലേക്കു പരാതികൾ നൽകുകയും ചെയ്തു. (വാല്യം iii പേജ് 161).

ഈ അസംതൃപ്തി തീർക്കുന്നതിനാണ്, തിരുവിതാംകൂർ മഹാരാജാവ് അപ്പീൽ കോടതിക്കയച്ച ഒരു കുറിപ്പിൽ, എല്ലാ ഒഴിപ്പിക്കൽ കേസുകളിലും ജന്മിക്കു ചെല്ലേണ്ടതു നൽകുവാനും ഭൂമി കുടിയാന്റെ കൈവശത്തിലും അനുഭവത്തിലും നിലനിർത്തുവാനും കോടതികൾ ശ്രദ്ധിക്കണമെന്നു നിർദേശിച്ചതെന്നും *സ്റ്റേറ്റ് മാനുവൽ* പ്രസ്താവിക്കുന്നു.

ഇങ്ങനെയാണ് നമ്മുടെ രാജ്യത്തെ പ്രഥമ നാട്ടുവാഴി വിരുദ്ധബഹുജനപ്രസ്ഥാനം- കുടിയായ്മപരിഷ്കരണത്തിനുള്ള പ്രസ്ഥാനം- രൂപപ്പെടാൻ തുടങ്ങിയത്. ജന്മിയുടെ ഒഴിപ്പിക്കാനുള്ള അവകാശത്തിനു കടിഞ്ഞാണിടണമെന്നും അമിതമായ പാട്ടം ഈടാക്കാൻ അയാളെ അനുവദിക്കരുതെന്നുമുള്ള ആവശ്യം ഉന്നയിക്കപ്പെട്ടു. ഒന്നിനു പിറകെ മറ്റൊന്നായി നിരവധി കമ്മിറ്റികൾ മലബാറിലെയും കൊച്ചിയിലെയും തിരുവിതാംകൂറിലെയും ജന്മി- കുടിയാൻ പ്രശ്നം പരിഹരിക്കുന്നതിനുവേണ്ടി, ഈ പ്രശ്നം പഠിക്കുകയും ബില്ലുകൾ തയ്യാറാക്കുകയും ശിപാർശകൾ ചെയ്യുകയും മറ്റുമുണ്ടായി. ഭേദപ്പെട്ട കൃഷിക്കാർ (അധികവും കാണക്കുടിയാന്മാർ)- അവർക്കിടയിൽനിന്നാണ് ഗവൺമെന്റുദ്യോഗ

സ്ഥന്മാരും മറ്റുമുണ്ടായിട്ടുള്ളത്- കുടിയാൻ സംഘങ്ങൾ രൂപവൽക്കരിക്കുകയും നിവേദകസംഘങ്ങളെ നയിക്കുകയും യോഗങ്ങൾ കൂട്ടുകയും മറ്റു പ്രക്ഷോഭണരീതികൾ കൈക്കൊള്ളുകയും ചെയ്തു.

ഇത് പൂർണാർഥത്തിൽ ഒരു ബഹുജനപ്രസ്ഥാനമായിരുന്നില്ലെന്നതു വാസ്തവമാണ്. കാരണം, അതിന്റെ ആവശ്യങ്ങൾ കാണക്കുടിയാന്മാരെ മാത്രം ബാധിക്കുന്നവയായിരുന്നു; വെറുംപാട്ടക്കാരായ വമ്പിച്ച കർഷക ജനസാമാന്യത്തെ ഈ പ്രസ്ഥാനത്തിനു പുറത്താണ് നിർത്തിയിരുന്നത്. എന്നിരുന്നാലും, പ്രക്ഷോഭണക്കാരുടെ ആക്രമണത്തിന്റെ ലക്ഷ്യം കൃഷിക്കാരുടെ മുഴുവനും പൊതുമർദകനായ ജന്മിയായിരുന്നതുകൊണ്ട് പൊതുവെ അതൊരു ബഹുജനപ്രസ്ഥാനമായിരുന്നു. പ്രസ്ഥാനത്തിന്റെ നേതാക്കന്മാർ പിന്നീട് (1930 നുശേഷം) കർഷകജനസാമാന്യത്തിനെതിരായി ജന്മികളോടു കൂട്ടുചേർന്നുവെന്നതും ശരിയാണ്. പക്ഷേ ജന്മിക്കെതിരായ സമരത്തെ ദേശീയവും ജനകീയവുമായ ഒരു പ്രസ്ഥാനമാക്കുന്നതിന്റെ പ്രാഥമിക ജോലി അവർ നിർവഹിച്ചു. അതുകൊണ്ട്, കഴിഞ്ഞ ഒന്നര ശതാബ്ദത്തിലെ സംഘടിതകർഷകപ്രസ്ഥാനത്തിന് കുടിയാൻ പ്രസ്ഥാനത്തിന്റെ ആദ്യനേതാക്കളുടെ വഞ്ചനയ്ക്കെതിരായി പോരാടുകയും പുതിയൊരു നേതൃത്വത്തെ വളർത്തിക്കൊണ്ടുവരികയും ചെയ്യേണ്ടിവന്നുവെങ്കിലും, നമ്മുടെ കൃഷിക്കാർക്ക് വർഗബോധത്തിന്റെ- അവർ ഒരു വർഗമെന്ന നിലയിൽ യോജിച്ച് ശത്രുവായ ജന്മിയോടു സമരം ചെയ്യണമെന്ന ബോധത്തിന്റെ- പ്രഥമ തത്വങ്ങൾ നൽകിയത് കുടിയാൻ പ്രസ്ഥാനമാണെന്നതിനു സംശയമില്ല.

III

കുടിയാൻ പ്രസ്ഥാനത്തെക്കാൾ വളരെയധികം ബഹുജനസ്വഭാവമുണ്ടായിരുന്നെങ്കിലും, വർഗപരമായ ഉള്ളടക്കത്തിൽ അതിനെക്കാൾ വളരെ താണപടിയിലായിരുന്നു, മർദിതരും അയിത്തക്കാരുമായ അധഃകൃതരുടെ സാമൂഹ്യസമത്വത്തിനുവേണ്ടിയുള്ള പ്രസ്ഥാനം. പത്തൊമ്പതാം നൂറ്റാണ്ടിന്റെ അവസാനത്തിലും ഇരുപതാം നൂറ്റാണ്ടിന്റെ ആരംഭത്തിലുമാണ് നായന്മാരും ഈഴവരും അവരുടെ സാമുദായികസംഘടനകളായ നായർ സർവീസ് സൊസൈറ്റിയിലും എസ് എൻ ഡി പി യോഗത്തിലും സംഘടിക്കാൻ തുടങ്ങിയത്. അവർ സംഘടിക്കാനിടയാക്കിയ പരിതഃസ്ഥിതികളെ ഒരു ഗ്രന്ഥകാരൻ ഇങ്ങനെ വിവരിക്കുന്നു:

> എസ് എൻ ഡി പി യോഗം തിരുവിതാംകൂറിലെ കമ്പനിറെഗുലേഷൻപ്രകാരം രജിസ്റ്ററാക്കിയിട്ടുള്ള ധർമപരമായ ഒരു ജോയിന്റ്സ്റ്റോക് കമ്പനിയാണ്. ഇപ്രകാരം യോഗം രജിസ്റ്റർ ചെയ്തത്

1078 ഇടവം 2 ന് ആകുന്നു. ആധ്യാത്മികവും രാഷ്ട്രീയവുമായ രണ്ടു മഹാപ്രവാഹങ്ങളുടെ സമ്മേളനത്തിൽനിന്നാണ് യോഗത്തിന്റെ ഉൽഭവം. സുപ്രസിദ്ധനായ ജി പി പിള്ളയുടെ നേതൃത്വത്തിൽ മലയാളികളുടെ രാഷ്ട്രീയാവകാശങ്ങളെ വിദേശീയരുടെ (തമിഴരും തെലുങ്കരുമായ ഉദ്യോഗസ്ഥന്മാരെ ധാരാളം ഇറക്കുമതിചെയ്തു നാട്ടുകാരായ ഉദ്യോഗസ്ഥന്മാരുടെ അവകാശങ്ങളെ അവഗണിക്കുകയെന്ന പതിവ് ഇന്നു സർ സി പി യെന്നപോലെ, അന്നത്തെ തിരുവിതാംകൂർ ഗവൺമെന്റും അനുസരിച്ചിരുന്നു. അത്തരം ഉദ്യോഗസ്ഥന്മാരുടെ- ഇ എം എസ്) ആക്രമണത്തിൽനിന്നും വീണ്ടെടുക്കുന്നതിനായി നാനാജാതിമതസ്ഥരായ പതിനായിരത്തിൽപ്പരം ആളുകൾ ഒപ്പിട്ട വിശ്രുതമായ 'മലയാളി മെമ്മോറിയൽ' 1067-ാമാണ്ട് മഹാരാജാവ് തിരുമനസ്സിലേക്കു സമർപ്പിച്ചിരുന്നു. അതിൽ ഈഴവർക്ക് സർക്കാർ സ്കൂളുകളിൽ പ്രവേശനം അനുവദിക്കാത്തതിനെയും അവർക്ക് യോഗ്യതാനുസരണം ഉദ്യോഗങ്ങൾ നൽകി അവരുടെ അവകാശങ്ങളെ പരിപാലിക്കാത്തതിനെയും പറ്റി ഗവൺമെന്റിനെ ശക്തിയായി കുറ്റപ്പെടുത്തിയിരുന്നു. പ്രസ്തുത മെമ്മോറിയലിന് ഗവൺമെന്റിൽനിന്നും നൽകിയ ഇണ്ടാസിൽ ഈഴവർ അവരുടെ കുലവൃത്തികളായ കൃഷി, തെങ്ങുചെത്ത്, കയറുപിരിപ്പ് മുതലായവകൊണ്ട് തൃപ്തരാണെന്നും, അവർക്ക് ഉൽകൃഷ്ടവിദ്യാഭ്യാസത്തിലോ സർക്കാർ സർവീസിലോ താൽപ്പര്യമില്ലെന്നും, തങ്ങളുടെ സംഖ്യ വർധിപ്പിക്കുന്നതിനായി ഈഴവരെ പ്രക്ഷോഭകന്മാർ ആകർഷിച്ചു ചേർത്തിരിക്കയാണെന്നും പ്രസ്താവിച്ചിരുന്നു. എന്നാൽ യഥാർഥത്തിൽ അന്ന് എൽ എം എസ് ഡിഗ്രി സമ്പാദിച്ചതിനുശേഷം തിരുവിതാംകൂറിൽ ഉദ്യോഗം ലഭിക്കാതെ മൈസൂർസർവീസിനെ അഭയംപ്രാപിച്ചിരുന്ന മാന്യനേതാവായ ഡോക്ടർ പി പൽപ്പു മലയാളിമെമ്മോറിയലിന്റെ ഒരു പ്രധാനപ്രവർത്തകനായിരുന്നു. അതിനു വളരെമുമ്പു തുടങ്ങി തന്റെ പിതാവിനെ ഗവൺമെന്റിൽനിന്നു നടത്തിയ വക്കീൽപ്പരീക്ഷയിൽ ചേർക്കാതിരുന്നതിനാലും തനിക്കും സഹോദരനും ഗവൺമെന്റ് സർവീസിൽ പ്രവേശനം നിരസിക്കയാലും മറ്റും ഈഴവർ ക്രിസ്ത്യാനികളായാൽ അവർക്ക് അനുവദിക്കുന്ന അവകാശങ്ങളെങ്കിലും അവർ ഹിന്ദുക്കളായിരിക്കുമ്പോൾ അനുവദിക്കണമെന്നു കാണിച്ച് ഡോക്ടർ പൽപ്പു ഗവൺമെന്റിലേക്കു തുടരെ മെമ്മോറിയലുകൾ അയയ്ക്കുകയും പത്രങ്ങൾവഴി പ്രക്ഷോഭം നടത്തുകയും ചെയ്തുവന്നിരുന്നു. ഇതുകൊണ്ടു ഫലമില്ലെന്നു കാണുകയാൽ സംഘടിതമായ രീതിയിൽ ശക്തിയായി പ്രക്ഷോഭം

നടത്തുന്നതിനായി 'തിരുവിതാംകൂർ ഈഴവസഭ' എന്ന പേരിൽ ഒരു സ്ഥാപനം ഉണ്ടാക്കുകയും അതിന്റെ ആഭിമുഖ്യത്തിൽ 1896 സെപ്റ്റംബറിൽ പതിമൂവായിരത്തിൽപ്പരം ഈഴവർ ഒപ്പിട്ട ഒരു ഭീമഹർജി മഹാരാജാവ് തിരുമനസ്സിലേക്കു സമർപ്പിക്കുകയും ചെയ്തു. ഇതുകൊണ്ടും ഫലമൊന്നുമുണ്ടായില്ല. ഇതിനെത്തുടർന്ന് ആറേഴുകൊല്ലം തിരുവിതാംകൂറിലെ തീയർ നിലവിളിക്കയും ചിലപ്പോൾ നിരാശപ്പെട്ടു ക്ഷീണിച്ചു കിടന്നുറങ്ങുകയും ചെയ്തു.

ഈ കാലഘട്ടത്തിലാണ് വിശ്രുതനായ സ്വാമി വിവേകാനന്ദൻ അമേരിക്കയിലെ തന്റെ ദിഗ്വിജയത്തിനുശേഷം ഹിന്ദുമതോദ്ധാരണാർഥം ഭാരതത്തിന്റെ നാനാഭാഗങ്ങളിലും സഞ്ചരിച്ചിരുന്നത്. ഈ ആധ്യാത്മികമായ ഉണർവിനെ കേരളത്തിൽ പ്രതിനിധീകരിച്ചിരുന്ന ശ്രീനാരായണഗുരുസ്വാമികൾ താൻ സ്ഥാപിച്ച അരുവിപ്പുറം ക്ഷേത്രത്തിന്റെ ഉൽസവാദികാര്യങ്ങൾ നടത്തുന്നതിനായി 1074 മുതൽ 11 യോഗക്കാരായി 24 ആളുകളെ ചേർത്ത് ഒരു യോഗം രജിസ്റ്റർചെയ്തു നടത്തിവന്നിരുന്നു. ശ്രീനാരായണഗുരുസ്വാമികളും ഡോക്ടർ പൽപ്പുവുമായി നേരത്തേതന്നെ പരിചയമായിരുന്നു. സ്വാമികളുടെ പരിശുദ്ധമായ ആധ്യാത്മിക തേജസ്സും ഡോക്ടർ പൽപ്പുവിന്റെ തീവ്രമായ സമുദായസേവാസക്തിയും തമ്മിൽ സമ്മേളിച്ചപ്പോൾ അവരുടെ നേതൃത്വത്തിൽ നടന്നുവന്ന സ്ഥാപനങ്ങൾ കർമകുശലതയാൽ ഏകീകൃതങ്ങളായി ഭവിച്ചു. 1078- ാമാണ്ട് ധനുമാസം 23 ന് കൂടിയ ക്ഷേത്രയോഗത്തിന്റെ ഒരു വിശേഷാൽ യോഗത്തിലെ നിശ്ചയപ്രകാരം ക്ഷേത്രയോഗത്തിന്റെ ഉദ്ദേശങ്ങളെയും വ്യാപ്തിയെയും കേരളനിവാസികളായ ഈഴവസമുദായത്തിനു മുഴുവൻ പ്രയോജനപ്പെടത്തക്കവണ്ണം വിസ്തൃതമാക്കുകയും യോഗത്തെ ഈഴവരുടെ ആധ്യാത്മികവും ലൗകികവുമായ വിദ്യാഭ്യാസത്തെയും വ്യവസായശീലത്തെയും പരിപോഷിപ്പിക്കത്തക്കവിധം അരുവിപ്പുറം ശ്രീനാരായണ ധർമപരിപാലനയോഗമായി രൂപാന്തരപ്പെടുത്തുകയും ചെയ്തു.

ആയിടെ കൽക്കത്തയിൽനിന്നും സംസ്കൃതവിദ്യാഭ്യാസം കഴിഞ്ഞുവന്ന കുമാരനാശാനവർകളെ യോഗത്തിന്റെ ജനറൽ സെക്രട്ടറിയായി തിരഞ്ഞെടുത്തു. പരിശുദ്ധചരിതനായ സ്വാമിഅവർകളുടെയും കർമകുശലനായ ഡോക്ടർ പൽപ്പുവിന്റെയും പരിശ്രമിയായ കുമാരനാശാന്റെയും ഒത്തൊരുമിച്ചുള്ള ശ്രമങ്ങളുടെ ഫലമായി എസ് എൻ ഡി പി യോഗത്തിന്റെ പേരും പെരുമയും വളരെ ക്ഷണത്തിൽ കേരളമൊട്ടുക്കു വ്യാപിച്ചു. അരുവിപ്പുറം, കൊല്ലം, ആലപ്പുഴ, കണ്ണൂർ, തിരുവനന്തപുരം, കോഴിക്കോട്, മയ്യഴി,

> എറണാകുളം എന്നിങ്ങനെ കേരളത്തിലെ പ്രധാനസ്ഥലങ്ങളിൽവെച്ച് യോഗത്തിന്റെ വാർഷികയോഗം വളരെ മോടിയായി ആഘോഷിക്കപ്പെട്ടു. കൊല്ലത്തും കണ്ണൂരും വെച്ച് കൂടിയ വാർഷികസമ്മേളനങ്ങളോടൊന്നിച്ച് കെങ്കേമമായ പ്രദർശനങ്ങളും നടത്തിയിരുന്നു. ഈ യോഗങ്ങൾ അതതു സ്ഥലങ്ങളിലും സമീപപ്രദേശങ്ങളിലും ഉള്ള സ്വജനങ്ങളുടെ ഇടയിൽ പുതുതായ ഉണർവ് ഉണ്ടാക്കിയിരുന്നതിനുപുറമേ കന്യാകുമാരി മുതൽ കന്നട ജില്ല വരെ വ്യാപിച്ചുകിടക്കുന്ന ഈഴവസമുദായത്തിന്റെ ഏകീകൃതശക്തിയെയും കഴിവുകളെയും പ്രത്യക്ഷപ്പെടുത്തുകയും തൻമൂലം പല ജാതിനാമങ്ങളാൽ മൂന്നു സംസ്ഥാനങ്ങളിലായി ചിന്നിച്ചിതറിക്കിടക്കുന്നവരിൽ ഒരൈക്യബോധവും അഭിമാനവും ജനിപ്പിക്കുന്നതിനു സഹായിക്കുകയും ചെയ്തിരുന്നു. (*ടി കെ മാധവന്റെ ജീവചരിത്രം*, വാല്യം II, പേജ് 406).

സംഖ്യാബലംകൊണ്ട് ഏറ്റവും സുശക്തവും അവർണഹിന്ദുക്കളിൽ സാമൂഹ്യമായും സാംസ്കാരികമായും ഏറ്റവും മുമ്പന്തിയിൽ നിൽക്കുന്നതുമായ ഒരു സമുദായമാണ് ഈഴവർ. അവർണഹിന്ദുസമുദായമനുഭവിക്കുന്ന അയിത്തമുൾപ്പെടെയുള്ള നിരവധി അസമത്വങ്ങൾ അനുഭവിക്കുന്ന അവർ അയിത്തത്തിനും സാമൂഹ്യാസമത്വങ്ങളുടെ മറ്റുരൂപങ്ങൾക്കുമെതിരായ സമരത്തിന്റെ നായകന്മാരായിത്തീർന്നു. പട്ടികജാതിക്കാരെക്കാൾ സാമൂഹ്യമായും സാംസ്കാരികമായും കൂടുതൽ വളർന്നിട്ടുള്ളതുകൊണ്ട് അവർക്കു മറ്റവരെക്കാളെളുപ്പത്തിൽ സാമൂഹ്യസമത്വത്തിനുവേണ്ടിയുള്ള സമരത്തിനുപയുക്തമായ പ്രക്ഷോഭണങ്ങളും സംഘടനകളും സൃഷ്ടിക്കാൻ കഴിഞ്ഞു. അതുകൊണ്ടവർ, മർദ്ദിതരും അയിത്തക്കാരുമായ എല്ലാ ജാതിക്കാരുടെയും പ്രധാനാവേശകേന്ദ്രവും യഥാർഥ നേതാക്കളുമായിത്തീർന്നു. അതുകൊണ്ട്, എസ് എൻ ഡി പി യോഗം രൂപീകരിക്കപ്പെട്ടതിനെത്തുടർന്ന് വിവിധ അയിത്തജാതിക്കാർ അവരുടെ സ്വന്തം ജാതിസംഘടനകൾ രൂപീകരിച്ചത് സ്വാഭാവികമായിരുന്നു.

ജാതിസംഘടനകൾ രൂപീകരിക്കാനുള്ള ഈ വാസന ഈഴവരും അയിത്തജാതിക്കാരും മാത്രമല്ല പ്രകടിപ്പിച്ചത്. വാസ്തവത്തിൽ സ്വാമിയും ഡോക്ടറും ആശാനും ഈഴവരെ എസ് എൻ ഡി പി യോഗത്തിൽ സംഘടിപ്പിച്ചിരുന്നപ്പോൾത്തന്നെ നായർസമുദായത്തിലെ ചില നേതാക്കളും അവരുടെ ജാതിസംഘടനകൾ രൂപീകരിക്കുന്നുണ്ടായിരുന്നു. നായന്മാർ മേൽജാതികളിലൊന്നാണെന്നത് വാസ്തവമാണ്; എങ്കിലും അവരും അവർക്കുപരിയുള്ള ജാതികളെ അപേക്ഷിച്ച് (ഉദാ: നമ്പൂതിരിമാർ) പല അസമത്വങ്ങളും അനുഭവിച്ചിരുന്നു. അതിനുംപുറമേ, വിവാഹം,

കുടുംബം, പിൻതുടർച്ച മുതലായവ സംബന്ധിച്ച് അവർക്ക് നിരവധി സാമൂഹ്യപ്രശ്നങ്ങളുണ്ടായിരുന്നു; ഇവ, സമുദായത്തിലെ ഉൽബുദ്ധരായ ആളുകളുടെ ദൃഷ്ടിയിൽ, വളരെയേറെ പഴഞ്ചനും സമൂലപരിവർത്തനമാവശ്യമുള്ളവയുമായിരുന്നു. ഇങ്ങനെയാണ് കേരളത്തിലൊട്ടുക്കും വിവിധ ജാതിസംഘടനകൾ- ഈഴവരുടെ ശ്രീനാരായണഗുരുവിനെപ്പോലുള്ള ഒരു മഹദ്വ്യക്തിയുടെ കീഴിൽ കേന്ദ്രീകരിക്കാൻ കഴിഞ്ഞില്ലെങ്കിലും- രൂപീകൃതമായത്.

ജാതിസംഘടനകൾ രൂപീകരിക്കാനുള്ള വാസന, അവസാനം ഏറ്റവുമുയർന്ന ജാതിയായ നമ്പൂതിരിമാരിലുമെത്തി. സാമൂഹ്യസോപാനത്തിലെ ഏറ്റവും മുകളിലത്തെ പടിയാണവരെന്നത് പരമാർഥമാണ്. എന്നാൽ അതേ കാരണംകൊണ്ടുതന്നെ, അവരുടെ കുടുംബം, വിവാഹം, പിൻതുടർച്ചാസമ്പ്രദായങ്ങൾ എന്നിവയും മറ്റും മറ്റേതു ജാതിയുടേതുമെന്നപോലെതന്നെ പഴഞ്ചനായിരുന്നു. അതുകൊണ്ട് അവർക്കും നിരവധി പ്രശ്നങ്ങളുണ്ടായിരുന്നു. അവ പരിഹരിക്കേണ്ടത് തങ്ങളുടെ പുരോഗതിക്കാവശ്യമാണെന്ന് സമുദായത്തിലെ ഉൽബുദ്ധരായ ആളുകൾ കണക്കാക്കി. ഇങ്ങനെയാണവരും അവരുടെ സ്വന്തം ജാതിസംഘടന രൂപീകരിച്ചത്.

മിക്കവാറുമെല്ലാ ജാതിക്കാരും അതതു ജാതി സംഘടനകളിൽ സ്വയം സംഘടിച്ചുവെന്ന് അങ്ങനെ വ്യക്തമാണെങ്കിലും ഈ സംഘടനകളിലേറ്റവും പ്രാധാന്യമുള്ളവ മർദിതരും അയിത്തക്കാരുമായ ജാതികളുടെതായിരുന്നു; കാരണം, ഈ ജാതിസംഘടനകളാണ് കേരളത്തിന്റെ ചരിത്രത്തിലാദ്യമായി, മുഴുവൻ ജനങ്ങളെയും അടിച്ചമർത്തുന്ന നിലവിലുള്ള സാമൂഹ്യവ്യവസ്ഥയ്ക്കെതിരായി ബഹുഭൂരിപക്ഷം കൃഷിക്കാരെ അണിനിരത്തിയത്. ഈ ജനവിഭാഗങ്ങളുടെ ജാതിസംഘടനകളുടെ രൂപീകരണവും നേരത്തേ വിവരിച്ച കുടിയായ്മപ്രസ്ഥാനവുംകൂടിയാണ് വാസ്തവത്തിൽ, രൂപംകൊണ്ടു തുടങ്ങിയിരുന്ന കർഷകപ്രസ്ഥാനത്തിന്റെ ആദ്യത്തെ അടിത്തറ നിർമിച്ചത്.

ഈ ജാതിസംഘടനകൾ കൃഷിക്കാരുടെ വർഗസംഘടനകളല്ലെന്നു കാണാൻ ഇന്നു യാതൊരു പ്രയാസവുമില്ല. നേരേമറിച്ച്, അവ പൊതുവിൽ ജനങ്ങളുടെയിടയിലും, പ്രത്യേകിച്ച് കർഷകരുടെയിടയിലുമുള്ള ജാതിപരമായ വേർതിരിവിനെ ഉറപ്പിക്കുകയാണു ചെയ്തത്; കൃഷിക്കാരെ ഒരു വർഗമെന്ന നിലയിൽ സംഘടിപ്പിക്കാൻ, അവരുടെമേൽ ഈ ജാതിസംഘടനകൾക്കുള്ള പിടി വിടുവിക്കേണ്ടതുണ്ട്. എന്നിരുന്നാലും, കർഷകബഹുജനങ്ങൾ നാടുവാഴിപ്രഭുത്വത്തിനെതിരായി നടത്തിയ സമരത്തിന്റെ ഒന്നാമത്തെ രൂപം, ജാതി സംഘടനകളുടെതായിരുന്നുവെന്നത് ഒരു ചരിത്രയാഥാർഥ്യമാണ്. സാമൂഹ്യവ്യവസ്ഥയെ

മാറ്റുകയും ഒരു വർഗമെന്ന നിലയിൽ, ജന്മിത്വത്തിന്റെ നട്ടെല്ല് ഒടിക്കുകയും പാട്ടസമ്പ്രദായം അവസാനിപ്പിക്കുകയും ഭൂമി പുനർവിഭജിക്കുകയും ചെയ്യുന്നതിനെപ്പറ്റി അവർക്ക് വ്യക്തമായ ഒരു വീക്ഷണമുണ്ടായിരുന്നില്ലെങ്കിലും ശരി, നായർ കൃഷിക്കാർ ബ്രാഹ്മണജന്മിക്കും ഈഴവകൃഷിക്കാർ നായന്മാരുൾപ്പെടെയുള്ള സവർണ ഹിന്ദുമർദ്ദകന്മാർക്കുമെതിരായി ഉയർന്നെഴുന്നേറ്റു. ജാതിസംഘടനകളുടെ ഈ കർഷകസ്വഭാവമാണ് അവയെ നമ്മുടെ രാജ്യത്തിന്റെ ദേശീയരാഷ്ട്രീയത്തിന്റെ ഒരു അഭേദ്യഭാഗമാക്കിത്തീർത്തത്.

അവശതാപരിഹാരത്തിനായി അവ ബ്രിട്ടീഷ് സാമ്രാജ്യവാദികളുടെ സഹായം തേടിയതുകൊണ്ട് ഈ ജാതീയസംഘടനകളെ ദേശീയവിരുദ്ധവും പിന്തിരിപ്പനുമെന്നധിക്ഷേപിക്കുന്നത് ദേശീയവാദികളെന്നു സ്വയമഭിമാനിക്കുന്നവരുടെ ഒരു ഫാഷനായിത്തീർന്നിരിക്കുന്നു. എന്നാലവർ പ്രധാനകാര്യം വിസ്മരിക്കുന്നു; അതായത്, ബ്രിട്ടീഷുകാരുടെ പുരോഗമന- ജനാധിപത്യ സ്വഭാവത്തെക്കുറിച്ച് ദേശീയവാദികളുടെ, തിലകനു മുമ്പത്തെ തലമുറയ്ക്കുണ്ടായിരുന്ന അതേ വ്യാമോഹങ്ങൾ അവയ്ക്കുമുണ്ടായിരുന്നുവെന്നതല്ല, നേരേമറിച്ച് ഈ വ്യാമോഹങ്ങളെല്ലാമുണ്ടായിരുന്നിട്ടും മർദനപരമായ സാമൂഹ്യവ്യവസ്ഥയുടെ ചില വശങ്ങൾക്കെതിരായി അവ ബഹുജനങ്ങളെ തട്ടിയുണർത്തുകയും സംഘടിപ്പിക്കുകയും ചെയ്തുവെന്നതാണു കാര്യം. ജാതിമർദനത്തിനെതിരായും കൂടുതൽ സമീചീനവും നീതിയുക്തവുമായ ഒരു സാമൂഹ്യവ്യവസ്ഥയ്ക്കുവേണ്ടിയും ഒന്നാമതായി തട്ടിയുണർത്തപ്പെട്ട നായന്മാരും ഈഴവരുമായ കർഷകജനത കാലക്രമത്തിൽ സമരമാർഗത്തിലൂടെ കൂടുതൽ മുന്നേറുമെന്നു തീർച്ചയായിരുന്നു. അവർ അപ്രകാരം ചെയ്തപ്പോൾ, അവരുടെ സംഘടനയുടെയും സമരത്തിന്റെയും ആദ്യഘട്ടത്തിലവരെ വരിഞ്ഞുകെട്ടിയിരുന്ന, സാമ്രാജ്യത്വത്തെ അനുകൂലിക്കുന്ന വ്യാമോഹങ്ങളുടെ ചങ്ങലകൾ അവർക്കു പൊട്ടിക്കാതിരിക്കാൻ നിവൃത്തിയുണ്ടായിരുന്നില്ല.

ഇതാണ് യഥാർഥത്തിൽ നമ്മുടെ സംസ്ഥാനത്തു സംഭവിച്ചതെന്ന് അടുത്ത രണ്ടധ്യായങ്ങളിൽ നമുക്കു കാണാം. ഇരുപതാം നൂറ്റാണ്ടിന്റെ ആരംഭത്തിൽ ജാതിസംഘടനകളാൽ ഉത്തേജിതരായി, അവയിൽ സംഘടിപ്പിക്കപ്പെട്ട കൃഷിക്കാർ പിന്നീട് രണ്ടാംദശകത്തിൽ സാമ്രാജ്യത്വവിരുദ്ധ ദേശീയപ്രസ്ഥാനത്തിന്റെ ചേരിയിലേക്കും മൂന്നും നാലും ദശകങ്ങളിൽ കൃഷിക്കാരുടെ വർഗസംഘടനകളിലേക്കും എത്തിച്ചേർന്നു; പരാജിതവും നേതൃത്വവിഹീനവുമായ ഒരു ജനതതിയെന്ന നിലയിൽനിന്ന് (വേലുത്തമ്പിയുടെയും പഴശ്ശി രാജാവിന്റെയും കാലത്ത്) ഒരു സംഘടിതവർഗമെന്ന നിലയിലേക്കുള്ള കൃഷിക്കാരുടെ ഈ നിരന്തരപുരോഗതിയാണ് നമ്മുടെ ജനാധിപത്യപ്രസ്ഥാനത്തിന്റെ പ്രധാന

പ്രചോദനശക്തി. എന്നാൽ വിജ്ഞാനപ്രദമായ കാര്യങ്ങളുടെ വിവരണത്തിലേക്ക കടക്കുന്നതിനുമുമ്പ് ഒരു കാര്യം വ്യക്തമാക്കേണ്ടതുണ്ട്- അതായത് നമ്മുടെ ഫ്യൂഡൽ കൊളോണിയൽ സാമ്പത്തികഘടനയുടെ ചട്ടക്കൂട്ടിനകത്തു ജാതിമർദനത്തിന്റെ സാമ്പത്തികമായ ഉള്ളടക്കവും വർഗപരമായ പ്രാധാന്യവും.

ജാതിസോപാനത്തിന്റെ ഏറ്റവുമുയർന്നപടിയിൽ ബ്രാഹ്മണരും ഏറ്റവും താഴ്ന്നപടിയിൽ പട്ടികജാതികളും നിലകൊള്ളുന്നു; നായന്മാരും മറ്റു ഹിന്ദുക്കളും ക്രിസ്ത്യാനികളും മുസ്ലിങ്ങളും ഇടയ്ക്കുള്ള പടികളിലാണു നിൽക്കുന്നത്. ബ്രിട്ടീഷുകാർ വരുന്നതിനുമുമ്പ്, ഏറ്റവുമുയർന്ന ജാതിക്കാർ സാമൂഹ്യമേധാവിത്വം മാത്രമല്ല, ഭരണാധികാരംകൂടി വഹിച്ചിരുന്ന ഒരു രാഷ്ട്രീയവ്യവസ്ഥയുടെ പ്രതീകമായിരുന്നു ഈ സമ്പ്രദായം. ഈ സമ്പ്രദായത്തിൽ തകരാറുകളൊന്നുമില്ലെന്നല്ല പറയുന്നത്; നേരേമറിച്ച്, ബ്രിട്ടീഷ് ഭരണം സ്ഥാപിതമാവുന്നതിനു വളരെ മുമ്പുതന്നെ അതു മാറാൻ തുടങ്ങിയിരുന്നുവെന്നതു വാസ്തവമാണ്. എന്നിരുന്നാലും ബ്രിട്ടീഷ് ഭരണത്തിൻകീഴിൽ മാത്രമേ ഭരണക്രമം ജാതിവ്യവസ്ഥയിൽനിന്നു തികച്ചും സ്വതന്ത്രമാക്കപ്പെട്ടുള്ളൂ.

ബ്രിട്ടീഷ് ഭരണത്തിൻകീഴിൽ ജാതിവ്യവസ്ഥ ഭരണയന്ത്രത്തിൽനിന്നും വേർതിരിക്കപ്പെട്ടതോടെ ജാതിവ്യവസ്ഥയ്ക്ക് ഒരു പുതിയ ഉള്ളടക്കം സിദ്ധിച്ചു. അത് ജനങ്ങളുടെ സാമ്പത്തികനിലയുടെ ഒരേകദേശ സൂചകപ്പട്ടികയായിത്തീർന്നു; ഏറ്റവുമുയർന്ന ജാതി ഏറ്റവും സമ്പന്നവും ഏറ്റവും താഴ്ന്നവ സാമ്പത്തികമായി ഏറ്റവും അടിച്ചമർത്തപ്പെട്ടതുമാണെന്നുവന്നു. വിപണിബന്ധങ്ങളുടെ വളർച്ചയുടെയും തൽഫലമായി പുതിയ വർഗങ്ങളും സാമൂഹ്യവിഭാഗങ്ങളും വളർന്നതിന്റെയും ഫലമായി ഉയർന്ന ജാതിക്കാരുടെ പല കുടുംബങ്ങളും പാപ്പരാവുകയും താഴ്ന്ന ജാതിക്കാരിൽ പലരും സമ്പന്നരാവുകയും ചെയ്തുവെന്നതു ശരിയാണ്. എങ്കിലും ഓരോ ജാതിയിലെയും ഒരു ശരാശരി കുടുംബത്തിന്റെ സമ്പന്നതയെ താരതമ്യപ്പെടുത്തുമ്പോൾ, അത് ജാതിസോപാനത്തിൽ ആ ജാതിക്കുള്ള സ്ഥാനത്തോട് ഏകദേശം ഒത്തുപോകുന്നുവെന്ന പരമാർഥം അവശേഷിക്കുന്നു.

ഉദാഹരണത്തിന്, 1941 ലെ തിരുവിതാംകൂർ സാമ്പത്തികസർവേ, ജാതികളുടെയും വാർഷികവരുമാനഗ്രൂപ്പുകളുടെയും ശതമാനം ഇത്രയെന്ന് താഴെ പറയുന്ന കണക്കുകൾ കാണിക്കുന്നുണ്ട്:

	വാർഷികവരുമാനഗ്രൂപ്പ്							
ജാതി	60 ഉറുപ്പികയിൽ താഴെ	61 -120 ഉറുപ്പിക	121 -180 ഉറുപ്പിക	181-300 ഉറുപ്പിക	301-480 ഉറുപ്പിക	481-840 ഉറുപ്പിക	841 ഉറുപ്പികയ്ക്കു മീതെ	ആകെ
ബ്രാഹ്മണൻ	5.1	15.1	12.0	21.0	16.1	13.5	17.2	100
നായർ	18.3	33.6	18.3	15.4	7.9	4.1	2.4	100
ഈഴവൻ	23.5	42.0	18.0	10.4	3.2	1.3	0.8	100
മറ്റു ഹിന്ദുക്കൾ	15.6	34.0	21.7	15.5	7.1	3.5	1.8	100
അധഃകൃതർ	27.6	45.5	15.3	8.1	1.9	0.5	1.1	100
ക്രിസ്ത്യൻ	18.1	38.8	18.8	13.7	5.6	3.2	1.8	100
മുസ്ലിം	20.3	39.1	18.1	12.9	5.2	2.7	1.8	100
എല്ലാ ജാതികളും	20.5	39.1	18.1	12.9	5.2	2.7	1.7	100

മറ്റു തരത്തിൽ പറഞ്ഞാൽ,

1. ഏറ്റവും താണ വരുമാനഗ്രൂപ്പിൽ ഏറ്റവും ചുരുങ്ങിയ ശതമാനം കുടുംബങ്ങളും ഏറ്റവും ഉയർന്ന വരുമാനഗ്രൂപ്പിൽ ഏറ്റവും കൂടിയ ശതമാനം കുടുംബങ്ങളുമുള്ളത് ബ്രാഹ്മണജാതിയിലാണ്.

2. ഏറ്റവും താണവരുടെ വരുമാനഗ്രൂപ്പിൽ ഏറ്റവുമുയർന്ന ശതമാനം കുടുംബങ്ങളുള്ള ജാതികൾ അധഃകൃതരും ഈഴവരുമാണ്. ഏറ്റവുമുയർന്ന വരുമാനഗ്രൂപ്പിൽ ഏറ്റവും കുറഞ്ഞ ശതമാനം കുടുംബങ്ങളുള്ളവരും ഇവർ തന്നെയാണ്.

3. ജാതിസോപാനത്തിൽ, ഒരുവശത്ത് ബ്രാഹ്മണർക്കും മറുവശത്ത് ഈഴവർക്കും അധഃകൃതർക്കുമിടയിൽ നിൽക്കുന്ന രണ്ടു ഹിന്ദു ഗ്രൂപ്പുകൾ- നായന്മാരും മറ്റു ഹിന്ദുക്കളും- ഏറ്റവും താണ വരുമാനമുള്ള രണ്ടു ഗ്രൂപ്പിലെ (120 ഉറുപ്പികയിൽ താഴെ) കുടുംബങ്ങളുടെ ശതമാനത്തെ അപേക്ഷിച്ച് എല്ലാ ജാതികളുടെയും ശരാശരിയിൽ കുറവും അതേസമയത്ത് ഇവയെക്കാൾ കൂടിയ വരുമാനമുള്ള ഗ്രൂപ്പുകളുടെ ശതമാനത്തെ അപേക്ഷിച്ച് ശരാശരിയിൽ കൂടുതലുമാണ്.

കൊച്ചിയിലെ അഞ്ചു മാതൃകാവില്ലേജുകളിൽ 1936 ൽ നടത്തിയ സർവേയിൽ എടുത്തുകാണിച്ച, കുടുംബമൊന്നുക്കുള്ള സ്വത്തിന്റെ വില നോക്കിയാലും, വാർഷിക വരുമാനം നോക്കിയാലും, ഇതേ ചിത്രം തന്നെ കാണാം.

	കുടുംബമൊന്നുക്കുള്ള സ്വത്തിന്റെ വില (ഉറുപ്പികയിൽ)				
ജാതി	അന്തിക്കാട്	ചൂണ്ടൽ	വെങ്ങാനല്ലൂർ	വള്ളിവട്ടം	തിരുവഴിയാട്
നമ്പൂതിരി	30,593	91,179	18,449	......	....
നായർ	3,397	3,902	942	1,847	6,324
മറ്റു സവർണർ	10,848	5,250	2,772	......	24,918
ഈഴവൻ	850	521	69	887	263
* പുലയൻ	13	30	18	7	17
* പറയൻ	.....	20	.....	......	......
* കണക്കൻ	.....	22	.....	13	......
മുസ്ലീം	412	217	243	1,410	258
ക്രിസ്ത്യൻ	1,772	1,381	204	1,070	8,483

* പട്ടികജാതിക്കാർ

എങ്കിലും എല്ലാ ജാതികളിലെയും ബഹുഭൂരിപക്ഷം ജനങ്ങളും ഫ്യൂഡൽ- കൊളോണിയൽ ചൂഷണത്തിനിരയാണെന്നുള്ളതുകൊണ്ട് സാമ്രാജ്യത്വത്തിനും നാടുവാഴിത്തത്തിനുമെതിരായ സമരത്തിൽ താൽപ്പര്യമുള്ളവരാണെന്നു ചൂണ്ടിക്കാണിക്കേണ്ടതായിട്ടുണ്ട്. എന്തുകൊണ്ടെന്നാൽ, മുകളിൽ കൊടുത്ത കണക്കുകൾ വ്യക്തമായി സൂചിപ്പിക്കുന്നതുപോലെ, താഴ്ന്നജാതിക്കാർ ഉയർന്ന ജാതിക്കാരെക്കാൾ കൂടിയതോതിൽ താഴ്ന്നവരവുള്ള ഗ്രൂപ്പുകളിലുൾപ്പെടുന്നുണ്ടെന്നതു വാസ്തവമാണെങ്കിലും, ഉയർന്ന ജാതിക്കാരിലും ഒരു നല്ല വിഭാഗം താഴ്ന്ന വരവുള്ള വിഭാഗങ്ങളിലാണ്. ഉദാഹരണത്തിന്, 1941 ലെ തിരുവിതാംകൂർ സാമ്പത്തികസർവേയനുസരിച്ച് 1630 ബ്രാഹ്മണകുടുംബങ്ങളിൽ 868 എണ്ണത്തിന്, അതായത് 50 ശതമാനത്തിന്, 300 ഉറുപ്പികയിൽ കുറഞ്ഞ വാർഷികവരവാണുള്ളത്, അഥവാ 25 ഉറുപ്പികയിൽ കുറഞ്ഞ പ്രതിമാസവരവാണുള്ളത്; 1630 ൽ 177 എണ്ണത്തിന്, അഥവാ ഒൻപതു പേരിൽ ഒരാൾക്കു മാത്രമാണ് 1,200 ഉറുപ്പികയിൽ കൂടിയ വാർഷികവരവുള്ളത്; അഥവാ 100 ഉറുപ്പികയിൽ കവിഞ്ഞ പ്രതിമാസവരവുള്ളത്. ഇത്, 300 ഉറുപ്പിക നിലവാരത്തിനുതാഴെ 93.9 ശതമാനം വരുന്ന ഈഴവരെക്കാളും 89.4 ശതമാനം വരുന്ന ക്രിസ്ത്യാനികളെക്കാളും 85.6 ശതമാനം വരുന്ന നായന്മാരെക്കാളും 86.8 ശതമാനം വരുന്ന മറ്റു ഹിന്ദുക്കളെക്കാളും 86.5 ശതമാനം വരുന്ന അധഃകൃത സമുദായങ്ങളെക്കാളും 90.4 ശതമാനം

വരുന്ന മുസ്ലിങ്ങളെക്കാളും മെച്ചമാണെന്നുള്ളത് ശരിയാണ്. പക്ഷേ ഏറ്റവുമുയർന്ന ജാതിയിലെ പകുതിയിലധികം കുടുംബങ്ങളുടെ വരവ് ഉപജീവനനിലവാരത്തിൽ താഴെത്തന്നെയാണ്.

	കുടുംബമൊന്നുക്കുള്ള വാർഷിക വരുമാനം (ഉറുപ്പികയിൽ)				
ജാതി	അന്തിക്കാട്	ചൂണ്ടൽ	വെങ്ങാനല്ലൂർ	വള്ളിവട്ടം	തിരുവഴിയാട്
നമ്പൂതിരി	496	2,887	520	......	....
നായർ	179	215	134	89	278
മറ്റു സവർണർ	818	360	222	......	......
ഈഴവൻ	98	107	107	118	126
* പുലയൻ	83	112	79	112	101
* പറയൻ	.....	94	.....	......	......
* വേട്ടുവൻ	111	115	.....	......	......
* കണക്കൻ	.....	.....	.....	......	......
മുസ്ലിം	107	113	113	99	111
ക്രിസ്ത്യൻ	134	128	109	148	96

* പട്ടികജാതിക്കാർ

എല്ലാ സമുദായങ്ങളിലെയും ബഹുജനങ്ങളുടെ ഈ അടിസ്ഥാനപരമായ ദാരിദ്ര്യത്തെയും അതുകൊണ്ടുതന്നെ ഫ്യൂഡൽ-കൊളോണിയൽ സാമ്പത്തിക വ്യവസ്ഥ അവസാനിപ്പിക്കേണ്ടത് എല്ലാ സമുദായങ്ങളുടെയും ആവശ്യമാണെന്ന വസ്തുതയെയും മൂടിവയ്ക്കുന്നതിലാണ്, ജാതീയവും സാമുദായികവുമായ സംഘടനകൾക്കുണ്ടാകാവുന്ന, പിന്തിരിപ്പൻ സ്വഭാവം കിടക്കുന്നത്. ഈ സംഘടനകൾ അവയുടെ വളർച്ചയുടെ അടുത്തപടിയിൽ, ജാതി പ്രത്യേകമായെടുത്തുപറഞ്ഞുകൊണ്ട് ബഹുജനങ്ങൾക്കിടയിൽ വർഗബോധം വളരുന്നതിനെ തടയാനുള്ള ശ്രമങ്ങൾ തുടങ്ങിയെന്നു നമുക്കു വഴിയേ കാണാം. എന്നാൽ അവയുടെ വളർച്ചയുടെ ആദ്യഘട്ടത്തിൽ അവ തികച്ചും വ്യത്യസ്തമായ ഒരു കടമയാണു നിർവഹിച്ചത്-പ്രത്യേക ജാതിക്കാരെങ്കിലും മർദ്ദിതരായ ബഹുജനങ്ങൾക്കിടയിൽ വിപ്ലവാവേശമുണർത്തുകയും മർദ്ദനത്തിന്റെയും അനീതിയുടെയും വാഴ്ചയ്ക്കെതിരായി അവരെ സംഘടിപ്പിക്കുകയുമെന്ന കടമ. അതുകൊണ്ടാണ് ഈഴവരുടെ സംപൂജ്യനേതാവായ ശ്രീ നാരായണഗുരുവിനെ, കേരളത്തിലെ കൃഷിപ്പണി ചെയ്യുന്നവരും ഭൂമിയില്ലാത്തവരുമായ കർഷ

കബഹുജനങ്ങളുടെ ജനാധിപത്യപ്രസ്ഥാനത്തിന്റെ പ്രഥമപ്രചോദകനും സംഘാടകനുമായി കരുതേണ്ടത്. ഇങ്ങനെ താഴ്ന്ന ജാതിക്കാരുടെ സാമുദായികസംഘടനകൾ, കർഷകവർഗം സ്വയം സംഘടിക്കുകയും ജനാധിപത്യത്തിനുവേണ്ടിയുള്ള അതിന്റെ സമരമാരംഭിക്കുകയും ചെയ്തതിന്റെ പ്രഥമരൂപങ്ങളായിരുന്നു.

മഹത്തായ ദേശീയമുന്നേറ്റവും ലജ്ജാകരമായ വഞ്ചനയും

കേരളത്തിൽ വ്യാവസായിക മുതലാളിവർഗത്തിന്റെ വളർച്ച വളരെ ശുഷ്കമാണെന്ന് മുമ്പൊരാധ്യായത്തിൽ നാം കണ്ടു; കാരണം നമ്മുടെ സാമ്പത്തികവ്യവസ്ഥയ്ക്ക് മുതലാളിത്ത സ്വഭാവത്തെക്കാൾ നാടുവാഴി- സാമ്രാജ്യത്വസ്വഭാവമാണുള്ളത്. ഇതിന്റെ അർഥം ബൂർഷ്വാ വർഗമില്ലെന്നല്ല; കാരണം, നമ്മുടെ രാജ്യം മുതലാളിത്തപരമായ ലോക സാമ്പത്തികവ്യവസ്ഥയുടെ ഒരു ഭാഗവും ഏറ്റവും പ്രബലമായ ലോകമുതലാളിത്തശക്തിയുടെ നിയന്ത്രണത്തിലുമായിരുന്നല്ലോ. നമ്മുടെ രാജ്യത്തിലെ വിപണിബന്ധങ്ങളുടെ വളർച്ച, നാം കണ്ടുകഴിഞ്ഞതുപോലെ, മുതലാളിത്തത്തിനുമുമ്പുള്ള ഉൽപ്പാദനരീതികളോടു സുദൃഢമായി ബന്ധിക്കപ്പെട്ടതാണെങ്കിലും, അതേ സമയത്തുതന്നെ, ലോകമുതലാളിത്തവ്യവസ്ഥയോടു ബന്ധപ്പെട്ടുനിൽക്കുന്ന ചില വർഗങ്ങളുടെയും സാമൂഹ്യവിഭാഗങ്ങളുടെയും വളർച്ചയ്ക്കു വഴിതെളിച്ചു.

മുതലാളിത്തത്തിനു മുമ്പുള്ള ഉൽപ്പാദനരീതികളോടും ലോകമുതലാളിത്തത്തോടും ഒരേ സമയത്തു ബന്ധിക്കപ്പെട്ട ഈ വർഗങ്ങളും സാമൂഹ്യവിഭാഗങ്ങളുമേതാണ്?

ഒന്നാമത്, ജന്മികളും ഹുണ്ടികക്കാരും. സ്വന്തമായി കൃഷിചെയ്യാത്ത കുടിയാന്മാരും നാടുവാഴിത്തപരമായ അധികാരങ്ങളുടെയും അവകാശങ്ങളുടെയും രൂപമെന്ന നിലയ്ക്കല്ലാതെ, തങ്ങൾക്കു വേണ്ടത്ര ആദായം ലഭിക്കേണ്ട മൂലധനത്തിന്റെ രൂപമെന്ന നിലയിൽ ഭൂമിയെ നോക്കിക്കാണാൻ തുടങ്ങിയിട്ടുള്ളവരാണിവർ- അതായത്, വിൽക്കുകയും വാങ്ങിക്കുകയും ചെയ്യാവുന്ന ഒരു ചരക്കായി ഭൂമിയെ കണ്ടു ശീലിച്ചിട്ടുള്ളവർ.

അവരെ മറ്റു ജന്മികളിൽനിന്നു വേർതിരിക്കുന്ന സവിശേഷത, സ്വത്തി നോടുള്ള അവരുടെ മനോഭാവം മുതലാളിത്തപരമാണെന്നതാണ്; അവരെ മുതലാളികളിൽനിന്നു വേർതിരിക്കുന്ന ഘടകം അവരുടെ ചൂഷ ണത്തിന്റെ രീതിയാണ്. അത് നാടുവാഴിയുടെ പാട്ടമാണ്; മുതലാളിയുടെ മിച്ചവിലയല്ല.

രണ്ടാമത്, ധനികകൃഷിക്കാരും ഭൂവുടമാമുതലാളികളും. പണിയെടു ക്കാതെ തങ്ങളുടെ ഭൂമി കൃഷിചെയ്യാൻ കൂലിക്കാരെ ഏർപ്പെടുത്തുകയോ, അഥവാ സ്വയം പണിയെടുക്കുന്നുണ്ടെങ്കിൽത്തന്നെ സ്വന്തം അധ്വാ നത്തെയോ കുടുംബാധ്വാനത്തെയോ അപേക്ഷിച്ച് വളരെക്കൂടുതൽ കൂലിക്കാരെ ഏർപ്പെടുത്തുകയോ ചെയ്യുന്നവരാണിവർ. ഇവിടെ ഉൽപ്പാ ദനത്തിന്റെ പ്രത്യക്ഷരീതി മുതലാളിത്തപരമാണ്; അതായത് മിച്ചവില യെടുക്കൽ. പക്ഷേ അത് നാടുവാഴിത്ത ചൂഷണരീതിയോടു പലവിധത്തി ൽ ബന്ധിക്കപ്പെട്ടിരിക്കുന്നു: കൃഷിക്കാരൻ ജന്മിക്കു പാട്ടം കൊടുക്കേണ്ട ബാധ്യത, ഭൂമിയിന്മേലുള്ള പണയബാധ്യതകൾ, കൃഷിക്കാരൻതന്നെ ഹുണ്ടികക്കാരനായതുകൊണ്ട് അയാളുടെ വേലക്കാർ അർധ അടിമത്താ വസ്ഥയിൽ പ്രവർത്തിക്കേണ്ടിവരിക മുതലായവ.

മൂന്നാമത്, മൊത്തവ്യാപാരികളും ചില്ലറവ്യാപാരികളും. ദേശീയവി പണിയിൽ പ്രവർത്തിക്കുന്നത് അവരിലൂടെയാകയാൽ അവർ മുതലാളി ത്തസാമ്പത്തികവ്യവസ്ഥയുടെ പ്രത്യക്ഷപ്രതിനിധികളാണ്. അവരുടെ സാധനങ്ങൾ വാങ്ങുന്നവരും അവർ തന്നെയും, അധികവും കുടിയാന്മാ രോ ജന്മികളോ ആകയാൽ അവരും നാടുവാഴി ഉൽപ്പാദനചൂഷണരീതി കളോടു പലതരത്തിൽ കൂട്ടിക്കെട്ടപ്പെട്ടിരിക്കുന്നു.

നാലാമത്, ഗവൺമെന്റുദ്യോഗസ്ഥന്മാരും മറ്റു ഉദ്യോഗസ്ഥന്മാരും (വക്കീലന്മാർ, ഡോക്ടർമാർ, പത്രപ്രവർത്തകർ, അധ്യാപകർ മുതലാ യവർ) മറ്റു ബുദ്ധിജീവികളും. അവരും ജന്മികളോ കുടിയാന്മാരോ എന്ന നിലയിൽ നാടുവാഴിചൂഷണരൂപങ്ങളോടു ബന്ധപ്പെട്ട വർഗങ്ങളിൽ നിന്നു വന്നവരാണ്. എന്നിരുന്നാലും, ഇന്ത്യൻ സാമ്പത്തികക്രമത്തെ ലോകവിപണിയോടു ബന്ധിച്ചുനിർത്തുവാനുദ്ദേശിക്കപ്പെട്ടിട്ടുള്ളവരും അതുകൊണ്ടുതന്നെ സാരാംശത്തിൽ മുതലാളിത്തപരമായ ഭരണയന്ത്ര ത്തിന്റെ ഭാഗവുമാണ് അവർ.

അഞ്ചാമത്,വ്യാവസായികമുതലാളികൾ.താരതമ്യേനഎണ്ണത്തിൽ കുറവാണെങ്കിലും വളരെ കൂടിയതോതിൽ മുതലാളിത്തോൽപ്പാദനരീതി യുമായി ബന്ധപ്പെട്ടവരാണിവർ. കാരണം, ഇവരാണ് മുതലാളിത്തസ്വ ഭാവമുള്ള കൃഷിക്കാരോടൊപ്പം, യഥാർഥത്തിൽ മിച്ചവില പറ്റുന്നവർ. എന്നാലിവരും പരോക്ഷമായി നാടുവാഴി ചൂഷണരൂപങ്ങളോടു ബന്ധ പ്പെട്ടു നിൽക്കുന്നു- പലരും പ്രത്യക്ഷത്തിൽത്തന്നെയും. അവരിൽ വള

രെപ്പേർ ജന്മികൾ തന്നെയാണ് (ഉദാ: കോഴിക്കോടിനു സമീപമുള്ള തിരുവണ്ണൂർ കോട്ടൺമില്ലിന്റെയും ഒലവക്കോടിനടുത്തുള്ള നിർമൽ ഗ്ലാസ് കമ്പനിയുടെയും ഉടമസ്ഥർ). മറ്റു പലരും വ്യവസായികളായിട്ടാണ് തുടങ്ങിയതെങ്കിലും, ഭൂമിയിലല്ലാതെ മുതലിറക്കാൻ സൗകര്യമില്ലാത്തതുകൊണ്ട്, അടുത്തകാലത്തായി ജന്മികളുടെ നിലയിലെത്തിയവരാണ്. അങ്ങനെയുള്ള ജന്മികളാണ് കണ്ണൂരിലെ സാമുവൽ ആറോൺ, തൃശ്ശൂരുള്ള സീതാരാമയ്യൻ, കൊല്ലത്തെ തങ്ങൾ കുഞ്ഞുമുസലിയാർ മുതലായവർ. ബാക്കിയുള്ളവർ, ചൂഷകരെന്ന നിലയിലല്ല, ചൂഷിതരെന്ന നിലയിൽ നാടുവാഴിത്തചൂഷണരൂപങ്ങളോടു ബന്ധപ്പെട്ടവരാണ്; എന്തുകൊണ്ടെന്നാൽ, അവർ ജന്മികളുടെ കുടിയാന്മാരും അതുകൊണ്ടുതന്നെ പാട്ടവും മറ്റുമായ നാടുവാഴിത്തചൂഷണരൂപങ്ങൾക്കു കീഴ്പ്പെട്ടവരുമാണ്.

അവസാനമായി, കൈത്തൊഴിൽക്കാരും കൃഷിക്കാരും തൊഴിലാളികളും താഴ്ന്ന ശമ്പളക്കാരും. ഇവരെല്ലാം ഒരുവശത്ത് കമ്പോളത്തിന്റെയും മറിമായങ്ങളുടെയും മുതലാളിത്ത നികുതിവ്യവസ്ഥയുടെയും ചൂഷണത്തിനു വിധേയരാണെങ്കിൽ, മറുവശത്ത് നാടുവാഴിത്തചൂഷണത്തോടു പലവിധത്തിൽ ബന്ധപ്പെട്ടവരുമാണ്.

കമ്പോളബന്ധങ്ങളുടെ വളർച്ച കേരളത്തിൽ സാമ്പത്തികവ്യവസ്ഥയുടെ അടിത്തറയ്ക്കാഘാതമേൽപ്പിച്ചു. ഈ വർഗങ്ങളുടെയും സാമൂഹ്യവിഭാഗങ്ങളുടെയും വളർച്ച, മുതലാളിത്തത്തിനു മുമ്പുള്ള കേരളത്തിലെ സാമൂഹ്യവും ആശയപരവുമായ ഉപരിഘടനയ്ക്ക്, അത്രതന്നെ ശക്തിയായ ആഘാതമാണേൽപ്പിച്ചത്. കമ്പോളബന്ധങ്ങളുടെ വളർച്ച കേരളത്തിലെ സ്വയംസമ്പൂർണ സാമ്പത്തികക്രമത്തെ തകർത്ത് അതിനെ മുതലാളിത്തലോകവിപണിയുടെ കീഴിലാക്കിയതുപോലെ, ഈ വർഗങ്ങളുടെയും സാമൂഹ്യവിഭാഗങ്ങളുടെയും വളർച്ച, കേരളത്തിന്റെ സാമൂഹ്യവും ആശയപരവുമായ വ്യവസ്ഥയെ ലോകമുതലാളിത്തസംസ്കാരത്തിന്റെ സ്വാധീനശക്തിക്കു കീഴ്പ്പെടുത്തി. ബ്രിട്ടീഷ് മുതലാളിത്തവ്യവസ്ഥയ്ക്കു കീഴിൽ കേരളം ലോകമുതലാളിത്തവ്യവസ്ഥയുടെ ഒരു ഭാഗമാക്കപ്പെട്ടതുപോലെതന്നെ, ബ്രിട്ടീഷുകാരുടെ സ്വാധീനശക്തിക്കു കീഴിലാണ് മുതലാളിത്തസംസ്കാരം കേരളത്തിലേക്കു കൊണ്ടുവരപ്പെട്ടത്. വിപണിബന്ധങ്ങളുടെ വളർച്ച മുതലാളിത്തത്തിനുമുമ്പുള്ള സാമ്പത്തികവ്യവസ്ഥയെ നശിപ്പിക്കാതെ, അതിനെ സൈനിക- ഫ്യൂഡൽ സ്വഭാവത്തിൽനിന്ന് ഫ്യൂഡൽ- കൊളോണിയൽ സ്വഭാവത്തിലേക്കു മാറ്റിയതുപോലെതന്നെ, മുതലാളിത്തത്തിനു മുമ്പുള്ള ആശയപരമായ ഉപരിഘടനയെ തകർക്കുകയല്ല; പ്രത്യുത, മുതലാളിത്തസംസ്കാരം അതിന്റെ മുകളിൽ വച്ചുകെട്ടുകയാണുണ്ടായത്.

ബ്രിട്ടീഷുകാരുടെ കാലത്തു വളർന്നുവന്ന പുതിയ വർഗങ്ങളെയും വിഭാഗങ്ങളെയും വേർതിരിച്ചു നിർത്തുന്ന അവയുടെ സ്വഭാവങ്ങളിലൊന്ന്, അവയിൽ എല്ലാ ജാതികളിലും പെട്ടവരുണ്ടെന്നുള്ളതാണ്. ഇന്നിന്നവർ ഇന്നിന്ന ജോലികളേ ചെയ്യാവൂ എന്നുള്ള സകല ജാതിനിരോധനങ്ങളേയും അവഗണിച്ചുകൊണ്ട് ഓരോരുത്തർക്കും, സ്ത്രീപുരുഷഭേദമെന്യേ, അവർക്കിഷ്ടപ്പെട്ട ജോലി അന്വേഷിക്കുകയും അതിനുവേണ്ട പരിശീലനം നേടുകയും ചെയ്യാൻ കഴിഞ്ഞു. ഗവൺമെന്റുദ്യോഗസ്ഥരും തൊഴിൽക്കാരും കച്ചവടക്കാരും മറ്റും സാമൂഹ്യസോപാനത്തിന്റെ ഏറ്റവും അടിയിലെ തട്ടുകളുൾപ്പെടെയുള്ള എല്ലാ ജാതികളിൽനിന്നും വളർന്നുവന്നു; നേരേമറിച്ച്, ഏറ്റവുമുയർന്ന ജാതിയിൽപ്പെട്ടവർപോലും പാപ്പരായിത്തീരുകയും രണ്ടുതലമുറയ്ക്കു മുമ്പുള്ള തങ്ങളുടെ മുൻഗാമികൾ സ്വപ്നം കാണുകകൂടി ചെയ്യാത്ത ജോലികൾ അന്വേഷിക്കാൻ നിർബന്ധിതരാകുകയും ചെയ്തു.

ഉയർന്ന ജാതിക്കാർക്ക് നല്ല ജോലികൾ കിട്ടാൻ താഴ്ന്ന ജാതിക്കാരെക്കാൾ കൂടുതലവസരമുണ്ടായിരുന്നുവെന്നതു വാസ്തവമാണ്; അടുത്തകാലത്തായി, 1941 ൽപോലും, തിരുവിതാംകൂറിലെ ആകെ ജനസംഖ്യയുടെ 1.6 ശതമാനം മാത്രമുള്ള ബ്രാഹ്മണർക്ക് കൊല്ലത്തിൽ 1,200 ഉറുപ്പികയിൽ കൂടുതൽ വേതനമുള്ള ജോലികളുടെ 20.8 ശതമാനം ലഭിച്ചിരുന്നു; അതേസമയത്ത്, ആകെ ജനസംഖ്യയുടെ 17.5 ശതമാനം വരുന്ന ഈഴവർക്ക് അതേതരത്തിലുള്ള ജോലികളുടെ 4.2 ശതമാനം മാത്രമേ ലഭിച്ചുള്ളു. (തിരുവിതാംകൂർ സാമ്പത്തികസർവേ). പക്ഷേ താഴ്ന്ന ജാതിക്കാരായ കുറെപ്പേർക്കെങ്കിലും മാന്യതയുള്ള ജോലികൾ ലഭിച്ചു. ഉയർന്ന ജാതിക്കാർക്ക് സ്കൂളുകളിലും ആപ്പീസുകളിലും ഫാക്ടറികളിലും വിപണികളിലും മറ്റും താഴ്ന്ന ജാതിസഹോദരങ്ങളോടു മൽസരിക്കേണ്ടിവന്നു. ഇത്, ജാതിവ്യത്യാസത്തെ അടിസ്ഥാനപ്പെടുത്തിയ സാമൂഹ്യവ്യവസ്ഥയെ തകർത്തു. എന്നാൽ യഥാർഥമായ ദൈനംദിനജീവിതത്തിൽ- മറ്റുള്ളവരെ അപേക്ഷിച്ച് കൂടുതൽ ഭേദപ്പെട്ട നിലയിൽ ജീവിക്കുവാൻ വേണ്ടി വ്യക്തികളും ഗ്രൂപ്പുകളും തമ്മിലുള്ള കഠിനമായ മൽസരത്തിൽ- തങ്ങൾ മറ്റു ജാതിക്കാരെക്കാൾ മേന്മയേറിയവരാണെന്നവകാശപ്പെടാൻ ഉയർന്ന ജാതിക്കാർക്കു കഴിഞ്ഞു; തങ്ങൾ അപമാനകരമായ അവസ്ഥയ്ക്കു കീഴടങ്ങേണ്ട ആവശ്യമില്ലെന്ന ആശ്വാസവും ആത്മവിശ്വാസവും അത് താഴ്ന്ന ജാതിക്കാർക്കു നൽകുകയും ചെയ്തു.

ഇതിൽനിന്നാണ് കേരളത്തിൽ ആധുനിക ജനാധിപത്യപ്രസ്ഥാന- സാമൂഹ്യസമത്വത്തിനുവേണ്ടിയുള്ള പ്രസ്ഥാന- ത്തിന്റെ പ്രഥമ രൂപം ഉൽഭവിച്ചത്. നായന്മാരും ഈഴവരും സിറിയൻ ക്രിസ്ത്യാനികളുമാണിതിൽ നേതൃത്വം വഹിച്ചത്. കാരണം, പ്രത്യേകാനുകൂല്യങ്ങളില്ലാത്ത

അഥവാ അത്തരം ആനുകൂല്യങ്ങൾ താരതമ്യേന കുറവായിരുന്ന വിഭാഗങ്ങൾക്കിടയിൽ ഏറ്റവും ഉൽബുദ്ധരായവർ അവരായിരുന്നു. എങ്കിലും വളരെവേഗത്തിൽ അത് പട്ടികജാതിക്കാരെപ്പോലുള്ള മറ്റു ജാതികളിലേക്കും- ബ്രാഹ്മണർക്കിടയിലേക്കുപോലും- വ്യാപിച്ചു; ഈ ജാതികളിലോരോന്നും ഏതെങ്കിലും പ്രത്യേകാവശ്യങ്ങൾക്കുവേണ്ടി പ്രക്ഷോഭണമാരംഭിച്ചു; അവരെല്ലാം ക്രമത്തിൽ മുന്നോട്ടുനീങ്ങി, രണ്ടു തലമുറയ്ക്കുള്ളിൽ 'എല്ലാ ജാതിപരിഗണനകളെയും നീക്കം ചെയ്യുക' എന്ന പൊതുമുദ്രാവാക്യത്തിലെത്തിച്ചേർന്നു.

ശ്രീനാരായണഗുരുവിന്റെ നേതൃത്വത്തിൽ ഈഴവർ സംഘടിച്ചതും, നായന്മാരും ക്രിസ്ത്യാനികളും ആ സമയത്ത് ബ്രാഹ്മണമേധാവിത്വത്തിനെതിരായി സമരം ചെയ്തതും നാം കഴിഞ്ഞ അധ്യായത്തിൽ കണ്ടു. ശ്രീനാരായണഗുരുവാണ് 'ഒരു ജാതി, ഒരു മതം, ഒരു ദൈവം' എന്ന മുദ്രാവാക്യമുയർത്തിയത്. ആ മുദ്രാവാക്യം ഒരു തികഞ്ഞ സാമൂഹ്യവിപ്ലവമുണ്ടാക്കി- ആദ്യം ഈഴവർക്കിടയിലാണെങ്കിലും വളരെ വേഗത്തിൽ അത് എല്ലാ ജാതികളിലെയും ഉൽപ്പതിഷ്ണുക്കളെ ആകർഷിച്ചു. കാരണം, അത് ചില ജാതിക്കാരെ മറ്റു ചില ജാതിക്കാരുടെ കീഴിൽ നിർത്തിയിരുന്ന പഴഞ്ചൻ സമ്പ്രദായത്തോടു കൃഷിക്കാർക്കു മാത്രമല്ല, ഇടത്തരക്കാർക്കുകൂടിയുണ്ടായിരുന്ന അതൃപ്തിക്കു വ്യക്തമായ രൂപം നൽകി. മിശ്രഭോജനം, മിശ്രവിവാഹം മുതലായവ വമ്പിച്ച തോതിൽ പ്രചരിപ്പിക്കപ്പെട്ടുവാനും തുടങ്ങി.

എന്നാൽ ഈ പ്രസ്ഥാനം ജാതിയെ അടിസ്ഥാനപ്പെടുത്തിയ അസമത്വങ്ങളെ ദൂരീകരിക്കണമെന്ന ആവശ്യത്തിലൊതുങ്ങിനിന്നില്ല. അത് കുടുംബസമ്പ്രദായമാകെ അഴിച്ചുപണിയണമെന്നാവശ്യപ്പെട്ടു- കുടുംബത്തെ മരുമക്കത്തായത്തിൽ നിന്നു മക്കത്തായത്തിലേക്കു മാറ്റുക; ബഹുഭാര്യത്വവും ബഹുഭർതൃത്വവും പുരാതനഗോത്രസമുദായത്തിന്റെ അവശിഷ്ടമായ മറ്റു സ്ത്രീപുരുഷബന്ധങ്ങളും നിരോധിക്കുക; കൂട്ടുകുടുംബം (മക്കത്തായമായാലും മരുമക്കത്തായമായാലും) ഭാഗിച്ചുകൂടന്ന സമ്പ്രദായം അവസാനിപ്പിക്കുക. അതേസമയംതന്നെ, മാതാപിതാക്കളുടെ ഇഷ്ടമെന്ന അടിസ്ഥാനം വിട്ട് പ്രേമത്തിന്റെ അടിസ്ഥാനത്തിലുള്ള വിവാഹത്തിനുവേണ്ടി ഈ പ്രസ്ഥാനം വാദിക്കുകയും അതിനെ പ്രോൽസാഹിപ്പിക്കുകയും ചെയ്തു. എന്നാൽ പ്രസ്ഥാനത്തിന്റെ ലക്ഷ്യം മുതലാളിത്തകുടുംബം സ്ഥാപിക്കുകയായിരുന്നു.

പ്രസ്ഥാനത്തിന്റെ ഈ രണ്ടാമതു പറഞ്ഞ സ്വഭാവംകൊണ്ടാണ് ഉയർന്ന ജാതിക്കാർ- നമ്പൂതിരിമാരും നായന്മാരും മറ്റു ജാതിഹിന്ദുക്കളും- സമുദായപരിഷ്കരണത്തിനുവേണ്ടിയുള്ള പ്രസ്ഥാനത്തിലേക്കു വന്നത്. കൂട്ടുകുടുംബത്തിന്റെ ആളോഹരിഭാഗമെന്നത് ആദ്യം നായന്മാ

രുടെയും പിന്നീട് നമ്പൂതിരിമാരുടെയും അവസാനം എല്ലാ ജാതിഹിന്ദു ക്കളുടെയും കേന്ദ്രമുദ്രാവാക്യമായിത്തീർന്നു. മരുമക്കത്തായം വേണ്ടെന്നു വച്ച് അതിന്റെ സ്ഥാനത്ത് മക്കത്തായകുടുംബം പ്രതിഷ്ഠിക്കുക എന്നത് പുരോഗമനവാദികളായ എല്ലാ നായന്മാരുടെയും മുദ്രാവാക്യമായിത്തീ ർന്നു. മഹൻ മൂസ്സ മാത്രം ജാതിയിൽനിന്നു വേൾക്കുന്ന സമ്പ്രദായമുപേ ക്ഷിക്കണമെന്നത് പുരോഗമനവാദികളായ എല്ലാ നമ്പൂതിരിമാരുടെയും മുദ്രാവാക്യമായിത്തീർന്നു. ബഹുഭാര്യത്വവും മറ്റു പഴഞ്ചൻ വിവാഹക്രമ ങ്ങളും വേണ്ടെന്നുവയ്ക്കണമെന്ന് പുരോഗമനവാദികളായ എല്ലാ ഹിന്ദു ക്കളുമാവശ്യപ്പെട്ടു. വിവിധ ജാതികളിലെ പുരോഗമനവാദികളുടെ ഈ ആവശ്യങ്ങൾക്ക് നായർ റഗുലേഷൻ, മരുമക്കത്തായ ആക്റ്റ്, നമ്പൂതിരി ആക്റ്റ്, ക്ഷത്രിയ ആക്റ്റ്, ഈഴവ റഗുലേഷൻ മുതലായ നിരവധി നിയമ നിർമാണങ്ങളുടെ രൂപത്തിൽ നിയമാനുമതി നൽകപ്പെട്ടു.

സാമൂഹ്യവ്യവസ്ഥയിൽ അടിസ്ഥാനപരമായ പരിവർത്തനങ്ങ ൾക്കുള്ള ഈ തൃഷ്ണ കലാരംഗത്തും പ്രതിഫലിച്ചിരുന്നു. ഈഴവരുടെ ജാ തിസംഘടനയുടെ നേതാക്കന്മാരിലും സംഘാടകന്മാരിലുമൊരാളായ കു മാരനാശാൻ മലയാളത്തിലെ ആധുനിക ഖണ്ഡകാവ്യപ്രസ്ഥാനത്തിന്റെ മാർഗദർശി കൂടിയായിരുന്നു. പഴയ കവികളെപ്പോലെ ദേവന്മാരുടെയും രാജാക്കന്മാരുടെയും ധീരകൃത്യങ്ങൾ വർണിക്കുക മാത്രം ചെയ്യുന്നതിനു പകരം സാധാരണ യുവതീയുവാക്കന്മാരുടെ പ്രേമാവേശങ്ങളെ ചിത്രീ കരിക്കുന്നതിൽ മുൻകൈയെടുത്തതദ്ദേഹമായിരുന്നു. മലയാളനോവലി ന്റെ ഉപജ്ഞാതാവായ ചന്തുമേനോനും ഖണ്ഡകാവ്യപ്രസ്ഥാനത്തിന്റെ ഉപജ്ഞാതാവായ ആശാനോടൊപ്പം നിൽക്കുന്നു; അദ്ദേഹത്തിന്റെ ഇന്ദുലേഖ ജന്മിമാരുടെയും അവരുടെ സിൽബന്തികളുടെയും കെട്ടഴിഞ്ഞ നടപടികളുടെ ഒന്നാമത്തെ ഫലപ്രദമായ തുറന്നുകാട്ടലായിരുന്നു. ഉപ ന്യാസം, ചെറുകഥ, പത്രങ്ങളിലും മാസികകളിലുമെഴുതുന്ന ലേഖനങ്ങൾ, ഗ്രന്ഥവിമർശനം മുതലായ മറ്റു സാഹിത്യശാഖകളും രൂപം കൊള്ളാൻ തുടങ്ങി. വ്യാകരണവും അലങ്കാരശാസ്ത്രവും ഭാഷാശാസ്ത്രത്തിന്റെയും സാഹിത്യശാസ്ത്രത്തിന്റെയും മറ്റു ശാഖകളും പ്രത്യക്ഷപ്പെട്ടു. നാടകം, ചി ത്രകല തുടങ്ങിയ കലകളും സംഗീതം മുതലായവയും, സാഹിത്യത്തെ അപേക്ഷിച്ച് വളരെ കുറഞ്ഞതോതിലാണെങ്കിലും, വളരാൻ തുടങ്ങി.

ഇടത്തരക്കാരുടെയും ഉപരിവർഗങ്ങളിലെ ഉൽബുദ്ധവിഭാഗങ്ങളു ടെയും ഈ സാമൂഹ്യവും സാംസ്കാരികവുമായ പ്രവർത്തനങ്ങളും കർഷ കബഹുജനങ്ങളുടെ സ്വയം പൊട്ടിപ്പുറപ്പെടുന്ന അസംതൃപ്തിയും കൂടിച്ചേർന്ന തായിരുന്നു- സാമൂഹ്യപരിഷ്കർത്താവും സാംസ്കാരികജീവിതത്തി ന്റെ നേതാവും കുടിയാൻ പ്രസ്ഥാനത്തിന്റെ സംഘാടകനും ജാതി സംഘടനകളുടെ സംഘാടകനുമെല്ലാം ഒരേ ആളിൽ അഥവാ ഗ്രൂപ്പിൽ

മേളിച്ചതായിരുന്നു- കേരളത്തിൽ ഒന്നാമതായി ഒരു യഥാർഥ ദേശീയ ജനാധിപത്യപ്രസ്ഥാനം ആവിർഭവിച്ചതിന്റെ പ്രാഥമികരൂപം. ഈ മേളനത്തിലൂടെയായിരുന്നു അസംഘടിതരും നേതൃത്വമില്ലാത്തവരുമായ കർഷകബഹുജനങ്ങൾ, വളരാൻ തുടങ്ങിയിരുന്ന മുതലാളിവിഭാഗങ്ങളുടെ നേതൃത്വത്തിൻകീഴിലേക്ക് ആദ്യമായി കൊണ്ടുവരപ്പെട്ടത്.

ഈ പ്രസ്ഥാനം ദേശീയമർദകനെതിരായി- ബ്രിട്ടീഷ് സാമ്രാജ്യത്വത്തിനെതിരായി- തിരിഞ്ഞിട്ടില്ലാതിരുന്നതുകൊണ്ട് ആ വാക്കിന്റെ ശരിയായ അർഥത്തിൽ ഒരു യഥാർഥദേശീയപ്രസ്ഥാനമായിക്കഴിഞ്ഞിരുന്നില്ല. നാട്ടുരാജാക്കന്മാരുടെ വാഴ്ചയ്ക്കെതിരായി തിരിഞ്ഞിട്ടില്ലാതിരുന്നതിനാൽ അതൊരു ശരിയായ നാടുവാഴിവിരുദ്ധപ്രസ്ഥാനം പോലുമായിരുന്നില്ല; ജന്മിത്വം പാടേ നീക്കം ചെയ്യണമെന്ന് അതൊട്ടാവശ്യപ്പെട്ടതുമില്ല. എന്നിരുന്നാലും, കൃഷിചെയ്യുന്നവരും ഭൂമിയില്ലാത്തവരുമായ കൃഷിക്കാരെ മുതലാളികളോടും നാടുവാഴിഭരണാധികാരിവർഗത്തിലെ ഉൽബുദ്ധവിഭാഗത്തോടുപോലും ബന്ധിപ്പിച്ചതുകൊണ്ട് അത് ദേശീയ ജനാധിപത്യപ്രസ്ഥാനത്തിന്റെ ആരംഭമായിരുന്നു. കൊച്ചി, തിരുവിതാംകൂർ രാജകുടുംബങ്ങളിലെയും നാടുവാഴിവർഗത്തിൽപ്പെട്ട മറ്റു കുടുംബങ്ങളിലെയും അംഗങ്ങൾ അയിത്തജാതിക്കാരും ക്രിസ്ത്യാനികളും മുഹമ്മദീയരുമായി സഹകരിച്ചിരുന്ന ഇരുപതാംനൂറ്റാണ്ടിന്റെ ആദ്യവർഷങ്ങളിലെ സാഹിത്യസംഘടനകളും പ്രവർത്തനങ്ങളും, ഏതെങ്കിലുമൊരു സമുദായപരിഷ്കാരം നടപ്പിലാക്കാൻ കൂട്ടായി ആവശ്യപ്പെടുന്നതിന് ഉച്ചനീചത്വം നോക്കാതെ ഒരു പ്രത്യേകസമുദായത്തിലെ ആളുകൾ ഒത്തുചേർന്ന ജാതീയസംഘടനകൾ, ഏറ്റവുമുയർന്ന ശമ്പളം കിട്ടുന്ന ഗവൺമെന്റുദ്യോഗസ്ഥനും ഉദ്യോഗക്കാരനും ഏറ്റവുമെളിയ കൃഷിക്കാരനുമായൊത്തുചേർന്ന കുടിയാൻപ്രസ്ഥാനം- ഇവയായിരുന്നു ഒരു ചെറിയ ന്യൂനപക്ഷത്തിന്റെയല്ലാ, രാഷ്ട്രത്തിന്റെയാകെ ഗുണത്തിനുവേണ്ടിയുള്ള- ബഹുഭൂരിപക്ഷം ജനങ്ങളുടെ പുതിയ രൂപത്തിലുള്ള യോജിച്ച പ്രവർത്തനത്തിന്റെ ആരംഭം. മറ്റു വാക്കുകളിൽ പറഞ്ഞാൽ, ഈ ശതാബ്ദത്തിന്റെ രണ്ടും മൂന്നും ദശകങ്ങളിൽ രാജ്യത്തുടനീളമുണ്ടായ ആ ദേശീയക്കോളിളക്കത്തിന്റെ ആദ്യരൂപം അതായിരുന്നു.

II

എന്നാൽ ഒന്നാം ലോകമഹായുദ്ധത്തിനുശേഷമുള്ള വർഷങ്ങളിൽ മാത്രമാണ് കഴിഞ്ഞ അധ്യായത്തിൽ വിവരിച്ച ദേശീയപ്രസ്ഥാനം അതിന്റെ കേവലമായ സാമൂഹ്യപരിഷ്കരണപരവും സാംസ്കാരികവുമായ അതിരുകൾ കടന്ന് ഒരു രാഷ്ട്രീയപ്രസ്ഥാനത്തിന്റെ സ്വഭാവം കൈക്കൊണ്ടത്. കാരണം അപ്പോഴാണ് ഇന്ത്യയുടെ എല്ലാഭാഗത്തുമി

രമ്പിക്കയറിയ വമ്പിച്ച രാഷ്ട്രീയപ്രക്ഷോഭത്തിലേക്ക് ഇടത്തരക്കാരും കൃഷിക്കാരുമാകർഷിക്കപ്പെട്ടത്.

രാഷ്ട്രീയപ്രവർത്തനം യഥാർഥത്തിൽ ഒന്നാം ലോകമഹായുദ്ധത്തിനു വളരെമുമ്പുതന്നെ ആരംഭിച്ചിരുന്നു. മദ്രാസിൽ താമസിച്ചിരുന്ന മലയാളികളായ ഉദ്യോഗസ്ഥന്മാർക്ക് ഇന്ത്യൻ നാഷണൽ കോൺഗ്രസ്സിന്റെ പ്രവർത്തനങ്ങളിൽ പങ്കെടുക്കാനവസരമുണ്ടായി. അവരിലൊരാളായ സർ സി ശങ്കരൻനായർ കോൺഗ്രസ്സിന്റെ പ്രാരംഭകാലത്തെ സമ്മേളനങ്ങളിലൊന്നിൽ അധ്യക്ഷനായി തിരഞ്ഞെടുക്കപ്പെടുകപോലും ചെയ്തിട്ടുണ്ട്. ആദ്യത്തെ മലയാളനോവലായ *ഇന്ദുലേഖ* കേരളത്തിലെ ക്ഷയിച്ചുവരുന്ന ജന്മിസമ്പ്രദായത്തെയും കൂട്ടുകുടുംബവ്യവസ്ഥയെയും തുറന്നുകാട്ടുകമാത്രമല്ലാ ചെയ്യുന്നുള്ളൂ; അതിൽ കോൺഗ്രസ്സിനെ അഭിനന്ദിക്കുന്ന ചില പ്രസ്താവനകൾ കൂടി അടങ്ങുന്നുവെന്നുള്ളതും ശ്രദ്ധേയമാണ്. എന്നാലിത് കേരളത്തിലെ സാമാന്യജനങ്ങളെക്കാളധികം കേരളത്തിനു പുറത്തു താമസിക്കുന്ന ഉദ്യോഗസ്ഥരായ മലയാളികളെയാണു സ്പർശിച്ചിരുന്നത്.

ബംഗാൾ വിഭജനത്തിനും ഒന്നാം ലോകമഹായുദ്ധത്തിന്റെ ആരംഭത്തിനുമിടയിലുള്ള വർഷങ്ങൾ ഇന്ത്യയുടെ രാഷ്ട്രീയസ്ഥിതിയിൽ വമ്പിച്ച മാറ്റങ്ങളുളവാക്കി; പക്ഷേ അക്കാലത്ത് കേരളം രാഷ്ട്രീയമായി താരതമ്യേന നിർജീവമായിരുന്നു. മലയാളികളായ ഇടത്തരക്കാർ സാവധാനത്തിലെങ്കിലും സുനിശ്ചിതമായി രാഷ്ട്രീയപ്രവർത്തനത്തിലേക്കുണർന്നുവരുന്നുണ്ടായിരുന്നുവെന്നതിന്റെ സൂചനയായി പറയാവുന്ന ഒരേ ഒരു സംഭവം തിരുവിതാംകൂറിലെ തീവ്രവാദിയായ ഒരു പത്രപ്രവർത്തകനായിരുന്ന പരേതനായ കെ രാമകൃഷ്ണപിള്ള തിരുവിതാംകൂറിലെ ദിവാനെതിരായി നടത്തിയ ഉറച്ച സമരമായിരുന്നു. ദിവാന്റെ ദുഷ്കൃത്യങ്ങളെ തുറന്നുകാട്ടിക്കൊണ്ട് അദ്ദേഹം സ്വദേശാഭിമാനി പത്രത്തിലെഴുതിയ ലേഖനങ്ങൾ, 1910 ൽ രാമകൃഷ്ണപിള്ളയെ തിരുവിതാംകൂറിൽനിന്നു നാടുകടത്തത്തക്കവണ്ണം അത്ര ശക്തിയേറിയവയായിരുന്നു. കാൾ മാർക്സിന്റെ ഒരു ജീവചരിത്രം മലയാളഭാഷയിലാദ്യമായി- ഈ ലേഖകന്റെ അറിവിൽ പെട്ടിടത്തോളം ഒരിന്ത്യൻഭാഷയിൽത്തന്നെയാദ്യമായി- എഴുതിയത് രാമകൃഷ്ണപിള്ളയായിരുന്നുവെന്നതും അർഥവത്താണ്. അദ്ദേഹത്തിന്റെ കാറൽ മാർക്സ് എന്ന പുസ്തകം 1912 ൽ പ്രസിദ്ധീകരിച്ചു. ബോംബെ തൊഴിലാളികൾ 1905 ൽ നടത്തിയ പണിമുടക്കുപോലെ ഇതും ലെനിൻ അറിഞ്ഞിരുന്നെങ്കിൽ ഇന്ത്യൻ തൊഴിലാളിവർഗം സമരത്തിലേക്കു നീങ്ങുകയാണെന്നു മാത്രമല്ല, ഇന്ത്യൻ ബുദ്ധിജീവികൾ സോഷ്യലിസ്റ്റ്ബോധത്തിന്റെ വാഹകരായിത്തീരാൻ പോകുന്നതിന്റെ സൂചനയാണിതെന്നുകൂടി അദ്ദേഹം പറയുമായിരുന്നു.

എന്നാൽ യുദ്ധത്തിനുമുമ്പുള്ള ആ കാലങ്ങളിൽ രാമകൃഷ്ണപിള്ള രാഷ്ട്രീയരംഗത്ത് ഒറ്റയ്ക്കു നിൽക്കുന്ന ഒരു വ്യക്തിയായിരുന്നു. തിരുവിതാംകൂറുകാരായ ആയിരക്കണക്കിനു സാധാരണ സ്ത്രീപുരുഷന്മാരുടെ അനുഭാവം അദ്ദേഹത്തിനുണ്ടായിരുന്നുവെന്നതു വാസ്തവമാണ്. അദ്ദേഹത്തെ നാടുകടത്താൻ കൊണ്ടുപോകുമ്പോൾ തിരുവനന്തപുരത്തും വഴിക്കെങ്ങും പതിനായിരക്കണക്കിനാളുകൾ തന്റെ ചുറ്റും തടിച്ചുകൂടിയെന്ന് 'നാടുകടത്തൽ' എന്ന ലേഖനത്തിൽ അദ്ദേഹംതന്നെ വിവരിച്ചിട്ടുണ്ട്. എന്നിരുന്നാലും ഈ ജനകീയവികാരത്തെ സമരപരമായ ഒരു ജനകീയ പ്രസ്ഥാനമാക്കി മാറ്റുവാൻ മാത്രം ബോധമുള്ളവരായിക്കഴിഞ്ഞിരുന്നില്ല, ഒരു വർഗമെന്ന നിലയ്ക്ക് ഇടത്തരക്കാർ. ഇതിനുംപുറമേ, രാമകൃഷ്ണപിള്ള തന്നെ ദിവാന്റെ ദുഷ്കൃത്യങ്ങളെ തുറന്നുകാട്ടുന്നതിൽ കവിഞ്ഞൊന്നും ചെയ്തില്ല; തിരുവിതാംകൂർ രാജ്യത്ത് സ്വേച്ഛാധിപത്യപരമായ രാജവാഴ്ച അവസാനിപ്പിക്കേണ്ടതിന്റെയോ ഇന്ത്യയിൽ സാമ്രാജ്യമേധാവിത്വമവസാനിപ്പിക്കേണ്ടതിന്റെയോ ആ വ്യവസ്ഥിതി പരിഷ്കരിക്കേണ്ടതിന്റെപോലുമോ ആവശ്യകത അദ്ദേഹം മനസ്സിലാക്കിയില്ല. അതുകൊണ്ട്, രാമകൃഷ്ണപിള്ളയുടെ ദിവാനെതിരായ സമരം, ഇടത്തരക്കാർ രാഷ്ട്രീയ രംഗത്തിലേക്കു പ്രവേശിച്ചതിന്റെ ആരംഭമായി കണക്കാക്കാമെങ്കിലും, അദ്ദേഹത്തിന്റെ സമരത്തിന്റെ ഏകാകി സ്വഭാവം, ഒരു സജീവമായ രാഷ്ട്രീയശക്തിയായിത്തീരാൻ അവർക്കിനിയും വളരെ ദൂരം പോകേണ്ടതുണ്ടായിരുന്നുവെന്നതിന്റെ സൂചനയായി കണക്കാക്കണം.

യുദ്ധത്തിനിടയിലും അതിനുശേഷവുമുള്ള കാലത്താണ് സ്ഥിതി മാറിയത്. ആനി ബസന്റ് ആരംഭിച്ചതും സുശക്തമായി നയിച്ചതുമായ ഹോം റൂൾ ലീഗ് കേരളത്തിലെ ഇടത്തരക്കാരുടെ ഭാവനയെ ആകർഷിച്ചു. ബ്രിട്ടന്റെ യുദ്ധശ്രമങ്ങൾക്കു പിന്തുണ നേടാനായി, കോഴിക്കോട്ട് കളക്ടറുടെ അധ്യക്ഷതയിൽ നടന്നുകൊണ്ടിരിക്കുന്ന ഒരു യോഗത്തിൽ അർഥവത്തായ ഒരു സംഭവമുണ്ടായി. സദസ്യരിലൊരാളായ എം പി നാരായണ മേനോൻ മലയാളത്തിൽ സംസാരിക്കാൻ തുടങ്ങിയപ്പോൾ ഇംഗ്ലീഷിൽ പ്രസംഗിക്കണമെന്ന് അധ്യക്ഷനാവശ്യപ്പെട്ടു; പക്ഷേ അദ്ദേഹം കൂട്ടാക്കിയില്ല. ഇത് യോഗത്തിൽ ഒച്ചപ്പാടുണ്ടാക്കി. വാസ്തവത്തിൽ അതിന് ഒരൊറ്റപ്പെട്ട സംഭവത്തെക്കാൾ വളരെയധികം പ്രാധാന്യമുണ്ടായിരുന്നു; കാരണം, ചെറുപ്പക്കാരും വളർന്നുവരുന്നവരുമായ ഇടത്തരക്കാർ ബ്രിട്ടീഷ് ഭരണാധികാരികളുടെ മേധാവിത്വത്തെ മേലിൽ ചോദ്യം കൂടാതെ അനുസരിക്കാൻ തയ്യാറില്ലെന്ന് അത് കാണിച്ചു. നാരായണമേനോൻ തന്റെ സ്വന്തം രാജ്യത്ത് ഇംഗ്ലീഷിൽ സംസാരിക്കുന്നതിനെ മാത്രമല്ല എതിർത്തുള്ളു; ഇന്ത്യ ബ്രിട്ടനു യുദ്ധക്കടം നൽകുന്നതിനെക്കൂടി അദ്ദേഹം

എതിർത്തു; കാരണം, അദ്ദേഹം പറഞ്ഞു: "ഒരധമർണ്ണൻ (ഇന്ത്യ) ഉത്തമർണ്ണന് (ബ്രിട്ടൻ) കടം കൊടുക്കുന്നത് അൽഭുതകരമാണ്".

എന്നാൽ നാരായണമേനോൻ, ഏതാനും കൊല്ലങ്ങൾക്കു മുമ്പു രാമകൃഷ്ണപിള്ളയെപ്പോലെ, ഒറ്റയ്ക്കൊരു വ്യക്തിയായിരുന്നില്ല. ഇടത്തരക്കാരായ മറ്റു പുരുഷന്മാരും സ്ത്രീകളും രാഷ്ട്രീയബോധമുള്ളവരായിത്തീർന്നു. മലബാറിലെങ്ങുംതന്നെ ഹോംറൂൾ ലീഗുകൾ മുളച്ചുപൊന്തുകയായിരുന്നു. എന്നാൽ തിരുവനന്തപുരത്തെ വിദ്യാർഥികളാണ് രാഷ്ട്രീയപ്രകടനങ്ങളിൽ ഒന്നാമതായിറങ്ങിയത്. 1919 നവംബർ രണ്ടിന് കേരളത്തിന്റെ ചരിത്രത്തിൽ വിദ്യാർഥികളുടെ ഒന്നാമത്തെ രാഷ്ട്രീയ പ്രകടനം സംഘടിപ്പിക്കപ്പെട്ടു- തിരുവിതാംകൂറിൽ അന്ന് അവതരിപ്പിക്കപ്പെട്ട ഭരണപരിഷ്കാരങ്ങൾക്കനുകൂലമായി തിരുവനന്തപുരത്തെ പൊതുജനങ്ങളുടെ പേരിൽ ഗവൺമെന്റ് സേവകന്മാർ തമ്പാന്നൂർ ഹാളിൽ നടത്തിയ ഒരു യോഗത്തിനു മുമ്പിലുണ്ടായ പ്രതിഷേധപ്രകടനം. വിദ്യാർഥികൾ രാഷ്ട്രീയപ്രവർത്തനരംഗത്തിൽ പ്രവേശിച്ചുകഴിഞ്ഞുവെന്നതിന്റെ ഒരു സൂചനയായിരുന്നു ഇത്. ഇതിനെത്തുടർന്ന് രണ്ടു കൊല്ലങ്ങൾക്കുശേഷം, ഗവൺമെന്റ് നടപ്പിലാക്കിയ ഫീസ് വർധനവിനെതിരായി (1921 സെപ്റ്റംബർ- ഒക്റ്റോബറിൽ) വിദ്യാർഥികളുടെ ഒരു ഗംഭീര പഠിപ്പുമുടക്കം നടന്നു; തുടർന്ന് വിദ്യാർഥികളുടെമേൽ ഒന്നാമതായി ഭയങ്കരമായ പോലീസാക്രമണമുണ്ടായി.

ഇടത്തരക്കാരുടെ രാഷ്ട്രീയരംഗത്തേക്കുള്ള പ്രവേശനം, വേലുത്തമ്പി ദളവയുടെയും പഴശ്ശിരാജാവിന്റെയും കാലശേഷം കൃഷിക്കാർക്കില്ലാതിരുന്ന ഒരു കാര്യം സാധിച്ചുകൊടുത്തു- വിപ്ലവകരമായ സമരങ്ങളിൽ അവരെ നയിക്കാനുള്ള നേതൃത്വം. യുദ്ധത്തിന്റെ അവസാനഘട്ടത്തിലും യുദ്ധാനന്തരമുള്ള ആദ്യവർഷങ്ങളിലുമുണ്ടായ ഹോംറൂൾ ലീഗുകൾ, 1920-21 ലെ കോൺഗ്രസ്സ്- ഖിലാഫത്ത് കമ്മിറ്റികൾ, കോൺഗ്രസ്സ് കമ്മിറ്റികളോടു കൈകോർത്തുനിന്നു പ്രവർത്തിച്ച കുടിയാൻകമ്മിറ്റികൾ- ഇവയായിരുന്നു, ഇടത്തരക്കാർ ബ്രിട്ടീഷ് സാമ്രാജ്യത്വത്തിനും നാടുവാഴിപ്രഭുത്വത്തിനുമെതിരായി വൻതോതിൽ ബഹുജനങ്ങളെ സംഘടിപ്പിക്കാൻ സൃഷ്ടിച്ച സമരോപകരണങ്ങൾ. മഞ്ചേരിയിൽവെച്ചു നടത്തിയ മലബാർ ജില്ലാ രാഷ്ട്രീയസമ്മേളനം (1920)- അക്രമരഹിതമായ നിസ്സഹകരണമെന്ന നയത്തിന്റെ അനുകൂലികളും എതിരാളികളും തമ്മിലവിടെ വമ്പിച്ചൊരു സമരം നടന്നു- തീവ്രവാദികളായ ഇടത്തരക്കാർ സമരപരമായ ഒരു രാഷ്ട്രീയനയത്തിനു പിന്നിൽ കൃഷിക്കാരെ അണിനിരത്തുന്നതിന്റെ പ്രഥമോദാഹരണമായിരുന്നു; നിസ്സഹകരണപ്രശ്നത്തോടുകൂടിത്തന്നെ കാർഷികപരിഷ്കാരത്തിന്റെ പ്രശ്നവും സമ്മേളനത്തിന്റെ മുമ്പിലുണ്ടായിരുന്നുവെന്നത് അർഥവത്താണ്. നിസ്സഹകരണപ്രശ്ന

ത്തിന്മേലുണ്ടായ വിരുദ്ധചേരികൾ, കുടിയായ്മ പരിഷ്കരണപ്രശ്നത്തിന്മേലുണ്ടായ ചേരിപിരിവുമായി ഏറെക്കുറെ ഒത്തുപോയിരുന്നു.

മഞ്ചേരി (മലബാർ ജില്ല) രാഷ്ട്രീയസമ്മേളനത്തിനുശേഷം ഒരു കൊല്ലം കഴിഞ്ഞാണ്, അതായത് 1921 ഏപ്രിൽ മാസത്തിൽ, ആദ്യത്തെ കേരളസംസ്ഥാനസമ്മേളനം ഒറ്റപ്പാലത്തുവെച്ച് കൂടിയത്. അന്ന് നിസ്സഹകരണപ്രസ്ഥാനം മൂർധന്യദശയിലെത്തിയിരുന്നു; അനേകം വിദ്യാർഥികൾ വിദ്യാഭ്യാസസ്ഥാപനങ്ങളിൽനിന്നു പുറത്തുപോന്നിരുന്നു; അനേകം വക്കീലന്മാർ പ്രാക്ടീസ് ഉപേക്ഷിച്ചിരുന്നു. ഒരുകൊല്ലംമുമ്പു മഞ്ചേരിയിലെന്നപോലെ, ഇപ്പോൾ ഒറ്റപ്പാലത്തും മലബാറിന്റെ നാനാഭാഗത്തുനിന്നും ആയിരക്കണക്കിനു കൃഷിക്കാർ തടിച്ചുകൂടി. എന്നാൽ ഈ സമ്മേളനത്തിന്റെ ഏറ്റവും പ്രധാനമായ സ്വഭാവം, അതിലേക്ക് മഞ്ചേരിയിലെപ്പോലെ മലബാറിൽനിന്നു മാത്രമല്ല, കേരളത്തിലൊട്ടുക്കുനിന്നും പ്രതിനിധികൾ വന്നിരുന്നുവെന്നുള്ളതാണ്. ആ സമ്മേളനം, മാമാങ്ക(ഐതിഹ്യമനുസരിച്ച്, ദേശീയപ്രശ്നങ്ങൾ തീരുമാനിക്കാനായി പന്ത്രണ്ടു കൊല്ലത്തിലൊരിക്കൽ നടത്തിവരാറുള്ള കേരളനേതാക്കന്മാരുടെ സമ്മേളനം)ത്തിനുശേഷമുണ്ടായ ഒന്നാമത്തെ അഖിലകേരള സമ്മേളനമായിരുന്നുവെന്ന് കേരളത്തിലെ കോൺഗ്രസ്സിന്റെ ഔദ്യോഗികചരിത്രകാരൻ പറയുന്നു.

ഈ അധ്യായത്തിന്റെ മുൻഭാഗത്തിൽ വിവരിക്കപ്പെട്ട സാമൂഹ്യപരിഷ്കാരത്തിനും സാംസ്കാരികപുരോഗതിക്കും വേണ്ടിയുള്ള പ്രസ്ഥാനത്തിന് ഈ രാഷ്ട്രീയപ്രസ്ഥാനത്തിൽനിന്ന് ഒരു പുതിയ ഉത്തേജനം ലഭിച്ചുവെന്നുകൂടി പ്രസ്താവിക്കേണ്ടതുണ്ട്. എന്തുകൊണ്ടെന്നാൽ, രാഷ്ട്രീയസമരരംഗത്തിൽ പ്രവേശിച്ചുകൊണ്ടിരുന്ന തീവ്രവാദികളായ ഇടത്തരക്കാർ എല്ലാ കാര്യത്തിലും തീവ്രവാദികളായിരുന്നു. എന്തെങ്കിലും ചില ഭരണപരിഷ്കാരങ്ങളല്ല, നിലവിലുള്ള സാമൂഹ്യവ്യവസ്ഥയിൽ അടിസ്ഥാനപരമായ മാറ്റങ്ങളായിരുന്നു അവർക്കാവശ്യം. നിസ്സകരണപ്രസ്ഥാനത്തിന്റെ ഘട്ടത്തിലാണ്, നമ്പൂതിരിമാരുടെയും നായന്മാരുടെയും ഈഴവരുടെയും ജാതിസംഘടനകളിൽ ചില്ലറ പരിഷ്കാരങ്ങൾക്കുപകരം, സമൂലപരിവർത്തനമാവശ്യപ്പെടുന്ന പ്രവർത്തകരുടെ ഒരു പുതിയ തലമുറയുണ്ടാവാൻ തുടങ്ങിയതെന്നു കാണാം. ഈ ഘട്ടത്തിൽതന്നെയാണ്, തങ്ങളുടെ സമുദായാചാരങ്ങളിൽ പുരോഗമനപരമായ മാറ്റങ്ങൾ വേണമെന്നു വാദിച്ചിരുന്ന മുസ്ലിം യുവാക്കളുടെ ഒരു ഗ്രൂപ്പും രൂപം കൊണ്ടത്. രാഷ്ട്രീയബഹുജനപ്രസ്ഥാനത്തിന്റെ ഭാഗമെന്ന നിലയിൽ രാഷ്ട്രീയ സാഹിത്യവും പുതിയ സാഹിത്യത്തിന്റെ മറ്റു രൂപങ്ങളുമുണ്ടാവാൻ തുടങ്ങി (ഈ കാലത്താണ് മഹാകവി വള്ളത്തോൾ തന്റെ ദേശാഭിമാനപരമായ കവിതകളിലൂടെ പ്രസിദ്ധനായത്).

ആകയാൽ ഒരു യഥാർഥ ദേശീയജനാധിപത്യപ്രസ്ഥാനം രൂപം കൊള്ളാൻവേണ്ട സകലഘടകങ്ങളുടെയും ഒരു സംയോജനം ഉണ്ടായി- വിദേശഭരണത്തിൽനിന്നും സ്വാതന്ത്ര്യത്തിനുവേണ്ടിയുള്ള മുഴുവൻ ജനങ്ങളുടെയും പ്രസ്ഥാനം; ജന്മിചൂഷണത്തിൽനിന്നു മോചനം നേടാനു ള്ള കൃഷിക്കാരുടെ പ്രസ്ഥാനം; മലയാളദേശങ്ങളുടെ ഐക്യത്തിനുവേ ണ്ടിയുള്ള പ്രസ്ഥാനം; നിലവിലുള്ള സാമൂഹ്യവ്യവസ്ഥയിൽ വമ്പിച്ചതും അടിസ്ഥാനപരവുമായ മാറ്റങ്ങൾക്കുവേണ്ടിയുള്ള, താഴ്ന്ന ജാതിക്കാരായ ബഹുജനങ്ങളുടെയും ഉയർന്ന ജാതികളിലെ പുരോഗമനവാദികളുടെയും പ്രസ്ഥാനം; നവീനവും പുരോഗമനപരവുമായ ഒരു സംസ്കാരത്തിന്റെ വളർച്ചയ്ക്കുവേണ്ടിയുള്ള ബുദ്ധിജീവികളുടെ പ്രസ്ഥാനം. ഈ പ്രസ്ഥാനമാ ണെങ്കിൽ ജനങ്ങളിൽ ഒന്നോ രണ്ടോ വർഗങ്ങളിലോ വിഭാഗങ്ങളിലോ ഗ്രൂപ്പുകളിലോ മാത്രം ഒതുങ്ങിനിന്നില്ല; നേരേമറിച്ച്, എല്ലാ യഥാർഥ ദേശീയ ജനാധിപത്യപ്രസ്ഥാനങ്ങളെയുംപോലെ, നിരക്ഷരരായ കൃഷി ക്കാർ മുതൽ നാട്ടുവാഴികളായ ഉപരിവർഗങ്ങളിലെ ഉൽബുദ്ധരും ദേശാ ഭിമാനികളുമായ വിഭാഗങ്ങൾവരെയുള്ള മുഴുവൻ ജനങ്ങളിലേക്കും വ്യാ പിച്ചു.

III

കേരളത്തിലെ നാട്ടുരാജ്യങ്ങളിലാണ് ദേശീയപ്രസ്ഥാനം, അതിന്റെ ആദ്യഘട്ടത്തിൽ- സാമൂഹ്യപരിഷ്കരണത്തിന്റെയും കുടിയാൻ പ്രസ്ഥാ നത്തിന്റെയും മറ്റും ഘട്ടം- കൂടുതൽ ശക്തിയും ആഴവും കൈക്കൊണ്ടിരു ന്നത്. ജാതിസംഘടനകളോരോന്നും ആദ്യം തിരുവിതാംകൂറിൽ ഉടലെ ടുക്കുകയും പിന്നീട് കൊച്ചിയിലേക്കും മലബാറിലേക്കും വ്യാപിക്കുകയു മാണുണ്ടായത്.

നായർ റഗുലേഷൻ തുടങ്ങിയ പല നിയമനിർമാണങ്ങളും ആദ്യം തിരുവിതാംകൂറിലും പിന്നീട് കൊച്ചിയിലും അവസാനം മലബാറിലും നിയമമായി. കുടിയാൻ നിയമവും അതേ രീതിയിലാണുണ്ടായത്. തി രുവിതാംകൂറിൽ കാണക്കുടിയാന്മാർക്ക് സ്ഥിരാവകാശം കൊടുക്കുന്ന കുടിയാൻ റഗുലേഷൻ 1896 ൽ നടപ്പായെങ്കിൽ തത്തുല്യമായൊരു റഗു ലേഷൻ കൊച്ചിയിൽ 1915 ലും മലബാറിൽ 1930 ൽ മാത്രവുമാണു പാ സ്സാക്കിയത്.

എന്നാൽ ദേശീയജനാധിപത്യപ്രസ്ഥാനം അതിന്റെ രണ്ടാംഘട്ട ത്തിലേക്ക്- രാഷ്ട്രീയസമരത്തിന്റെ ഘട്ടത്തിലേക്ക്- പ്രവേശിച്ചപ്പോൾ കേരളത്തിലെ നാട്ടുരാജ്യങ്ങൾ മലബാറിന്റെ പിന്നിലായി. 1919-21 ലെ ദേശീയപ്രക്ഷോഭണം തിരുവിതാംകൂറിലെക്കാളും കൊച്ചിയിലെക്കാളും കൂടുതൽ വേരൂന്നിയത് മലബാറിലായിരുന്നു. തീർച്ചയായും തിരുവി

താംകൂറിലും കൊച്ചിയിലും അവിടത്തേതായ രാഷ്ട്രീയപ്രക്ഷോഭണങ്ങളുണ്ടായി; ഈ നാട്ടുരാജ്യങ്ങളിലും കോൺഗ്രസ്സ് കമ്മിറ്റികൾ രൂപീകരിക്കപ്പെട്ടു; 1921 ഏപ്രിൽമാസത്തിൽ ഒറ്റപ്പാലത്തുവെച്ചുകൂടിയ ഒന്നാം കേരളസംസ്ഥാനസമ്മേളനത്തിൽ വന്ന പ്രതിനിധികളിൽ ഒരു നല്ല ഭാഗം കേരളത്തിലെ നാട്ടുരാജ്യവിഭാഗത്തിൽനിന്നും വന്നവരായിരുന്നു. എന്നാൽ ഇതെല്ലാം ഇടത്തരക്കാരെ മാത്രമേ ബാധിച്ചുള്ളു; അതും പ്രധാനമായി പട്ടണങ്ങളിൽമാത്രം. മലബാറിൽ മാത്രമായിരുന്നു ഒരു ദേശീയജനാധിപത്യപ്രസ്ഥാനത്തിന്റെ പ്രത്യേകസ്വഭാവം- പട്ടണങ്ങളിലെ ഇടത്തരക്കാരുടെയും നാട്ടിൻപുറങ്ങളിലെ ലക്ഷക്കണക്കായ കൃഷിക്കാരുടെയും പ്രവർത്തനങ്ങൾ കൂടിച്ചേരുന്നത്- പ്രകടമായത്. ഇതിനുംപുറമേ, മലബാറിലെ രാഷ്ട്രീയ ദേശീയപ്രസ്ഥാനം എല്ലാ ജാതികളിലേക്കും സമുദായങ്ങളിലേക്കും വ്യാപിച്ചിരുന്നു- യഥാർഥത്തിൽ ഹിന്ദു- മുസ്ലിം മൈത്രിയായിരുന്നു പ്രസ്ഥാനത്തിന്റെ പ്രത്യേക സ്വഭാവങ്ങളിലൊന്ന്- അതേസമയത്ത്, നാട്ടുരാജ്യങ്ങളിലെ പ്രസ്ഥാനം ഏറെക്കുറെ ഹിന്ദുക്കളെ, അതും ജാതിഹിന്ദുക്കളെ, മാത്രമാണു സ്പർശിച്ചത്.

ദേശീയപ്രസ്ഥാനത്തിന്റെ ഈ രണ്ടുഘട്ടങ്ങളിൽ അതിന്റെ ഊക്കിലും ശക്തിയിലുമുള്ള ഈ വ്യത്യാസത്തിനു കാരണം ഭാഗികമായി മലബാറിലും തിരു- കൊച്ചിയിലും ചരിത്രപരമായി വളർന്നുവന്ന ഭൗതികപരിതഃസ്ഥിതികളിലുള്ള വ്യത്യാസമാണ്. എന്തെന്നാൽ, ബ്രിട്ടീഷ് ഭരണത്തിനുമുമ്പ് ഈ രണ്ടു രാജ്യങ്ങളിലും നടപ്പാക്കിയ (തിരുവിതാംകൂറിൽ മാർത്താണ്ഡവർമയും രാമവർമയും കൊച്ചിയിൽ ശക്തൻതമ്പുരാനും) 'പരിഷ്കാര'ങ്ങളിലൊന്ന് ഒരു കേന്ദ്രീകൃതഭരണകൂടം സൃഷ്ടിക്കാനുള്ള രാജാക്കന്മാരുടെ പരിശ്രമങ്ങളെ എതിർത്ത നാട്ടുവാഴി പ്രമാണികളുടെ ഭൂസ്വത്തെല്ലാം കണ്ടുകെട്ടിയതായിരുന്നു. ഇതിന്റെ ഫലമായി രണ്ടു രാജ്യങ്ങളിലെയും ഭൂമിയുടെ ഗണ്യമായ ഭാഗം പണ്ടാരവക അല്ലെങ്കിൽ രാജാവിന്റെ സ്വത്തായിത്തീർന്നു. തിരുവിതാംകൂറിൽ 'റസിഡന്റ് ദിവാനാ'യിരുന്ന മൺറോവിന്റെ (കേണൽ മെക്കോളെയെത്തുടർന്നു റസിഡന്റായ കേണൽ മൺറോ ഒരേസമയത്ത് തിരുവിതാംകൂറിലെയും കൊച്ചിയിലെയും ദിവാനും റസിഡന്റുമായിരുന്നു) കീഴിൽ മറ്റൊരു 'പരിഷ്കാരവും' കൂടി ഉണ്ടായി. അതനുസരിച്ച് ഹിന്ദുക്ഷേത്രങ്ങളുടെ സ്വത്തുക്കളെല്ലാം (ദേവസ്വം) ഗവൺമെന്റ് വകയാക്കി മാറ്റി, ഗവൺമെന്റ് ആ വരവിൽനിന്ന് ക്ഷേത്രങ്ങളുടെ ചെലവുകളെല്ലാം വഹിക്കുകയെന്ന സമ്പ്രദായം ഏർപ്പെടുത്തി. ഇങ്ങനെ, ഒരു നിലയിലല്ലെങ്കിൽ മറ്റൊരു നിലയിൽ, ഗവൺമെന്റ് വകയായിത്തീർന്ന ഭൂമി തിരുവിതാംകൂറിൽ കൃഷി ചെയ്യുന്നതും കൃഷി ചെയ്യാത്തതും തരിശും വനവുമെല്ലാം കൂടിയുള്ളതിന്റെ 75 ശതമാനം വരുന്നു. കൊച്ചിയിൽ ഇങ്ങനെയുള്ള പണ്ടാരവക

ഭൂമികൾ (അവിടെ നാട്ടുവാഴിപ്രമാണിമാരുടെ ഭൂമികൾ കണ്ടുകെട്ടൽ തിരുവിതാംകൂറിലോളം അത്ര പരിപൂർണമായിരുന്നില്ല, ദേവസ്വം ഭൂമികൾ ഗവൺമെന്റുവകയാക്കിയിരുന്നുമില്ല) 50 ശതമാനമാണ്. നേരേമറിച്ച്, മലബാറിൽ ഗവൺമെന്റ്വക ഭൂമിയില്ല; കൃഷി ചെയ്യുന്നതും കൃഷി ചെയ്യാത്തതും തരിശുമായ എല്ലാ ഭൂമികളും വനങ്ങൾകൂടിയും (ഗവൺമെന്റ്വക റിസർവ് വനങ്ങളും ചെറുഭൂമികളുമൊഴികെ) സ്വകാര്യസ്വത്താണ്.

അതുകൊണ്ട്, പാട്ടം വാങ്ങുന്ന ജന്മികളുടെ പിടി മലബാറിൽ കൊച്ചിയിലെക്കാളും തിരുവിതാംകൂറിലെക്കാളും വളരെ കൂടുതലായിരുന്നു. കൊച്ചിയിലും തിരുവിതാംകൂറിലും ഭേദപ്പെട്ട കൃഷിക്കാർക്ക് മിച്ചമുണ്ടാക്കാനും കർഷകമുതലാളികളും ഹുണ്ടികക്കാരും മറ്റുമായി വളരാനും കൂടുതൽ സൗകര്യമുണ്ടായിരുന്നു. ഈ വിഭാഗങ്ങളുടെ- ഇവരെ നാട്ടിൻപുറത്തെ വളർന്നുവരുന്ന ബൂർഷ്വാവിഭാഗമെന്നു വിളിക്കാം- ശക്തിയായ സമ്മർദ്ദത്തിൻകീഴിലാണ് തിരുവിതാംകൂർ മഹാരാജാവ് കാണക്കുടിയാന്മാരെ ഒഴിപ്പിക്കരുതെന്നു ജന്മിമാരെ ഉപദേശിക്കുന്ന 1820 ലെ വിളംബരം പുറപ്പെടുവിച്ചത്. തുടർന്ന് 1867 ലെ വിളംബരവും ഒഴിപ്പിക്കൽ പരിപൂർണമായും നിരോധിച്ചുകൊണ്ടുള്ള 1896 ലെ നിയമവുമുണ്ടായി. അതേ വിഭാഗങ്ങളുടെ സമ്മർദ്ദത്തിൻകീഴിൽത്തന്നെയാണ് കൊച്ചി മഹാരാജാവ് 1915 ൽ ഒരു കുടിയായ്മനിയമം പാസ്സാക്കിയത്. ഈ വിഭാഗങ്ങൾതന്നെയാണ് ജാതീയമായ അസമത്വങ്ങൾക്കെതിരായും കുടുംബം, പിന്തുടർച്ച, വിവാഹക്രമം എന്നിവ പരിഷ്കരിക്കുന്നതിനുവേണ്ടിയും പ്രക്ഷോഭണമാരംഭിച്ചത്. ഇവയെ സംബന്ധിച്ചുള്ള നിയമനിർമാണങ്ങൾ മലബാറിൽ, തിരുവിതാംകൂറിനെയും കൊച്ചിയെയുമപേക്ഷിച്ച്, ഒരു ദശാബ്ദത്തിനുശേഷമാണ് പാസ്സാക്കപ്പെട്ടത്.

ചരിത്രപരമായി വളർന്നുവന്ന ഭൗതികപരിതഃസ്ഥിതികളിലുള്ള ഈ വ്യത്യാസമാണ് ദേശീയപ്രസ്ഥാനത്തിന്റെ സാമൂഹ്യപരിഷ്കാരദശയിൽ നാട്ടുരാജ്യങ്ങളിൽ കൂടുതലായിക്കാണുന്ന ആവേശത്തള്ളലിനു കാരണമെങ്കിൽ, അനന്തരമുള്ള സാമ്രാജ്യവിരുദ്ധ രാഷ്ട്രീയസമരഘട്ടത്തിൽ മലബാറിൽ ആവേശത്തള്ളൽ കൂടുവാൻ കാരണം അതു മാത്രമല്ല; എന്തെന്നാൽ, മലബാർ രാഷ്ട്രീയമായി ശാന്തമായിരുന്ന ഒരു ഘട്ടത്തിൽ, നാട്ടുരാജ്യങ്ങളിൽ വളർന്നുവന്ന നാട്ടിൻപുറത്തെ ബൂർഷ്വാവിഭാഗങ്ങളുടെ ശക്തിയും വീര്യവും, രാമകൃഷ്ണപിള്ളയുടെ ഉദാഹരണത്തിൽനിന്നു തെളിയുന്നതുപോലെ, രാഷ്ട്രീയരംഗത്തും പ്രകടമായിരുന്നു. യുദ്ധാനന്തരകാലത്തെ വമ്പിച്ച ദേശീയരാഷ്ട്രീയ കോളിളക്കത്തിന്റെ ഘട്ടത്തിൽപ്പോലും തിരുവിതാംകൂറും കൊച്ചിയും ഉശിരന്മാരായ സാമ്രാജ്യവിരോധികളുടെ അണികളിലേക്ക് തങ്ങളുടെ പങ്കിനുള്ള ആളെ കൊടുത്തിരുന്നു. നാട്ടുവാഴിത്തത്തിനനുകൂലമായ ബൂർഷ്വാദേശീയനേ

ത്തുത്വത്തിന്റെ നയംകൊണ്ടാണ്- സമരം ബ്രിട്ടനെതിരായി മാത്രമാണ്, ഇന്ത്യൻ രാജാക്കന്മാർക്കെതിരല്ല എന്ന കപടന്യായത്തിന്മേൽ 'ദേശീയ പ്രസ്ഥാനം ഇന്ത്യൻ നാട്ടുരാജ്യങ്ങളുടെ ആഭ്യന്തരകാര്യങ്ങളിൽ ഇടപെട്ടുകൂടെ'ന്ന സിദ്ധാന്തം അത് വളർത്തിക്കൊണ്ടു വന്നതിനാലാണ്- നാട്ടുരാജ്യങ്ങളിലെ കൃഷി ചെയ്യുന്നവരും ഭൂമിയില്ലാത്തവരുമായ കൃഷിക്കാർ രാഷ്ട്രീയപ്രവർത്തനത്തിലേക്ക് ആനയിക്കപ്പെടാതിരുന്നത്.

'ഇന്ത്യൻ നാട്ടുരാജ്യ'ങ്ങളിലെ രാജാക്കന്മാർ, 'ബ്രിട്ടീഷിന്ത്യ'യിലെ വൻകിട ജന്മികളെയും മറ്റു നാടുവാഴിവിഭാഗങ്ങളെയുംപോലെതന്നെ, ബ്രിട്ടീഷ് സാമ്രാജ്യത്തിന്റെ ഭൃത്യരാണെന്ന് 1919-22 ലെ പ്രക്ഷോഭണം നയിച്ച ദേശീയമുതലാളിത്തം മനസ്സിലാക്കിയിരുന്നുവെങ്കിൽ, തിരുവിതാംകൂറിലും കൊച്ചിയിലും മലബാറിലെപ്പോലെതന്നെ ഇടത്തരക്കാരായ ജനാധിപത്യവാദികളുടെയും വിപ്ലവകാരികളായ കൃഷിക്കാരുടെയും അതേ കൂട്ടുകെട്ടുണ്ടാകുമായിരുന്നു. മുഴുവൻ ജനങ്ങളുടെയും രാഷ്ട്രീയസമരവും കൃഷിക്കാരുടെ നാടുവാഴിത്തത്തിനെതിരായ (കുടിയായ്മ പരിഷ്കരണത്തിനുവേണ്ടിയുള്ള) സമരവും കൂടിച്ചേർന്നാണ് മലബാറിൽ 1920-21 നെ അതിന്റെ മഹനീയമായ ദേശീയകോളിളക്കത്താൽ സ്മരണീയമാക്കിയതെന്നോർക്കണം. ദേശീയപ്രസ്ഥാനത്തിന്റെ നേതൃത്വം സാമ്രാജ്യവിരുദ്ധസമരത്തെയും നാടുവാഴിവിരുദ്ധസമരത്തെയും അതേ വിധത്തിൽ ബുദ്ധിപൂർവമായി ഇണക്കിയിരുന്നുവെങ്കിൽ, തിരുവിതാംകൂറിലും കൊച്ചിയിലും അതുതന്നെ സംഭവിക്കുമായിരുന്നുവെന്നതിനു സംശയമില്ല. എന്തെന്നാൽ, തിരുവിതാംകൂറിലെ അന്നത്തെ ദിവാനെതിരായ രാമകൃഷ്ണപിള്ളയുടെ സമരവും രണ്ടു നാട്ടുരാജ്യങ്ങളിലും 1920-21 ൽ പോലും രാജാക്കന്മാരുടെ പക്ഷപാതങ്ങൾക്കെതിരായി നീറിപ്പിടിച്ചു നിന്ന അസംതൃപ്തിയും പോലെതന്നെ, ഈ നാട്ടുരാജ്യങ്ങളിലെ ചീഞ്ഞളിഞ്ഞതും അഴിമതിനിറഞ്ഞതുമായ ഭരണത്തിനെതിരായി തീക്ഷ്ണമായ അസംതൃപ്തിയുണ്ടായിരുന്നു. ഒരു നേതൃത്വത്തിന്റെ അഭാവം മാത്രമാണ് ഈ ജനകീയാസംതൃപ്തിയെ ഒരു സുശക്തമായ രാഷ്ട്രീയപ്രസ്ഥാനമാക്കിത്തീർക്കാതിരുന്നത്.

എന്നാലത്തരമൊരു നേതൃത്വം 'ഇന്ത്യൻ നാട്ടുരാജ്യ'ങ്ങളിൽ മാത്രമല്ല, 'ബ്രിട്ടീഷിന്ത്യ'യിൽപ്പോലുമുണ്ടായിരുന്നില്ല. എന്തെന്നാൽ, മഹാത്മാഗാന്ധിയുടെ കീഴിലുള്ള ദേശീയമുതലാളിത്തനേതൃത്വം വിപ്ലവബോധമുള്ള ബഹുജനങ്ങളെ തടഞ്ഞുനിർത്തുവാനും അവരെ കർശനമായും 'അഹിംസ'യുടെ നാലതിരുകൾക്കുള്ളിൽ കെട്ടിനിർത്തുവാനുമാണ്, ബ്രിട്ടീഷ് സാമ്രാജ്യത്വത്തിനും അതിന്റെ പിന്തിരിപ്പൻ ഇന്ത്യൻ കൂട്ടാളികൾക്കും ശക്തമായ ഒരു പ്രഹരമേൽപ്പിക്കുന്നതിനെക്കാളധികം, ഉൽക്കണ്ഠ കാണിച്ചതെന്ന കാര്യം കുപ്രസിദ്ധമാണ്. ചൂഷകന്മാർ ചൂഷിതരുടെ 'ട്രസ്റ്റി'

കളാണെന്നുള്ള ജനാധിപത്യവിരുദ്ധമായ ഒരു സിദ്ധാന്തവും ചൂഷകനും മർദ്ദകനുമെതിരായി വിപ്ലവകരമായ ചെറുത്തുനിൽപ്പ് സംഘടിപ്പിക്കാൻ ബഹുജനങ്ങൾക്കു ധാർമികമായ അവകാശമില്ലെന്ന സിദ്ധാന്തവും അവർ പടച്ചുണ്ടാക്കിയത് ഇതിനുവേണ്ടിയായിരുന്നുവല്ലോ.

അത്തരമൊരു ജനാധിപത്യവിരുദ്ധനേതൃത്വം, 1920-21 ൽ മലബാറിൽ പ്രവർത്തനത്തിലേക്കു തട്ടിയുണർത്തപ്പെട്ട മാപ്പിളക്കർഷകരുമായി ഒരു ഘട്ടത്തിൽ സംഘട്ടനത്തിലേർപ്പെടാതെ നിവൃത്തിയുണ്ടായിരുന്നില്ല. കാരണം, അവർ നേതൃത്വത്തിനു വിപരീതമായി യഥാർഥവും പൂർണവുമായ അർഥത്തിൽ സാമ്രാജ്യവിരോധികളും നാടുവാഴിവിരോധികളുമായിരുന്നു. ഇന്ത്യയിൽ ബ്രിട്ടീഷ് ഭരണമവസാനിപ്പിക്കാനും നമ്മുടെ രാജ്യം സ്വതന്ത്രമാക്കാനും മാത്രമല്ല, തുർക്കിയിലും മറ്റു മധ്യപൂർവദേശങ്ങളിലുംകൂടി ബ്രിട്ടീഷ് മേധാവിത്വമവസാനിപ്പിക്കാൻ അവർ യഥാർഥമായും ഉൽസുകരായിരുന്നു. വിദേശീയമർദ്ദകനോടുള്ള അവരുടെ വെറുപ്പ് ആഴത്തിൽ വേരൂന്നിയതായിരുന്നു. അതുപോലെതന്നെ അവരിൽ വമ്പിച്ച ഭൂരിപക്ഷവും ഭൂമിയില്ലാത്ത കൃഷിക്കാരോ വെറുംപാട്ടഭൂമികളുള്ള സാധുകൃഷിക്കാരോ ആയതുകൊണ്ട്, കുടിയാൻ പ്രസ്ഥാനത്തിന്റെ നേതാക്കന്മാരാവശ്യപ്പെട്ടിരുന്നതുപോലെ, കാണക്കുടിയാന്റെ സ്ഥിരാവകാശം മാത്രമല്ല; നേരേമറിച്ച്, വെറുംപാട്ടക്കുടിയാന്മാർ കൊടുക്കേണ്ട പാട്ടത്തിൽ സാരമായ കുറവുൾപ്പെടെ ഭൂവുടമാവ്യവസ്ഥയിൽ വമ്പിച്ച മാറ്റങ്ങളാണാവശ്യപ്പെട്ടത്.

മാപ്പിളക്കൃഷിക്കാരുടെ ഈ സാമ്രാജ്യവിരുദ്ധവും നാടുവാഴിവിരുദ്ധവുമായ സ്വഭാവം കാരണം, ദേശീയപ്രസ്ഥാനത്തിന്റെ ബൂർഷ്വാനേതൃത്വം പ്രഖ്യാപിച്ച അഹിംസാനയത്തിന്റെ പരിധികൾക്കുള്ളിൽ അവരെ ദീർഘകാലം അടക്കിനിർത്തുന്നത് അങ്ങേയറ്റം അസാധ്യമായി. അഹിംസാത്മകമായ നിസ്സഹകരണപ്രസ്ഥാനത്തിനുവേണ്ടിയല്ല, നേരേമറിച്ച്, ബഹുജനങ്ങളുടെ യഥാർഥമായ സമരത്തിനുവേണ്ടിയാണ് മാപ്പിളക്കൃഷിക്കാരെ അവരുടെ പ്രാദേശികവും ഇടത്തരക്കാരുടേതുമായ നേതൃത്വം സംഘടിപ്പിച്ചത്. ബ്രിട്ടീഷ് സാമ്രാജ്യത്വത്തിന്റെ ശക്തിയേറിയ പട്ടാളത്തിന് അവരുടെ കലാപമമർത്താൻ ആറുമാസത്തോളംകാലം തീവ്രസമരം നടത്തേണ്ടിവരത്തക്കവണ്ണം ഈ സംഘടന അത്രയ്ക്കും ശക്തവുമായിരുന്നു. ഹാജി കുഞ്ഞുമുഹമ്മദിനെപ്പോലുള്ള ലഹളത്തലവന്മാർ തങ്ങളുടെ നിയന്ത്രണത്തിലുള്ള പ്രദേശങ്ങളിൽ ഒരു യഥാർഥ ജനകീയ ഗവൺമെന്റ് സ്ഥാപിച്ചുവെന്ന പരമാർഥവും ലഹളക്കാരും ബ്രിട്ടീഷ് സൈന്യവും തമ്മിൽ (സുപ്രസിദ്ധമായ പൂക്കോട്ടൂർ യുദ്ധംപോലുള്ള) മുറയ്ക്കു് പല യുദ്ധങ്ങൾ തന്നെ നടന്നുവെന്നതും തെക്കേ മലബാറിന്റെ ഭൂസ്ഥിതിയെ ഗറില്ലായുദ്ധതന്ത്രത്തിനു വിദഗ്ധമായി ഉപയോഗിച്ചുവെന്ന

ളും എന്താണ് കാണിക്കുന്നത്? മാപ്പിളക്കൃഷിക്കാരെ സമരത്തിലേക്കു തട്ടിയുണർത്തിയാൽ ബഹുജനപിൻബലമൊഴിച്ച് സകലകാര്യങ്ങളിലും മെച്ചപ്പെട്ട ഒരു ശത്രുവിനെ എതിർക്കുന്നതിനുള്ള നയോപായങ്ങൾ കണ്ടുപിടിക്കാൻ അവർക്ക് വേണ്ടത്ര ബുദ്ധിസാമർത്ഥ്യമുണ്ടെന്നുതന്നെ.

എന്നാൽ ദേശീയപ്രസ്ഥാനത്തിന്റെ ബൂർഷ്വാനേതൃത്വം ദേശീയപ്രസ്ഥാനവും കാർഷികവിപ്ലവപ്രസ്ഥാനവും തമ്മിൽ അത്തരമൊരു കൂട്ടുകെട്ടിന് ഒരുക്കമില്ലായിരുന്നു. നേരേമറിച്ച്, കൃഷിക്കാർ കൂടുതൽ സുസംഘടിതരും സമരോത്സുകരുമായിത്തീരുന്തോറും നേതൃത്വം കൂടുതൽ പരിഭ്രാന്തരായിത്തീർന്നു. കൃഷിക്കാരിൽനിന്ന് വിപ്ലവപരമായ എതിർപ്പിന്റെ കല പഠിക്കുന്നതിനുപകരം അവർ കൃഷിക്കാരെ 'അഹിംസാപര'മായ കീഴടങ്ങലിന്റെ കല പഠിപ്പിക്കാൻ പരിശ്രമിച്ചു. കേരളത്തിലെ കാർഷികവിപ്ലവപ്രസ്ഥാനത്തിന്റെ മുന്നണിയായ മാപ്പിളക്കൃഷിക്കാരെ സഹായിക്കുന്നതിനുപകരം അവർ മുന്നണിയെ ബ്രിട്ടീഷ് പട്ടാളത്തിന്റെ കാരുണ്യത്തിനു വിട്ടുകൊടുത്തു. നിർണായകമായ ഘട്ടത്തിൽ നേതൃത്വത്തിന്റെ ഈ ലജ്ജാകരമായ വഞ്ചന ഇല്ലായിരുന്നെങ്കിൽ 1921 ലെ മഹനീയമായ ലഹളയുടെ ചരിത്രം വ്യത്യസ്തമാകുമായിരുന്നു.

1921 ലെ മലബാർലഹള ഒരു മാപ്പിളലഹളയായിരുന്നെന്ന വ്യാജവാദം ശരിയല്ലെന്നു തെളിയിക്കേണ്ടത് ഈ ഘട്ടത്തിൽ ആവശ്യമാണ്. ഈ വാദത്തിനു പ്രചാരം ലഭിക്കാൻ കാരണം, പ്രസ്ഥാനത്തിന്റെ മുന്നണിവിഭാഗമായി പ്രവർത്തിച്ചത് മാപ്പിളക്കൃഷിക്കാരായിരുന്നുവെന്നതാണ്. പ്രസ്ഥാനത്തിന്റെ ഒരനന്തരഘട്ടത്തിലാണ്, അതായത് ബ്രിട്ടീഷ് പട്ടാളം നശീകരണപ്രവൃത്തികളാരംഭിക്കുകയും ബ്രിട്ടീഷ് ഭരണാധികാരികളും അവരുടെ ഹിന്ദു സേവകന്മാരും കൃഷിക്കാരുടെ സമരാസക്തിക്കു കാരണം മുസ്ലിം മതഭ്രാന്താണെന്ന കള്ളക്കഥ പ്രചരിപ്പിക്കുകയും ചെയ്ത ഘട്ടത്തിലാണ്, അതിനൊരു വർഗീയ നിറമുണ്ടായത്. എന്നാലതൊരു വർഗീയലഹളയായിരുന്നുവെന്നും ലഹളക്കാരുടെ ഉദ്ദേശം ഹിന്ദുമതത്തെ നശിപ്പിക്കുകയായിരുന്നെന്നും ആറുമാസത്തെ ലഹളക്കാലം ഹിന്ദുക്കൾക്കെതിരായ അക്രമങ്ങളുടെ ആറുമാസക്കാലമായിരുന്നുവെന്നും പറയുന്നത് ഒട്ടുംതന്നെ സത്യമല്ല.

പെൻഷൻ പറ്റിയ ഒരു ഡെപ്യൂട്ടി കളക്ടറും ഔദ്യോഗികാഭിപ്രായഗതിയെ സ്വാഭാവികമായും ന്യായീകരിക്കുന്ന ആളുമായ, സി ഗോപാലൻ നായരുടെ മലബാർ ലഹളയെന്ന ചെറുപുസ്തകത്തിൽനിന്ന് അൽപ്പം ചില ഭാഗങ്ങളുദ്ധരിച്ചാൽ ഇതു വ്യക്തമാകും. ഈ ചെറുപുസ്തകം വായിക്കേണ്ടതാണെന്ന് മലബാർ കളക്ടർ തന്നെ ശിപാർശ ചെയ്തിട്ടുണ്ടെന്നു

ള്ളതും പ്രസ്താവ്യമാണ്. ലഹളയുടെ തുടക്കത്തെപ്പറ്റി ഗ്രന്ഥകർത്താവു പറയുന്നു:

> പ്രാദേശിക ഖിലാഫത്ത് സെക്രട്ടറിയായ വി മുഹമ്മദിന്റെ വീട്, നിലമ്പൂർ തിരുമുൽപ്പാടിന്റെ പൂക്കോട്ടൂർ കൊട്ടാരത്തിൽനിന്നു കളവുപോയിരുന്ന ഒരു തോക്കിനുവേണ്ടി, പോലീസ് പരിശോധിക്കുകയും ഖിലാഫത്ത് പ്രസ്ഥാനത്തിന്റെ അധികാരവും ശക്തിയും സ്ഥാപിക്കാൻ കാത്തിരുന്ന മാപ്പിളമാർക്കതൊരവസരമാവുകയും ചെയ്തു. ഈ പരിശോധന അന്യായവും അനാവശ്യവുമായിരുന്നുവെന്ന നാട്യത്തിൽ നൂറുകണക്കിനുള്ള മാപ്പിളജനക്കൂട്ടം കത്തിയും വാളും കുന്തവും ധരിച്ചുകൊണ്ട് മിന്നൽവേഗത്തിൽ കൊട്ടാരത്തിന്റെ നേർക്കു പാഞ്ഞുവന്നു. അടുത്തുള്ള പള്ളികളിൽനിന്ന് ചെണ്ടമുട്ടിയറിയിച്ച് സമീപഗ്രാമങ്ങളിൽനിന്ന് എത്തിക്കൂടിയവരായിരുന്നു അവരെന്നു വെളിപ്പെട്ടു. അവർ ജന്മികളെ കൊല്ലുമെന്നു ഭീഷണിപ്പെടുത്തി പണം പിരിക്കുകയും നയത്തിൽ പെരുമാറേണ്ടതിന്റെ ആവശ്യം മനസ്സിലാക്കിയ സർക്കിൾ ഇൻസ്പെക്ടറെ കൊല്ലുമെന്നു ഭീഷണിപ്പെടുത്തുകയും ചെയ്തു...
>
> കാർഷികാസംതൃപ്തിയെ സംബന്ധിച്ച ആരോപണം സാധൂകരിക്കാൻ യാതൊരു തെളിവും ഇതുവരെ ലഭിച്ചിട്ടില്ല. എങ്കിലും പൂക്കോട്ടൂർ മാപ്പിളമാരും പൂക്കോട്ടൂർ എസ്റ്റേറ്റ് മാനേജരായ തിരുമുൽപ്പാടും തമ്മിൽ എന്തോ കുഴപ്പമുണ്ടായിരുന്നെന്നു തോന്നുന്നു- അതെന്താണെന്നു പറയാൻ സാധ്യമല്ല. അവർ തമ്മിലുള്ള അസ്വാരസ്യം മാനേജരുടെ ആവശ്യമനുസരിച്ചുണ്ടായ പോലീസ് പരിശോധനകൊണ്ട് വർധിക്കുകയും വി മുഹമ്മദ് ഖിലാഫത്ത് പ്രസ്ഥാനത്തെയും സ്വമതക്കാരുടെ വർഗീയവികാരത്തെയും പകവീട്ടാനുപയോഗപ്പെടുത്തുകയും ചെയ്തു. മാപ്പിളമാർ അന്നുരാത്രി ഒമ്പതുമണിക്ക് അവരുടെ കൂലി ആവശ്യപ്പെടുകയും മാനേജരെ ഭീഷണിപ്പെടുത്തുകയും ലഹളക്കാരായിത്തീരുകയും ചെയ്തു. കാടുനിറഞ്ഞ, വിദൂരസ്ഥമായ, മതഭ്രാന്തുപിടിച്ച ഈ പൂക്കോട്ടൂർ ഗ്രാമത്തിൽ 1921 ആഗസ്റ്റ് രണ്ടാം തീയതി മുതൽ സിവിൽഭരണം പ്രായോഗികമായി നിലവിലില്ലാതായി. (*മലബാർ ലഹള*, പേജ് 21-23).

30-ാം പേജിൽ അദ്ദേഹം പറയുന്നു:

> വ്യവസായരംഗത്ത് മാപ്പിളയോടു കിടപിടിക്കാൻ മറ്റാരുമില്ല. സാധാരണ ജീവിതത്തിൽ അയാളുടെ സൽഗുണങ്ങൾ സമ്മതി

ക്കപ്പെട്ടിട്ടുള്ളതാണ്; ലഹളയ്ക്കിടയിൽ മാപ്പിളമാർ ഹിന്ദുക്കളെ രക്ഷപ്പെടാൻ സഹായിച്ചിട്ടുള്ളതിന്റെ പല ഉദാഹരണങ്ങളുണ്ട്, പക്ഷേ ഒറ്റയ്ക്കുള്ള ഉദാഹരണങ്ങൾ സാമാന്യനിയമമല്ല.

ലഹളത്തലവരിൽ ചിലരെപ്പറ്റി 76-80 പേജുകളിൽ അദ്ദേഹം നൽകിയിരിക്കുന്ന സംക്ഷിപ്തമായ ജീവചരിത്രക്കുറിപ്പുകൾ അങ്ങേയറ്റം വെളിച്ചം പകരുന്നവയാണ്:

ലഹളപ്പാരമ്പര്യമുള്ള ഒരു കുടുംബത്തിലെ അംഗമായ വാരിയൻകുന്നത്ത് കുഞ്ഞഹമ്മദുഹാജി ഒരു കുട്ടിയായിരുന്നപ്പോൾ മുമ്പുണ്ടായ ലഹളയിൽ പങ്കുണ്ടെന്ന കാരണത്താൽ പിതാവൊരുമിച്ച നാട്ടുകടത്തപ്പെട്ടു; ആറോ ഏഴോ കൊല്ലങ്ങൾക്കുശേഷം മടങ്ങി വന്നപ്പോൾ അയാൾ ജനിച്ച വില്ലേജിൽ താമസിക്കാനനുവദിക്കപ്പെട്ടില്ല. പക്ഷേ കുറച്ചുകാലം കഴിഞ്ഞപ്പോൾ അയാൾ തന്റെ വില്ലേജിൽ പോയി ഒരു വണ്ടിക്കാരനായി ജീവിതമാരംഭിച്ചു.

ഖിലാഫത്ത് പ്രസ്ഥാനമാരംഭിച്ചപ്പോൾ അയാളതിൽ ചേരുകയും അതിന്റെ പ്രധാനപ്രവർത്തകരിലൊരാളായിത്തീരുകയും ചെയ്തു. അയാൾ സഭകൾ സംഘടിപ്പിക്കുകയും ഏറനാട്ടിലെ ഖിലാഫത്തിന്റെ നേതാവായിത്തീരുകയും ചെയ്തു. ലഹള പൊട്ടിപ്പുറപ്പെട്ടപ്പോൾ അയാൾ രാജാവായിത്തീർന്നു. ഉദ്യോഗമൊഴിഞ്ഞ ഒരു മാപ്പിള പോലീസിൻസ്പെക്ടറായ ഖാൻ ബഹദൂർ ചേക്കുട്ടിയെ വധിച്ചിട്ടാണ് അയാൾ തന്റെ സ്ഥാനാരോഹണമാഘോഷിച്ചത്.

അയാൾ ഹിന്ദുക്കളുടെ രാജാവും മുഹമ്മദീയരുടെ അമീറും ഖിലാഫത്ത് സൈന്യത്തിന്റെ കേണലു (സേനാനായകൻ)മാണെന്നു താനെന്ന ഭാവിച്ചു. അയാൾ ഒരു തുർക്കിത്തൊപ്പിയും ഖിലാഫത്ത് യൂണിഫോറവും കൈയിൽ ഒരു വാളും ധരിച്ചു. തന്റെ രാജ്യമായ ഏറനാട്ടിലും വള്ളുവനാട്ടിലും അയാൾ പരിപൂർണ സ്വരാജ്യം വാണു. രാജ്യവാസികൾ കൊള്ളയും കവർച്ചയുംമൂലം വളരെ കഷ്ടതകളനുഭവിച്ചിട്ടുണ്ടെന്നു തനിക്കറിയാമെന്നും ഇക്കൊല്ലം (1921) യുദ്ധഫണ്ടിലേക്കുള്ള സംഭാവനകളൊഴികെ താൻ യാതൊരു നികുതിയും ചുമത്തുന്നതല്ലെന്നും അടുത്തകൊല്ലം നികുതിപിരിവുണ്ടാകുമെന്നും അയാൾ പ്രഖ്യാപിച്ചു. തിരുമുൽപ്പാടിന്റെ ഭൂമികളിലിറക്കിയ വിളവുകൾ കൊയ്തുകൊണ്ടുവരാൻ അയാൾ കൃഷിപ്പണിക്കാരോടാജ്ഞാപിച്ചു. അങ്ങനെ കൊണ്ടുവരുന്ന ധാന്യത്തിനു പണമായി വില കൊടുക്കുകയും ധാന്യം ഹാജിയുടെ സൈന്യങ്ങൾക്കു ഭക്ഷണത്തിനു നീക്കിവയ്ക്കുകയും ചെയ്തു. തന്റെ രാജ്യത്തിൽനിന്നു വെളിയിൽ പോകാനാഗ്രഹിക്കുന്നവർക്ക് അയാൾ

പാസ്പോർട്ടുകൾ നൽകി. പാസ്സിനു കൊടുക്കേണ്ട പണം അതു വാങ്ങുന്ന ആളിന്റെ കഴിവനുസരിച്ചു കൂടിയും കുറഞ്ഞുമിരുന്നു. അയാളെ 1922 ജാനുവരി ആറാം തീയതി പിടിക്കുകയും ഇരുപതാം തീയതി വെടിവച്ചു കൊല്ലുകയും ചെയ്തു.

ലഹള നേതാക്കളിൽ ഏറ്റവും പ്രധാനി ഇയാളായിരുന്നു. ഇത്രതന്നെ പ്രധാനികളല്ലാത്ത രണ്ടുപേർ:

കുമരംപുത്തൂരിലെ സീതി കോയ തങ്ങൾ ഖിലാഫത്ത് സംസ്ഥാനത്തിന്റെ ഗവർണറായി സ്വയം പ്രതിഷ്ഠിതനായി. രാജ്യം തങ്ങളുടേതായിക്കഴിഞ്ഞുവെന്നു ചൂണ്ടിക്കാണിച്ചുകൊണ്ട് കവർച്ചയ്ക്കും മറ്റു നശീകരണങ്ങൾക്കുമെതിരായി അയാൾ ഫത്‌വ (കൽപ്പനകൾ) പുറപ്പെടുവിച്ചു. എളമ്പുലാശ്ശേരിയിലെ കൊള്ളയിൽ പങ്കെടുത്ത മൂന്നുപേരെ അയാൾ സ്വന്തം സൈനികക്കോടതിയിൽ ശിക്ഷിച്ചു. കുറ്റക്കാരെ വെടിവച്ചു കൊല്ലുവാൻ കൽപ്പിക്കുകയും എന്നാൽ ഉണ്ടയില്ലാവെടികൾ മാത്രം ഉപയോഗിക്കുകയും ചെയ്തു. പ്രതികൾ ഭയപ്പെട്ടു നിലത്തുവീണു. അവർ എണീറ്റപ്പോൾ പരിക്കുണ്ടായിരുന്നില്ല; അത് തന്റെ അൽഭുതശക്തികൊണ്ടാണെന്നും തന്റെ ആൾക്കാർക്ക് അതുപോലെ ബ്രിട്ടീഷ് സൈന്യങ്ങളുടെ വെടിയും ഏൽക്കുകയില്ലെന്നും അയാൾ അവകാശപ്പെട്ടു. അയാളെയും പിടിച്ചു വെടിവച്ചുകൊന്നു.

ചെമ്പ്രശ്ശേരി ഇമ്പിച്ചിക്കോയ തങ്ങൾ സമീപഗ്രാമങ്ങളിൽനിന്ന് 4000 ത്തോളം അനുയായികളോട്ടുകൂടി തിരൂരിനും കരുവാരക്കുണ്ടിനും നടുവിൽ ഒരു മൊട്ടക്കുന്നിന്റെ ചെരുവിൽ തന്റെ കോടതി നടത്തി. നാൽപ്പതിലധികം ഹിന്ദുക്കളെ കൈ പിന്നിൽകെട്ടി, പട്ടാളത്തിനു പാലും ഇളനീരും കൊടുത്തുവെന്നു കുറ്റമാരോപിച്ച് തങ്ങളുടെ മുമ്പിൽ കൊണ്ടുവന്നു. ഇവരിൽ 38 പേർക്ക് വധശിക്ഷ നൽകി. വധക്രിയയ്ക്കു അയാൾ നേരിട്ടു മേൽനോട്ടം വഹിച്ചു; തന്റെ ആൾക്കാർ പ്രതികളുടെ കഴുത്തുവെട്ടുന്നതു നോക്കിക്കൊണ്ട് അയാൾ ഒരു കിണറ്റിന്നരികിലുള്ള പാറമേലിരിക്കുകയും ശിരച്ഛേദം ചെയ്തു ഉടലുകളെ കിണറ്റിലേക്കു തള്ളുകയും ചെയ്തു. 38 പേർ വധിക്കപ്പെട്ടു; അവരിലൊരാൾ പെൻഷൻ പറ്റിയ ഒരു ഹെഡ്കോൺസ്റ്റബിളായിരുന്നു; അയാളോട് തങ്ങൾക്കു വിരോധമുണ്ടായിരുന്നു; അയാളുടെ ശിരസ്സ് രണ്ടായി വെട്ടിപ്പിളർന്നു. മേലാറ്റൂർവെച്ചു കീഴടങ്ങിയ തങ്ങളെ 1922 ജാനുവരി 20 ന് വെടിവച്ചുകൊന്നു. (എല്ലാ അടിവരയും എന്റേത്- ഇ എം എസ്).

ജനങ്ങൾ വെറുത്തിരുന്ന ഒരു എസ്റ്റേറ്റ് മാനേജർക്കെതിരായി മാപ്പിളമാരെ നയിച്ച ഖിലാഫത്ത് സെക്രട്ടറിയായ മുഹമ്മദ്, പെൻഷൻപറ്റിയ ഒരു മാപ്പിള പോലീസിൻസ്പെക്ടറെ വധിച്ച കുഞ്ഞഹമ്മദ്ഹാജി, തന്റെ സ്വന്തം ക്യാമ്പിലെ കവർച്ചക്കാരെ ശിക്ഷിച്ച സീതി കോയ തങ്ങൾ; പട്ടാളത്തെ സഹായിച്ചതിന് 38 പേരെ കൊലചെയ്ത ചെമ്പ്രശ്ശേരി തങ്ങൾ- കാഫറുകളെ ദ്രോഹിക്കുകയും നശിപ്പിക്കുകയും ജീവിതത്തിലെ ഏകലക്ഷ്യമാക്കിയ മാപ്പിളമതഭ്രാന്തരുടെ നേതാക്കന്മാരുടെ സ്വഭാവമല്ല നാം ഇവരിൽ കാണുന്നത്. എന്നാൽ ഔദ്യോഗികപക്ഷക്കാർക്കെതിരായ ഏറ്റവും വിനാശകരമായ തെളിവ്, ഏറെക്കുറെ ലഹളക്കാരുടെ ആധിപത്യമുണ്ടായിരുന്ന അഞ്ചുമാസങ്ങൾക്കിടയിൽ നശിപ്പിക്കപ്പെടുകയോ അശുദ്ധമാക്കപ്പെടുകയോ ചെയ്ത ഹിന്ദുക്ഷേത്രങ്ങളുടെ സംഖ്യയാണ്. 1922 നവംബർ 14 ന് ഗവൺമെന്റ് വക്താവ് മദിരാശി നിയമസഭയിൽ ഇപ്രകാരം മറുപടി പറഞ്ഞു:

> കണക്കുകൾ ശേഖരിച്ചിട്ടില്ല; പക്ഷേ നശിപ്പിക്കുകയോ അശുദ്ധമാക്കുകയോ ചെയ്തിട്ടുള്ള ക്ഷേത്രങ്ങളുടെ സംഖ്യ നൂറിലധികമായിരിക്കണം. ഒരുപക്ഷേ ആ സംഖ്യ വളരെ വലുതാവാം, എന്നാൽ വ്യക്തമായ കാരണങ്ങളാൽ ഗവൺമെന്റ് മനഃപൂർവം ശരിയായ കണക്കുകൾ ശേഖരിക്കാനുള്ള ശ്രമം നടത്താതിരുന്നു.

ലഹള ബാധിച്ച അംശങ്ങളുടെ (റവന്യൂ വില്ലേജുകൾ) സംഖ്യ 220 ആണ്. അംശമൊന്നുക്ക് അഞ്ച് ഹിന്ദുക്ഷേത്രങ്ങളുണ്ടാവുമെന്ന വളരെ യാഥാസ്ഥിതികനിരക്കിൽ കണക്കാക്കുന്നപക്ഷം, ഈ 100 എണ്ണം ഒൻപതു ശതമാനം വരും. ഇവയിൽത്തന്നെ എത്ര എണ്ണം പട്ടാളക്കാർ ഉപയോഗിക്കുന്നുണ്ടെന്ന സംശയത്തിന്മേൽ കയറി അശുദ്ധമാക്കിയവയാണ് എന്നറിയാൻ പ്രയാസമാണ്. എന്നാൽ ആ ഭാഗം തള്ളി, അവയെല്ലാം നശിപ്പിക്കുകയോ അശുദ്ധമാക്കുകയോ ചെയ്തത് ശുദ്ധമേ മതപരമായ കാരണങ്ങളാലാണെന്നു വന്നാൽപ്പോലും, ഒരു വർഗീയലഹള നടക്കുമ്പോൾ- അതിന്റെ ആദ്യയാഴ്ചകളിൽ ലഹളക്കാർക്ക് പൂർണമായ ആധിപത്യമുണ്ടായിരുന്നു- ഒൻപത് ശതമാനമെന്നത് വളരെ അൽഭുതകരമാംവണ്ണം കുറഞ്ഞ സംഖ്യയാണ്.

ആൾനാശത്തിന്റെ കണക്കുകളും ഇതുതന്നെ കാണിക്കുന്നു. മുമ്പുദ്ധരിച്ച ചെറുപുസ്തകത്തിന്റെ 58-ാം പേജിൽ ഗ്രന്ഥകർത്താവ് പറയുന്നു:

> ലഹളപ്രദേശത്തെ ജനസംഖ്യയുടെ കണക്കില്ലാത്തതുകൊണ്ട് ലഹളക്കാരാൽ വധിക്കപ്പെട്ടവർ ഇത്രയെന്നു പറയാൻ സാധ്യമല്ല. എന്നാൽ ഗവൺമെന്റ് നൽകിയ വിവരമനുസരിച്ച് അത്

> സാധാരണ പൗരന്മാർക്കിടയിൽ 500 നും 600 നും മധ്യേയാണെന്നു വിശ്വസിക്കപ്പെടുന്നു.

"വധിക്കപ്പെട്ടവരിൽ സ്ത്രീകളും കുട്ടികളും ഇത്രയെന്നതിനെ സംബന്ധിച്ച സ്ഥിതിവിവരക്കണക്കെടുത്തിട്ടില്ല". (മദ്രാസ് മെയിൽ, നവംബർ 14, 1922). നാലു ലക്ഷത്തോളം ഹിന്ദുക്കളുള്ള ഒരു പ്രദേശത്ത് അഞ്ചു മാസത്തിലധികംകാലം നീണ്ടുനിന്ന ഒരു വർഗീയലഹളയ്ക്കിടയിൽ 500 നും 600 നും മധ്യേ പൗരന്മാർ കൊല്ലപ്പെട്ടത് ഒരു വമ്പിച്ച സംഖ്യയല്ല; ഈ 500 നും 600 നുമിടയിൽ, പെൻഷൻപറ്റിയ ഉദ്യോഗമൊഴിഞ്ഞ മാപ്പിള ഇൻസ്പെക്ടരായ ഖാൻ ബഹദൂർ ചേക്കുട്ടിയും പട്ടാളത്തെ സഹായിച്ചുവെന്ന കുറ്റത്തിന് ചെമ്പ്രശ്ശേരി തങ്ങൾ കൊന്ന 38 ഹിന്ദുക്കളും അതുപോലുള്ള മറ്റു സംഭവങ്ങളുമുൾപ്പെടുന്നുവെന്നോർക്കുമ്പോൾ മാത്രമേ അതിന്റെ മുഴുവൻ പ്രാധാന്യം വെളിപ്പെടുകയുള്ളൂ. ഈ 500 നും 600 നുമിടയിൽ എത്രപേർ ശുദ്ധമേ മതപരമായ കാരണങ്ങളാൽ വധിക്കപ്പെട്ടുവെന്നു പറയാൻ വിഷമമാണ്. അവരുടെ സംഖ്യ എങ്ങിനെയായാലും വളരെ വലുതല്ല.

നിർബന്ധിച്ചുള്ള മതംമാറ്റലിന്റെ സ്ഥിതിയെന്ത്? ആര്യസമാജം മിഷണനറിയായ പണ്ഡിറ്റ് ഋഷിറാം ഒരു കത്തിൽ പറയുന്നു:

> ആര്യസമാജം വക രജിസ്റ്ററുകളിൽ മാത്രം 1766 പേരെ നിർബന്ധിച്ചു മതം മാറ്റിയിട്ടുള്ളതായി രേഖപ്പെടുത്തിയിട്ടുണ്ട്; ദുരിതാശ്വാസക്കമ്മിറ്റികളുടെയെല്ലാം കണക്കുകൾ കൂടി ശേഖരിക്കുന്ന പക്ഷം അവരുടെ സംഖ്യ 2500 ൽ കവിയുമെന്നു തീർച്ചയാണ്. (മേലുദ്ധരിച്ച പുസ്തകത്തിന്റെ 119-ാം പേജ്).

അതൊരു വർഗീയലഹളയാണെങ്കിൽ നാലു ലക്ഷം ഹിന്ദുക്കളുള്ള ഒരു പ്രദേശത്ത് 2500 പേരെ നിർബന്ധിച്ചു മതം മാറ്റിയത് തീർച്ചയായും വളരെ കുറവാണ്.

എന്നാൽ ഇതുകൊണ്ടെല്ലാം ലഹളയ്ക്കിടയിൽ മതഭ്രാന്ത് തീരെയുണ്ടായിരുന്നില്ലെന്നർഥമില്ല. നിർബന്ധിച്ചു മതം മാറ്റലുണ്ടായിട്ടുണ്ട്. അത് (പണ്ഡിറ്റ് ഋഷിറാമിന്റെ കണക്കുകൾ ഒരു ആര്യസമാജക്കാരന്റേതാകയാൽ പെരുപ്പിച്ചതാണെങ്കിൽ പോലും) മതഭ്രാന്തുകൊണ്ടല്ലാതെ മറ്റൊരുദ്ദേശത്തോടുകൂടിയാണെന്നു വ്യാഖ്യാനിക്കാൻ സാധ്യമേയല്ല. അത്യന്തം മതഭക്തരും അങ്ങേയറ്റം വിദ്യാഭ്യാസമില്ലാത്തവരും വളരെയധികം സംഘടിതരുമായ മാപ്പിളസമുദായത്തിൽ ഒരു കാഫറെ വധിക്കുകയോ മതം മാറ്റുകയോ ചെയ്താൽ അത് സ്വന്തം സ്വർഗത്തിലേക്കുള്ള സോപാനത്തിലെ ഓരോ പടികളാണെന്നു ചിന്തിച്ച കുറച്ചു മതഭ്രാന്തന്മാരുണ്ടായിയെന്നതിൽ അൽഭുതപ്പെടാനുമില്ല. കുറെ ആളുകൾ

ആ വിധത്തിലും മരിച്ചിട്ടുണ്ടാവണം. എന്നിരുന്നാലും ലഹളയ്ക്കു പിന്നിലു ള്ള പ്രധാന ശക്തി ലഹളയുടെ ഒരു ഫലം മാത്രമായ മതഭ്രാന്തായിരുന്നി ല്ലെന്നു വ്യക്തമായും പറയാൻ കഴിയും, പറയണം.

1935 ൽ കേരള സംസ്ഥാന കോൺഗ്രസ്സ്കമ്മിറ്റി പ്രസിദ്ധീകരിച്ച *കേരളത്തിലെ കോൺഗ്രസ്സിന്റെ ഔദ്യോഗികചരിത്ര*ത്തിൽ നിന്നുദ്ധരി ക്കുന്ന താഴെ കൊടുക്കുന്ന ഭാഗങ്ങളും വെളിച്ചം നൽകുന്നവയാണ്:

> പൂക്കോട്ടൂർ സമരം നടന്ന ആഗസ്റ്റ് 28 വരേക്കും ലഹളക്കാരുടെ അനിയന്ത്രിത പ്രവർത്തനരംഗങ്ങളായിരുന്ന മലപ്പുറം, തിരൂ രങ്ങാടി, മഞ്ചേരി, പെരിന്തൽമണ്ണ എന്നീ സ്ഥലങ്ങളിലെല്ലാം ബ്രിട്ടീഷ് ഭരണം നിലവിലുണ്ടായിരുന്നില്ലെന്നു പറയാം. ആരും ലഹളക്കാരെ എതിർത്തില്ല; അതുകൊണ്ട് ആരെയും എതിർക്കേ ണ്ടതിന്റെയോ ആർക്കെതിരായും ലഹള സംഘടിപ്പിക്കേണ്ടതി ന്റെയോ ആവശ്യം അവർക്കുണ്ടായിരുന്നില്ല. ഈ ഘട്ടത്തിൽ പോലീസ് ഇൻസ്പെക്ടർ ചേക്കുട്ടിയും ഒരു പോലീസ് ഹെ ഡ്കോൺസ്റ്റബിളും നിലമ്പൂർ തിരുമുൽപ്പാടിന്റെ കുറച്ചാൾക്കാരും മാത്രമേ വധിക്കപ്പെട്ടുള്ളു. ഈ ഘട്ടത്തിൽ ലഹളക്കാരുടെ പെ രുമാറ്റം സാധാരണക്കാരെ ഒരുതരത്തിലും ഭീഷണിപ്പെടുത്തുന്ന വിധത്തിലായിരുന്നില്ലെന്ന് പ്രോസിക്യൂഷൻ ഭാഗം സാക്ഷികളി ലൊരാളുടെ മൊഴിതന്നെ പറയുന്നു...
>
> പട്ടാളത്തിന്റെ വരവോടുകൂടി ലഹളക്കാരുടെയും സാധാരണജ നങ്ങളുടെയും മനോഭാവത്തിലൊരു മാറ്റം വന്നു. പൂക്കോട്ടൂർ 'യു ദ്ധ'വും മറ്റു പല സ്ഥലങ്ങളിലും പട്ടാളവുമായുണ്ടായ ഏറ്റുമുട്ടലുകളും ഇതുവരെ ഉറച്ചുനിന്നിരുന്ന ലഹളക്കാരുടെ ശക്തിയെ ഛിന്നഭിന്ന മാക്കി; ആൾനാശവും തങ്ങളെ അഭിമുഖീകരിച്ചിരുന്ന ആപൽഘ ട്ടവും ലഹളക്കാരെ നിരാശരാക്കി. സാധാരണ ജനങ്ങൾക്കാണെ ങ്കിൽ ഒരു വിഷമസ്ഥിതിയെ നേരിടേണ്ടിവന്നു; കാരണം, എല്ലാ യുദ്ധങ്ങളിലുമെന്നപോലെ നിഷ്പക്ഷത ആപൽക്കരമായിരുന്നു. പട്ടാളത്തിന് എല്ലാവിധ സഹകരണവും നൽകാതിരിക്കുന്ന ഹിന്ദു ക്കളെ ലഹളക്കാരോടനുഭാവമുള്ളവരായി പരിഗണിക്കും. നിസ്സ ഹായരായ ഹിന്ദുക്കൾ അതുകൊണ്ട് ലഹളക്കാരുടെ താവളങ്ങളെ യും നീക്കങ്ങളെയും സംബന്ധിച്ച് പട്ടാളത്തിനറിവുകൊടുക്കാൻ നിർബന്ധിതരായി. ഇതു സ്വാഭാവികമായും മാപ്പിളമാർക്കി ടയിൽ സംശയം ജനിപ്പിച്ചു; അവർ ഹിന്ദുക്കൾക്കെതിരായി അരിശം കൊള്ളാൻ തുടങ്ങി. ഇങ്ങനെയാണാദ്യം സാമുദായികമല്ലാതി രുന്ന, സാധാരണജനങ്ങളിലൊരു വിഭാഗത്തിന്റെ പ്രസ്ഥാനം

അവസാനം മാപ്പിളമാരുടെ ഒരു സാമുദായികലഹളയായി രൂപാന്തരപ്പെട്ടത്.

ഫ്യൂഡൽ- കൊളോണിയൽ സാമ്പത്തികവ്യവസ്ഥയോടുകൂടിയതും ജാതിവ്യത്യാസം നിറഞ്ഞതുമായ ഒരു രാജ്യത്തെ ജനങ്ങൾ ജനാധിപത്യത്തിനുവേണ്ടിയുള്ള അവരുടെ സമരം എല്ലാ ജാതികളുടെയും സമത്വത്തിനുവേണ്ടിയുള്ള ഒരു സമരത്തിന്റെ രൂപത്തിൽ തുടങ്ങുകയും അവിടെ നിന്ന് രാഷ്ട്രീയവും സാമ്പത്തികവുമായ ജനാധിപത്യത്തിനുവേണ്ടിയുള്ള സമരത്തിലേക്കു നീങ്ങുകയും ചെയ്യുന്നത് സ്വാഭാവികമായിരുന്നു. ഇതായിരുന്നു, നാം കണ്ടുകഴിഞ്ഞതുപോലെ, കേരളത്തിലെ ജനങ്ങൾ ഇരുപതാംനൂറ്റാണ്ടിന്റെ ആദ്യത്തെ രണ്ടു ദശകങ്ങളിൽ കൈക്കൊണ്ട മാർഗം.

പക്ഷേ ഈ സമരത്തിൽ ജനങ്ങളെ നയിച്ചത്, തങ്ങളുടെ അനുയായികൾ ആഗ്രഹിച്ചത്ര ദൂരം മുമ്പോട്ടുപോകാൻ തയ്യാറില്ലായിരുന്ന ഒരു വർഗമായിരുന്നു; ഫ്യൂഡൽ- കൊളോണിയൽ വ്യവസ്ഥയെ തകർക്കുവാനും തൽസ്ഥാനത്ത് ജനങ്ങളുടെ ആവശ്യങ്ങൾ നിറവേറ്റിക്കൊടുക്കാൻ പര്യാപ്തമായ ഒരു സാമ്പത്തികവ്യവസ്ഥ പ്രതിഷ്ഠിക്കുവാനും തയ്യാറില്ലാത്തവരും, നേരേമറിച്ച്, ചൂഷണത്തിന്റെ ഫലങ്ങളിൽ വലിയ ഒരു പങ്ക് തങ്ങൾക്കു നേടാൻ സഹായകമായ ചില്ലറമാറ്റങ്ങൾ മാത്രം സാമ്പത്തികവ്യവസ്ഥയിൽ വരുത്താനാഗ്രഹിച്ചവരുമായ ദേശീയമുതലാളികളായിരുന്നു. അതുകൊണ്ട് പ്രസ്ഥാനത്തിനു സാരമായ പുറകോട്ടടി കിട്ടി. 1921 നു ശേഷമുള്ള വർഷങ്ങൾ ദേശീയജനാധിപത്യപ്രസ്ഥാനത്തെ സംബന്ധിച്ചിടത്തോളം പിന്നോക്കം പോയ കാലമാണെന്നു പറയാം.

മലബാറിലെ കോൺഗ്രസ്സ്- ഖിലാഫത്ത്- കുടിയാൻ പ്രസ്ഥാനം ഒരു സർവസമുദായപ്രസ്ഥാനമായിട്ടാണാരംഭിച്ചതെങ്കിലും, ദേശീയമുതലാളി നേതൃത്വം അതിനെ സാമ്രാജ്യത്വത്തിനും നാടുവാഴി പ്രഭുത്വത്തിനുമെതിരായ ഒരു പ്രസ്ഥാനമായി നയിക്കാൻ കൂട്ടാക്കിയില്ലെന്ന മുഖ്യകാരണംകൊണ്ട് അതൊരു സാമുദായികപ്രസ്ഥാനമായി മാറി. അതിന്റെ ഫലമായി സാമ്രാജ്യത്വത്തിന് പ്രസ്ഥാനത്തെ അടിച്ചമർത്താൻ കഴിഞ്ഞുവെന്നുമാത്രമല്ല, 1921 ലെ ലഹളപ്രദേശമായ തെക്കേ മലബാർ കുറെക്കാലം പട്ടാളനിയമത്തിൻകീഴിലും പിന്നീട് കടുത്ത പോലീസ് ഭരണത്തിലുമായി; 20,000 ത്തിൽപരം കർഷകരെ ദീർഘകാലത്തെ തടവുശിക്ഷ നൽകി ജയിലിലും ആൻഡമാനിലുമയച്ചു; മാത്രമല്ല, രാജ്യത്തിന്റെ അന്തരീക്ഷമാകെത്തന്നെ വർഗീയവിഷംകൊണ്ട് കലുഷമായിത്തീർന്നു.

മലബാറിലെ ഹിന്ദു ബുദ്ധിജീവികൾ ഏറെക്കുറെ വടക്കേ ഇന്ത്യയിലെ തങ്ങളുടെ കൂട്ടുകാരുടെ വഴിക്കുതന്നെ നീങ്ങി. ആര്യസമാജവും മറ്റു ഹിന്ദു സാമുദായികസംഘടനകളും മലബാറിൽവന്ന്, ലഹളപ്രദേശ

ത്തുനിന്ന് ഓടിപ്പോകുന്ന ഹിന്ദു അഭയാർഥികൾക്ക് ആദ്യം ആശ്വാസം നൽകിയും പിന്നീട് ലഹളക്കാർ നിർബന്ധിച്ച് ഇസ്ലാംമതത്തിൽ ചേർത്ത ഹിന്ദുക്കളെ വീണ്ടും ഹിന്ദുക്കളാക്കി മതം മാറ്റിയും അവസാനം മുസ്ലിങ്ങളെത്തന്നെ ഹിന്ദുമതത്തിലേക്കു ചേർക്കുവാൻ സാഹസപ്പെട്ടും തങ്ങളുടെ പ്രവർത്തനമാരംഭിച്ചു. മുസ്ലിം ബുദ്ധിജീവികൾ ലഹളയ്ക്കുശേഷമുണ്ടായ മർദ്ദനംകൊണ്ടു ഭീതരായിരുന്നെങ്കിലും, അങ്ങേയറ്റം അരിശംപൂണ്ടു തൽക്കാലത്തേക്ക് മുഖംവീർപ്പിച്ചിരിക്കയല്ലാതെ യാതൊന്നും ചെയ്യാനവർക്കു കഴിഞ്ഞില്ല; പക്ഷേ സമുദായവഴക്കുകൾക്ക് പറ്റിയ ഒരന്തരീക്ഷം സൃഷ്ടിക്കാൻ അതുതന്നെ മതിയായിരുന്നു.

ഇത് ഉത്തരേന്ത്യയിലെ ജനങ്ങൾക്ക് വളരെ പരിചിതമായ പിരിമുറുക്കത്തിലേക്കും സമുദായലഹളകൾക്കുമിടയാക്കിയില്ലെന്നതു വാസ്തവമാണ്. ശുദ്ധിയും സംഘടനയും ഗോവധവിരുദ്ധപ്രക്ഷോഭവും പള്ളികൾക്കു മുമ്പിൽ പാട്ടുന്നതിനെതിരായ പ്രക്ഷോഭവും മറ്റും ഉത്തരേന്ത്യയിലെപ്പോലെ ഇവിടത്തെ ജനങ്ങളുടെ ഭാവനയെ ആകർഷിച്ചില്ല. ഇതിനുള്ള പ്രധാനകാരണം, ഹിന്ദുക്കളിൽ ഒരു യഥാർഥ ഐക്യബോധം സൃഷ്ടിക്കുക അത്യന്തം പ്രയാസമായിരുന്നു എന്നതാണ്. അവരുടെയിടയിൽ അത്രയ്ക്ക് ജാതി വ്യത്യാസം കുടികൊണ്ടിരുന്നു; അവരുടെ പരസ്പര സാമൂഹ്യബന്ധങ്ങളെസംബന്ധിച്ച ജാതിനിയമങ്ങൾ അത്രയ്ക്കു കർക്കശമായിരുന്നു. താഴ്ന്ന ജാതിക്കാർക്ക് ഉയർന്ന ജാതിയിൽപ്പെട്ട അവരുടെ സ്വന്തം മതക്കാരോടെന്നതിനെക്കാൾ മുസ്ലിങ്ങളോടും ക്രിസ്ത്യാനികളോടും കൂടുതൽ അടുപ്പംതോന്നി; ജാതിഹിന്ദുക്കൾക്കാണെങ്കിൽ, താഴ്ന്ന ജാതിക്കാരുമായി ഒരുമിച്ചു ഭക്ഷണം കഴിക്കുകയും വിവാഹബന്ധത്തിലേർപ്പെടുകയും ചെയ്യാമെങ്കിൽ എന്തുകൊണ്ട് മുസ്ലിങ്ങളും ക്രിസ്ത്യാനികളുമായി വയ്യ എന്നു തോന്നി. വാസ്തവത്തിൽ, ചില താഴ്ന്ന ജാതിക്കാർക്കിടയിൽ, തങ്ങൾക്കു കൂടുതൽ സാമൂഹ്യസമത്വം ലഭിക്കുമെന്നുള്ളതുകൊണ്ട്, കൂട്ടത്തോടെ മതപരിവർത്തനം ചെയ്യാനുള്ള ഒരു പ്രസ്ഥാനം തന്നെ ആരംഭിക്കപ്പെട്ടു. അതുകൊണ്ട് ആര്യസമാജ്യം, ഹിന്ദുമഹാസഭ മുതലായവയ്ക്കു കേരളത്തിൽ വേരൂന്നാൻ കഴിഞ്ഞില്ല.

എന്നാൽ ഹിന്ദുസമുദായവാദമോ മുസ്ലിംസമുദായവാദമോ ഉണ്ടായിരുന്നില്ലെന്നല്ല ഇതിനർഥം. യഥാർഥത്തിൽ മലബാറിലെ കോൺഗ്രസ്സുകാർതന്നെ ഹിന്ദുക്കളും മുസ്ലിങ്ങളുമായി തിരിഞ്ഞു. ലഹളയ്ക്കുശേഷമുള്ള കാലത്ത് അവർ കോൺഗ്രസ്സിന്റെ പുനഃസംഘടനയാരംഭിച്ചപ്പോൾ കോൺഗ്രസ്സിന് യഥാർഥത്തിൽ രണ്ടു കേന്ദ്രങ്ങളുണ്ടായിരുന്നു- ഒന്നു ഹിന്ദുക്കളുടേതും മറ്റേത് മുസ്ലിങ്ങളുടേതും. ഓരോന്നിനും സ്വന്തം പത്രവുമുണ്ടായിരുന്നു- മാതൃഭൂമിയും അൽഅമീനും. ചില ഹിന്ദു കോൺഗ്രസ്സുകാർ തന്നെയായിരുന്നു ഹിന്ദുമഹാസഭാസംഘാടകന്മാരെന്നുള്ളതും ശ്രദ്ധേയ

മാണ്. ഓരോ ഗ്രൂപ്പും കോൺഗ്രസ്സുകാരെന്നവകാശപ്പെട്ടുവെങ്കിലും, കോൺഗ്രസ്സിനെ സംഘടിപ്പിക്കുന്ന കാര്യത്തിൽപോലും ഇരുഗ്രൂപ്പുകൾക്കും സഹകരിക്കാൻ സാധിക്കാതിരിക്കത്തക്കവണ്ണം അവർ തമ്മിലുള്ള വിടവ് അത്ര വലുതായിരുന്നു. മുസ്ലിംലീഗ് ശക്തിപ്പെടാൻ തുടങ്ങിയതിനുശേഷം, വളരെക്കഴിഞ്ഞു മാത്രമാണ് ഈ വിടവു നികത്തിയത്; അപ്പോഴും ഗണ്യമായ തോതിലൊന്നുമില്ലതാനും.

എന്നാൽ സമുദായവാദത്തിന്റെ പ്രധാനരൂപം ജാതിയും ജാതിയും തമ്മിലുള്ള വിരോധമായിരുന്നു; ഹിന്ദു- മുസ്ലിം വിരോധമായിരുന്നില്ല. മലബാറിലെ തീയരെപ്പോലുള്ള അവർണഹിന്ദുക്കൾ, കോൺഗ്രസ്സ് സവർണഹിന്ദുക്കളുടെ, പ്രത്യേകിച്ചും നായന്മാരുടെ, ഒരു സംഘടനയാണെന്ന ന്യായത്തിന്മേൽ കോൺഗ്രസ്സിനെതിരായി സംഘടിച്ചു. വിദ്യാഭ്യാസസൗകര്യങ്ങൾ, ഗവൺമെന്റുദ്യോഗം തുടങ്ങിയവയിൽ പ്രത്യേക പരിഗണനയ്ക്കു വേണ്ടിയുള്ള ഈ പിന്നോക്ക (അല്ലെങ്കിൽ അയിത്ത) ജാതിക്കാരുടെ ആവശ്യങ്ങൾ, സാമ്രാജ്യത്വത്തിൽനിന്നു മോചനം വേണമെന്ന ദേശീയാവശ്യത്തിന്റെ സ്ഥാനത്തു മുന്നോട്ടുവയ്ക്കപ്പെട്ടു; മാത്രമല്ല, ബ്രിട്ടീഷ്ഭരണം പിന്നോക്ക (അല്ലെങ്കിൽ അയിത്ത) ജാതിക്കാരുടെ മിത്രമാണെന്നും, സവർണഹിന്ദുക്കളുടെ മർദനത്തിൽനിന്നും തങ്ങളെ സംരക്ഷിക്കാൻ അതിന് ആത്മാർഥമായ ആഗ്രഹമുണ്ടെന്നുമുള്ള ചിന്താഗതിപോലും വന്നു. സാമ്രാജ്യവിരുദ്ധപ്രക്ഷോഭത്തിന്റെ കാലത്തുണ്ടായിരുന്ന ജാതികളുടെയും സമുദായങ്ങളുടെയും ഐക്യം ഇങ്ങനെ തകർക്കപ്പെട്ടു.

യാതൊരുവിധ രാഷ്ട്രീയപ്രസ്ഥാനങ്ങളുമില്ലാതിരുന്ന നാട്ടുരാജ്യവിഭാഗത്തിലാണ് കേരളത്തിൽ ഈ സ്ഥിതി പ്രത്യേകിച്ചും പ്രകടമായിരുന്നത്. മലബാറിൽ പേരിനെങ്കിലും ഒരു കോൺഗ്രസ്സ് സംഘടന ഉണ്ടായിരുന്നു; അത് യോഗങ്ങളും സമ്മേളനങ്ങളും നടത്തുകയും മെംബർമാരെ ചേർക്കുകയും തിരഞ്ഞെടുപ്പിൽ പങ്കെടുക്കുന്നതുൾപ്പെടെയുള്ള മറ്റു രാഷ്ട്രീയപ്രവർത്തനങ്ങൾ നടത്തുകയും ചെയ്തിരുന്നു (മദിരാശി നിയമസഭയിലേക്കും കേന്ദ്രനിയമസഭയിലേക്കുമുള്ള തിരഞ്ഞെടുപ്പുകളിൽ, 1921നുശേഷമുള്ള കാലത്ത് കോൺഗ്രസ്സുകാർ 'സ്വരാജ്' കക്ഷിയുടെ സ്ഥാനാർഥികളെന്ന നിലയിൽ മൽസരിച്ചു). പോരാ, കോൺഗ്രസ്സ് കമ്മിറ്റികൾ കുടിയായ്മനിയമം പാസ്സാക്കാനുള്ള പ്രക്ഷോഭണത്തിൽ പങ്കെടുക്കുകയും ചെയ്തു. കോൺഗ്രസ്സ് "നാട്ടുരാജ്യങ്ങളുടെ ആഭ്യന്തരകാര്യങ്ങളിലിടപെടുകയില്ലെ"ന്ന നയം തുടർന്നിരുന്നതുകൊണ്ട് കേരളത്തിലെ നാട്ടുരാജ്യവിഭാഗത്തിൽ ഇത്രപോലും രാഷ്ട്രീയപ്രവർത്തനമുണ്ടായില്ല. ഇതിന്റെ ഫലം നാട്ടുരാജ്യങ്ങളിലെ രാഷ്ട്രീയകാര്യം മുഴുവനും ജാതികളുടെ ചുറ്റും ചുറ്റിത്തിരിഞ്ഞുവെന്നതായിരുന്നു. തിരുവിതാംകൂറിലും കൊച്ചിയിലും

മിക്കവാറും എല്ലാ തിരഞ്ഞെടുപ്പും, നിയമസഭയിൽ ജാതികളുടെ പ്രതിനിധികൾ വേണമെന്ന അടിസ്ഥാനത്തിലാണ് നടന്നത്.

ജാതിമൽസരം 1921 നുമുമ്പുള്ള കാലത്തുമുണ്ടായിട്ടുണ്ടെന്നതു വാസ്തവമാണ്; എന്നാൽ ആ ആദ്യകാലങ്ങളിലെ ജാതിമൽസരങ്ങൾക്ക്, മെല്ലെ ഉണർന്നുവരുകയായിരുന്ന താഴ്ന്നജാതിക്കാരും അവരെ മർദിച്ചിരുന്ന ഉയർന്നജാതിക്കാരും തമ്മിലുള്ള മൽസരങ്ങളുടെ സ്വഭാവമാണുണ്ടായിരുന്നത്. നേരേമറിച്ച്, 1912 നുശേഷമുള്ള വർഷങ്ങളിലെ മൽസരങ്ങൾ, വിവിധ ജാതികളിലെ ഉപരിവർഗക്കാർ തമ്മിൽ ഗവൺമെന്റുദ്യോഗങ്ങളിലും മറ്റും അവരവരുടെ ഓഹരിക്കുവേണ്ടിയുള്ള മൽസരമായിത്തീർന്നു. ഉദാഹരണത്തിന്, 1905 ൽ മധ്യതിരുവിതാംകൂറിൽ നായരീഴവസംഘട്ടനമുണ്ടായി. അതിന്റെ കാരണം ചില നായർ പ്രഭുകുടുംബങ്ങൾക്ക് ഈഴവരെ ഗവൺമെന്റ് സ്കൂളുകളിൽ പ്രവേശിപ്പിക്കുന്നതിനോടുള്ള എതിർപ്പായിരുന്നു. 1915 ൽ കൊല്ലത്തിനു സമീപം നായർ- പുലയ സംഘട്ടനവുമുണ്ടായി: അതിന്റെ കാരണവും നായർ പ്രഭുക്കന്മാർക്ക് പുലയസ്ത്രീകളുടെ വേഷപരിഷ്കരണപ്രസ്ഥാനത്തോടുള്ള എതിർപ്പായിരുന്നു. 1922 ൽ മധ്യതിരുവിതാംകൂറിൽ മറ്റൊരു തരത്തിലുള്ള നായർ- ക്രിസ്ത്യൻ തിരഞ്ഞെടുപ്പു മൽസരവുമുണ്ടായി; അതിനു കാരണം ഒരു സ്കൂൾ തുടങ്ങുന്നതുസംബന്ധിച്ച് നായന്മാരും ക്രിസ്ത്യാനികളും തമ്മിലുണ്ടായ മൽസരമായിരുന്നു.

ജാതിമൽസരങ്ങളുടെ സ്വഭാവത്തിലുള്ള ഈ മാറ്റം ജാതിസംഘടനകളുടെ സ്വഭാവത്തിലും കാണാൻ കഴിയും. അവയുടെ വളർച്ചയുടെ ആദ്യഘട്ടത്തിൽ അവ ഏറെക്കുറെ സമുദായപരിഷ്കരണത്തിൽ കേന്ദ്രീകരിച്ചിരുന്നെങ്കിൽ, രണ്ടാംഘട്ടത്തിൽ അവ ഗവൺമെന്റ് ജോലികളിലും നിയമസഭാസീറ്റുകളിലും മറ്റും തങ്ങൾക്കുള്ള പങ്കു നേടുന്നതിൽ കൂടുതൽ ഊന്നാൻ തുടങ്ങി. ഭൂസ്വത്തിലും മറ്റും കവിഞ്ഞ തോതിലുള്ള പങ്കും, അതുകൊണ്ട്, ഉദ്യോഗസ്ഥപ്രഭുത്വത്തിന്റെമേൽ കൂടുതൽ പിടിയുമുണ്ടായിരുന്നവരെങ്കിലും ആധുനികവിദ്യാഭ്യാസത്തിലും അതുകൊണ്ടു ഗവൺമെന്റ് ജോലികളിലും പിന്നണിയിലായിരുന്ന നമ്പൂതിരിമാരെപ്പോലുള്ള ഉയർന്ന ജാതിക്കാർപോലും ഗവൺമെന്റ് ജോലികളിൽ തങ്ങളുടെ പങ്ക് കിട്ടണമെന്ന തരത്തിൽ സംസാരിക്കാൻ തുടങ്ങി.

ദേശീയ മുതലാളിവർഗം ഈ സംഭവവികാസങ്ങളോടു കൈക്കൊണ്ട സമീപനരീതി, മഹത്തായ ദേശീയപ്രക്ഷോഭത്തെ വഞ്ചിച്ച അതിന്റെ പാരമ്പര്യത്തിനനുസരിച്ചുതന്നെയായിരുന്നു. ഈ ജാതിമൽസരങ്ങളെയും ജാതിസംഘടനകളെയും കേവലം സാമ്രാജ്യത്വത്തിന്റെ പിന്തിരിപ്പൻ വിടുപണിക്കാരുടെ സൃഷ്ടിയായ പിഴച്ച മുദ്രാവാക്യങ്ങളും പിഴച്ച സംഘടനകളും മാത്രമെന്ന നിലയിൽ തള്ളിക്കളഞ്ഞു. നാം കണ്ടതുപോലെ, ഈ

ജാതിമൽസരങ്ങൾക്ക് സാമൂഹ്യ- സാമ്പത്തിക യാഥാർഥ്യത്തിൽ ഒരു യഥാർഥ അടിസ്ഥാനമുണ്ടായിരുന്നെന്നും ഈ സാമൂഹ്യ- സാമ്പത്തിക യാഥാർഥ്യം നിലനിൽക്കുന്നിടത്തോളംകാലം മൽസരങ്ങൾ വീണ്ടും വീണ്ടും പൊട്ടിപ്പുറപ്പെട്ടുകൊണ്ടിരിക്കുമെന്നും കാണാൻ അവർ കൂട്ടാക്കിയില്ല. ജാതിസംഘടനകളുടെ നേതാക്കൾക്ക് അവരവരുടെ ജാതിയിൽപ്പെട്ട ബഹുജനങ്ങളെ അണിനിരത്താൻ കഴിയുന്നത് ഈ ബഹുജനങ്ങൾ ജന്മനാ ജാതിമനോഭാവമുള്ളവരായതുകൊണ്ടല്ല; നേരേമറിച്ച്, വർഗപരമായ മർദനവും ചൂഷണവും ജാതീയാസമത്വത്തിന്റെ മറയ്ക്കുപിന്നിൽ മൂടിവയ്ക്കപ്പെട്ടിരിക്കുകൊണ്ടാണ്. അതുകൊണ്ട് ദേശീയപ്രസ്ഥാനം എല്ലാ ജാതിയിലുംപെട്ട ബഹുഭൂരിപക്ഷം ജനങ്ങളുടെ പൊതുശത്രുവിനെതിരായി- സാമ്രാജ്യത്വത്തിനും നാടുവാഴി പ്രഭുത്വത്തിനുമെതിരായി- അതിന്റെ അരിശം കേന്ദ്രീകരിച്ചാൽ മാത്രമേ ജാതിമൽസരങ്ങളവസാനിപ്പിക്കാൻ കഴിയൂ. ആ ലക്ഷ്യത്തോടെ ദേശീയപ്രസ്ഥാനത്തിന്റെ നേതൃത്വം സാമ്രാജ്യത്വത്തിനും നാടുവാഴി പ്രഭുത്വത്തിനുമെതിരായി വ്യക്തവും യുക്തിയുക്തവുമായ ഒരു നിലപാടെടുക്കുകയും, സാമൂഹ്യസമത്വത്തിനായുള്ള, താഴ്ന്ന ജാതിക്കാരുടെ പ്രത്യേകാവശ്യങ്ങൾക്കുവേണ്ടി പോരാടുകയും ചെയ്തിരുന്നെങ്കിൽ ദേശീയത്വത്തിന്റെ കൊടിക്കീഴിൽ എല്ലാ ജാതിയിലുംപെട്ട ബഹുജനങ്ങളെ അണിനിരത്താൻ അതിനു കഴിയുമായിരുന്നു.

ഇതുതന്നെയാണ് ദേശീയനേതൃത്വം ചെയ്യാൻ കൂട്ടാക്കാതിരുന്നതും. സാമ്രാജ്യത്വത്തിന്റെ മർദ്ദനത്തിൽനിന്നും ചൂഷണത്തിൽനിന്നും മോചനത്തിനുവേണ്ടിയുള്ള ബഹുജനങ്ങളുടെ വിപ്ലവപരമായ സമരത്തെ അതു വഞ്ചിക്കുകമാത്രമല്ല ചെയ്തുള്ളൂ; പിന്നെയോ, താഴ്ന്ന ജാതിക്കാരുടെ സാമൂഹ്യസമത്വത്തിനുവേണ്ടിയുള്ള പ്രസ്ഥാനത്തെ ശത്രുതയോടെ വീക്ഷിക്കുകകൂടി ചെയ്തു. പിന്നോക്കജാതിക്കാർക്ക് വിദ്യാഭ്യാസം, ജോലി മുതലായവയിൽ ഉയർന്ന ജാതിക്കാരോടു തുല്യനിലയിലെത്താൻ കഴിയുന്നതിനുള്ള പ്രത്യേകസാഹചര്യങ്ങൾ സൃഷ്ടിക്കുന്നത് അവരുടെ ദൃഷ്ടിയിൽ ജാതീയമായ വിഭാഗീയ ചിന്തയായിരുന്നു; സമത്വത്തിനും ജനാധിപത്യത്തിനും വേണ്ടിയുള്ള സമരത്തിന്റെ ഒരഭേദ്യഭാഗമായിരുന്നില്ല. അതുകൊണ്ട്, താഴ്ന്ന ജാതിക്കാരായ ബഹുജനങ്ങളെ ദേശീയത്വത്തിന്റെ കൊടിക്കീഴിൽ പ്രവർത്തനത്തിലേക്കുണർത്തിവിടാൻ അവർക്കു കഴിഞ്ഞില്ല. അവരെ ആവേശം കൊള്ളിച്ചത് ജാതിസംഘടനകളുടെ നേതാക്കളുടെ വിഭാഗീയ മുദ്രാവാക്യങ്ങളായിരുന്നു.

IV

1921 ലെ ലഹളയ്ക്കു ശേഷമുണ്ടായ പിറകോട്ടടി, 1919-21 കാലത്ത് കൊളുത്തപ്പെട്ട സാമ്രാജ്യവിരോധത്തീ കെടുത്തിയില്ലെങ്കിലും, അതിന്റെ വളർച്ച തടയാൻ മതിയായതായിരുന്നു. എണ്ണത്തിൽ വളരെ കുറഞ്ഞെങ്കിലും ഒരു സംഘം കോൺഗ്രസ്സുകാർ കോൺഗ്രസ്സിന്റെ ചുരുക്കം സംഘടനാപ്രവൃത്തികൾ നിർവഹിച്ചുപോന്നു; ഖാദി, ഹിന്ദി, അയിത്തോച്ചാടനം തുടങ്ങിയ സൃഷ്ടിപരമായ പരിപാടികളും സാമ്രാജ്യവിരോധത്തിന്റെ ജ്വാലയെ കെടാതെ നിലനിർത്താൻ സഹായിച്ചു. ഈ പ്രവർത്തനങ്ങളെ, വൈക്കം സത്യാഗ്രഹത്തിൽ (തിരുവിതാംകൂറിൽ) കണ്ടതുപോലെ, ഗംഭീരമായി അനുകൂലിച്ചു. അവിടെ അയിത്തക്കാർക്ക് ക്ഷേത്രപരിസരത്തിലുള്ള റോഡിലൂടെ വഴി നടക്കാനുള്ള അവകാശം സ്ഥാപിക്കാൻവേണ്ടി നടന്ന സത്യാഗ്രഹം നൂറുകണക്കിന് ചെറുപ്പക്കാരായ പുരുഷന്മാരെയും സ്ത്രീകളെയും പ്രവർത്തനത്തിലിറക്കി.

എന്നാൽ ലഹളയ്ക്കുശേഷമുള്ള ഈ പ്രവർത്തനങ്ങളുടെ പ്രാധാന്യം അവ സാമ്രാജ്യവിരോധത്തിന്റെ ജ്വാല കെടാതെ നിലനിർത്തുകയും അടുത്ത സമരപരമ്പരയ്ക്കുള്ള കളമൊരുക്കുകയും ചെയ്തുവെന്നുള്ളതാണ്. എന്തുകൊണ്ടെന്നാൽ, ഈ പ്രവർത്തനങ്ങളുടെ തുടർച്ചയായിട്ടാണ് കേരളത്തിലൊട്ടുക്കും പുതിയതും വളരെവമ്പിച്ചതുമായ സമരങ്ങൾ തുടങ്ങിയത്. 1922-27 കാലത്തെ കേരളസംസ്ഥാന രാഷ്ട്രീയസമ്മേളനങ്ങൾ കോൺഗ്രസ്സ് സംഘടനയെ നിലനിർത്തിക്കൊണ്ടുപോവാൻ മാത്രം സഹായിച്ച ദൈനംദിനച്ചടങ്ങായിരുന്നെങ്കിൽ, 1928 ൽ നടത്തപ്പെട്ട സമ്മേളനം നമ്മുടെ സാമ്രാജ്യവിരുദ്ധപ്രസ്ഥാനത്തിന്റെ ചരിത്രത്തിൽ ഒരു വഴിതിരിയൽഘട്ടത്തെക്കുറിച്ചു. ഡൊമിനിയൻ പദവിയോ പരിപൂർണ സ്വാതന്ത്ര്യമോ എന്ന പ്രശ്നത്തെ സംബന്ധിച്ച് ആ സമ്മേളനത്തിൽ നടന്ന സജീവമായ വാദപ്രതിവാദം കോൺഗ്രസ്സിനുള്ളിൽ പുതിയതും ഓജസ്സുള്ളതുമായ ശക്തികൾപൊന്തിവരാൻതുടങ്ങിയിരുന്നുവെന്നതിന്റെ സൂചനയായിരുന്നു. ഈ സമ്മേളനത്തെത്തുടർന്ന്, സൈമൺ കമ്മീഷൻ ഇന്ത്യയിലേക്കു വന്നപ്പോഴുണ്ടായ പ്രതിഷേധപ്രകടനങ്ങൾ കേരളത്തിലെ യുവാക്കൾ ഇന്ത്യയുടെ മറ്റേതുഭാഗത്തിന്റെയും പിന്നിലല്ലെന്നു തെളിയിച്ചു.

കേരളത്തിലെ യുവജനങ്ങളുടെ ഈ പുതിയ ഉണർവ് 1930 ലും 1932 ലുമുണ്ടായ നിയമലംഘനപ്രസ്ഥാനങ്ങളിലും, മറ്റു ജാതിഹിന്ദുക്കളോടൊപ്പം അയിത്തജാതിക്കാർക്ക് ക്ഷേത്രത്തിൽ പ്രവേശിക്കാനും ആരാധന നടത്താനുമുള്ള അവകാശത്തിനുവേണ്ടി നടന്ന 1931 ലെ ഗുരുവായൂർ സത്യാഗ്രഹത്തിലും പ്രകടമായിക്കണ്ടു. മലബാറിൽ നിയമലംഘനപ്ര

സ്ഥാനം തുടങ്ങുന്നതിനോട് പഴയ കോൺഗ്രസ്സുകാർക്കുണ്ടായിരുന്ന എതിർപ്പിനെ പരാജയപ്പെടുത്തിയതും നിയമലംഘനം തുടങ്ങാനവരെ നിർബന്ധിച്ചതും കോൺഗ്രസ്സിലെ ഈ യുവജനങ്ങളായിരുന്നു. കേരളത്തിന്റെ നാനാഭാഗത്തുനിന്നു വന്ന യുവജനങ്ങളായിരുന്നു, കോഴിക്കോട്ടു സമ്മേളനംകൂടി ഉപ്പുസത്യാഗ്രഹത്തിന്റെ രംഗമായ പയ്യന്നൂരിലേക്കു മാർച്ചു ചെയ്തതും ആ മാർച്ചിനെ ഗംഭീരമായ ഒരു സാമ്രാജ്യവിരുദ്ധബഹുജനറാലിയാക്കി മാറ്റിയതും പയ്യന്നൂരിലെ നിയമലംഘനപ്രസ്ഥാനം ഒരു വിജയമാക്കിത്തീർത്തതും. 1930 ലെ പത്തുമാസക്കാലത്തും 1932-33 ലെ ഒന്നരവർഷക്കാലത്തും അവർ സംഘടിപ്പിച്ച ധീരകൃത്യങ്ങൾ നിരവധിയാണ്. ഗുരുവായൂർക്കുപോയ ജാഥയും ക്ഷേത്രത്തിന്റെ പടിക്കൽ രണ്ടുമാസക്കാലം നീണ്ടുനിന്ന സത്യാഗ്രഹവും സമരത്തിന്റെ ഒരു ഘട്ടത്തിൽ സത്യാഗ്രഹസമരത്തിനു പുതിയൊരു ഉശിരൻ രൂപം കൊടുത്തതും അതിനനുകൂലമായി രാജ്യമൊട്ടുക്കും നടത്തിയ പ്രചാരവേലയും അതേ പുതിയ തലമുറയുടെ പ്രവർത്തനഫലമായിരുന്നു. ഈ യുവതലമുറ സ്വയം നേതൃത്വമേറ്റെടുത്തുകൊണ്ട് രാഷ്ട്രീയപ്രവർത്തനത്തിലേക്കു വരികയാണെന്ന് ഇതെല്ലാം വ്യക്തമാക്കി.

സമരം തങ്ങളുടെ ഇഷ്ടംപോലെ നയിക്കാൻ ദേശീയപ്രസ്ഥാനത്തിന്റെ മുതലാളിനേതൃത്വത്തിനു വിട്ടുകൊടുത്തിരുന്നെങ്കിൽ, സാമ്രാജ്യവിരുദ്ധസമരത്തിന്റെ ഈ അല, 1919-21 ലെന്നപോലെ, ലജ്ജാവഹമായി വഞ്ചിക്കപ്പെടുമായിരുന്നു. എന്തുകൊണ്ടെന്നാൽ ആ നേതൃത്വം തയ്യാറാക്കിയ പ്രക്ഷോഭണപരിപാടി അതിൽ പങ്കെടുക്കുന്നവർ വിപ്ലവകരമായ സമരരൂപങ്ങളിലേക്കു പോകാതിരിക്കുന്നതിനുള്ള എല്ലാ ഉറപ്പുകളോടും കൂടിയതായിരുന്നു. ഈ ഉറപ്പുകളുണ്ടായിരുന്നിട്ടും സാധാരണ കോൺഗ്രസ്സ് വാളണ്ടിയർമാർ പുതിയതും ഉശിരുള്ളതുമായ സമരരീതികൾ തേടുന്നുവെന്നു കണ്ടപ്പോൾ നേതൃത്വം സമരം മുഴുവൻ സാമ്രാജ്യവിരോധത്തിലേക്കും അയിത്തോച്ചാടനത്തിലേക്കും വളരെ വിജയകരമായി തിരിച്ചുവിട്ടു. കേരളത്തിലും ആരംഭഘട്ടത്തിൽ അയിത്തജാതിക്കാരായ ബഹുജനങ്ങളെയും പുരോഗമനവാദികളായ ജാതിഹിന്ദുക്കളെയും അണിനിരത്തുന്നതിനുള്ള ഒരു പ്രക്ഷോഭമായി തുടങ്ങിയ ഗുരുവായൂർ സത്യാഗ്രഹം വളരെ വേഗത്തിൽ ഡസൻകണക്കിനു ജനാധിപത്യവാദികളുടെ ശ്രദ്ധയെയും ശക്തിയെയും സാമ്രാജ്യവിരുദ്ധസമരത്തിൽനിന്നു തിരിച്ചുവിട്ട ഒരു പ്രസ്ഥാനമാക്കി മാറ്റപ്പെട്ടു. 1932 ന്റെ അവസാനത്തിലാരംഭിച്ച ഹരിജനോദ്ധാരണപ്രസ്ഥാനവും 1933 ൽ ആരംഭിച്ച നിയമസഭാപരിപാടിയും സമരപരമായ സാമ്രാജ്യവിരുദ്ധപ്രവർത്തനങ്ങൾക്കു വിരാമമിടാൻ മതിയായവയായിരുന്നു.

എന്നാൽ സർവവും ബൂർഷ്വാനേതൃത്വത്തിനു വിട്ടുകൊടുക്കപ്പെട്ടില്ല. രാഷ്ട്രീയനഭോമണ്ഡലത്തിൽ പുതിയ ശക്തികൾ പ്രത്യക്ഷപ്പെട്ടുകഴിഞ്ഞിരുന്ന കാലത്താണ് 1930-32 ലെ സമരമാരംഭിച്ചത്. ഇന്ത്യയുടെ ഇതരഭാഗങ്ങളിൽ ആവിർഭവിച്ചുകഴിഞ്ഞിരുന്ന വിദ്യാർഥി, യുവജനപ്രസ്ഥാനങ്ങൾ കേരളത്തിലേക്കും വ്യാപിക്കാൻ തുടങ്ങി. ഭഗത്സിങ്ങിന്റെയും അദ്ദേഹത്തിന്റെ സഖാക്കളുടെയും ത്യാഗപൂർണമായ വിപ്ലവാവേശം ഇവിടെയും മാറ്റൊലിക്കൊള്ളാൻ തുടങ്ങി. സോഷ്യലിസത്തെയും കമ്യൂണിസത്തെയും സംബന്ധിച്ചുള്ള അവ്യക്തബോധങ്ങൾ, സോവിയറ്റ് യൂണിയനിൽ നടന്നതും നടക്കുന്നതുമായ സംഗതികളെ സംബന്ധിച്ച കഥകൾ ജനങ്ങളുടെ ഭാവനയെ ആകർഷിക്കാൻ തുടങ്ങിയിരുന്നു. പണ്ഡിറ്റ് ജവാഹർലാൽ നെഹ്റു, സുഭാസ് ചന്ദ്രബോസ്, വിത്തൽഭായി പട്ടേൽ തുടങ്ങിയ ഇടതുപക്ഷകോൺഗ്രസ്സ് നേതാക്കളുമായും മദ്രാസ് സംസ്ഥാനത്തിലെ വിവിധ ജയിലുകളിലടയ്ക്കപ്പെട്ടിരുന്ന, ബംഗാൾ, ബിഹാർ, യുപി, പഞ്ചാബ് എന്നിവിടങ്ങളിലെ അനേകം വിപ്ലവകാരികളുമായും കേരളത്തിലെ സാധാരണ കോൺഗ്രസ്സുകാർ അടുത്തു ബന്ധപ്പെട്ടു.

സംഘടനാപരമായി കോൺഗ്രസ്സിനകത്താണെങ്കിലും, ആശയപരമായി ഗാന്ധിയൻ നേതൃത്വത്തിന്റെ സ്വാധീനപരിധിക്കു വെളിയിലായിരുന്ന, വിപ്ലവകാരികളായ കോൺഗ്രസ്സുകാരുടെ ഒരു വ്യക്തമായ ഗ്രൂപ്പ് വളർന്നു രൂപംകൊള്ളുന്നതിന് ഇതെല്ലാം കാരണമായിത്തീർന്നു. നിയമലംഘനപ്രസ്ഥാനമുപേക്ഷിക്കുകയും നിയമസഭാപരിപാടി അംഗീകരിക്കുകയും ചെയ്തതോടെ കേരളത്തിലെ സാധാരണകോൺഗ്രസ്സുകാരുടെ ഭൂരിപക്ഷം ഇടതുപക്ഷത്തേക്കു വ്യക്തമായും തിരിഞ്ഞുകഴിഞ്ഞുവെന്നതായിരുന്നു ഇതിന്റെ ഫലം. സംസ്ഥാനത്തിന്റെ വിവിധഭാഗങ്ങളിൽ യുവക്സംഘങ്ങളും യുവജനലീഗുകളും സംഘടിക്കപ്പെട്ടുവെന്നു മാത്രമല്ല, 1934 ൽ രൂപീകൃതമായ കേരളസംസ്ഥാന കോൺഗ്രസ്സ് കമ്മിറ്റിയിൽ ഇടതുപക്ഷക്കാർക്കു ഭൂരിപക്ഷം കിട്ടുകകൂടി ചെയ്തു. ഇതിനുംപുറമേ, ഈ ഇടതുപക്ഷകോൺഗ്രസ്സുകാർ സോഷ്യലിസ്റ്റുകാരാണെന്നു സ്വയം പ്രഖ്യാപിക്കുകയും കോൺഗ്രസ്സ് സോഷ്യലിസ്റ്റ് പാർട്ടി സംഘടിപ്പിക്കുകയും ചെയ്തു.

കോൺഗ്രസ്സിനുള്ളിൽ ഈ സംഭവവികാസങ്ങൾ നടന്നുകൊണ്ടിരുന്നപ്പോൾ, ഏറെക്കുറെ അതേരീതിയിലുള്ള വിപ്ലവശക്തികൾ ജാതിസംഘടനകൾക്കകത്തും രൂപമെടുക്കുന്നുണ്ടായിരുന്നു. പുതിയ ശക്തികൾക്കെതിരായി തങ്ങളുടെ സ്വന്തം അണികളെ സംരക്ഷിച്ചുനിർത്താൻ ഈ സംഘടനകളുടെ നേതാക്കന്മാർ പരിശ്രമിച്ചെങ്കിലും, അവർക്കിടയിൽ ഉൽപ്പതിഷ്ണുത്വപരമായ പരിവർത്തനങ്ങൾ സംഭവിക്കാൻ തുടങ്ങിയി

രുന്നു; രാഷ്ട്രീയപ്രസ്ഥാനങ്ങളോടുള്ള അനുഭാവം ഈ ജാതിസംഘടനകളിലോരോന്നിന്റെയും പ്രകടമായ സ്വഭാവമായിത്തീർന്നു; സാമ്രാജ്യവിരോധം ഈ സംഘടനകളിലേക്കും കടന്നുകൂടി; മാത്രമല്ല, ഇതോടൊപ്പംതന്നെ അവയുടെ അണികളിൽ ആശയപരമായ ഒരു വിപ്ലവവും സംഭവിക്കുന്നുണ്ടായിരുന്നു. യുക്തിവാദവും ഭൗതികവാദവും ഇവയിലൂടെ കമ്യൂണിസത്തിന്റെ നാടിനോടുള്ള അനുഭാവവും- ജാതിസംഘടനകളിലെ ഉൽപ്പതിഷ്ണുക്കളായ സാധാരണ അംഗങ്ങൾ സോഷ്യലിസം സ്വീകരിച്ചത് ഈ പരിണാമഗതിയിലൂടെയായിരുന്നു. സാധാരണ കോൺഗ്രസ്സുകാർ അവരുടെ സ്വന്തം രാഷ്ട്രീയാനുഭവങ്ങളിലൂടെ അതേ വഴിയിലൂടെ തപ്പിത്തടഞ്ഞുകൊണ്ടിരുന്ന കാലത്തുതന്നെയായിരുന്നു ഇത്. കോൺഗ്രസ്സിനകത്ത് ഒരു വ്യക്തമായ ഇടതുപക്ഷം രൂപംകൊണ്ടപ്പോഴേക്കും ഈ ജാതിസംഘടനകൾക്കകത്തും ഒരിടതുപക്ഷം രൂപം പൂണ്ടതായിക്കാണാം. ഇവർക്കിരുകൂട്ടർക്കും പരസ്പരം ഒരു ഐക്യവും സൗഹാർദവും തോന്നി. 1930-40 കാലത്താവിർഭവിച്ച ഈ പുതിയ വിപ്ലവശക്തികൾ കേരളത്തിലെ ദേശീയപ്രസ്ഥാനത്തിലെ സാമൂഹ്യപരിഷ്കരണവിഭാഗത്തിലും രാഷ്ട്രീയവിഭാഗത്തിലുംപെട്ട, യഥാർഥത്തിൽ ജനാധിപത്യപരമായ എല്ലാറ്റിനെയും ഒരൊറ്റ അണിയിലേക്ക് ആകർഷിക്കുമെന്നതിനുറപ്പ് നൽകിയ ഘടകങ്ങളിലൊന്നായിരുന്നു.

സാമ്രാജ്യവിരുദ്ധസമരങ്ങളുടെ ഈ പുതിയ വേലിയേറ്റത്തിന്റെ സവിശേഷസ്വഭാവങ്ങളിലൊന്ന്, രാഷ്ട്രീയജനാധിപത്യത്തിനുവേണ്ടിയുള്ള സമരം കേരളത്തിന്റെ നാട്ടുരാജ്യപ്രദേശങ്ങളിൽക്കൂടി തുടങ്ങിയെന്നതായിരുന്നു. ഇന്ത്യയിലെ മറ്റു നാട്ടുരാജ്യങ്ങളിലാവിർഭവിച്ച നാട്ടുരാജ്യജനകീയപ്രസ്ഥാനം തിരുവിതാംകൂറിലേക്കും വ്യാപിച്ചു. അവിടെ 1928 ൽത്തന്നെ ഒരു നാട്ടുരാജ്യപ്രജാസമ്മേളനം കൂടിയിരുന്നു. ഉത്തരവാദഭരണമെന്ന കേന്ദ്രമുദ്രാവാക്യത്തോടുകൂടിയ, രാഷ്ട്രീയജനാധിപത്യത്തിനുവേണ്ടിയുള്ള പ്രസ്ഥാനത്തിന്റെ ആരംഭമാണതെന്നു പറയാം. 1930-32 ലെ നിയമലംഘനപ്രസ്ഥാനങ്ങളിൽ പങ്കെടുക്കാനായി സ്വന്തം സ്റ്റേറ്റുകൾ വിടേണ്ടിവന്ന തിരുവിതാംകൂറിലെയും കൊച്ചിയിലെയും യുവജനങ്ങളെ, നാട്ടുരാജ്യങ്ങളിൽ ജനാധിപത്യം വേണമെന്ന ആവശ്യം ഇന്ത്യയുടെ പരിപൂർണസ്വാതന്ത്ര്യത്തെപ്പോലെതന്നെ, ഇളക്കി.

എങ്കിലും ഉത്തരവാദഭരണം വേണമെന്ന പ്രത്യക്ഷമായ ആവശ്യം പുരോഗമനചിന്താഗതിക്കാരായ ജനാധിപത്യവാദികളുടെ താരതമ്യേന സങ്കുചിതമായ ഒരു വൃത്തത്തിലൊതുങ്ങിനിന്നതേയുള്ളു. ഓരോ നാട്ടുരാജ്യത്തിലെയും പ്രത്യേകമായ ആഭ്യന്തരനയങ്ങൾ രാഷ്ട്രീയജനാധിപത്യത്തിന്റെ പ്രശ്നത്തെ അടിയന്തരപ്രാധാന്യമുള്ളതാക്കിത്തീർത്തതോടെയാണ് സ്ഥിതി മാറിയത്. ഇത് തിരുവിതാംകൂറിൽ ഒരു പ്രത്യേ

കതരത്തിലാണ് സംഭവിച്ചത്; 1932 ൽ ഒരു പുതിയ ഭരണപരിഷ്കാര മുണ്ടായപ്പോൾ ക്രിസ്ത്യാനികളുടെയും ഈഴവരുടെയും മുസ്ലിങ്ങളുടെയും സമുദായസംഘടനകൾ അതിലെ നിയമസഭാപ്രാതിനിധ്യത്തെ സംബന്ധിക്കുന്ന ഭാഗത്തെ എതിർത്തു. പ്രാതിനിധ്യത്തിന്റെ തോതും സമ്പ്രദായവും മറ്റു സമുദായങ്ങളെ അവഗണിച്ച് നായന്മാർക്കു കൂടുതൽ ഗുണം നൽകുന്ന തരത്തിലാണെന്നായിരുന്നു അവരുടെ വാദം. അതുകൊണ്ട്, ഈ ഭരണപരിഷ്കാരത്തോട് ഫലപ്രദമായ എതിർപ്പു സംഘടിപ്പിക്കാൻവേണ്ടി അവർ സംയുക്തരാഷ്ട്രീയകോൺഗ്രസ്സ് രൂപീകരിച്ചു. ഈ മൂന്നു സമുദായങ്ങളുംകൂടി രാജ്യത്തെ ജനസംഖ്യയുടെ ഏകദേശം 70 ശതമാനമുള്ളതുകൊണ്ടും 1919-21 ൽ ഇന്ത്യൻ നാഷണൽ കോൺഗ്രസ്സ് മോണ്ടേഗു- ചെംസ്ഫോർഡ് ഭരണപരിഷ്കാരത്തെ എതിർത്ത അതേ സമരതന്ത്രം ഏറെക്കുറെ ഈ ഭരണപരിഷ്കാരത്തിനെതിരായി അവർ സ്വീകരിച്ചതുകൊണ്ടും അവരുടെ പ്രക്ഷോഭണം വമ്പിച്ച ഒരു ബഹുജന ശക്തിയെ അഴിച്ചുവിട്ടു. അവർ ഭരണപരിഷ്കാരത്തെ ബഹിഷ്കരിച്ചു- അവർ അതിന് ബഹിഷ്കരണമെന്നല്ല, 'നിവർത്തന'മെന്നാണ് പേരിട്ടതെങ്കിലും, ഫലത്തിൽ രണ്ടും ഒന്നുതന്നെയായിരുന്നു. അത് കോൺഗ്രസ്സിന്റെ മോണ്ടേഗു- ചെംസ്ഫോർഡ് ഭരണപരിഷ്കാരത്തിനെതിരായ സമരത്തോളംതന്നെ ഫലപ്രദമായിരുന്നു. അതുകൊണ്ട്, പരസ്യമായി ഒരു സാമുദായികസ്വഭാവമുണ്ടെന്നിരുന്നാലും, ഉൽപ്പതിഷ്ണുക്കളായ ദേശീയവാദികൾ തിരുവിതാംകൂറിലെ ഒന്നാമത്തെ ബഹുജനരാഷ്ട്രീയപ്രസ്ഥാനമെന്ന നിലയ്ക്കിതിനെ സ്വാഗതം ചെയ്തു. ഈ പ്രസ്ഥാനവും അതിനെതിരായി ഗവൺമെന്റഴിച്ചുവിട്ട മർദനവുമായിരുന്നു പിന്നീട് ഉത്തരവാദഭരണമെന്ന കേന്ദ്രമുദ്രാവാക്യത്തോടുകൂടിയ തിരുവിതാംകൂർ സ്റ്റേറ്റ് കോൺഗ്രസ്സിന്റെ ആവിർഭാവത്തിനു കാരണം.

തിരുവിതാംകൂറിലെപ്പോലെ അത്രയ്ക്ക് ഉൽക്കടമായ ബഹുജനസ്വഭാവത്തോടുകൂടിയതല്ലെങ്കിലും, കൊച്ചിയിലും ഉത്തരവാദഭരണത്തിനുവേണ്ടിയുള്ള പ്രസ്ഥാനമുണ്ടായിരുന്നു. ചില സമുദായസംഘടനകളുടെ നേതാക്കന്മാർ ചില കോൺഗ്രസ്സുകാരുമായി ചേർന്ന് കൊച്ചിൻ സ്റ്റേറ്റ് കോൺഗ്രസ്സ് രൂപീകരിച്ചു. ഈ സംഭവവികാസത്തിനിടയാക്കിയ പ്രധാനസംഗതി, അന്നു കൊച്ചി ദിവാനായിരുന്ന സർ ഷൺമുഖംചെട്ടിയുടെ, മറുനാടൻ മുതലാളികളെ അനുകൂലിക്കുന്ന നയത്തോട് സ്റ്റേറ്റിലെ ചില മുതലാളിവിഭാഗങ്ങൾക്കുണ്ടായ എതിർപ്പായിരുന്നു. തൃശ്ശൂരിലെ സുപ്രസിദ്ധ വിദ്യുച്ഛക്തിപ്രക്ഷോഭണം- തൃശ്ശൂർ പട്ടണത്തിന്റെ വൈദ്യുതീകരണത്തിന് ഗവൺമെന്റ് ഒരു മറുനാടൻ കമ്പനിയുമായുണ്ടാക്കിയ കരാറിനെതിരായി മുതലാളികൾ ആരംഭിച്ച ഒരു പ്രക്ഷോഭണമായിരുന്നു

അത്- തിരുവിതാംകൂറിലെ സംയുക്ത രാഷ്ട്രീയകോൺഗ്രസ്സിന്റെ അത്രതന്നെ ബഹുജനസ്വഭാവവും സമരവീര്യവുമുള്ളതായിരുന്നു; ആദ്യത്തേത് ഒരു പട്ടണത്തിൽ (തൃശ്ശൂർ) മാത്രമുള്ളതും രണ്ടാമത്തേത് സ്റ്റേറ്റൊട്ടുക്കുള്ളതുമായ പ്രസ്ഥാനമായിരുന്നുവെന്നുള്ളതാണ് ഒരൊറ്റ വ്യത്യാസം. എങ്കിലും ആദ്യത്തേത് ഒരഖിലസമുദായപ്രശ്നവും രണ്ടാമത്തേത് ചില സമുദായങ്ങളുടെമാത്രം കാര്യവുമാകയാൽ, തൃശ്ശൂർപ്രക്ഷോഭണം കൂടുതൽ ദേശീയമായിരുന്നു. മറുനാടൻ മുതലാളികൾക്കെതിരായി നാടൻ മുതലാളികൾ നടത്തിയ ഈ പ്രക്ഷോഭണം തൃശ്ശൂരുള്ള പ്രബല ക്രിസ്ത്യൻ സമുദായത്തെ രാഷ്ട്രീയജനാധിപത്യത്തിനുവേണ്ടിയുള്ള സമരത്തിലേക്കാനയിച്ചു.

1930-32 ലെ സാമ്രാജ്യവിരുദ്ധസമരവേലിയേറ്റത്തിലെ ഏറ്റവും പ്രാധാന്യമുള്ള സംഗതി, സാമ്രാജ്യവിരുദ്ധപ്രസ്ഥാനത്തിന് ഗുണാത്മകമായി കൂടുതലുയർന്ന ഒരു സ്വഭാവം നൽകിയ സംഗതി, രാഷ്ട്രീയരംഗത്ത് ഒരു പുതിയ വർഗം പ്രത്യക്ഷപ്പെട്ടുവെന്നതാണ്- വ്യാവസായിക തൊഴിലാളിവർഗം. 1920-21 ൽ ഒന്നാമതായി സംഘടിച്ചത് ആലപ്പുഴയിലെ തൊഴിലാളികളായിരുന്നു. അത് സങ്കുചിതമായ സാമ്പത്തികസമരവാദിയോ ട്രേഡ്യൂണിയൻ മാത്രവാദിയോ ആയ ഒരു സംഘടനയായിരുന്നില്ല; കാരണം, അവരുടെ യൂണിയന്റെ തുടക്കത്തിൽ തന്നെയുള്ള വാർഷികസമ്മേളനങ്ങളിലൊന്നിൽ ഉത്തരവാദഭരണമാവശ്യപ്പെടുന്ന പ്രമേയം പാസ്സാക്കുകയുണ്ടായി. ആലപ്പുഴത്തൊഴിലാളികളുടെ ഈ രാഷ്ട്രീയപ്രമേയം തിരുവിതാംകൂർ സ്റ്റേറ്റ് കോൺഗ്രസ്സ് ജനിക്കുന്നതിനെത്രയോ മുമ്പാണ്, സംയുക്തരാഷ്ട്രീയകോൺഗ്രസ്സുപോലും രൂപീകരിക്കുന്നതിനുമുമ്പാണ് അംഗീകരിക്കപ്പെട്ടതെന്നോർക്കണം. ആലപ്പുഴത്തൊഴിലാളികളുടെ ഈ സംഘടിത രാഷ്ട്രീയപ്രവർത്തനത്തിനു പുറമേ, കോഴിക്കോട്ടും കണ്ണൂരും മറ്റു കേന്ദ്രങ്ങളിലുമുള്ള തൊഴിലാളികളും ഒറ്റയ്ക്കൊറ്റയ്ക്ക് നിയമലംഘനപ്രസ്ഥാനത്തിൽ ചേർന്നോ അതിനെ സഹായിച്ചോ രാഷ്ട്രീയപ്രവർത്തനത്തിൽ പങ്കെടുത്തു.

എന്നാൽ 1934-35 ൽ കണ്ണൂർ, കോഴിക്കോട്, ഫറോക്ക്, തൃശ്ശൂർ, കൊച്ചി, ആലപ്പുഴ എന്നീ സ്ഥലങ്ങളിൽ തുടർച്ചയായി വ്യാവസായികപ്പണിമുടക്കങ്ങൾ നടക്കുന്നതുവരെ തൊഴിലാളിവർഗം ഒരു വർഗമെന്ന നിലയിൽ സംഘടിച്ചിരുന്നില്ല. വ്യാവസായികത്തൊഴിലാളിവർഗത്തിന്റെ ഈ പണിമുടക്കങ്ങളിൽ നിന്ന് തൊഴിലാളിവർഗത്തിന്റെ സ്വാഭാവികവർഗസംഘടനകളായ ട്രേഡ്യൂണിയനുകൾ ഉയർന്നുവന്നു; ഈ സംഘടനകൾ ഒരേസമയത്ത് പൊതുവായ സാമ്രാജ്യവിരുദ്ധപ്രസ്ഥാനത്തിന്റെ ഒരഭേദ്യഭാഗവും ദേശീയപ്രസ്ഥാനത്തിന്റെ മുതലാളിത്തനേതൃത്വത്തിൽനിന്നും സ്വതന്ത്രമായ ഒരു സംഘടനയുമായിരുന്നു. കേരളത്തി

ലെ തൊഴിലാളിപ്രസ്ഥാനം ഒരു വ്യക്തമായ സംഘടനയായി- 1935 മേയ് മാസത്തിൽ കോഴിക്കോട്ടുവെച്ച് ഒന്നാമത്തെ അഖിലകേരളസമ്മേളനം നടത്തിയ, അഖിലകേരള ട്രേഡ്യൂണിയൻ കോൺഗ്രസ്സ് എന്ന നിലയ്ക്ക്- രൂപപ്പെട്ടതും 1935 മേയ് മാസത്തിൽത്തന്നെ അഖിലകേരള സമ്മേളനം നടത്തിയ കോൺഗ്രസ്സ് സോഷ്യലിസ്റ്റ് പാർട്ടിയുടെ രൂപീകരണവും ഒരേ സമയത്തായിരുന്നുവെന്നത് വളരെ അർഥവത്താണ്. ഇങ്ങനെ, ലെനിൻ ചൂണ്ടിക്കാണിച്ചിട്ടുള്ളതുപോലെ, പരിപൂർണമായ ജനാധിപത്യത്തിനുവേണ്ടിയുള്ള സമരത്തിന്റെ വിജയകരമായ പൂർത്തീകരണത്തിനുറപ്പുനൽകുന്നതും പിന്നീട് സോഷ്യലിസത്തിനുവേണ്ടിയുള്ള സമരത്തിനു വഴി തെളിക്കുന്നതുമായ ആ ഒരേയൊരു സാഹചര്യം- തൊഴിലാളിപ്രസ്ഥാനവും സോഷ്യലിസ്റ്റ്ബോധവും തമ്മിലുള്ള ഒത്തുചേരൽ- കേരളത്തിൽ 1934-35 കാലത്തുണ്ടായി. അതുകൊണ്ടിതിനെ, നമ്മുടെ രാജ്യത്തെ ജനാധിപത്യപ്രസ്ഥാനത്തിൽ ഒരു ഘട്ടത്തിന്റെ- തൊഴിലാളിവർഗനേതൃത്വത്തിനുവേണ്ടിയുള്ള സമരത്തിന്റെ ഘട്ടത്തിന്റെ- തുടക്കമായി കണക്കാക്കാം.

തൊഴിലാളിവർഗം സാമ്രാജ്യവിരോധ പ്രസ്ഥാനത്തിൽ

1932-33 ലെ മർദനം കൊണ്ട് കോൺഗ്രസ്സ് ക്ഷീണിച്ചുപോയെന്ന ഉറച്ച ബോധ്യത്തോടെ അന്ന ഗവർണർ ജനറലായിരുന്ന വെല്ലിങ്ടൻ പ്രഭു ആജ്ഞാപിച്ചതനുസരിച്ച് 1934 ൽ നടന്ന കേന്ദ്രനിയമസഭയിലേക്കുള്ള തിരഞ്ഞെടുപ്പിൽ, മലബാറും തെക്കൻ കർണാടകവും കൂടിയ പൊതുനിയോജകമണ്ഡലത്തിൽ 80 ശതമാനത്തിലധികം വോട്ടുകൾ നേടാൻ കോൺഗ്രസ്സ് സ്ഥാനാർഥിക്കു കഴിഞ്ഞു. മർദനത്തിന്റെ തീ ദേശീയപ്രസ്ഥാനത്തെ തളർത്തുന്നതിനുപകരം ശക്തിപ്പെടുത്തുകയാണ് ചെയ്തതെന്നു വ്യക്തമായി. ബഹുജനങ്ങളിൽ ദൃഢമായി വേരൂന്നിയ കോൺഗ്രസ്സ് ഒരു യഥാർഥ ജനകീയസംഘടനയായിത്തീർന്നിരുന്നു. പിന്നീടുനടന്ന സംസ്ഥാന നിയമസഭയിലേക്കുള്ള തിരഞ്ഞെടുപ്പിൽ (1937) ഇത് കൂടുതൽ വ്യക്തമായി; അതിൽ കോൺഗ്രസ്സ് സ്ഥാനാർഥികളെല്ലാം പൊതുനിയോജകമണ്ഡലങ്ങളിൽ വമ്പിച്ച ഭൂരിപക്ഷത്തോടെ ജയിച്ചു; കോൺഗ്രസ്സിനെ എതിർത്തവരിൽ പലർക്കും കെട്ടിവച്ച പണം നഷ്ടപ്പെടുകയും ചെയ്തു.

ഇങ്ങനെ കോൺഗ്രസ്സ് മലബാറിലെ ജനങ്ങളുടെ അനിഷേധ്യ നേതാവായുയർന്നുകൊണ്ടിരുന്നപ്പോൾ കോൺഗ്രസ്സ് സംഘടനയ്ക്കകത്ത് ഒരാഭ്യന്തരക്കുഴപ്പം പതുക്കെ വളരുകയായിരുന്നു. 1930-32 ലെ സമരത്തിനിടയിൽ രൂപംകൊണ്ട ഇടതുപക്ഷ ദേശീയവാദത്തിന്റെയും സോഷ്യലിസത്തിന്റെയും പുതിയ വിപ്ലവശക്തികൾ, ഗാന്ധിയൻ നേതൃത്വത്തെ വെല്ലുവിളിച്ചുകൊണ്ട് കോൺഗ്രസ്സിനകത്ത് ഒരു പ്രത്യേക സോഷ്യലിസ്റ്റ് ഗ്രൂപ്പായി രൂപം പ്രാപിച്ചിരുന്നു. 1934 ജൂൺ- ജൂലായ് മാസ

ങ്ങളിൽ കോൺഗ്രസ്സ് പുനസ്സംഘടിപ്പിക്കപ്പെട്ടതോടുകൂടിത്തന്നെ കേരള സംസ്ഥാന കോൺഗ്രസ്സ് കമ്മിറ്റിക്കകത്ത് ഈ ഇടതുപക്ഷ- സോഷ്യലിസ്റ്റ് ഗ്രൂപ്പും ഗാന്ധിയൻ നേതൃത്വവും തമ്മിൽ ഒരു തീവ്രസമരമാരംഭിച്ചു.

1934-35 ൽ കെ പി സി സി ഇടതുപക്ഷ ഭൂരിപക്ഷമുള്ളതായിരുന്നുവെന്നു മുമ്പു പ്രസ്താവിച്ചിട്ടുണ്ടല്ലോ. അതുകൊണ്ട് 1935 മേയിൽ കെ പി സി സി വിളിച്ചുകൂട്ടിയ സംസ്ഥാനരാഷ്ട്രീയസമ്മേളനത്തിന്റെ ആലോചനാവിഷയങ്ങളിൽ വിപ്ലവാശയങ്ങൾ പ്രകടിപ്പിക്കുന്ന കുറെ പ്രമേയങ്ങളുണ്ടാവുകയെന്നത് സ്വാഭാവികമായിരുന്നു. ഇന്ത്യൻ നാട്ടുരാജ്യങ്ങൾ ഇല്ലായ്മ ചെയ്യണമെന്നാവശ്യപ്പെടുന്നതും വർധിച്ചുവരുന്ന യുദ്ധവിപത്തിനെ ചൂണ്ടിക്കാണിക്കുന്നതും തൊഴിലാളികളുടെയും കൃഷിക്കാരുടെയും അടിയന്തരാവശ്യങ്ങൾക്കു പിന്തുണ നൽകുന്നതും മറ്റുമായ പ്രമേയങ്ങൾ സമ്മേളനത്തിലവതരിപ്പിക്കപ്പെട്ടു. ഇത് ചൂടുപിടിച്ച വാദപ്രതിവാദത്തിനിടയാക്കി; കാരണം, ഗാന്ധിയന്മാരായ വലതുപക്ഷ നേതാക്കന്മാർ ഈ പ്രമേയങ്ങളെയെല്ലാം കഠിനമായെതിർത്തു. ആ വാദപ്രതിവാദത്തിന്റെ അവസാനത്തിൽ ഇടതുപക്ഷപ്രമേയങ്ങൾ ഭൂരിപക്ഷത്തോടെ പാസ്സാക്കപ്പെട്ടത് അനന്തര വർഷങ്ങളിലെ സംഭവവികാസങ്ങളുടെ സ്വഭാവത്തെ വെളിവാക്കി; മലബാറിലെ കോൺഗ്രസ്സ് സംഘടന മുഴുവൻ വലതുപക്ഷവും ഇടതുപക്ഷവും തമ്മിലുള്ള ഒരു ഭയങ്കരസമരത്തിന്റെ രംഗമായിത്തീർന്നു; അതിൽ ഇടതുപക്ഷത്തിനായിരുന്നു കൂടുതൽ ശക്തി.

എന്നാൽ ഇടതുപക്ഷം കോൺഗ്രസ്സിനകത്തെ പ്രവർത്തനത്തിൽ മാത്രം ഒതുങ്ങിനിന്നില്ല. സംഘടനയുടെ പരിപാടിയിലും പ്രവർത്തനരീതികളിലും മൗലികമായ മാറ്റങ്ങൾ വരുത്താൻവേണ്ടി കോൺഗ്രസ്സിനകത്തു പ്രവർത്തിക്കുമ്പോൾത്തന്നെ, തൊഴിലാളികൾ, കൃഷിക്കാർ, വിദ്യാർഥികൾ, അധ്യാപകർ തുടങ്ങിയവർക്കിടയിൽ അവർ സ്വതന്ത്രമായ പ്രക്ഷോഭണവും പ്രചാരവേലയും സംഘടനാപ്രവർത്തനവും നടത്തി.

മലബാറിന്റെ ചരിത്രത്തിലാദ്യമായി എല്ലാ വ്യാവസായികനഗരങ്ങളിലും ട്രേഡ്യൂണിയനുകൾ പ്രവർത്തനമാരംഭിച്ചു. ഇവയെല്ലാംതന്നെ കോൺഗ്രസ്സിനകത്ത് പുതുതായാരംഭിച്ച സോഷ്യലിസ്റ്റ് ഗ്രൂപ്പിൽപ്പെട്ട ഏതെങ്കിലും സംഘാടകന്മാരാണു നയിച്ചിരുന്നത്. സോഷ്യലിസ്റ്റുകാരാൽ നയിക്കപ്പെട്ടിരുന്ന കോൺഗ്രസ്സ് കമ്മിറ്റികളും (സംസ്ഥാന കോൺഗ്രസ്സ് കമ്മിറ്റി മുതൽക്കുതന്നെ) ട്രേഡ്യൂണിയനുകളും തമ്മിൽ ചിട്ടയായ യോജിച്ച പ്രവർത്തനം സംഘടിപ്പിക്കപ്പെട്ടു. അങ്ങനെ വ്യാവസായിക ട്രേഡ്യൂണിയനുകൾ സ്ഥാപിക്കാനും അതോടൊപ്പം, അവയുടെ ദൈനംദിനപ്രവർത്തനങ്ങളെ, സാമ്രാജ്യവിരുദ്ധ ഐക്യമുന്നണിയിൽ തൊഴിലാളിവർഗത്തെ അണിനിരത്തുന്നതിനുവേണ്ടിയുള്ള പ്രക്ഷോഭണവും

പ്രചാരവേലയും സംഘടനാപ്രവർത്തനങ്ങളുമായി കൂട്ടിയിണക്കുവാനുമുപകരിക്കത്തക്ക നിലയിലാണ് 1934-35 കാലത്തെ വ്യവസായത്തൊഴിലാളികളുടെ ഇടയിലെ പണിമുടക്കങ്ങളെ സംഘടിപ്പിക്കുകയും നയിക്കുകയും ചെയ്തത്.

അതുപോലെതന്നെ കൃഷിക്കാർക്കിടയിലും പ്രവർത്തനമാരംഭിച്ചു; 1930 ൽ പാസ്സാക്കിയ മലബാർ കുടിയായ്മ ആക്ടിനെ വിമർശിച്ച് അതിൽ ഭേദഗതികളാവശ്യപ്പെട്ടുകൊണ്ട് കൃഷിക്കാർക്കിടയിലുള്ള പ്രവർത്തനത്തിനടിത്തറയിട്ടു. എല്ലാ കുടിയാന്മാരുടെയും പൊതു ആവശ്യങ്ങളല്ല, അവരിൽ മെച്ചപ്പെട്ട ഒരു ന്യൂനപക്ഷമായ കാണക്കുടിയാന്മാരുടെ ആവശ്യങ്ങൾ മാത്രമാണ് ആദ്യകാലത്തെ കുടിയാൻ പ്രസ്ഥാനം കൂടുതൽ ശ്രദ്ധിച്ചിരുന്നതെന്ന് മുമ്പു പ്രസ്താവിച്ചിട്ടുണ്ടല്ലോ. അതുകൊണ്ട് 1930 ൽ പാസ്സാക്കപ്പെട്ട കുടിയായ്മ നിയമം യഥാർഥത്തിൽ ഭൂരിപക്ഷം കൃഷിക്കാർക്കും ആശ്വാസം നൽകിയിരുന്നില്ല; വെറുംപാട്ടക്കാർക്കു നൽകിയിരുന്ന സ്ഥിരാവകാശത്തിന്റെ വ്യവസ്ഥകളും 'മര്യാദപ്പാട്ട'ത്തിന്റെ ഉയർന്ന തോതും കാരണം അവരുടെ നിലയിൽ കാര്യമായ മാറ്റമൊന്നും വന്നില്ല. അതുകൊണ്ട്, വെറുംപാട്ടക്കാരുൾപ്പെടെയുള്ള എല്ലാ കുടിയാന്മാർക്കും പൂർണവും യഥാർഥവുമായ സ്ഥിരാവകാശമുണ്ടായിരിക്കണമെന്നും 'മര്യാദപ്പാട്ട'ത്തിന്റെ തോത് കുറയ്ക്കണമെന്നും നിയമത്തിൽ മറ്റു ഭേദഗതികൾ ഉൾപ്പെടുത്തണമെന്നുമുള്ള ആവശ്യം ഉന്നയിക്കപ്പെട്ടു. ഇവയും മറ്റാവശ്യങ്ങളും രൂപീകരിക്കാൻവേണ്ടി താലൂക്ക്, പ്രാദേശിക നിലവാരങ്ങളിൽ കർഷകസംഘടനകൾ രൂപീകരിക്കുകയും ചെയ്തു. സോഷ്യലിസ്റ്റുകാർ നയിച്ച കോൺഗ്രസ്സ് കമ്മിറ്റികളും കോൺഗ്രസ്സ് സമ്മേളനങ്ങളും ഈ ആവശ്യങ്ങൾക്കു പിന്തുണ നൽകി. ഇങ്ങനെ കൃഷിക്കാരുടെ സ്വതന്ത്രമായ വർഗസംഘടനകളും കോൺഗ്രസ്സ് കമ്മിറ്റികളും തമ്മിൽ യോജിച്ച പ്രവർത്തനം നിലവിൽവന്നു. അത് കൃഷിക്കാർ പ്രധാന പ്രേരകശക്തിയായുള്ള ഒരു യഥാർഥ സാമ്രാജ്യവിരുദ്ധ ഐക്യമുന്നണിക്കടിസ്ഥാനമിടുകയും ചെയ്തു.

ഈ ഘട്ടത്തിലെ സാമ്രാജ്യവിരുദ്ധപ്രസ്ഥാനത്തിന്റെ സവിശേഷഭാഗമായുയർന്നുവന്ന മറ്റൊരു വർഗസംഘടന അധ്യാപകയൂണിയനായിരുന്നു. അത് എയ്ഡഡ് എലിമെന്ററി സ്കൂളുകളിലെ- അധ്യാപകർ അക്ഷരാർഥത്തിൽത്തന്നെ മാനേജുമെന്റിന്റെ അടിമകളായിരുന്ന ഒരുതരം സ്കൂളുകളാണത്- അധ്യാപകരുടെ സംഘടനയായിരുന്നു. ജീവിതവേതനവും ഉദ്യോഗസ്ഥിരതയും ഈ അധ്യാപകരുടെ മറ്റാവശ്യങ്ങളും പട്ടണത്തിലെ വ്യവസായത്തൊഴിലാളികളെ നാട്ടിൻപുറത്തെ കൃഷിക്കാരുമായി ബന്ധിപ്പിച്ച മുദ്രാവാക്യങ്ങളായിത്തീർന്നു. കാരണം, കർഷ

കവർഗത്തിൽനിന്ന വന്നതുകൊണ്ട് ഈ അധ്യാപകന്മാർക്ക് കുടിയാറ്റ നിയമം ഭേദഗതി ചെയ്യുന്നതിലും കൃഷിക്കാരുടെ മറ്റാവശ്യങ്ങളിലും യഥാർഥ താൽപ്പര്യമുണ്ടായിരുന്നു; അതേസമയംതന്നെ, വ്യവസായത്തൊഴിലാളികളെപ്പോലെ (കൂലിവേലക്കാർ) ഒരേതരം ചൂഷണത്തിന വിധേയരാകകൊണ്ട് വ്യാവസായികത്തൊഴിലാളിവർഗത്തിന്റെ ആവശ്യങ്ങളിലും സമരങ്ങളിലും സംഘടനകളിലും അവർക്ക് തുല്യതാൽപ്പര്യമുണ്ടായിരുന്നു. അതുകൊണ്ട്, എയ്ഡഡ് എലിമെന്ററി സ്കൂൾ ടീച്ചേഴ്സ് യൂണിയൻ ഏറെക്കുറെ തൊഴിലാളിവർഗത്തിന്റേതായ സംഘടനാരൂപവും സമരരൂപങ്ങളും (പണിമുടക്ക്) സ്വീകരിച്ചതോടൊപ്പം തന്നെ, നാട്ടിൻപുറത്തെ സാധുക്കളുടെ ഏറ്റവും ഉൽബുദ്ധവിഭാഗമെന്ന നിലയിൽ അവർ കർഷകസംഘടനകൾ കെട്ടിപ്പടുക്കുന്നതിന് ഏറ്റവും കർമോത്സുകരും സമർഥരുമായ പ്രവർത്തകരെ പ്രദാനം ചെയ്യുകയും ചെയ്തു. വാസ്തവത്തിൽ, വില്ലേജ് കോൺഗ്രസ്സ് കമ്മിറ്റിയുടെ ഭാരവാഹിയും ടീച്ചേഴ്സ് യൂണിയന്റെ നേതാവും കിസാൻസംഘത്തിന്റെ സംഘാടകനും ഒരാളായിത്തീർന്നതാണ് സാമ്രാജ്യവിരുദ്ധപ്രസ്ഥാനം മലബാറിലെ നാട്ടിൻപുറത്തു വേരൂന്നാനിടയാക്കിയത്.

ഈ ബഹുജനസംഘടനകളും അതോടൊപ്പം, വിദ്യാർഥി, യുവജനസംഘടനകളും വായനശാലകൾ, നിശാപാഠശാലകൾ മുതലായവയുമാണ് കോൺഗ്രസ്സിനകത്തെ വലതുപക്ഷത്തിനെതിരായ സമരത്തിൽ ഇടതുപക്ഷത്തെ സഹായിച്ചത്. എന്തുകൊണ്ടെന്നാൽ, വലതുപക്ഷകോൺഗ്രസ്സുകാർ എന്തെല്ലാം കുത്തിത്തിരിപ്പുകളുണ്ടാക്കിയാലും അടിത്തറയിൽ അവർക്കു യാതൊന്നും ചെയ്യാൻ കഴിഞ്ഞില്ല. കെ പി സി സി യുടെ അംഗസംഖ്യ കുറച്ചും കായികാധ്വാന നിബന്ധന പോലുള്ള പല വകുപ്പുകളോടുകൂടിയും ബലത്തിൽ വരുത്തിയ കോൺഗ്രസ്സിന്റെ പുതിയ ഭരണഘടന മൂലം 1935 ൽ കെ പി സി സി യെ പിടിച്ചടക്കാൻ വലതുപക്ഷത്തിനു സാധിച്ചു. എന്നാൽ കീഴ്ക്കമ്മിറ്റികളായ ജില്ലാ കോൺഗ്രസ്സ് കമ്മിറ്റിയും താലൂക്ക്, വില്ലേജ്കമ്മിറ്റികളും ഇടതുപക്ഷക്കാരുടെ നിയന്ത്രണത്തിൽത്തന്നെ നിലനിന്നു; അങ്ങനെ, ഈ കോൺഗ്രസ്സ് കമ്മിറ്റികൾ അധ്വാനിക്കുന്നവരുടെ വർഗപരമായ ആവശ്യങ്ങൾ ഉന്നയിക്കാനുള്ള മറ്റൊരു വേദിയും, തൊഴിലാളിവർഗത്തിൽനിന്നും കർഷകവർഗത്തിൽനിന്നും സജീവപ്രവർത്തകരെ സൃഷ്ടിക്കുന്നതിനുള്ള മറ്റൊരു പരിശീലനരംഗവുമായിത്തീർന്നു.

ഈ വിപ്ലവകരമായ പ്രവർത്തനരീതിയെ വലതുപക്ഷനേതൃത്വം ചെറുത്തു. 1935 ലെ കോൺഗ്രസ്സ് ഭരണഘടന ബലത്തിൽ വന്നപ്പോൾ, കെ പി സി സി യിൽ അവർ തട്ടിപ്പടച്ച ഭൂരിപക്ഷം ഉപയോഗിച്ച് പല

ജില്ല, താലൂക്ക്, പ്രാദേശിക കോൺഗ്രസ്സ് കമ്മിറ്റികളെ പിരിച്ചുവിടുകയും 1936 ൽ ചില കോൺഗ്രസ്സ് സംഘാടകന്മാരെ സസ്പെൻഡ് ചെയ്യുകയും ചെയ്തു. അവർ സംഘടനയ്ക്കകത്ത് കരുതിക്കൂട്ടി ഒരു പിളർപ്പുണ്ടാക്കുകയായിരുന്നു; കാരണം, ഒരു പിളർപ്പിൽക്കൂടി മാത്രമേ അവർക്കു കോൺഗ്രസ്സിൽ മേധാവിത്വം നേടാനൊക്കുമായിരുന്നുള്ളൂ. എന്നാൽ പുതിയ ഭരണഘടനയനുസരിച്ച് സംസ്ഥാന നിയമസഭകളിലേക്ക് ആസന്നമായിരുന്ന തിരഞ്ഞെടുപ്പും കോൺഗ്രസ്സിന്റെ സ്വാർഥചിന്തയില്ലാത്ത സജീവപ്രവർത്തകരെല്ലാം ഇടതുപക്ഷത്താണെന്നുള്ള വസ്തുതയും ഈ അച്ചടക്കനടപടികൾ വേണ്ടെന്നുവയ്ക്കാൻ കോൺഗ്രസ്സ് പ്രസിഡന്റിനെയും പ്രവർത്തകസമിതിയെയും പ്രേരിപ്പിച്ചു. തിരഞ്ഞെടുപ്പു കഴിഞ്ഞതോടെ, കെ പി സി സി തന്നെ തങ്ങളുടെ നേതൃത്വത്തിലാവത്തക്കവിധം ഇടതുപക്ഷക്കാരുടെ നില അത്ര സുശക്തമായിത്തീർന്നു.

ഈ ഒടുവിലത്തെ സംഭവവികാസത്തിൽ- കെ പി സി സി യിൽ ഇടതുപക്ഷത്തിനു വീണ്ടും ഭൂരിപക്ഷമുണ്ടായതിൽ- വല്യതും നിർണായകവുമായ ഒരു ഘടകം ദേശീയമുസ്ലിങ്ങളും സോഷ്യലിസ്റ്റുകാർ നയിച്ച മലബാർ കോൺഗ്രസ്സും തമ്മിലുള്ള അടുത്ത സഹകരണമായിരുന്നു. 1921 നു ശേഷമുള്ള ഘട്ടത്തിൽ കോൺഗ്രസ്സ് രണ്ടായി- ഒരു ഹിന്ദു ഗ്രൂപ്പും ഒരു മുസ്ലിം ഗ്രൂപ്പുമായി- പിളർന്നിരുന്നുവെന്ന് മുമ്പു പറഞ്ഞിട്ടുണ്ടല്ലോ. മുസ്ലിം കോൺഗ്രസ്സുകാർ 1930-32 ലെ സമരത്തിനുശേഷം കുറച്ചുകാലം സജീവ രാഷ്ട്രീയപ്രവർത്തനത്തിൽ നിന്നു വിരമിക്കുകപോലും ചെയ്തിരുന്നു. സോഷ്യലിസ്റ്റ് നേതൃത്വത്തിലുള്ള ഇടതുപക്ഷക്കാർ വലതുപക്ഷത്തെ എതിർക്കുന്ന ഒരു പ്രത്യേക ഗ്രൂപ്പായി പൊന്തിവന്നത് ഈ ദേശീയമുസ്ലിങ്ങൾക്ക് ആശ നൽകുകയും അവർ ഇടതുപക്ഷവുമായി അടുത്തു സഹകരിച്ചു പ്രവർത്തിക്കാൻ തുടങ്ങുകയും ചെയ്തു. സോഷ്യലിസ്റ്റ് നേതൃത്വത്തിലുള്ള കോൺഗ്രസ്സുകാരും ദേശീയമുസ്ലിങ്ങളും തമ്മിലുള്ള ഈ കൂട്ടുകെട്ടാണ് കെ പി സി സി യിൽ വലതുപക്ഷത്തെ ഒരു ന്യൂനപക്ഷമാക്കാൻ സഹായിച്ചത്; കർഷകപ്രസ്ഥാനത്തെയും അധ്യാപകപ്രസ്ഥാനത്തെയും മലബാറിലെ മുസ്ലിംഭൂരിപക്ഷപ്രദേശങ്ങളിലേക്കെത്തിച്ചതും ഇതുതന്നെയാണ്.

സോഷ്യലിസ്റ്റ് നേതൃത്വത്തിലുള്ള ഇടതുപക്ഷക്കാരും ദേശീയ മുസ്ലിങ്ങളും ചേർന്നു കെ പി സി സി യിൽ ഭൂരിപക്ഷമായിത്തീർന്നതിനാൽ ബഹുജനപ്രസ്ഥാനം വളരെയേറെ മുമ്പോട്ടുപോയി. പൊതുതിരഞ്ഞെടുപ്പുകാലത്തെ വമ്പിച്ച രാഷ്ട്രീയപ്രക്ഷോഭണവും അതിനെത്തുടർന്ന് കോൺഗ്രസ്സ് മന്ത്രിസഭാരൂപീകരണം മൂലമുണ്ടായ ആവേശവും യഥാർഥത്തിൽ ഒരു വമ്പിച്ച ബഹുജനമുന്നേറ്റത്തിനിടയാക്കി. ട്രേഡ്യൂണിയനുകളും

കിസാൻസഭകളും വിദ്യാർഥിയൂണിയനുകളും അധ്യാപക യൂണിയനുകളും മറ്റും 1937 ന്റെ ഉത്തരാർധത്തിൽ മുമ്പൊരിക്കലുമില്ലാത്തവിധം വളർന്നുവന്നു. ട്രേഡ്യൂണിയൻ അവകാശപ്രഖ്യാപനത്തിന്റെ ഭാഗമായി (1937 സെപ്റ്റംബർ 19) കോഴിക്കോട്ടും കണ്ണൂരും തൊഴിലാളിവർഗത്തിന്റെ ഏറ്റവും വമ്പിച്ച റാലികൾ നടന്നു. എന്നാൽ 1938 ജാനുവരി(കെ പി സി സി ഇടതുപക്ഷനേതൃത്വത്തിലായ തീയതി)ക്കുശേഷം മാത്രമാണ് മലബാറിൽ കോൺഗ്രസ്സ് ഒരു യഥാർഥ ജനകീയസമരസംഘടനയായിത്തീർന്നത്. കാരണം, സോഷ്യലിസ്റ്റ് നേതൃത്വത്തിലുള്ള പുതിയ കെ പി സി സി ഒന്നാമതായി ചെയ്ത പ്രവൃത്തികളിലൊന്ന് ജില്ല, താലൂക്ക്, വില്ലേജ് വാളണ്ടിയർ ക്യാമ്പുകൾ സംഘടിപ്പിക്കുകയായിരുന്നു. അവയിലൂടെ ഒരു കൊല്ലത്തിനിടയിൽ 3000 ത്തോളം വാളണ്ടിയർമാർക്ക് കായികവും രാഷ്ട്രീയവുമായ പരിശീലനം നൽകപ്പെട്ടു. താലൂക്ക് ക്യാപ്റ്റൻമാരും ജില്ലാ ക്യാപ്റ്റൻമാരുമടക്കം ഈ മൂവായിരത്തോളം വാളണ്ടിയർമാർ 500- ഓളം വില്ലേജ്, താലൂക്ക് കോൺഗ്രസ്സ് കമ്മിറ്റികളുടെ ചിട്ടയായ പ്രവർത്തനത്തിന്റെ നട്ടെല്ലായി. അവയെ കൃത്യമായി പ്രവൃത്തിപ്പിക്കുന്നതിനുവേണ്ട സംഘടനാപരമായ നടപടികൾ കെ പി സി സി എടുത്തു.

ഈ അഭൂതപൂർവമായ സംഘടനാപ്രവർത്തനമാണ് വടക്കേ മലബാറിലെ കൃഷിക്കാരെ തട്ടിയുണർത്തുകയും അവർക്ക് സ്വന്തം സംഘടിതശക്തിയിൽ വിശ്വാസം നൽകുകയും മലബാറിന്റെ ചരിത്രത്തിലൊന്നാമത്തെ കർഷകബഹുജനസമരത്തിലേക്ക്- ജന്മികളുടെ അക്രമപ്പിരിവുകൾക്കെതിരായ 1938-39 ലെ പ്രക്ഷോഭണത്തിലേക്ക്- അവരെ നയിക്കുകയും ചെയ്തത്. ജന്മികളും ഉദ്യോഗസ്ഥമേധാവികളും 'അരാജകത്വ'മെന്ന മുറവിളിയുയർത്തത്തക്കവിധം ആ പ്രക്ഷോഭണം അത്ര ശക്തിമത്തായിരുന്നു. ജന്മിമേധാവിത്വത്തെ കോട്ടംകൂടാതെ നിലനിർത്താനാഗ്രഹിച്ചവർക്ക് അത് 'അരാജകത്വം' തന്നെയായിരുന്നു. കാരണം, ജന്മികളുടെ അക്രമപ്പിരിവിന്റെ പ്രശ്നത്തിനൊരു പരിഹാരം കാണുന്നതുവരെ, കൃഷിക്കാർ ആ കൊല്ലം (1938-39) പാട്ടം കൊടുക്കാതിരുന്നുവെന്നു മാത്രമല്ല, ജന്മികൾക്കും അവരുടെ സിൽബന്ധികൾക്കുമെതിരായി തങ്ങൾ പരമ്പരയായുപയോഗിക്കാറുള്ള ആ ആയുധം- സാമൂഹ്യബഹിഷ്കരണം- പ്രയോഗിക്കുകകൂടി ചെയ്തു. കൃഷിക്കാരുടെ ഈ പ്രവൃത്തി ജന്മികളെയും ഉദ്യോഗസ്ഥമേധാവികളെയും വലതുപക്ഷകോൺഗ്രസ്സുകാരെയും വല്ലാതെ അരിശം കൊള്ളിച്ചു. അവർ കൃഷിക്കാർക്കെതിരായി സത്വരശിക്ഷാനടപടി ആവശ്യപ്പെട്ടു. എന്നാൽ കെ പി സി സിയും കോൺഗ്രസ്സ് കീഴ്കമ്മിറ്റികളും തങ്ങൾ, സമരംചെയ്യുന്ന

കൃഷിക്കാരുടെ ഭാഗത്താണെന്ന പ്രഖ്യാപിക്കുകയും ഒരു ന്യായമായ ഒത്തുതീർപ്പുണ്ടാക്കാൻ കോൺഗ്രസ്സ് മന്ത്രിസഭയെ നിർബന്ധിക്കുകയും ചെയ്തു. ഇതിന്റെ ഫലം, ഒരുവശത്ത് കോൺഗ്രസ്സ് മന്ത്രിസഭ നിലവിലുള്ള കുടിയായ്മ നിയമം ഭേദഗതി ചെയ്യുന്ന പ്രശ്നത്തെ സംബന്ധിച്ചന്വേഷിക്കാൻ ഒരു കമ്മിറ്റിയെ നിയമിക്കുകയും മറുവശത്ത് ജന്മികൾക്കു പാട്ടം കൊടുക്കാൻ കർഷകപ്രസ്ഥാനത്തിന്റെ നേതാക്കൾ കൃഷിക്കാരെ ഉപദേശിക്കുകയും ചെയ്തുവെന്നതായിരുന്നു. ജന്മികളാകട്ടെ അക്രമപ്പിരിവുകളുപേക്ഷിക്കാൻ നിർബന്ധിതരായി.

മലബാറിൽ 1938-39 ലുണ്ടായിരുന്ന കോൺഗ്രസ്സ് സംഘടന, ഇങ്ങനെ സാമ്രാജ്യവിരുദ്ധ ഐക്യമുന്നണിയുടെ പ്രവർത്തനത്തിന് ഒരു മാതൃകയായിരുന്നു. ഒരുവശത്ത്, അത് തൊഴിലാളിവർഗത്തെയും വിപ്ലവപരമായ സമരത്തിൽ അതിന്റെ കൂട്ടുകാരെയും- കൃഷിക്കാരും ഇടത്തരക്കാരും- സ്വയം സംഘടിക്കാനും സമരം ചെയ്യാനും സഹായിച്ചു; മറുവശത്ത്, ഈ വിപ്ലവപരമായ എല്ലാ വർഗങ്ങളെയും അവരുടെ സംഘടനകളെയും സാമ്രാജ്യവിരുദ്ധപ്രസ്ഥാനത്തിന്റെ പൊതുമുദ്രാവാക്യങ്ങൾക്കു പിന്നിലണിനിരത്തി. എന്നാൽ അത് വലതുപക്ഷകോൺഗ്രസ്സുകാരുടെ രോഷത്തെ ആളിക്കത്തിച്ചു; ഈ കോൺഗ്രസ്സ് സംഘടനയെ മോശമാക്കാൻ അവർ സകല പഴുതുമുപയോഗിച്ചു. 1940 ലെ ഡിസ്ട്രിക്റ്റ് ബോർഡിലേക്കുള്ള തിരഞ്ഞെടുപ്പിൽ അവർ കോൺഗ്രസ്സ് സംഘടനയുമായി നിസ്സഹകരിക്കുന്നിടം വരെയെത്തി. അതിൻഫലമായി കോൺഗ്രസ്സ് സ്ഥാനാർഥികളിൽ പലരും പരാജയപ്പെട്ടു. ഭൂരിപക്ഷം കോൺഗ്രസ്സുകാരും ഏതാനും സോഷ്യലിസ്റ്റുകാരുമടങ്ങിയ പുതിയ ഡിസ്ട്രിക്റ്റ് ബോർഡിൽ കോൺഗ്രസ്സുകാർക്കു ഭൂരിപക്ഷമുണ്ടായിരുന്നതുകൊണ്ട് 1939 ന്റെ അവസാനത്തിൽ അധികാരത്തിൽവന്ന ഉപദേശകഭരണം അതിനെ പിരിച്ചുവിടാൻ കിട്ടിയ ആദ്യത്തെ അവസരം ഉപയോഗിച്ചു.

സോഷ്യലിസ്റ്റ് നേതൃത്വത്തിലുള്ള ഇടതുപക്ഷക്കാർ അധികാരത്തിൽ പങ്കുവഹിച്ചിരുന്ന ഡിസ്ട്രിക്റ്റ് ബോർഡിനെ ഉപദേശകഭരണം പിരിച്ചുവിട്ടപ്പോൾ, കോൺഗ്രസ്സ് പ്രവർത്തകക്കമ്മിറ്റിയാകട്ടെ കെ പി സി സിയെത്തന്നെ പിരിച്ചുവിട്ടുവെന്നത് അർഥഗർഭമാണ്. രാജ്യത്തിന്റെ ഒരു കോണിലായിരുന്നെങ്കിൽപോലും, സോഷ്യലിസ്റ്റ് നേതൃത്വത്തിലുള്ള കോൺഗ്രസ്സ് സംഘടന അന്ന് കോൺഗ്രസ്സ് നേതൃത്വമനുവർത്തിച്ചിരുന്ന സമരവിരോധനയം (വ്യക്തിസത്യാഗ്രഹം) നടപ്പിലാക്കുന്നതിനു തടസ്സമായിരുന്നു. സോഷ്യലിസ്റ്റ് നേതൃത്വത്തിലുള്ള കെ പി സി സി യുടെ പിരിച്ചുവിടലോടും ഇടതുപക്ഷങ്ങളുടെ നേർക്കുണ്ടായ ഭയങ്കരമായ യുദ്ധകാലമർദ്ദനത്തോടുംകൂടി വലതുപക്ഷവും ഇടതുപക്ഷവും തമ്മിലുള്ള കോൺഗ്രസ്സിനകത്തെ ആഭ്യന്തരസമരം ഒരു പുതിയ വഴിത്തിരിവിലെത്തി.

II

തൊഴിലാളിവർഗത്തിന്റെയും സോഷ്യലിസ്റ്റ് പ്രസ്ഥാനത്തിന്റെയും ആവിർഭാവം കേരളത്തിലെ നാട്ടുരാജ്യങ്ങളിൽ മലബാറിലെക്കാൾ കാലേ തുടങ്ങിയിരുന്നു. ആലപ്പുഴത്തൊഴിലാളി യൂണിയന്റെ രൂപീകരണവും ഉത്തരവാദഭരണമാവശ്യപ്പെട്ടുകൊണ്ടുള്ള പ്രമേയം യൂണിയൻ അംഗീകരിച്ചതും മുമ്പു പ്രസ്താവിച്ചിട്ടുണ്ടല്ലോ. അതിനുപുറമേ, 1933 ൽ കൊടുങ്ങല്ലൂരിൽ കർഷകത്തൊഴിലാളിപ്രസ്ഥാനമുണ്ടായിരുന്നു. ഇത് കാർഷികകടം കുറയ്ക്കണമെന്നാവശ്യപ്പെടുന്ന ഒരു പ്രസ്ഥാനമായിരുന്നു; അത് ബഹുജനസത്യാഗ്രഹത്തിന്റെ രൂപം കൈക്കൊള്ളുകയും ചെയ്തു. 1931-32 ൽ തിരുവനന്തപുരത്ത് ഒരു കമ്യൂണിസ്റ്റ് ലീഗും രൂപീകരിക്കപ്പെട്ടു. അതുകൊണ്ട് ട്രേഡ്‌യൂണിയൻ പ്രസ്ഥാനവും സോഷ്യലിസ്റ്റ് പ്രസ്ഥാനവും 1934-35 ൽ അഖിലകേരളാടിസ്ഥാനത്തിൽ സംഘടിപ്പിക്കപ്പെട്ടപ്പോൾ അവ മലബാറിൽ മാത്രമായിരുന്നില്ല; നേരേമറിച്ച്, ആദ്യകാലത്തെ കോൺഗ്രസ്സ് പ്രസ്ഥാനത്തിൽനിന്നു വ്യത്യസ്തമായി അവ യഥാർഥത്തിൽ അഖിലകേരളപ്രസ്ഥാനങ്ങളായിരുന്നു. ട്രേഡ്‌യൂണിയനുകളും സോഷ്യലിസ്റ്റ്ഗ്രൂപ്പുകളും തൃശ്ശൂരിലും കൊച്ചിയിലും തിരുവിതാംകൂറിലെയും കൊച്ചിയിലെയും മറ്റു വ്യാവസായികകേന്ദ്രങ്ങളിലും രൂപീകരിക്കപ്പെട്ടു; അതോടൊപ്പം ആലപ്പുഴത്തൊഴിലാളിയൂണിയൻ അഖിലകേരളപ്രസ്ഥാനത്തോടു ബന്ധിക്കപ്പെടുകയും ചെയ്തു.

ഈ സോഷ്യലിസ്റ്റ് ഗ്രൂപ്പുകളുടെ പ്രധാനപ്രവർത്തനങ്ങളിലൊന്ന് ഉത്തരവാദഭരണത്തിനുവേണ്ടിയുള്ള ജനാധിപത്യപ്രസ്ഥാനത്തിനകത്തു പ്രവർത്തിക്കുകയും ഈ ലക്ഷ്യത്തിനുവേണ്ടി, "ഇന്ത്യ നാട്ടുരാജ്യങ്ങളുടെ ആഭ്യന്തരകാര്യങ്ങളിലിടപെടുകയില്ലെ"ന്ന കോൺഗ്രസ്സിന്റെ നയം റദ്ദാക്കുവാൻവേണ്ടി പ്രക്ഷോഭണം നടത്തുകയുമായിരുന്നു. 1937 ൽ കൊച്ചിയിലും തിരുവിതാംകൂറിലും രാഷ്ട്രീയസമ്മേളനങ്ങൾ നടത്തപ്പെട്ടു. നാട്ടുരാജ്യങ്ങളിൽ "സൃഷ്ടിപരപരിപാടി" മാത്രവുമായി കഴിഞ്ഞുകൂടാതെ കോൺഗ്രസ്സ് സംഘടനകളെ രാഷ്ട്രീയപ്രവർത്തനം നടത്താനനുവദിക്കണമെന്ന് ആ സമ്മേളനങ്ങൾ കോൺഗ്രസ്സ് പ്രവർത്തകക്കമ്മിറ്റിയോടാവശ്യപ്പെട്ടു. എന്നാൽ ഹരിപുരാ കോൺഗ്രസ്സ് സമ്മേളനം, നാട്ടുരാജ്യങ്ങളിൽ സ്വതന്ത്രമായ നാട്ടുരാജ്യപ്രജാസംഘടനകൾ രൂപീകരിക്കണമെന്ന സുപ്രസിദ്ധമായ പ്രമേയം പാസ്സാക്കിയപ്പോൾ കൊച്ചിയിൽ കൊച്ചിൻ കോൺഗ്രസ്സെന്ന ഒരു സംഘടന രൂപീകരിക്കപ്പെട്ടു; തിരുവിതാംകൂറിലെ സംയുക്ത രാഷ്ട്രീയസമ്മേളനത്തിന്റെ നേതാക്കന്മാരും സംഘാടകന്മാരുമാകട്ടെ, മറ്റു ദേശീയ ജനാധിപത്യരാഷ്ട്രീയപ്രവർത്തകന്മാരോടൊത്തുചേർന്ന് തിരുവിതാംകൂർ സ്റ്റേറ്റ് കോൺഗ്രസ്സ് രൂപീകരിച്ചു.

രണ്ടുകൂട്ടരുടെയും മുദ്രാവാക്യം "മഹാരാജാവിന്റെ കീഴിൽ ഉത്തരവാദഭരണ"മെന്നതായിരുന്നു.

ഈ രണ്ടു സംഘടനകളുടെയും വളർച്ചയുടെ ഗതി വിഭിന്നമാണ്. കാരണം, രണ്ടു ഗവൺമെന്റുകളും തുടർന്ന നയത്തിൽ വ്യത്യാസമുണ്ടായിരുന്നു. ദിവാൻ രാമസ്വാമി അയ്യരുടെ നേതൃത്വത്തിലുള്ള തിരുവിതാംകൂർ ഗവൺമെന്റ് ഉത്തരവാദഭരണപ്രക്ഷോഭണം, അത് മഹാരാജാവിന്റെ അധികാരത്തോടുള്ള വെല്ലുവിളിയായതിനാൽ, അനുവദിക്കില്ലെന്നു വ്യക്തമാക്കി. തന്മൂലം സ്റ്റേറ്റ് കോൺഗ്രസ്സിന്റെ രൂപീകരണത്തിനുശേഷം ഏതാനും ആഴ്ചയ്ക്കുള്ളിൽ അത് ഗവൺമെന്റുമായി ഏറ്റുമുട്ടുകയും ആറുമാസത്തിനുള്ളിൽ നിയമലംഘനപ്രസ്ഥാനമാരംഭിക്കുകയും ചെയ്തു. കൊച്ചി ഗവൺമെന്റ് വ്യത്യസ്തമായ ഒരു നില കൈക്കൊണ്ടു; ഉത്തരവാദഭരണത്തിനു വിരോധമില്ലെന്നും നേരേമറിച്ച്, ഉത്തരവാദഭരണം അതിന്റെ സ്വന്തം ലക്ഷ്യമാണെന്നും പ്രഖ്യാപിച്ചു. ആ ലക്ഷ്യം ഒരൊറ്റ അടിക്കു നേടാൻ സാധിക്കാത്തതുകൊണ്ട്, വോട്ടവകാശം വിപുലീകരിച്ചും ഒരു ഡിപ്പാർട്ട്മെന്റ്- ഗ്രാമോദ്ധാരണവകുപ്പ്- തിരഞ്ഞെടുക്കപ്പെട്ട, ഉത്തരവാദിത്വമുള്ള ഒരു മന്ത്രിക്കു കൈമാറിയും ഭരണപരിഷ്കാരത്തിന്റെ ഒരു ഘട്ടം നടപ്പിൽ വരുത്തുകയാണെന്ന് ഗവൺമെന്റ് പറഞ്ഞു. കൊച്ചിൻ കോൺഗ്രസ്സിലെ വലതുപക്ഷനേതാക്കൾക്ക്, സംഘടന സമരപരമായ രീതിയിൽ വളരാതെ കഴിച്ചുകൂട്ടാൻ ഇത് ഒരു പിടിവള്ളി നൽകി. പുതിയ ഭരണപരിഷ്കാരം സ്വീകരിക്കാൻ അവർ തീരുമാനിക്കുകയും തങ്ങളുടെ പ്രതിനിധിയെക്കൊണ്ടു മന്ത്രിപദം സ്വീകരിപ്പിക്കുകയും അതിനുശേഷം ഗവൺമെന്റുമായി സഹകരിക്കാൻ തുടങ്ങുകയും ചെയ്തു.

ഉത്തരവാദഭരണമെന്ന ലക്ഷ്യത്തോടുകൂടിയ ഏതൊരു പ്രസ്ഥാനത്തോടുമുള്ള തിരുവിതാംകൂർ ഗവൺമെന്റിന്റെ തുറന്ന ശത്രുത കാരണം തിരുവിതാംകൂർ സ്റ്റേറ്റ് കോൺഗ്രസ്സ് നേതൃത്വത്തിന് അത്തരം പരസ്യമായ ഒരു സന്ധിനയം തുടരാൻ സാധിച്ചില്ലെങ്കിലും, അവരും ജനാധിപത്യപരമായ ആവശ്യം സാധിക്കുന്നതിനുവേണ്ടി പ്രത്യക്ഷമായ ബഹുജനസമരം കൂടാതെ കഴിക്കാൻ അങ്ങേയറ്റം പരിശ്രമിച്ചു. പ്രത്യക്ഷസമരം തുടങ്ങുന്നതിൽ മുൻകൈയെടുത്തത് സോഷ്യലിസ്റ്റ് നേതൃത്വത്തിലുള്ള യൂത്ത് ലീഗായിരുന്നു. സ്റ്റേറ്റ് കോൺഗ്രസ്സ് പ്രവർത്തകക്കമ്മിറ്റിക്ക് അത് അംഗീകരിക്കേണ്ടിവന്നു.

ഇപ്രകാരമാണ് 1938 ലെ സ്റ്റേറ്റ് കോൺഗ്രസ്സ് സമരമെന്നറിയപ്പെടുന്ന മഹത്തായ ബഹുജനസമരമാരംഭിച്ചത്. അത് 1921 ലെ മലബാറിലെ പ്രസ്ഥാനത്തെക്കാളും വളരെയേറെ വിപുലമായ തോതിലായിരുന്നു. കാരണം, മലബാർ സമരം ചില താലൂക്കുകളിൽമാത്രമായിരുന്നെങ്കി

ൽ, 1938 ലെ തിരുവിതാംകൂർ സമരം തിരുവിതാംകൂർ രാജ്യമൊട്ടുക്കും വ്യാപിച്ചിരുന്നു. എന്നാൽ 1921 ലെ മലബാർ ലഹളയും 1938 ലെ തിരുവിതാംകൂർ സമരവും തമ്മിലുള്ള പ്രധാന വ്യത്യാസം, രണ്ടാമത്തേത് ഗുണാത്മകമായി കൂടുതലുയർന്ന സ്വഭാവത്തോടുകൂടിയതായിരുന്നു എന്നതാണ്. തിരുവിതാംകൂർ സമരത്തിന്റെ സവിശേഷസ്വഭാവങ്ങളിലൊന്ന് അതിൽ ആലപ്പുഴയിലെ തൊഴിലാളിവർഗം, സോഷ്യലിസ്റ്റ് പാർട്ടിയുടെ നേതൃത്വത്തിൽ, വഹിച്ച പങ്കായിരുന്നു.

ആലപ്പുഴ പട്ടണത്തിലെ മാത്രമല്ല, അമ്പലപ്പുഴ, ചേർത്തല എന്നീ രണ്ടു താലൂക്കുകളിലുംകൂടിയുള്ള 20,000 ത്തിൽപരം കയറുപിരിത്തൊഴിലാളികൾ, തങ്ങളുടെ ഭാഗികമായ സാമ്പത്തികാവശ്യങ്ങൾ സാധിക്കാനും സ്റ്റേറ്റ് കോൺഗ്രസ്സിന്റെ ഉത്തരവാദഭരണമെന്ന ആവശ്യത്തോട് ഐക്യം പ്രകടിപ്പിക്കാനുംകൂടി ഒരു പൊതുപണിമുടക്ക് പ്രഖ്യാപിച്ചു. കുറെ ദിവസക്കാലം ആലപ്പുഴ പട്ടണവും പരിസരത്തിലുള്ള വ്യാവസായികമേഖലയും തൊഴിലാളികളുടെ അധീനത്തിലാകത്തക്കവണ്ണം പണിമുടക്കം അത്ര ഗംഭീരമായിട്ടാണ് നടത്തിയത്. 1938 ഒക്ടോബർ 23-ാം തീയതി ആലപ്പുഴയിൽ നടത്തിയ ഒരുലക്ഷം പേരടങ്ങിയ റാലി, പോലീസ് മർദ്ദനത്തിനെതിരായ തൊഴിലാളികളുടെ ഉശിരോടുകൂടിയ ചെറുത്തുനിൽപ്പ്, അതിനെത്തുടർന്നുണ്ടായ വെടിവയ്പ്പും 500 ൽ പരം യൂണിയൻ നേതാക്കന്മാരുടെ അറസ്റ്റും- ഇവയായിരുന്നു അവിടത്തെ തൊഴിലാളിവർഗത്തിന്റെ ഒന്നാമത്തെ വിപ്ലവപരമായ ജ്ഞാനസ്നാനം; ഇത് എട്ടു കൊല്ലങ്ങൾക്കുശേഷമുണ്ടായ കൂടുതൽ വമ്പിച്ചതും കൂടുതൽ മഹനീയവുമായ സമരത്തിന്റെ- 1946 ലെ സുപ്രസിദ്ധമായ പുന്നപ്ര- വയലാർ സമരത്തിന്റെ- മുന്നോടിയായിരുന്നു. സോഷ്യലിസ്റ്റ് നേതാക്കന്മാർ, പ്രത്യേകിച്ചും പണിമുടക്കം നേരിട്ടു സംഘടിപ്പിച്ച സഖാവ് പി കൃഷ്ണപിള്ള, ഈ പണിമുടക്കിനു നൽകിയ പ്രബുദ്ധവും ഫലപ്രദവുമായ നേതൃത്വമായിരുന്നു ആലപ്പുഴ തൊഴിലാളിവർഗത്തിന്റെ വിശ്വാസം സോഷ്യലിസ്റ്റ് പാർട്ടിക്കു നേടിക്കൊടുത്തത്.

ആലപ്പുഴയിലെയും പരിസരങ്ങളിലെ വ്യാവസായികമേഖലയിലെയും തൊഴിലാളിവർഗത്തോടൊപ്പം, തിരുവിതാംകൂറിലൊട്ടുക്കും രാജ്യത്തിന്റെ ഏതൊരോണംകേറാമൂലയിൽപ്പോലുമുള്ള വിദ്യാർഥികളും സമരത്തിലേക്കിറങ്ങി. കോളജുകളിലും ഹൈസ്കൂളുകളിലും പ്രാഥമികവിദ്യാലയങ്ങളിൽപ്പോലും വിദ്യാർഥികളുടെ പഠിപ്പുമുടക്കങ്ങളും പ്രകടനങ്ങളും നടന്നു. കേരളത്തിന്റെ ചരിത്രത്തിൽ ഇത് അഭൂതപൂർവമായ ഒരു കാഴ്ചയായിരുന്നു. പല കോളനികളിലും അർധകോളനിരാജ്യങ്ങളിലും സംഭവിച്ചിട്ടുള്ളതുതന്നെയാണിവിടെ ആവർത്തിക്കപ്പെട്ടത്- ചില

അവസരങ്ങളിൽ ജനാധിപത്യപ്രസ്ഥാനത്തിന്റെ മുന്നണിവിഭാഗമായി പ്രവർത്തിക്കാനുള്ള ഇടത്തരക്കാരുടെ, പ്രത്യേകിച്ചും വിദ്യാർഥികളുടെ, കഴിവിന്റെ പ്രകടനം. ആലപ്പുഴത്തൊഴിലാളികളുടെ പൊതുപണിമുടക്കു കഴിഞ്ഞാൽപ്പിന്നെ ഭരണക്കൂടത്തെ അതിന്റെ അടിത്തറവരെ പിടിച്ചുകുലുക്കിയത് രാജ്യവ്യാപകമായ വിദ്യാർഥിസമരങ്ങളായിരുന്നുവെന്നതിനു സംശയമില്ല.

അത്ര വിപുലവും രാജ്യവ്യാപകവുമായ അടിസ്ഥാനത്തിലല്ലാത്തതുകൊണ്ട് സ്റ്റേറ്റ് കോൺഗ്രസ്സ് നേതൃത്വം വേണ്ടത്ര ശ്രദ്ധിച്ചില്ലെങ്കിലും, കൃഷിക്കാരും അവരുടെ സ്വന്തം സമരരൂപങ്ങളുമായി സമരത്തിലേയ്ക്കിറങ്ങി. എന്തെന്നാൽ, 1921 ലെ മലബാർ ലഹളയിലെന്നപോലെ, തിരുവിതാംകൂറിലും, പട്ടാളം വരികയാണെങ്കിൽ തടയാൻ കൃഷിക്കാർ ചില പ്രദേശങ്ങളിൽ സ്വയം ഒരുക്കുകൂട്ടുകയും അതിനുവേണ്ടി മാർഗതടസ്സമാരംഭിക്കുകയും ചെയ്തു. 1921 ലെ ലഹളയ്ക്കുശേഷം കേരളത്തിൽ ഗവൺമെന്റിനെതിരായി പടവെട്ടിയെന്ന കുറ്റത്തിന് ഒന്നാമതായി തൂക്കിക്കൊല്ലപ്പെട്ടവർ ഈ പ്രസ്ഥാനത്തിന്റെ നേതാക്കളായിരുന്നുവെന്നത് പ്രസ്തുത്യമാണ്. എന്നാലിത് ഏതാനും ഗ്രാമങ്ങളെ മാത്രമേ ബാധിച്ചുള്ളൂ.

1938 ലെ തിരുവിതാംകൂർ സമരത്തിന്റെ ഏറ്റവും പ്രധാനമായ സ്വഭാവം, അഖിലകേരള സോഷ്യലിസ്റ്റ് നേതൃത്വം അതിനു നേരിട്ടു സംഘടനാപരമായ സഹായം നൽകിയെന്നുള്ളതാണ്. സഖാവ് കൃഷ്ണപിള്ള നേരിട്ട് ആലപ്പുഴ പണിമുടക്കം സംഘടിപ്പിച്ചുവെന്നുമാത്രമല്ല, അദ്ദേഹവും സോഷ്യലിസ്റ്റ് പാർട്ടിയുടെ മറ്റ് അഖിലകേരള നേതാക്കന്മാരുമായിരുന്നു സ്റ്റേറ്റ് കോൺഗ്രസ്സിന്റെ രഹസ്യപ്രവർത്തനങ്ങളുടെ പിന്നിലുണ്ടായിരുന്ന ബുദ്ധികേന്ദ്രം. സ്റ്റേറ്റ് കോൺഗ്രസ്സിന്റെ നിയമവിരുദ്ധസംഘടന കെട്ടിപ്പടുക്കുന്നതിലും തുടർച്ചയായി പ്രവർത്തിക്കുന്നതിലും സഹായിക്കാൻ കേരളത്തിന്റെ എല്ലാ ഭാഗത്തുനിന്നും സോഷ്യലിസ്റ്റ് പ്രവർത്തകന്മാരെ തിരുവിതാംകൂറിലേക്കയച്ചു. എല്ലാറ്റിനുമുപരിയായി, മലബാറിൽനിന്ന് തിരുവിതാംകൂറിലേക്കയയ്ക്കപ്പെട്ട രണ്ടു ജാഥകൾ, പ്രത്യേകിച്ചും എ കെ ഗോപാലന്റെ നേതൃത്വത്തിലുള്ള ആദ്യത്തെ ജാഥ, രാജ്യത്തെയൊട്ടാകെ ആവേശഭരിതമാക്കി. ഇങ്ങനെ കേരളത്തിലെ ജനാധിപത്യപ്രസ്ഥാനത്തിന്റെ ഐക്യം- അതും തൊഴിലാളിവർഗത്തിന്റെയും സോഷ്യലിസ്റ്റ്പ്രസ്ഥാനങ്ങളുടെയും നേതൃത്വത്തിൽ- സമരത്തിലൂടെ സംജാതമായി; അതാണ് പിന്നീട് ജനാധിപത്യ ഐക്യകേരളത്തിനുവേണ്ടിയുള്ള സമരത്തിന്റെ അടിത്തറയായിത്തീർന്നത്.

തിരുവിതാംകൂറിലെ സമരത്തിന്റെ ഈ സ്വഭാവങ്ങളെല്ലാം അഖിലേന്ത്യാ ദേശീയപ്രസ്ഥാനത്തിന്റെ മുതലാളി നേതൃത്വത്തെ, സർ സി

പിയുടെ നേതൃത്വത്തിലുള്ള ഗവൺമെന്റിനെയെന്നപോലെ തന്നെ, പരിഭ്രമിപ്പിച്ചു. മറ്റു ബഹുജനസമരങ്ങളിലെന്നപോലെ സ്റ്റേറ്റ് കോൺഗ്രസ്സിലും ഗാന്ധിജി "പരിതാപകരമായ അക്രമം" കണ്ടെത്തി. സ്റ്റേറ്റ് കോൺഗ്രസ്സ് നേതൃത്വം ഗവൺമെന്റിനെ പൊതുവിലല്ലാതെ അതിന്റെ തലവനായ സർ സി പി യെ വ്യക്തിപരമായി അധിക്ഷേപിച്ചതിനെ അദ്ദേഹം വിമർശിച്ചു. സർ സി പി യുടെ അനാശാസ്യ പ്രവൃത്തികളെ തുറന്നുകാട്ടിക്കൊണ്ട് സ്റ്റേറ്റ് കോൺഗ്രസ്സ് നേതൃത്വം കേന്ദ്രഗവൺമെന്റിന് ഒരു മെമ്മോറാണ്ടം സമർപ്പിച്ചതു തെറ്റാണെന്നദ്ദേഹം പറയുകയും അതു പിൻവലിക്കാൻ സ്റ്റേറ്റ് കോൺഗ്രസ്സ് നേതൃത്വത്തെ 'ഉപദേശിക്കുക'യും ചെയ്തു. 'ഉപദേശം' സ്റ്റേറ്റ് കോൺഗ്രസ്സ് അനുസരിക്കാഞ്ഞാലത്തെ ശിക്ഷ സ്റ്റേറ്റ് കോൺഗ്രസ്സ് സമരത്തിന് അഖിലേന്ത്യാനേതൃത്വത്തിന്റെ ധാർമികപിൻബലം പിൻവലിക്കപ്പെടുകയായിരിക്കുമെന്നുള്ളതുകൊണ്ട് സ്റ്റേറ്റ് കോൺഗ്രസ്സ് പ്രവർത്തകക്കമ്മിറ്റി ആ മെമ്മോറാണ്ടം പിൻവലിക്കാൻ നിർബന്ധിതമായി. ഇതായിരുന്നു 1938 ലെ മഹത്തായ സമരത്തിന്റെ അവസാനം. ഈ പ്രവൃത്തിയെ ഗവൺമെന്റിനു കീഴടങ്ങലായിട്ടു മാത്രമാണ് ജനങ്ങൾ കണക്കാക്കിയത്.

എന്നാൽ ഈ കീഴടങ്ങലിൽ സാധാരണക്കാർക്കിടയിൽ കഠിനമായ അസംതൃപ്തിയുണ്ടായിരുന്നു. ഈ അസംതൃപ്തി സ്റ്റേറ്റ് കോൺഗ്രസ്സിനകത്ത് ഒരു വ്യക്തമായ ഇടതുപക്ഷത്തിന്റെ രൂപീകരണത്തിൽ പ്രകടമായി- അന്ന് അതിനെ 'റാഡിക്കൽ ഗ്രൂപ്പെ'ന്നാണ് വിളിച്ചത്. ഇതിനുംപുറമേ 1938 ലെ സമരത്തിനു മുൻകൈയെടുത്ത യൂത്ത്‌ലീഗ് രാഷ്ട്രീയസ്ഥിതിയാകെ പുനഃപരിശോധിക്കുകയും ഒരു പുതിയ സമരം തുടങ്ങുവാൻ തീർച്ചപ്പെടുത്തുകയും ചെയ്തു; ഈ സമരത്തിന്റെ പ്രാഥമികരൂപം, പിൻവലിക്കപ്പെട്ട മെമ്മോറാണ്ടം പരസ്യമായി വായിക്കുകയെന്നതായിരുന്നു. ഇതിന് ജനങ്ങളുടെ വമ്പിച്ച പിന്തുണ- ഗാന്ധിജിയുടെ 'ഉപദേശ'മനുസരിക്കാൻ നിർബന്ധിതരായെങ്കിലും മെമ്മോറാണ്ടം പിൻവലിക്കുന്നത് ഉള്ളാലെ എതിർത്തിരുന്ന കോൺഗ്രസ്സുകാരിലൊരു വിഭാഗത്തിന്റെപോലും പിന്തുണ- ലഭിച്ചു. എന്നിരുന്നാലും ദേശീയപ്രസ്ഥാനത്തിന്റെ ഒരു വിഭാഗം മാത്രം നടത്തിയിരുന്നതാകയാൽ അതിന് ആദ്യത്തെ സമരത്തിന്റെ ബഹുജനദേശീയസ്വഭാവം കൈവരിക്കാൻ കഴിഞ്ഞില്ല.

ഈ രണ്ടാമത്തെ സമരം, 1934 ൽ സോഷ്യലിസ്റ്റ് പാർട്ടിയുടെ രൂപീകരണം മലബാറിൽ സൃഷ്ടിച്ച അതേമാതിരി തിരുവിതാംകൂറിൽ ഇടതു- വലതുപക്ഷങ്ങൾ തമ്മിലുള്ള, ഒരു സമരത്തിന്റെ ആരംഭത്തെ കുറിക്കുന്നുവെന്നു പറയാം. കാരണം, തിരുവിതാംകൂറിൽ അതുവരെ പ്ര

വർത്തിച്ചുകൊണ്ടിരുന്ന സോഷ്യലിസ്റ്റ് ഗ്രൂപ്പുകൾ, ചില പട്ടണങ്ങളിൽ മാത്രമായി ഒതുങ്ങിനിന്നിരുന്നു; ആലപ്പുഴയ്ക്കു ചുറ്റുമുണ്ടായിരുന്ന വ്യാവസായികമേഖലയിൽ മാത്രമേ അവർ ഒരു പ്രധാന രാഷ്ട്രീയശക്തിയായിത്തീർന്നിരുന്നുള്ളൂ. എന്നാൽ യൂത്ത്‌ലീഗിന്റെ 1939 ലെ സമരവും 'റാഡിക്കൽ ഗ്രൂപ്പി'ന്റെ രൂപീകരണവും ഇടതുപക്ഷ സോഷ്യലിസ്റ്റ് ഗ്രൂപ്പുകൾ ഒരു ദേശീയ- രാഷ്ട്രീയശക്തിയായി വളരുന്നതിനിടയാക്കി; ഏറ്റവും പ്രശസ്തരായ സ്റ്റേറ്റ് കോൺഗ്രസ്സ് നേതാക്കന്മാരിൽ ചിലർ (കെ സി ജോർജ്, എം എൻ ഗോവിന്ദൻനായർ, പി ടി പുന്നൂസ്, ശ്രീകണ്ഠൻനായർ തുടങ്ങിയവർ) ഇടതുപക്ഷ- സോഷ്യലിസ്റ്റ് പ്രസ്ഥാനങ്ങളുടെ നേതാക്കന്മാരായിരുന്നു.

ഇടതുപക്ഷ- സോഷ്യലിസ്റ്റ് ശക്തികൾ കൊച്ചിയിലും വളർന്നുവരുന്നുണ്ടായിരുന്നു. എന്തുകൊണ്ടെന്നാൽ, 1938 ലെ ഭരണപരിഷ്കാരവും അത് കൊച്ചിൻ കോൺഗ്രസ്സ് സ്വീകരിച്ചതും ദേശീയപ്രസ്ഥാനത്തെ ഭരണഘടനാവിധേയ മാർഗങ്ങളിലേക്കു വിജയകരമായി തിരിച്ചുവിട്ടുവെങ്കിലും, അസംതൃപ്തി കൊച്ചിയിലും പ്രകടമാവാൻ തുടങ്ങി. സോഷ്യലിസ്റ്റുകാരും അസംതൃപ്തരായ മറ്റു ജനാധിപത്യവാദികളും കൊച്ചിൻ കോൺഗ്രസ്സിനു പകരമൊന്നിനുവേണ്ടി തപ്പിത്തുടങ്ങുകയും കൊച്ചിൻ സ്റ്റേറ്റ് പ്രജാമണ്ഡലം സംഘടിപ്പിക്കുകയും ചെയ്തു. അവർ കാർഷികപരിഷ്കാരങ്ങളുടെ പ്രശ്നവും ആലോചനയ്ക്കെടുത്തു. നിലവിലുള്ള കുടിയായ്മനിയമവുമായി ബന്ധപ്പെട്ട കുടിയാന്മാരുടെ ആവശ്യങ്ങൾ മനസ്സിലാക്കി, ഈ ആവശ്യങ്ങൾ പ്രചരിപ്പിക്കാൻ ഒരു ജാഥ രാജ്യവ്യാപകമായി സംഘടിപ്പിക്കുകയും ചെയ്തു. ഈ പ്രക്ഷോഭണത്തിൽനിന്ന് കൊച്ചിയിലെ കൃഷിക്കാരുടെ ഒന്നാമത്തെ സ്വതന്ത്രവർഗസംഘടന- കൊച്ചി കർഷകസഭ- ഉദയം ചെയ്തു. ആവശ്യങ്ങൾ രൂപീകരിച്ചതും സംഘടന ഉണ്ടാക്കിയതും ഏറെക്കുറെ മലബാറിലെ രീതിയിലായിരുന്നു. കൊച്ചിൻ കോൺഗ്രസ്സിന്റെ നേതാക്കന്മാർ ഗവൺമെന്റിന്റെ 'യുദ്ധശ്രമ'ങ്ങളുമായി സഹകരിച്ചിരുന്ന ഒരവസരത്തിൽ, 1941 ൽ നിരോധനാജ്ഞ ലംഘിച്ച് പ്രജാമണ്ഡലത്തിന്റെ ഒരു സമ്മേളനം സംഘടിപ്പിച്ചത് പ്രജാമണ്ഡലത്തിന്റെയും കർഷകസഭയുടെയും സംഘടകന്മാരായിരുന്നു.

1930-40 കാലത്തെ ദേശീയമുന്നേറ്റവും അതിൽ തൊഴിലാളിവർഗപ്രസ്ഥാനവും സോഷ്യലിസ്റ്റ് പ്രസ്ഥാനവും വഹിച്ച പങ്കും യഥാർഥത്തിൽ അഖില കേരളാടിസ്ഥാനത്തിലായിരുന്നു. എന്തുകൊണ്ടെന്നാൽ, ബാഹ്യരൂപത്തെയും ശക്തിയെയും സംബന്ധിച്ചിടത്തോളം മലബാറിലും കൊച്ചിയിലും തിരുവിതാംകൂറിലും വ്യത്യാസമുണ്ടായിരുന്നുവെങ്കിലും, അവ 1920-30 കാലത്തെ രാഷ്ട്രീയ ദേശീയപ്രസ്ഥാനം പോലെ പ്രാദേ

ശികമായിരുന്നില്ല. ഒരു യഥാർഥ അഖിലകേരള നേതൃത്വത്തോടുകൂടിയ ഒരു യഥാർഥ അഖിലകേരള ദേശീയ ജനാധിപത്യപ്രസ്ഥാനംപതുക്കെ പൊന്തിവരികയായിരുന്നു. ഈ പ്രസ്ഥാനത്തിന്റെ മുന്നണിയിൽ നിന്നിരുന്നത് സോഷ്യലിസ്റ്റ് തത്വശാസ്ത്രം അംഗീകരിച്ച സംഘടിതതൊഴിലാളിവർഗമായിരുന്നുതാനും.

III

1930–40 കാലത്തെ ദേശീയമുന്നേറ്റത്തിന്റെ ശക്തിയുടെ പ്രധാനമായ ഉറവിടം, പൊതുജനാധിപത്യപ്രസ്ഥാനത്തിൽ തൊഴിലാളിവർഗത്തിന്റെയും സോഷ്യലിസത്തിന്റെയും പ്രസ്ഥാനങ്ങളുടെ പുതിയ ശക്തികൾ ദൃഢമൂലമായിത്തീർന്നതാണെന്ന വാസ്തവം മുകളിൽ പറഞ്ഞതിൽനിന്നു വ്യക്തമായിരിക്കുമല്ലോ. സോഷ്യലിസ്റ്റുകാരുടെ ആദ്യത്തെ തലമുറ ദേശീയജനാധിപത്യവാദികളുടെ അണികളിൽ നിന്നുയർന്നുവന്നതുകൊണ്ടാണ്, സോഷ്യലിസം അവർക്ക് വിപ്ലവപരമായ ജനാധിപത്യത്തിന്റെ സ്വാഭാവികവും യുക്തിയുക്തവുമായ ഒരു വളർച്ചയായിരുന്നതുകൊണ്ടാണ്, വ്യവസായത്തൊഴിലാളിവർഗത്തിന്റെയും അതിന്റെ ബന്ധുക്കളുടെയും വർഗസമരത്തെ മുഴുവൻ ജനങ്ങളുടെ ദേശീയസമരത്തോടു വിജയകരമായി ബന്ധിപ്പിക്കാൻ അവർക്കു കഴിഞ്ഞത്.

എന്നാൽ അതേസമയംതന്നെ, തൊഴിലാളിവർഗത്തിന്റെയും സോഷ്യലിസത്തിന്റെയും പ്രസ്ഥാനങ്ങളുടെയെന്നപോലെ അവരുടെ നേതൃത്വത്തിലുള്ള വിപ്ലവപരമായ ജനാധിപത്യപ്രസ്ഥാനത്തിന്റെയും വലിയ പോരായ്മയുമായിരുന്നു ഇത്. കോൺഗ്രസ്സ് സോഷ്യലിസത്തിന്റെ കൊടിക്കീഴിൽ ഒത്തുചേർന്ന കേരളത്തിലെ പല സോഷ്യലിസ്റ്റ്ഗ്രൂപ്പുകളും ഈ സോഷ്യലിസ്റ്റ് നേതൃത്വത്തിൻകീഴിൽ വളർന്നുകൊണ്ടിരുന്ന വർഗപരമായ പ്രസ്ഥാനങ്ങളും, ദേശീയപ്രസ്ഥാനത്തെ നയിച്ച ദേശീയമുതലാളിത്തത്തിന്റെ ആദർശപരമായ സ്വാധീനശക്തിയിൽനിന്നും പരിപൂർണമായി മോചനം നേടിയിരുന്നില്ലെന്നതാണ് ഇതിന്റെ അർഥം. കേരളത്തിൽ വളർന്നുവന്ന സോഷ്യലിസ്റ്റ് പ്രവർത്തകന്മാർ, തങ്ങൾക്കു പരിഹരിക്കാനുള്ള വിവിധ പ്രശ്നങ്ങളുടെ നേർക്ക് മുതലാളിത്തത്തിനും അതിന്റെ സിദ്ധാന്തമായ ഫാസിസത്തിനും പകരം സ്വീകരിക്കേണ്ട തൊഴിലാളിവർഗവീക്ഷണം നേടാൻ കഴിയുന്നത് ഏതൊരു സമരത്തിലൂടെ മാത്രമാണോ, ആ സമരം നടത്തുകയുണ്ടായില്ല.

കോൺഗ്രസ്സിനകത്തുള്ള ഒരു പ്രസ്ഥാനമായിട്ടാണ്, കോൺഗ്രസ്സിനുള്ളിൽ പ്രവർത്തിക്കുന്ന സോഷ്യലിസ്റ്റുകാരുടെ ഒരു പാർട്ടിയായിട്ടാണ് കേരളത്തിൽ സോഷ്യലിസം വന്നതെന്നു നാം കണ്ടുകഴിഞ്ഞു.

ഇതിന്റെ അർഥം നമ്മുടെ സോഷ്യലിസ്റ്റുകാരുടെ സമീപനം ഫലത്തിൽ കോൺഗ്രസ്സുകാരുടേതായിരുന്നുവെന്നാണ്; കോൺഗ്രസ്സിന്റെ മുതലാളിത്തനേതൃത്വത്തിനെതിരായി ഉറച്ച സമരം വേണ്ടിയിരുന്ന സന്ദർഭങ്ങളിലെല്ലാം അങ്ങേയറ്റത്തെ ചാഞ്ചാട്ടമാണ് അവരിൽ പ്രത്യക്ഷപ്പെട്ടത്. കോൺഗ്രസ്സിനകത്ത്, കോൺഗ്രസ്സുകാരെന്ന നിലയ്ക്ക് നേതൃത്വത്തിനെതിരായി അവർ സമരം നടത്തിയില്ലെന്നല്ല ഇതിനർഥം; തീർച്ചയായും അവർ സമരം നടത്തി. അതുകൊണ്ടാണ് കോൺഗ്രസ്സിനെത്തന്നെ പുരോഗമനപരവും ജനാധിപത്യപരവുമായ അടിസ്ഥാനത്തിൽ കെട്ടിപ്പടുക്കാൻ അവർക്കു കഴിഞ്ഞത്. എന്നാൽ ഒരു സംഘടനയെന്ന നിലയ്ക്കു കോൺഗ്രസ്സിന്റെ ആഭ്യന്തരൈക്യം നിലനിർത്താനുള്ള ഉൽക്കണ്ഠ അവരുടെ സമരത്തെ വളരെയേറെ പരിമിതപ്പെടുത്തി; അതുകൊണ്ട് അവർക്ക് ഗാന്ധിസത്തിനെതിരായി ഒരുറച്ച സമരം നടത്താൻ കഴിഞ്ഞില്ല.

ദേശീയസംഘടനയുടെ ആഭ്യന്തരൈക്യം നിലനിർത്തുവാനുള്ള ഈ ഉൽക്കണ്ഠയുടെ ഏറ്റവും വ്യക്തമായ ഉദാഹരണം 1939-40 ൽ കാണുകയുണ്ടായി; അന്ന്, ദിവാനെതിരായ മെമ്മോറാണ്ടം പിൻവലിക്കാനാവശ്യപ്പെട്ട ഗാന്ധിജിയുടെ നിർദേശത്തിനെതിരായ ഒരു പ്രതിഷേധമായിട്ടാരംഭിച്ച രണ്ടാം നിയമലംഘനപ്രസ്ഥാനം പിൻവലിക്കാൻ സോഷ്യലിസ്റ്റ് നേതൃത്വം തിരുവിതാംകൂർ യൂത്ത്ലീഗിനെ ഉപദേശിച്ചു. സ്റ്റേറ്റ് കോൺഗ്രസ്സിന്റെ അണികളിൽ വളർന്നുകൊണ്ടിരുന്ന അസംതൃപ്തിയെ സംഘടിപ്പിച്ച് ഒരു വ്യക്തമായ ഇടതുപക്ഷം രൂപീകരിക്കുന്നതിനെക്കാളധികം, പൊതുശത്രുവിനെതിരായി ദേശീയപ്രസ്ഥാനത്തിന്റെ ഐക്യം നിലനിർത്താനാണ് സോഷ്യലിസ്റ്റ് നേതൃത്വം കൂടുതൽ ഉൽക്കണ്ഠ കാണിച്ചത്.

ദേശീയപ്രസ്ഥാനത്തിന്റെ മുതലാളിത്തനേതൃത്വത്തോട് കൂറു പുലർത്തുന്ന ഈ മനോഭാവം ബഹുജനസംഘടനകൾക്കകത്തുള്ള സോഷ്യലിസ്റ്റ് പ്രവർത്തനത്തെയും ബാധിച്ചു. അവർ കെട്ടിപ്പടുത്ത ട്രേഡ്യൂണിയനുകളും കിസാൻ സംഘങ്ങളും മറ്റു ബഹുജനസംഘടനകളും സാമ്പത്തികമായ അർഥത്തിൽ മാത്രമേ സ്വതന്ത്രമായിരുന്നുള്ളു; അതായത്, സാമ്പത്തിക സമരങ്ങൾ നടത്തുന്ന കാര്യത്തിൽ മാത്രം അവർ കോൺഗ്രസ്സിൽനിന്നു സ്വതന്ത്രമായി പ്രവർത്തിച്ചു. രാഷ്ട്രീയസമരങ്ങളുടെ കാര്യത്തിൽ സ്വതന്ത്രബഹുജനസംഘടനകളായി അവ മുന്നോട്ടു വന്നില്ല. രണ്ടാം ലോകമഹായുദ്ധത്തിനുമുമ്പ് കേരളത്തിലെ തൊഴിലാളിവർഗം രാഷ്ട്രീയ പൊതുപണിമുടക്കു നടത്തിയതിന്റെ ഒരൊറ്റ ഉദാഹരണം, സ്റ്റേറ്റ് കോൺഗ്രസ്സ് സമരത്തിനനുകൂലമായി സംഘടിപ്പിക്കപ്പെട്ട 1938 ലെ ആലപ്പുഴ പണിമു

ടക്കായിരുന്നുവെന്നത് ശ്രദ്ധേയമാണ്. കൃഷിക്കാരെ സംബന്ധിച്ചാണെങ്കിൽ, കിസാൻ സംഘം യാതൊരു രാഷ്ട്രീയസമരങ്ങളും നടത്തിയില്ല. കാർഷികപ്രശ്നത്തെ സംബന്ധിച്ചുള്ള സോഷ്യലിസ്റ്റ് നേതൃത്വത്തിന്റെ ധാരണ തന്നെ, ജന്മിത്വത്തെ നശിപ്പിക്കുന്നത് സ്വാതന്ത്ര്യം നേടിയതിനുശേഷം മാത്രം നടപ്പിലാക്കേണ്ട ഒരു നടപടിയാണെന്നായിരുന്നു. അടിയന്തരലക്ഷ്യം മറ്റാവശ്യങ്ങൾ നേടാനുള്ള ഭാഗികമായ സമരങ്ങൾ മാത്രമാണ്. ചുരുക്കത്തിൽ തൊഴിലാളി, കർഷകസംഘടനകളെ ദേശീയപ്രസ്ഥാനത്തിന്റെ മുതലാളിത്തനേതൃത്വത്തിൽനിന്നു സ്വതന്ത്രമായും, വേണ്ടിവന്നാൽ അതിനെതിരായും പ്രവർത്തിക്കേണ്ട ബഹുജനസംഘടനകളെന്ന നിലയ്ക്കല്ല അവർ കണ്ടത്; നേരേമറിച്ച്, തൊഴിലാളിവർഗത്തെയും കർഷകവർഗത്തെയും മുതലാളിത്ത നേതൃത്വത്തിന്റെ പിന്നിൽ അണിനിരത്തുന്നതിനുള്ള ഉപാധികളെന്ന നിലയ്ക്കാണ്.

മുതലാളിവർഗത്തിന്റെ പിന്നാലെ പോകുന്ന ഈ നയത്തിന്റെ ആശയപരമായ പാളിച്ച, ദേശീയവിപ്ലവത്തിൽ കർഷകവർഗത്തിനുള്ള പരമപ്രധാനമായ പങ്ക് കാണാൻ കഴിയാതെ പോയതാണ്; ദേശീയവിപ്ലവത്തിന്റെ ചക്രം തിരിയുന്ന അച്ചുതണ്ട് കാർഷികവിപ്ലവമാണെന്നു കാണാൻ കഴിയാതെ പോയതാണ്; കാർഷികവിപ്ലവത്തെയും അതുകൊണ്ടു ദേശീയവിപ്ലവത്തെയും വിജയകരമായി നയിക്കാൻ കമ്യൂണിസ്റ്റ് പാർട്ടിയുടെ നേതൃത്വത്തിലുള്ള തൊഴിലാളിവർഗത്തിനു മാത്രമേ കഴിയുകയുള്ളുവെന്നു കാണാതിരുന്നതാണ്. കോളനികളിലെ വിപ്ലവത്തിന്റെ കാര്യത്തിൽ മാർക്സിസ്റ്റ്- ലെനിനിസ്റ്റ് സമരതന്ത്രത്തിന്റെ ഈ അടിസ്ഥാനസംഗതികൾ കാണാതിരുന്നത്, നമ്മുടെ സോഷ്യലിസ്റ്റുകാരെ മുതലാളിവർഗത്തെയും ഇടത്തരക്കാരെയും വിപ്ലവത്തിന്റെ നേതാവും നിർണായകശക്തിയുമായിക്കരുതുവാനിടയാക്കി; തൊഴിലാളിവർനേതൃത്വത്തെപ്പറ്റി പറഞ്ഞതെല്ലാം ഔപചാരികം മാത്രമായിത്തീർന്നു.

എന്നിരുന്നാലും, വിപ്ലവതന്ത്രത്തോടുള്ള ഈ തെറ്റായ സമീപനരീതി തൊഴിലാളിപ്രസ്ഥാനത്തിന്റെയും സോഷ്യലിസ്റ്റ് പ്രസ്ഥാനത്തിന്റെയും പിന്നീടുള്ള വളർച്ചയിൽ ഗുരുതരമായ ഒരു പോരായ്മയായിത്തീർന്നുവെങ്കിലും, അത് പ്രസ്ഥാനത്തിനു പെട്ടെന്നു വലിയ ആപത്തുണ്ടാക്കിയില്ല. കാരണം, അപ്പോൾ ആവശ്യമായിരുന്നത് സ്വതന്ത്രവർഗസംഘടനകൾ കെട്ടിപ്പടുക്കുകയും തൊഴിലാളിവർഗത്തെയും കർഷകവർഗത്തെയും സാമ്രാജ്യവിരോധപ്രസ്ഥാനത്തിലേക്കു കൊണ്ടുവരികയും കോൺഗ്രസ്സിനകത്ത് വലതുപക്ഷത്തിനെതിരായ ഒരു ശക്തി എന്ന നിലയിൽ ഇടതുപക്ഷക്കാരുടെയും സോഷ്യലിസ്റ്റുകാരുടെയും ചേരി സംഘടിപ്പിക്കുകയുമായിരുന്നു. തൽസമയത്തെ ഈ കടമകൾ

പൊതുവെ നിർവഹിക്കപ്പെട്ടു; വിപ്ലവതന്ത്രത്തോടുള്ള ശരിയായ സമീപനരീതി ഈ കടമകളുടെ നിർവഹണത്തെത്തന്നെ കൂടുതൽ സഹായിക്കുമായിരുന്നുവെന്നതിൽ തർക്കമില്ലെന്നുള്ളത് മറ്റൊരു കാര്യം.

രണ്ടാം ലോകമഹായുദ്ധത്തിനു മുമ്പുള്ള കേരളത്തിലെ സോഷ്യലിസ്റ്റ് പ്രസ്ഥാനത്തിന്റെ ഏറ്റവും വലിയ നേട്ടം, കോൺഗ്രസ്സ് സോഷ്യലിസ്റ്റ് പാർട്ടിയുടെ നേതൃനിര, വലതുപക്ഷ നേതൃത്വത്തിൽനിന്നു വ്യത്യസ്തമായി, ആത്മാർഥമായി സോവിയറ്റനുഭാവിയും കമ്യൂണിസ്റ്റനുഭാവിയുമായിരുന്നുവെന്നുള്ളതാണ്. വാസ്തവത്തിൽ, മുതലാളിത്തലോകത്തിലെ ഏറ്റവും മൂർച്ഛിച്ച സാമ്പത്തികക്കുഴപ്പത്തിനു നടുവിൽ, സോവിയറ്റ് റഷ്യയിലെ ഒന്നാം പഞ്ചവൽസരപദ്ധതിയുടെ മഹനീയമായ നേട്ടങ്ങളായിരുന്നു കേരളത്തിലെ തൊഴിലാളിവർഗത്തെയും ഇടത്തരക്കാരെയും സോഷ്യലിസത്തിലേക്കാകർഷിച്ചത്. അതുകൊണ്ട് കേരളത്തിലെ യുവസോഷ്യലിസ്റ്റ് ഗ്രൂപ്പുകൾക്ക്, മസാനികളെയും മേത്തമാരെയുംപോലെ, സോവിയറ്റ് വിരോധികളാവുക എന്നതു ചിന്തിക്കാൻപോലും സാധ്യമായിരുന്നില്ല. ഫലമോ, കോൺഗ്രസ്സ് സോഷ്യലിസ്റ്റ് പാർട്ടിക്കകത്തെ ആഭ്യന്തരസമരം കൂടുതൽ രൂക്ഷമായതോടെ കേരളത്തിലെ സോഷ്യലിസ്റ്റണികളാകെത്തന്നെ, സോവിയറ്റ് വിരുദ്ധവും കമ്യൂണിസ്റ്റ് വിരുദ്ധവുമായ വലതുപക്ഷത്തിനെതിരായി, സോവിയറ്റനുഭാവിയും കമ്യൂണിസ്റ്റനുഭാവിയുമായ ഇടതുപക്ഷത്തെ അനുകൂലിച്ചു. ഇതിനുംപുറമേ, 1937 ൽ കോൺഗ്രസ്സ് സോഷ്യലിസ്റ്റ് പാർട്ടിയുടെ ഏറ്റവും മുന്തിയ സംസ്ഥാനനേതാക്കളിൽ ചിലരുംകൂടി അംഗങ്ങളായ ഒരു കമ്യൂണിസ്റ്റ് ഗ്രൂപ്പ് കേരളത്തിൽ രൂപീകരിക്കപ്പെട്ടു. 1938-39 കാലത്തെ ഈ ഗ്രൂപ്പിന്റെ പ്രവർത്തനവും രണ്ടാം ലോകമഹായുദ്ധം പൊട്ടിപ്പുറപ്പെട്ടതിനെത്തുടർന്ന് കമ്യൂണിസ്റ്റുകാരുടെയും സോഷ്യലിസ്റ്റുകാരുടെയും നയങ്ങൾ തമ്മിലുണ്ടായ സംഘട്ടനവും കൂടിയാണ് കേരളത്തിലെ കോൺഗ്രസ്സ് സോഷ്യലിസ്റ്റ് പാർട്ടിയാകെത്തന്നെ 1940 ൽ കമ്യൂണിസ്റ്റ് പാർട്ടിയാകാൻ കാരണമായത്.

ഇതോടെ തൊഴിലാളിപ്രസ്ഥാനത്തിന്റെയും സോഷ്യലിസ്റ്റ് പ്രസ്ഥാനത്തിന്റെയും ചരിത്രത്തിലെ ഒരു ഘട്ടം അവസാനിക്കുന്നു- ഈ പ്രസ്ഥാനങ്ങൾ ഏറെക്കുറെ ബൂർഷ്വാദേശീയപ്രസ്ഥാനത്തിനകത്തു നിന്നിരുന്ന ഘട്ടമെന്നതിനെ വിളിക്കാം. 1940 ൽ കമ്യൂണിസ്റ്റ് പാർട്ടിയുടെ കേരളക്കമ്മിറ്റിയും കീഴ്ഘടകങ്ങളും രൂപീകരിച്ചതിനുശേഷം മാത്രമാണ്, പാർട്ടിയുടെ പ്രവർത്തനങ്ങൾ നടത്താനുള്ള ഒരു നിയമവിരുദ്ധസംഘടന ഉണ്ടാക്കിയതിനുശേഷം മാത്രമാണ്, കേരളത്തിലെ സോഷ്യലിസ്റ്റുകാർ തങ്ങളുടെ രാഷ്ട്രീയപ്രവർത്തനങ്ങൾ നടത്താനുള്ള കേന്ദ്രസംഘടനയായി കോൺഗ്രസ്സിനെ ഉറ്റുനോക്കുന്ന പതിവ് അവ

സാനിച്ചത്. കോൺഗ്രസ്സിൽനിന്നുള്ള ഈ സംഘടനാപരമായ വേർപിരിയൽ നടന്നത് യുദ്ധത്തോടുള്ള ഇന്ത്യയുടെ മനോഭാവത്തിന്റെ പ്രശ്നത്തിൽ കമ്യൂണിസ്റ്റുകാരും കോൺഗ്രസ്സുകാരും തമ്മിലാരംഭിച്ച ഒരു നയസംഘട്ടനത്തിന്റെ രാഷ്ട്രീയ പരിതഃസ്ഥിതിയിലായിരുന്നു; അതുകൊണ്ട്, തൊഴിലാളിവർഗവും അതിന്റെ രാഷ്ട്രീയപ്പാർട്ടിയും മുതലാളിവർഗത്തിനും അതിന്റെ നേതൃത്വത്തിനുമെതിരായി ആശയപരവും പ്രായോഗികവുമായ ഒരു തുറന്ന സമരം തുടങ്ങിയ ഒരു ഘട്ടത്തിന്റെ ആരംഭമായി ഇതിനെ കണക്കാക്കാം.

IV

രണ്ടാം ലോകമഹായുദ്ധം തുടങ്ങിയതിനു തൊട്ടുപിമ്പുള്ള മാസങ്ങളിൽ കോൺഗ്രസ്സിനകത്ത് ഇടതുപക്ഷവും വലതുപക്ഷവും തമ്മിലുള്ള സമരം മൂർച്ഛിച്ചു. യുദ്ധം സാമ്രാജ്യയുദ്ധമാണെന്നും അതുകൊണ്ട് ഇന്ത്യയ്ക്കതിൽ യാതൊരു പങ്കുമുണ്ടായിരിക്കരുതെന്നും ഇടതുപക്ഷം പ്രഖ്യാപിച്ചു. വലതുപക്ഷം, നേരേമറിച്ച് ബ്രിട്ടൻ ഇന്ത്യയുടെ സ്വാതന്ത്ര്യമംഗീകരിക്കാത്തതുകൊണ്ട് അതൊരു സാമ്രാജ്യയുദ്ധമാണെന്നു പറഞ്ഞു. അങ്ങനെയാണെങ്കിൽ, ഒരു സ്വതന്ത്രരാഷ്ട്രമെന്ന ഇന്ത്യയുടെ പദവി ബ്രിട്ടൻ അംഗീകരിക്കുന്നപക്ഷം അതൊരു സാമ്രാജ്യയുദ്ധമല്ലാതായിത്തീരുമെന്നാണല്ലോ അതിനർഥം. സ്വഭാവനിർണയത്തിലുണ്ടായ ഈ വൈരുധ്യത്തിൽനിന്ന് വ്യത്യസ്തങ്ങളായ അടവുകളുമുളവായി- ഇടതുപക്ഷത്തിന്റെ അടവ് ജന്മനാ അന്യായമായ ഒരു യുദ്ധത്തെ നിരുപാധികം എതിർക്കുകയെന്നതായിരുന്നു; വലതുപക്ഷത്തിന്റെ അടവ് അന്യായമായ യുദ്ധത്തെ സോപാധികം അനുകൂലിക്കുകയെന്നതും. മറ്റൊരു തരത്തിൽ പറഞ്ഞാൽ, സാമ്രാജ്യത്വത്തിനെതിരായ ബഹുജനസമരം ശക്തിപ്പെടുത്തുകയും സാമ്രാജ്യത്വവുമായി വിലപേശുകയുമെന്ന രണ്ടുതരം അടവുകളായിരുന്നു അവ.

കേരളത്തിൽ ഇടതുപക്ഷവും വലതുപക്ഷവും തമ്മിലുള്ള ഈ സമരം യുദ്ധത്തിനുമുമ്പ് കോൺഗ്രസ്സിനകത്ത് രണ്ടു ഗ്രൂപ്പുകൾ തമ്മിൽ നടന്നുകൊണ്ടിരുന്ന സമരത്തിന്റെ ഒരു തുടർച്ച മാത്രമായിരുന്നില്ല. ഒരു വശത്ത് ദേശീയപ്രസ്ഥാനത്തിന്റെ മുതലാളിത്ത നേതൃത്വവും മറുവശത്ത് ഒരു സ്വതന്ത്രരാഷ്ട്രീയപ്പാർട്ടിയെന്ന നിലയിൽ ഉദയം ചെയ്തുകൊണ്ടിരുന്ന കമ്യൂണിസ്റ്റ് പാർട്ടിയും തമ്മിലുള്ള സമരമായിരുന്നു അത്. അതിനും പുറമേ, കേരളത്തിലെ ജനങ്ങൾ മുമ്പൊരിക്കലുമറിഞ്ഞിട്ടില്ലാത്ത ചില സംഘടനാരൂപങ്ങളും സമരരീതികളും സ്വീകരിക്കാൻ തുടങ്ങിയതിന്റെ സൂചനയുമായിരുന്നു അത്.

1940 ജാനവരി- ഫെബ്രുവരി കാലത്തു കൂടിയ കോൺഗ്രസ്സ് സോഷ്യലിസ്റ്റുകാരുടെ നിരവധി യോഗങ്ങളിൽവെച്ചാണ്, കോൺഗ്രസ്സ് സോഷ്യലിസ്റ്റ് പാർട്ടിയെ കമ്യൂണിസ്റ്റ് പാർട്ടിയാക്കി മാറ്റണമെന്നും ഇന്ത്യൻ കമ്യൂണിസ്റ്റ് പാർട്ടിയുടെ കേന്ദ്രക്കമ്മിറ്റി 'തൊഴിലാളി സമരമാർഗ'മെന്ന അതിന്റെ സുപ്രസിദ്ധരേഖയിൽ വിശദീകരിച്ചിട്ടുള്ള വിപ്ലവപരമായ സമരപരിപാടി നടപ്പിലാക്കാൻ പരിശ്രമിക്കണമെന്നും തീരുമാനിക്കപ്പെട്ടത്. ഈ തീരുമാനത്തെ തുടർന്ന് സ്വാഭാവികമായും പാർട്ടിയുടെ നിയമവിരുദ്ധസംഘടന സ്ഥാപിക്കണമെന്ന തീരുമാനവുമെടുത്തു. കാരണം, കമ്യൂണിസ്റ്റ് പാർട്ടി നിരോധിക്കപ്പെട്ടിരുന്നതിനു പുറമേ, ഗവൺമെന്റ് മർദ്ദനവുമാരംഭിച്ചുകഴിഞ്ഞിരുന്നു. യുദ്ധവിരുദ്ധപ്രവർത്തനം നടത്തിയതിനും വിധ്വംസകപ്രചാരവേല ചെയ്തതിനും ഇടതുപക്ഷക്കാർക്കെതിരായി ഡസൻകണക്കിനു കേസുകളെടുക്കുകയും അനേകംപേർ ജയിലിലാവുകയും ചെയ്തുകഴിഞ്ഞിരുന്നു. അതുകൊണ്ട്, ബാക്കിയുള്ള ചുരുക്കം പ്രവർത്തകരെ കാത്തുരക്ഷിക്കുകയും പാർട്ടിസംഘടനയുടെ തുടർച്ചയായ പ്രവർത്തനത്തിനു വേണ്ട ഏർപ്പാടുകളുണ്ടാക്കുകയും ചെയ്യേണ്ടതാവശ്യമാണെന്നു കരുതപ്പെട്ടു. ഈ സംഘടന രണ്ടു കൊല്ലത്തിലധികംകാലം, 1940 ന്റെ തുടക്കം മുതൽ കമ്യൂണിസ്റ്റ് പാർട്ടിയുടെ നിരോധനം നീക്കിയ 1942 ജൂലായ് വരെ, പ്രവർത്തിച്ചുവെന്നത് കേരളത്തിലെ ജനങ്ങൾക്കും കമ്യൂണിസ്റ്റുകാർക്കുതന്നെയും ഒരു പുതിയ അനുഭവമായിരുന്നു.

എന്നാൽ ഈ പ്രവർത്തനത്തിന്റെ ആരംഭത്തിൽ കമ്യൂണിസ്റ്റുകാർ ഒരു പ്രത്യേക സ്ഥിതിയിലായിരുന്നു. ഒരുവശത്ത്, അവർ നിയമവിരുദ്ധമായി പ്രവർത്തിക്കുകയും കോൺഗ്രസ്സിന്റെ ഔദ്യോഗികനയത്തെ എതിർക്കുകയും ചെയ്യുന്ന ഒരു സ്വതന്ത്രരാഷ്ട്രീയപ്പാർട്ടിയായിരുന്നുവെങ്കിൽ മറുവശത്ത്, അവർ കോൺഗ്രസ്സ് സംഘടനയുടെ സംസ്ഥാന, ജില്ലാ, കീഴ്ഘടകങ്ങളുടെ നേതാക്കളുമായിരുന്നു. ഒരുവശത്ത്, അവർക്ക് കമ്യൂണിസ്റ്റ് പാർട്ടിയുടെ സ്വതന്ത്രമായ വിപ്ലവരാഷ്ട്രീയനയം പ്രകടിപ്പിക്കുകയും മറുവശത്ത്, കോൺഗ്രസ്സുകാരെന്ന നിലയ്ക്ക് ഗാന്ധിജി വ്യവസ്ഥ ചെയ്തിട്ടുള്ള സത്യാഗ്രഹനിയമപരിധികൾക്കുള്ളിൽ നിൽക്കുകയും ചെയ്യേണ്ടിയിരുന്നു. ഒരുവശത്ത്, കമ്യൂണിസ്റ്റുകാരെന്ന നിലയും മറുവശത്ത്, കോൺഗ്രസ്സുകാരെന്ന നിലയും തമ്മിലുള്ള ഈ വൈരുധ്യം കോൺഗ്രസ്സുകാരെന്ന നിലയ്ക്കു മർദ്ദനവിരോധദിനമാചരിക്കാൻ (1940 സെപ്റ്റംബർ 15ന്) ആഹ്വാനം നൽകുവാനും കമ്യൂണിസ്റ്റുകാരെന്ന നിലയ്ക്ക് അന്ന് പോലീസ് മർദനത്തിനെതിരായി ഉശിരൻ ചെറുത്തുനിൽപ്പ് സംഘടിപ്പിക്കാനുമിടയാക്കി. ഈ ഉശിരൻ പ്രവർത്തനത്തിൽനിന്നാണ് കെ പി ആർ ഗോപാലന്റെ വധശിക്ഷയ്ക്കിടയാക്കിയ സുപ്രസിദ്ധമായ മൊറാഴ-

മട്ടന്നൂർ കേസുകളുൽഭവിച്ചത്. ഈ പ്രവർത്തനത്തിനിടയിലാണ് അബു, ചാത്തുക്കുട്ടി എന്നീ രണ്ടു യുവസഖാക്കൾ ജീവൻ വെടിഞ്ഞത്. അതുകൊണ്ട്, അതുവരെയുള്ള ജനങ്ങളുടെ അസംഘടിതമായ ചെറുത്തുനിൽപ്പിനു വ്യത്യസ്തമായി, ഒരു രാഷ്ട്രീയപ്പാർട്ടി പോലീസിനെതിരായി ഉശിരൻ ചെറുത്തുനിൽപ്പ് ബോധപൂർവം സംഘടിപ്പിച്ച പ്രഥമാവസരമായിരുന്നു അതെന്നു പറയാം.

ഈ പ്രവർത്തനം സ്വാഭാവികമായി ഗവൺമെന്റിനെയും ദേശീയ പ്രസ്ഥാനത്തിന്റെ മുതലാളിത്തനേതൃത്വത്തെയും ഒരുപോലെ അരിശം കൊള്ളിച്ചു. കമ്യൂണിസ്റ്റുകാർക്കു ശക്തിയുള്ള എല്ലാ പ്രദേശങ്ങളിലും ഗവൺമെന്റ് ഭീകരഭരണമഴിച്ചുവിട്ടുവെങ്കിൽ, ദേശീയനേതൃത്വം കമ്യൂണിസ്റ്റ്നേതൃത്വത്തിലുള്ള ഇടതുപക്ഷക്കാർക്കു ഭൂരിപക്ഷമുണ്ടായിരുന്ന കെ പി സി സി യെയും മറ്റു കോൺഗ്രസ്സ് കമ്മിറ്റികളെയും പിരിച്ചുവിട്ടു. അതുമൂലം കമ്യൂണിസ്റ്റുകാർക്ക് അവരുടെ നിയമവിരുദ്ധസംഘടന ശക്തിപ്പെടുത്തുകയും ഒരു സ്വതന്ത്രരാഷ്ട്രീയപ്പാർട്ടിയെന്ന നിലയിൽ ജനങ്ങളുടെ മുമ്പിൽ പ്രത്യക്ഷപ്പെടുകയും ചെയ്യേണ്ടതാവശ്യമായിത്തീർന്നു. രണ്ടുകൊല്ലത്തോളംകാലം- 1940 ഒക്റ്റോബർ മുതൽ 1942 ജൂലായ് വരെ- അവരിതു വിജയകരമായി നിർവഹിച്ചു. കമ്യൂണിസ്റ്റ് പാർട്ടിയെ സാമ്രാജ്യത്വവിരുദ്ധപ്രസ്ഥാനത്തിന്റെ നേതാവായിക്കാണാൻ തുടങ്ങിയ, സംസ്ഥാനത്തിലെ സകല യഥാർഥ സാമ്രാജ്യവിരോധികളുടെയും ആദരവ് ഇത് പാർട്ടിക്കു നേടിക്കൊടുത്തു. യഥാർഥത്തിൽ, നിയമവിരുദ്ധപ്രവർത്തനത്തിന്റെ ഘട്ടത്തിലാണ് കമ്യൂണിസ്റ്റ് പാർട്ടി ഒരു രാഷ്ട്രീയപ്പാർട്ടിയെന്ന നിലയിൽ (ബുദ്ധിമുട്ടി പണിയെടുക്കുന്ന നല്ല കോൺഗ്രസ്സുകാരുടെ ഒരു ഗ്രൂപ്പെന്ന നിലയിൽ മാത്രമല്ല) സാമ്രാജ്യവിരോധ പ്രസ്ഥാനത്തിന്റെ നേതൃസ്ഥാനത്തെത്തിയത്.

ഇതിനിടയിൽ യുദ്ധത്തിന്റെ സ്വഭാവം മാറി. 1941 ജൂൺ 22-ാം തീയതി യുദ്ധം ലോകത്തെ വീണ്ടും പങ്കുവയ്ക്കുന്നതിനുവേണ്ടി വിരുദ്ധസാമ്രാജ്യത്വഗ്രൂപ്പുകൾ നടത്തുന്ന ഒരു പരിശ്രമമല്ലാതായിത്തീർന്നു; നേരേ മറിച്ച്, അത് സോവിയറ്റ്യൂണിയന്റെയും അതിലൂടെ ലോകസോഷ്യലിസത്തിന്റെയും ഭാവി നിർണയിക്കുന്നതിനുള്ള ഒരു യുദ്ധമായിത്തീർന്നു. എന്നാൽ യുദ്ധത്തിന്റെ സ്വഭാവത്തിൽ വന്ന ഈ മാറ്റം തൊഴിലാളിവർഗത്തിന്റെ വർഗബോധമുള്ള പ്രതിനിധികൾക്കുമാത്രം കാണാൻ കഴിയുന്ന തരത്തിലുള്ള ഒന്നായിരുന്നതുകൊണ്ട്, വളരെ കെട്ടുപിണഞ്ഞ ഒരു സ്ഥിതിവിശേഷമുളവായി. യഥാർഥത്തിൽ ഇടതുപക്ഷക്കാരായിരുന്ന ഇടത്തരക്കാർക്ക് തീർച്ചയായും സോവിയറ്റ് യൂണിയനോടനുഭാവമുണ്ടായിരുന്നു. പക്ഷേ അതുകൊണ്ടുമാത്രം, ബ്രിട്ടൻ നമ്മുടെ രാജ്യം ഭരിച്ചുകൊ

ണ്ടിരിക്കുന്നിടത്തോളംകാലം, യുദ്ധത്തിന്റെ സ്വഭാവത്തിൽ യാതൊരു മാറ്റവും കാണാൻ അവർക്കു കഴിഞ്ഞില്ല. തൊഴിലാളിവർഗത്തിന്റെ മുന്നണിവിഭാഗമാകട്ടെ, നേരേമറിച്ച് സോഷ്യലിസത്തിന്റെ നാടിനെ രക്ഷിക്കാനായി ആവുന്നതെല്ലാം ചെയ്യണമെന്നു കരുതി. ആരംഭത്തിൽ ഇന്ത്യയിലെ കമ്യൂണിസ്റ്റുകാരുടെ ചിന്താഗതിയും ആദ്യം പറഞ്ഞതരത്തിലായിരുന്നു; എങ്കിലും 1942 ൽ ഇന്ത്യൻ കമ്യൂണിസ്റ്റുകാർ സ്വാഭാവികമായും രണ്ടാമത്തെ നിലപാടു സ്വീകരിച്ചു. സോവിയറ്റ് യൂണിയൻ യുദ്ധത്തിൽ പ്രവേശിച്ചതോടുകൂടി യുദ്ധം ഒരു ജനകീയയുദ്ധമായിത്തീർന്നുവെന്നവർ പ്രഖ്യാപിച്ചു.

ഇത് കേരളത്തിലെ ദേശീയജനാധിപത്യപ്രസ്ഥാനത്തിനകത്തെ ചേരിതിരിവിൽ അടിസ്ഥാനപരമായ ഒരു മാറ്റമുളവാക്കി. എന്തുകൊണ്ടെന്നാൽ, 1942 വരെ എല്ലാ യഥാർഥസാമ്രാജ്യവിരോധികൾക്കിടയിലും കമ്യൂണിസ്റ്റുകാർക്കുണ്ടായിരുന്ന അനിഷേധ്യമായ നേതൃത്വത്തിന് ഇളക്കം തട്ടി. സാധാരണ സാമ്രാജ്യവിരോധികളുടെ ദൃഷ്ടിയിൽ, എപ്പോഴും സന്ധിപ്രിയരായിരുന്ന ദേശീയപ്രസ്ഥാനത്തിന്റെ വലതുപക്ഷ മുതലാളിത്ത നേതൃത്വം, ഇപ്പോൾ ശത്രുവുമായി ഒരവസാനസമരത്തിലേർപ്പെട്ടിരിക്കുന്ന, സന്ധിയില്ലാത്ത സാമ്രാജ്യവിരോധഭടന്മാരുടെ രൂപം കൈക്കൊണ്ടു. ഏറ്റവും നല്ല പോരാളികളായി എപ്പോഴും ഗണിക്കപ്പെട്ടുവന്ന കമ്യൂണിസ്റ്റുകാരാകട്ടെ സന്ധിപ്രിയരായി കാണപ്പെടുകയും ചെയ്തു. ഇങ്ങനെ അതുവരെയുണ്ടായിരുന്ന ഇടതുപക്ഷശക്തികളുടെ ഉറച്ച ഐക്യം തകർന്നു; ഇടതുപക്ഷക്കാരിലൊരു വിഭാഗം വലതുപക്ഷ കോൺഗ്രസ്സുകാരോട് ചേർന്നു. കമ്യൂണിസ്റ്റ് വിരോധം വലതുപക്ഷ കോൺഗ്രസ്സുകാരുടെ മാത്രമല്ല, ഇടതുപക്ഷ വിഭാഗങ്ങളുടെയും കൊടിയടയാളമായിത്തീർന്നു. കമ്യൂണിസ്റ്റ് പാർട്ടി ബ്രിട്ടീഷ് സാമ്രാജ്യത്വത്തിന്റെ പണം പറ്റുന്ന ഏജന്റന്മാരാണെന്നു യഥാർഥമായി വിശ്വസിച്ചിരുന്ന സാമ്രാജ്യവിരോധികളുടെ ഒരു പുതിയ തലമുറ വളർന്നുവന്നു.

ഈ സംഭവവികാസം തൊഴിലാളിവർഗത്തെയും മറ്റു ബഹുജന സംഘടനകളെയും സംബന്ധിച്ചിടത്തോളം വിനാശകരമായ ഫലങ്ങളാണുളവാക്കിയത്. ട്രേഡ്‌യൂണിയനുകളിലും വിദ്യാർഥി സംഘടനകളിലും മറ്റും ഇതുവരെയുണ്ടായിരുന്ന ഉറച്ച ഐക്യം തകർന്നു. നമ്മുടെ തൊഴിലാളിപ്രസ്ഥാനത്തിന്റെ ചരിത്രത്തിലാദ്യമായി മുതലാളിത്ത നേതൃത്വത്തിലുള്ള ഒരു തൊഴിലാളിപ്രസ്ഥാനം, നാഷണൽ ലേബർ യൂണിയൻ, ആവിർഭവിച്ചു. അതുപോലെതന്നെ വിദ്യാർഥി ഫെഡറേഷന് എതിരായി വിദ്യാർഥി കോൺഗ്രസ്സും വളരാൻ തുടങ്ങി. ഇവ രണ്ടിനെക്കാളും വളരെ ചുരുങ്ങിയ തോതിലും ചില പ്രദേശങ്ങളിൽ മാത്രവുമായി

കർഷകകോൺഗ്രസ്സും തലപൊക്കി. ജനങ്ങളുടെ എല്ലാ വിഭാഗങ്ങളിലും എതിർസംഘടനകൾ- ഇതായിത്തീർന്ന ദേശീയപ്രസ്ഥാനത്തിലെ കമ്യൂണിസ്റ്റ് വിരുദ്ധവിഭാഗത്തിന്റെ മുദ്രാവാക്യം.

സോഷ്യലിസ്റ്റ്പ്രസ്ഥാനത്തിനും ഇതുതന്നെ സംഭവിച്ചു; 1942 വരെ കേരളത്തിലെ സോഷ്യലിസ്റ്റ് പ്രസ്ഥാനത്തിനകത്ത്, കേരള സോഷ്യലിസ്റ്റുകാരുടെ പ്രഥമതലമുറയുടെ യഥാർത്ഥമായ സോഷ്യലിസ്റ്റ് വിശ്വാസങ്ങളുടെ ഫലമായി, സോവിയറ്റ് വിരോധവും കമ്യൂണിസ്റ്റ്വിരോധവും ഉണ്ടായിരുന്നില്ല. ഇതുകൊണ്ടാണ് 1940 ൽ കേരളത്തിലെ സോഷ്യലിസ്റ്റ് പാർട്ടിയെ കമ്യൂണിസ്റ്റ് പാർട്ടിയാക്കിമാറ്റാൻ തീരുമാനിച്ചപ്പോൾ അതിലെ ഒരൊറ്റ അംഗം പോലും വിയോജിക്കാതിരുന്നത്. എന്നാൽ 1942 ൽ സാർവലൗകിക തൊഴിലാളിവർഗത്തോടുള്ള കൂറും നമ്മുടെ സാമ്രാജ്യവിരോധപ്രസ്ഥാനത്തോടുള്ള കൂറും തമ്മിൽ സംഘട്ടനമുണ്ടെന്നു പുറമേക്കു തോന്നാനിടയാക്കിയ സംഭവവികാസങ്ങൾ, മസാനികളെയും മേത്തമാരെയും പോലെതന്നെ സോവിയറ്റ്വിരോധികളും കമ്യൂണിസ്റ്റ് വിരോധികളുമായ ഒരു പുതിയ തലമുറയെ കേരളത്തിലെ സോഷ്യലിസ്റ്റുകാർക്കിടയിൽ സൃഷ്ടിച്ചു.

ഇത് വളരെ അർത്ഥവത്തായ ഒരു സംഭവവികാസമായിരുന്നു. കാരണം, കോൺഗ്രസ്സിന്റെ പ്രത്യക്ഷമായ ഐക്യത്തിനകത്തുതന്നെ ഭാവിക്കുഴപ്പത്തിന്റെ വിത്തുകളടങ്ങിയിട്ടുണ്ടെന്നും അത് കാണിച്ചു. ദേശീയപ്രസ്ഥാനത്തെ സോഷ്യലിസത്തിന്റെ മാർഗത്തിലൂടെ വളർത്താനുള്ള ആഗ്രഹം, സോഷ്യലിസ്റ്റുകാരുടെ ഈ തലമുറയെ സംബന്ധിച്ചിടത്തോളം, സാമ്രാജ്യത്വത്തിനെതിരായ അവസാനസമരമായി അവർക്കു തോന്നിയ സമരത്തിന്റെ വഴിയിൽ 'വിലങ്ങുതടി'കളായിരുന്ന കമ്യൂണിസ്റ്റുകാരോടുള്ള വെറുപ്പിനോളംതന്നെ, ആത്മാർത്ഥമായിരുന്നു. അതുകൊണ്ട് വലതുപക്ഷനേതാക്കൾ സാമ്രാജ്യത്വവുമായി ഒരൊത്തുതീർപ്പിലെത്താൻ പരിശ്രമിക്കുകയാണെന്ന് അധികമധികം വ്യക്തമാവാൻ തുടങ്ങിയതോടെ, സോഷ്യലിസ്റ്റുകാരുടെ 1942 ലെ ഈ പുതിയ തലമുറയ്ക്ക് അവരുടെ വലതുപക്ഷ കൂട്ടുകാരെപ്പറ്റിയുള്ള വ്യാമോഹം തകരാൻ തുടങ്ങി. ഇതായിരുന്നു കേരള സോഷ്യലിസ്റ്റ് പാർട്ടിയുടെയും റവല്യൂഷണറി സോഷ്യലിസ്റ്റ് പാർട്ടിയുടെയും രൂപീകരണത്തിലേക്കും, അവരും കമ്യൂണിസ്റ്റ് പാർട്ടിയും തമ്മിലുള്ള ഐക്യമുന്നണിയുടെ സാധ്യതയിലേക്കുമുള്ള സോഷ്യലിസ്റ്റുകാരുടെ അനന്തരവളർച്ചയ്ക്കിടയാക്കിയതെന്നു നമുക്കു കാണാം.

രാഷ്ട്രീയസ്ഥിതിയെ കുഴപ്പത്തിലാക്കിയ മറ്റൊരു സംഗതി മുസ്ലിം ലീഗ് ഒരു പ്രധാനരാഷ്ട്രീയശക്തിയായി വളർന്നുവന്നതാണ്. 1920-21 ന

ശേഷം മറ്റൊരിക്കലും മുസ്ലിങ്ങൾക്കിടയിൽ യുദ്ധകാലത്തെപ്പോലെ ഒരു ണർവുണ്ടായിട്ടില്ല; എന്നാൽ 1921 ൽ മുസ്ലിം ബഹുജനങ്ങൾ കോൺഗ്രസ്സിനു പിന്നിലണിനിരന്നുവെങ്കിൽ, ഇപ്പോൾ അവർ കോൺഗ്രസ്സിനെതിരായിട്ടാണ് അണിനിരന്നത്. കോൺഗ്രസ്സിനെതിരായണിനിരക്കുന്ന ബഹുജനങ്ങളുടെ ഏതൊരു വിഭാഗവും കോൺഗ്രസ്സുകാരുടെയും കമ്യൂണിസ്റ്റ്‌വിരോധികളായ ഇടതുപക്ഷക്കാരുടെയും ദൃഷ്ടിയിൽ പിന്തിരിപ്പൻശക്തികളായിരുന്നതുകൊണ്ട്, അവർ മുസ്ലിംലീഗിനു പിന്നിലുള്ള ബഹുജനങ്ങളെ ലീഗുനേതൃത്വത്തെയെന്നപോലെതന്നെ പിന്തിരിപ്പനായി കണക്കാക്കി. മുസ്ലിംലീഗിനോട് കോൺഗ്രസ്സ് എടുത്ത ഈ മനോഭാവത്തെ കമ്യൂണിസ്റ്റുകാർ എതിർത്തതും കോൺഗ്രസ്സ്- ലീഗൈക്യമെന്ന മുദ്രാവാക്യം അവർ ഉന്നയിച്ചതും സാമ്രാജ്യവിരോധപ്രസ്ഥാനത്തിനകത്തെ കമ്യൂണിസ്റ്റ് വിരോധപക്ഷപാതത്തിനു മറ്റൊരു കാരണമായിരുന്നു.

ഇതുമാതിരി കുഴപ്പംപിടിച്ച ഒരു രാഷ്ട്രീയസ്ഥിതിയെ നേരിടുന്നതിന് കമ്യൂണിസ്റ്റ് പാർട്ടിക്ക് ഉയർന്ന തോതിലുള്ള രാഷ്ട്രീയപരിപക്വത ആവശ്യമായിരുന്നു. കാരണം, ഇന്ത്യൻ തൊഴിലാളിവർഗത്തിന്റെ ദേശീയ സാമ്രാജ്യത്വവിരുദ്ധകടമകളെ അതിന്റെ സാർവലൗകികകടമകളുമായി ബന്ധിപ്പിക്കുന്നതിന്റെ ഒരു പ്രശ്നമായിരുന്നു ഇത്. സാമ്രാജ്യവിരോധികളായ ബഹുജനങ്ങൾക്കിടയിൽ വളർന്നുകൊണ്ടിരുന്ന ഫാസിസ്റ്റനുകൂല ചിന്താഗതിയെ എങ്ങനെ എതിർക്കണമെന്നതിന്റെ ഒരു പ്രശ്നം കൂടിയായിരുന്നു ഇത്. യഥാർഥ ഫാസിസ്റ്റ് ഏജന്റുമാരെ ഫലപ്രദമായി തുറന്നുകാണിക്കുകയും സാമ്രാജ്യവിരോധികളായ ആളുകളിൽ ഭൂരിപക്ഷത്തെ സ്വാധീനിക്കുകയും ചെയ്യേണ്ടതുണ്ടായിരുന്നു. കഴിഞ്ഞില്ല, മുസ്ലിങ്ങളും അമുസ്ലിങ്ങളുമായ ബഹുജനങ്ങൾക്കിടയിൽ, കോൺഗ്രസ്സിന്റെയും മുസ്ലിംലീഗിന്റെയും നേതൃത്വങ്ങൾ എടുത്ത നിലപാടിന്റെ ജനാധിപത്യവിരുദ്ധസ്വഭാവം മനസ്സിലാക്കാൻ ഇരുകൂട്ടരെയും സഹായിക്കത്തക്ക നിലയിൽ പ്രവർത്തിക്കേണ്ടതും ആവശ്യമായിരുന്നു. എല്ലാറ്റിനുമുപരി, ട്രേഡ്‌യൂണിയനുകളുടെയും കിസാൻസഭകളുടെയും വിദ്യാർഥിസംഘടനകളുടെയും മറ്റും ഐക്യത്തെ നിലനിർത്തുകയും വ്യാപിപ്പിക്കുകയും ചെയ്യേണ്ടതിന്റെ ആവശ്യകതയും ഇതിലടങ്ങിയിരുന്നു. അതിന് യഥാർഥത്തിൽ ഫാസിസ്റ്റ് ഏജന്റുകളായവരെ സഹായിക്കുന്ന തരത്തിലുള്ള സമരങ്ങൾ നടത്താതെ ബഹുജനങ്ങളുടെ ദൈനംദിനാവശ്യങ്ങൾ നേടാൻ പ്രവർത്തിക്കേണ്ടിയിരുന്നു.

അത്ര ഉയർന്നതരത്തിലുള്ള ഒരു രാഷ്ട്രീയപരിപക്വത കമ്യൂണിസ്റ്റ് പാർട്ടിക്കു കാണിക്കാൻ കഴിഞ്ഞില്ലെന്നതു നിസ്സംശയമാണ്. 1942

ലെ പ്രക്ഷോഭത്തിന്റെ സാമ്രാജ്യവിരോധപരമായ ഉള്ളടക്കത്തെ വില യിരുത്തുന്നതിലും, ആ സമരത്തിൽനിന്നുയർന്നുവന്ന സോഷ്യലിസ്റ്റു കാരുടെയും ഇടതുപക്ഷക്കാരുടെയും പ്രാധാന്യം തിരിച്ചറിയുന്നതിലും, മുസ്ലിംലീഗിന്റെ പങ്കും അതിന്റെ പാകിസ്ഥാൻ മുദ്രാവാക്യവും മനസ്സി ലാക്കുന്നതിലും കമ്യൂണിസ്റ്റുകാർക്ക് തെറ്റുപറ്റി. മാത്രമല്ല, തൊഴിലാളിവർഗ രംഗത്തും മറ്റു ബഹുജനമുന്നണികളിലുമുള്ള സമരത്തിന്റെ തോതിലും കമ്യൂണിസ്റ്റുകാർക്ക് തെറ്റുപറ്റി. ഈ തെറ്റുകളുടെയെല്ലാം ആകത്തുക, വിപ്ലവത്തിന്റെ അടവുകൾ രൂപീകരിക്കുന്നതിൽ ദേശീയസ്വാതന്ത്ര്യ ത്തിന്റെ പ്രാധാന്യം കുറച്ചുകണ്ടതാണ്; ഒരു കോളനിരാജ്യത്ത് ദേശീ യാഭിലാഷങ്ങളാണ് നിർണായകമായ രാഷ്ട്രീയഘടകമെന്ന വസ്തുത ശരിയായി കണക്കിലെടുത്താൽ മാത്രമേ കമ്യൂണിസ്റ്റുകാർക്ക്, തങ്ങളുടെ വർഗപരമായ കടമകൾ നിറവേറ്റാൻ കഴിയുകയുള്ളൂവെന്നു മനസ്സിലാ ക്കാതിരുന്നതാണ്.

പാർട്ടി ഈ തെറ്റുകൾ ചെയ്തുവെന്നതും അതിൻഫലമായി, പാർട്ടി ക്കു പുറത്തുള്ള സാമ്രാജ്യവിരോധികളായ ബഹുജനങ്ങളിൽനിന്ന് പാർട്ടി താൽക്കാലികമായി ഒറ്റപ്പെട്ടുവെന്നതും ശരിയാണ്. അതിനെക്കാൾ പ്ര ധാനവും നിർണായകവുമായ സംഗതി, ദേശീയപ്രസ്ഥാനത്തിന്റെ മുത ലാളിത്തനേതൃത്വവുമായുള്ള ആദ്യത്തെ വമ്പിച്ച രാഷ്ട്രീയസംഘട്ടനത്തി ൽ കമ്യൂണിസ്റ്റ് പാർട്ടി അതിന്റെ സാർവദേശീയവും വർഗപരവുമായ കടമകളെയാണ് അവരുടെ രാഷ്ട്രീയപ്രവർത്തനത്തിന്റെ അച്ചുതണ്ടാ യെടുത്തതെന്നുള്ളതാണ്. ദേശീയവികാരത്തിന്റെ ഒഴുക്കിനെതിരായി നീന്തുകയും സാർവദേശീയകടമയെ പ്രധാനകടമയായി പരസ്യമായി സ്വീകരിക്കുകയും ചെയ്യാൻ വമ്പിച്ച തോതിലുള്ള രാഷ്ട്രീയവിശ്വാസം ആവശ്യമായിരുന്നു. ദേശീയപ്രസ്ഥാനത്തിനകത്തു വളർന്നവരും, അതു കൊണ്ടുതന്നെ ബൂർഷ്വാദേശീയവാദത്തിന്റെ അവശിഷ്ടങ്ങൾ ധാരാളം ഉൾക്കൊള്ളുന്നവരുമായ കേരളത്തിലെ കമ്യൂണിസ്റ്റുകാരെ സംബന്ധി ച്ചിടത്തോളം ഇത് പ്രത്യേകിച്ചും ആവശ്യമായിരുന്നു. എങ്കിലും തങ്ങളു ടെ കടമയുടെ ഈ ഭാഗം ഒരേകീകൃതപാർട്ടിയെന്ന നിലയിൽത്തന്നെ അവർ നിർവഹിച്ചു; പാർട്ടിക്ക് 'ജനകീയയുദ്ധ'മെന്ന മുദ്രാവാക്യം ഉപേ ക്ഷിക്കേണ്ടിവരികയോ അല്ലാത്തപക്ഷം പാർട്ടി ഛിന്നഭിന്നമാവുകയോ ചെയ്യുമെന്ന ശത്രുക്കളുടെ ഓമനസ്വപ്നങ്ങളെല്ലാം തകർന്നു.

അത്രമാത്രമല്ല. യഥാർഥ സാമ്രാജ്യവിരോധികളിൽ ഭൂരിപക്ഷത്തി ന്റെയും അന്ധമായ എതിരഭിപ്രായത്തോടേറ്റുമുട്ടേണ്ടിവന്ന 1942-45 കാ ലഘട്ടത്തിലാണ് പാർട്ടി ഒരു ബഹുജനരാഷ്ട്രീയപ്പാർട്ടിയായി വളർന്ന ത്. പാർട്ടി, 1942 ൽ തുടങ്ങിയ വാരിക വളരെവേഗം മലയാളഭാഷയിലെ

ഏറ്റവും പ്രചാരമുള്ള രാഷ്ട്രീയവാരികയായിത്തീർന്നു. പാർട്ടിഫണ്ടിനുള്ള തുടർച്ചയായ അഭ്യർഥനകൾക്ക് നാട്ടുകാർക്കിടയിൽ ഗംഭീരമായ സ്വീകരണം കിട്ടി; 1942-45 കാലത്ത് പിരിഞ്ഞ തുക മൂന്നുലക്ഷം ഉറുപ്പികയിൽ കൂടുതലായിരുന്നു. ഒരു രാഷ്ട്രീയപ്പാർട്ടിയുടെ സംഘടനാപരമായ ശക്തി അളക്കാനുള്ള ഏതു മാനദണ്ഡംവച്ചു നോക്കിയാലും- ജനങ്ങളിൽനിന്നു പിരിച്ച പണം, മുഴുവൻ സമയക്കാരും അല്ലാത്തവരുമായ പ്രവർത്തകന്മാർ ചെയ്ത ജോലിയുടെ അളവും മേന്മയും പാർട്ടിപ്പത്രത്തിന്റെ പ്രചാരം, രാഷ്ട്രീയ ലഘുലേഖകളുടെയും മറ്റു പ്രസിദ്ധീകരണങ്ങളുടെയും ശരാശരി വിൽപ്പന മുതലായവ- പാർട്ടി ചരിത്രം സൃഷ്ടിച്ച നിലവാരത്തിലെത്തി എന്നു മനസ്സിലാക്കാം.

പാർട്ടിയുടെ രാഷ്ട്രീയ സ്വാധീനത്തിലും സംഘടനാപരമായ ശക്തിയിലുമുള്ള ഈ മുന്നേറ്റത്തിന്റെ പ്രധാനകാരണം, ദേശീയരാഷ്ട്രീയരംഗത്തുള്ള അതിന്റെ മുദ്രാവാക്യങ്ങൾ സാമ്രാജ്യവിരോധികളിൽ ഭൂരിപക്ഷത്തിന്റെ വികാരങ്ങൾക്കു വിപരീതമായിരുന്നുവെങ്കിലും, അതിന്റെ പ്രായോഗിക ദൈനംദിനപ്രവർത്തനം ജനങ്ങളുടെ ആവശ്യങ്ങൾക്കേറ്റവും യോജിച്ചതായിരുന്നുവെന്നതാണ്. എന്തെന്നാൽ, സാധാരണ ജനങ്ങളുടെ നിത്യജീവിതത്തെ സ്പർശിക്കുന്ന, ഭക്ഷണം, വസ്ത്രം, പഞ്ചസാര, മണ്ണെണ്ണ മുതലായ എല്ലാ പ്രശ്നങ്ങളും പാർട്ടി ഏറ്റെടുത്തു. ഈ പ്രശ്നങ്ങളെ ജനകീയരീതിയിൽ പരിഹരിക്കാൻവേണ്ടി പ്രക്ഷോഭം കൂട്ടുക മാത്രമല്ല പാർട്ടി ചെയ്തുള്ളൂ; ഭക്ഷണക്കമ്മിറ്റികളിലും ഭക്ഷ്യോൽപ്പാദന തീവ്രയജ്ഞക്കമ്മിറ്റികളിലും മറ്റും ജനങ്ങളെ സംഘടിപ്പിക്കുകകൂടി ചെയ്തു. ഈ പ്രവർത്തനങ്ങളിലൂടെയും അതുപോലെതന്നെ ട്രേഡ്യൂണിയനുകളുടെയും കിസാൻസംഘങ്ങളുടെയും പ്രവർത്തനങ്ങളിലൂടെയും ജനങ്ങളുടെ പല അടിയന്തരപ്രശ്നങ്ങളും പരിഹരിക്കാൻ പാർട്ടി പരിശ്രമിച്ചു. ഈ പ്രവർത്തനങ്ങൾ മൂലമാണ്, ദേശീയ ട്രേഡ്യൂണിയനുകളുടെയും വിദ്യാർഥി കോൺഗ്രസ്സിന്റെയും മുസ്ലിം വിദ്യാർഥി ഫെഡറേഷന്റെയും രൂപീകരണംകൊണ്ട് ബഹുജനസംഘടനകൾ പിളർക്കപ്പെട്ട സമയത്തുപോലും കമ്യൂണിസ്റ്റ്നേതൃത്വത്തിലുള്ള ബഹുജനസംഘടനകളും അവയുടെ അംഗസംഖ്യയും അദ്ഭുതപൂർവമായി വളർന്നത്. ഒരു ജനകീയസംസ്കാരം, ജനങ്ങളെ സേവിക്കുന്നതിനുള്ള സംസ്കാരം, സൃഷ്ടിക്കുന്നതിനുവേണ്ടി പാർട്ടി നടത്തിയ പരിശ്രമങ്ങൾ നമ്മുടെ ജനങ്ങളുടെ സാഹിത്യപരവും കലാപരവും ശാസ്ത്രീയവുമായ പൈതൃകത്തെ വമ്പിച്ച തോതിൽ വളർത്തുകയും, അങ്ങനെ സാംസ്കാരികപ്രവർത്തകരായ നിരവധി സ്ത്രീപുരുഷന്മാരെ പാർട്ടിയിലേക്കാകർഷിക്കുകയും ചെയ്തു.

1942-45 കാലഘട്ടത്തിൽ, ഐക്യകേരളമെന്ന മുദ്രാവാക്യം ആവി

ഷ്കരിച്ചതായിരുന്ന കമ്യൂണിസ്റ്റ് പാർട്ടിയുടെ സുപ്രധാനമായ ഒരു കാൽവയ്പ്പ്. ഇന്ത്യൻ നാഷണൽ കോൺഗ്രസ്സ് അതിന്റെ ഭരണഘടനയിൽ ഭാഷാ സംസ്ഥാനമെന്ന തത്വം അംഗീകരിക്കുകയും മലയാളം സംസാരിക്കുന്ന പ്രദേശങ്ങളെയെല്ലാംകൂടി കേരളസംസ്ഥാനമായി കണക്കാക്കി അതിനു പ്രത്യേകമായി ഒരു പാർട്ടിഘടകം രൂപവൽക്കരിക്കുകയും ചെയ്തതു മുതൽ ആ മുദ്രാവാക്യം യഥാർഥത്തിൽ ഔപചാരികമായി അംഗീകരിക്കപ്പെട്ടിരുന്നു. എന്നാൽ, 'ആഭ്യന്തരകാര്യങ്ങളിൽ ഇടപെടുന്നതി'ൽനിന്നു കോൺഗ്രസ്സിനെ വിലക്കിയിരുന്ന കൊച്ചി, തിരുവിതാംകൂർ എന്നീ രണ്ടു നാട്ടുരാജ്യങ്ങളിലാണ് കേരളത്തിന്റെ ഭൂരിഭാഗവുമെന്ന വസ്തുത, കേരള സംസ്ഥാന കോൺഗ്രസ്സ്കമ്മിറ്റിയെ ഫലത്തിൽ മലബാർ കോൺഗ്രസ്സ് കമ്മിറ്റിയാക്കിത്തീർത്തു. അതുകൊണ്ടാണ്, തിരുവിതാംകൂർ സ്റ്റേറ്റ് കോൺഗ്രസ്സും കൊച്ചിൻ പ്രജാമണ്ഡലവും ഈ രണ്ടു നാട്ടുരാജ്യങ്ങളെയും ജനാധിപത്യത്തിനുവേണ്ടിയുള്ള സജീവസമരത്തിലേക്കു കൊണ്ടുവന്നപ്പോൾപോലും ബൂർഷ്വാനേതൃത്വത്തിലുള്ള ദേശീയപ്രസ്ഥാനം മൂന്നായി വിഘടിച്ചുനിന്നത്. സോഷ്യലിസ്റ്റ്പ്രസ്ഥാനത്തിന്റെ ആവിർഭാവവും കമ്യൂണിസ്റ്റ് പാർട്ടിയിലേക്കുള്ള അതിന്റെ പരിവർത്തനവുമാണ് ഒരഖില കേരളരാഷ്ട്രീയപ്പാർട്ടിയെയും ഒരഖിലകേരള രാഷ്ട്രീയനേതൃത്വത്തെയും സൃഷ്ടിച്ചത്.

കേരളത്തിലെ ജനാധിപത്യപ്രസ്ഥാനത്തിന്റെ താത്വികമായ ഈ ഏകീകരണംകൊണ്ടുമാത്രം പാർട്ടി തൃപ്തിപ്പെട്ടില്ല; നേരേമറിച്ച്, തുടരെത്തുടരെയുള്ള ലേഖനങ്ങളിലൂടെയും ലഘുലേഖകളിലൂടെയും അത് മദിരാശി സംസ്ഥാനത്തിലെയും കൊച്ചി, തിരുവിതാംകൂർ നാട്ടുരാജ്യങ്ങളിലെയും മലയാളം സംസാരിക്കുന്നവർ ഭൂരിപക്ഷമായതും തൊട്ടുകിടക്കുന്നതുമായ പ്രദേശങ്ങളെയെല്ലാം, നാട്ടുരാജാക്കന്മാരില്ലാത്ത ഒരു സംസ്ഥാനമായി ഏകീകരിക്കണമെന്ന മുദ്രാവാക്യം ഉയർത്തി. ജനങ്ങളുടെ ഭാവനയെ ആകർഷിക്കുകയും ജനാധിപത്യത്തിനുവേണ്ടിയുള്ള അതിശക്തമായ ബഹുജനപ്രസ്ഥാനം സൃഷ്ടിക്കുകയും ചെയ്ത ഒരു മുദ്രാവാക്യമായിരുന്നു ഇതെന്നു നമുക്കു വഴിയേ കാണാം.

കമ്യൂണിസ്റ്റ് പാർട്ടി മാത്രമാണ് ഈ മുദ്രാവാക്യത്തിനു സാമ്രാജ്യത്വവിരുദ്ധവും നാടുവാഴിത്തവിരുദ്ധവുമായ ഒരു ഉള്ളടക്കം നൽകിയതെന്ന് നമുക്കു മുൻകൂട്ടിത്തന്നെ പറഞ്ഞുവയ്ക്കുക. എന്തുകൊണ്ടെന്നാൽ, കമ്യൂണിസ്റ്റ് പാർട്ടി മാത്രമാണ് താഴെപ്പറയുന്ന സംഗതികൾ പ്രഖ്യാപിച്ചത്:

(1) ഐക്യകേരളത്തിനുവേണ്ടിയുള്ള സമരം, സാമ്രാജ്യത്വവാഴ്ചയെ അവസാനിപ്പിക്കാൻവേണ്ടി ഇന്ത്യൻ ജനത നടത്തുന്ന സമരത്തിന്റെ ഒരഭേദ്യഭാഗമാണ്; (2) ഐക്യകേരളത്തിനു വേണ്ടിയുള്ള സമരം, നാ

ട്ടുരാജവാഴ്ചയെയും നാട്ടുവാഴിത്തത്തിന്റെ മറ്റവശിഷ്ടങ്ങളെയും അവസാനിപ്പിക്കാനുള്ള ഒരു സമരം കൂടിയാണ്- ജനങ്ങൾക്കുവേണ്ടി പൂർണവും യഥാർഥവുമായ ജനാധിപത്യം നടപ്പാക്കാൻവേണ്ടിയുള്ള ഒരു സമരം; (3) ഐക്യകേരളത്തിന്റെ അതിരുകൾ, മദിരാശി, തിരുവിതാംകൂർ, കൊച്ചി എന്നീ സ്റ്റേറ്റുകളിലെ മലയാളം സംസാരിക്കുന്നവർ ഭൂരിപക്ഷമായതും കൂടിച്ചേർന്നു കിടക്കുന്നതുമായ എല്ലാ പ്രദേശങ്ങളുമുൾപ്പെടുന്നതായിരിക്കണം; ബാക്കിഭാഗം അയൽസംസ്ഥാനങ്ങളിലേക്കു പോകണം; (4) ഐക്യകേരളത്തിനുവേണ്ടിയുള്ള സമരം ജനാധിപത്യത്തിനുവേണ്ടിയുള്ള സമരമാകയാൽ, കേരളത്തിലെ സാധാരണജനങ്ങളും അയൽരാജ്യങ്ങളിലെ സഹോദരജനതകളും തമ്മിലുള്ള സഖ്യമാണ് ആ സമരത്തിന്റെ നിർണായകശക്തി. കേരളത്തിന്റെ ദേശീയപ്രശ്നത്തെപ്പറ്റിയുള്ള മാർക്സിസ്റ്റ്- ലെനിനിസ്റ്റ് ധാരണയുടെ ഈ അടിസ്ഥാനനിഗമനങ്ങളാണ്, ഐക്യകേരളത്തെ സംബന്ധിച്ച് നാട്ടുവാഴി, ബൂർഷ്വാ, പെറ്റിബൂർഷ്വാ പാർട്ടികൾ ഉന്നയിച്ച നിരവധി വിഘടന മുദ്രാവാക്യങ്ങൾക്കെതിരായി ആശയപരമായ സമരം നടത്താൻ പാർട്ടിക്കു കഴിവുണ്ടാക്കിയത്.

V

1934 ൽ കോൺഗ്രസ്സ് തിരഞ്ഞെടുപ്പിൽ തോറ്റുപോകുമെന്നുള്ള വെല്ലിങ്ടൻ പ്രഭുവിന്റെ ആശകളെ ജനങ്ങൾ തകർത്തതുപോലെതന്നെ, 1946 ൽ കമ്യൂണിസ്റ്റ് പാർട്ടി ദയനീയമായി തോൽക്കുമെന്ന കോൺഗ്രസ്സ് നേതാക്കന്മാരുടെ ആശകളെയും ജനങ്ങൾ തകർത്തു. "കമ്യൂണിസ്റ്റുകാർ 1942 ൽ മറുവശത്തായിരുന്നു" എന്ന മുദ്രാവാക്യം നെഹ്റു തന്നെ ഉയർത്തിയിട്ടും, രാഷ്ട്രീയമായും ശാരീരികമായുമുള്ള ശക്തമായ ആക്രമണം കോൺഗ്രസ്സും സോഷ്യലിസ്റ്റ് പാർട്ടിയും, 1942 ന്റെയും ഐ എൻ എയുടെയും നേതാജിയുടെയും മറ്റും പേരിൽ പാർട്ടിക്കെതിരായി നടത്തിയിട്ടും, കമ്യൂണിസ്റ്റുകാർ ഒരു ശക്തിയായിത്തീർന്നിരുന്ന സ്ഥലങ്ങളിലെല്ലാം ഗണ്യമായ വിഭാഗം വോട്ടർമാർ കമ്യൂണിസ്റ്റുകാർക്ക് വോട്ടു ചെയ്തു. നിയമസഭകളിൽ അവർക്ക് വളരെ കുറച്ചു സീറ്റുകളേ കിട്ടിയുള്ളുവെന്നതു വാസ്തവമാണ്; അവർക്കു കിട്ടിയ അൽപ്പം ചില സീറ്റുകൾ പൊതുനിയോജകമണ്ഡലങ്ങളിലല്ല, പ്രത്യേക ലേബർ നിയോജകമണ്ഡലങ്ങളിലായിരുന്നുതാനും. എന്നാൽ മറ്റു പാർട്ടികളുടെ രാഷ്ട്രീയവും ശാരീരികവുമായ ആക്രമണങ്ങൾക്കു മാറു കാണിക്കുകയും കമ്യൂണിസ്റ്റ് പാർട്ടിയിൽ വിശ്വാസം പ്രകടിപ്പിക്കുകയും ചെയ്ത വോട്ടർമാരുടെ സംഖ്യ, 1942-45 ൽ പാർട്ടി എടുത്ത സ്വതന്ത്രനിലപാടുമൂലം കമ്യൂണിസ്റ്റ്പാർട്ടി ക്ഷീണിക്കുകയല്ല ശക്തിപ്പെടുകയാണു ചെയ്തതെന്നതിന്റെ ഒരു സൂചനയായിരുന്നു.

മലബാറിനെ സംബന്ധിച്ചിടത്തോളം കമ്യൂണിസ്റ്റുകാർ മലബാറിന്റെ മൂന്നിൽ രണ്ടു ഭാഗം വരുന്ന അഞ്ചു പൊതുനിയോജകമണ്ഡലങ്ങളിൽ കോൺഗ്രസ്സിനോടു മൽസരിച്ചു. ഈ അഞ്ചു നിയോജകമണ്ഡലങ്ങളിലുംകൂടി അവർക്കു കിട്ടിയ വോട്ട് ആകെ പോൾ ചെയ്തതിന്റെ 25 ശതമാനമായിരുന്നു. അവയിലൊന്നിൽ (ചിറയ്ക്കൽ) അത് 44 ശതമാനം വരെയെത്തി. 1942 ന്റെ പാരമ്പര്യം പറയാനുള്ള കോൺഗ്രസ്സിനോടെതിരിടുന്നതിൽ അവർക്ക് അഭിമുഖീകരിക്കേണ്ടിവന്ന പ്രയാസങ്ങൾ പരിഗണിക്കുമ്പോൾ, ഈ 25 ശതമാനം വോട്ട് തീർച്ചയായും ഒരു നേട്ടം തന്നെയാണ്.

എന്നാൽ കമ്യൂണിസ്റ്റുകാരെ അനുകൂലിച്ച വോട്ടർമാരുടെ സംഖ്യാബലമല്ല അവരുടെ രാഷ്ട്രീയമേന്മയാണ് പ്രധാനസംഗതി. കാരണം, കമ്യൂണിസ്റ്റുകാർക്കനുകൂലമായി വോട്ടു ചെയ്ത 25 ശതമാനം, തങ്ങളുടെ വോട്ടവകാശമുപയോഗിച്ച വെറും വോട്ടർമാരായിരുന്നില്ല; നേരേമറിച്ച്, ബഹുജനരാഷ്ട്രീയപ്രവർത്തനങ്ങളുടെ- പണിമുടക്കുകൾ, കർഷകസമരങ്ങൾ, വിദ്യാർഥിസമരങ്ങൾ മുതലായവയുടെ- ഒരു പുതിയ വേലിയേറ്റത്തിന്റെ മുന്നണിവിഭാഗമായിരുന്നു. സംസ്ഥാന നിയമസഭയിൽ കോൺഗ്രസ്സിന് വമ്പിച്ച ഭൂരിപക്ഷം കിട്ടിയെങ്കിലും അടിയന്തരാവശ്യങ്ങൾ നേടുവാനുള്ള ഭീമമായ ജനകീയപ്രസ്ഥാനത്തെമാത്രമല്ല, സാമ്രാജ്യത്വത്തെ തകർക്കുവാനുള്ള ഒരുറച്ച സമരത്തെക്കൂടി അതിനു നേരിടേണ്ടിവന്നു. ഈ സമരങ്ങളിൽ കമ്യൂണിസ്റ്റുകാരല്ല, കോൺഗ്രസ്സുകാരാണ് 'മറുപക്ഷ'ത്തു ചേരാനൊരുങ്ങിയിരുന്നത്. മലബാറിൽ കമ്യൂണിസ്റ്റുകാർക്കു ലഭിച്ച 25 ശതമാനം വോട്ടും, അതുപോലെ ഇന്ത്യയുടെ മറ്റു ഭാഗങ്ങളിൽ ലഭിച്ച വോട്ടും യുദ്ധാനന്തരവിപ്ലവമുന്നേറ്റത്തിൽ കമ്യൂണിസ്റ്റുകാർ മേൽക്കൈ നേടിയതിനെയാണ് സൂചിപ്പിക്കുന്നത്.

1946 ലെ പൊതുതിരഞ്ഞെടുപ്പുകഴിഞ്ഞ് ഏതാനും മാസങ്ങൾക്കകം, തെന്നിന്ത്യാ റെയിൽവേത്തൊഴിലാളിയൂണിയനിൽപ്പെട്ട തൊഴിലാളികൾ ഗംഭീരമായ പൊതുപണിമുടക്കമാരംഭിച്ചു. മദ്രാസ് സംസ്ഥാനത്തിന്റെ മറ്റു ഭാഗങ്ങളോടൊപ്പം മലബാറും സമരത്തിൽ പങ്കെടുത്തു. മലബാറിലെ റെയിൽവേത്തൊഴിലാളികൾ നേതൃത്വത്തിന്റെ പിന്നിൽ ഉറച്ചുനിന്നു; മറ്റു തൊഴിലാളിവിഭാഗങ്ങളും പൊതുജനങ്ങളും പണിമുടക്കിനനുകൂലമായി പ്രവർത്തിച്ചു. ഇതിനെത്തുടർന്ന് മുനിസിപ്പൽ തൊഴിലാളികളും ബീഡി, സിഗററ്റ് തൊഴിലാളികളും മറ്റും പണിമുടക്കി.

കൃഷിക്കാരും പ്രവർത്തനത്തിലിറങ്ങി. തരിശുഭൂമികൾ കൃഷിചെയ്യാനും നെല്ലെടുപ്പുദ്യോഗസ്ഥന്മാരുടെ ഉത്തരവുകളനുസരിക്കുന്നതിനുമുമ്പ് തങ്ങളുടെ സ്വന്തം ഭക്ഷണാവശ്യത്തിനുവേണ്ടത് കൈവശം

വയ്ക്കാനുമുള്ള അവകാശത്തിനുവേണ്ടി അവർ തുടങ്ങിയ പ്രക്ഷോഭമായിരുന്ന മലബാറിലെ കൃഷിക്കാരുടെ ആദ്യത്തെ വൻതോതിലുള്ള ഉശിരൻ ബഹുജനസമരം. ഈ സമരങ്ങളെ അടിച്ചമർത്താൻവേണ്ടി കോൺഗ്രസ്സ് മന്ത്രിസഭ മുമ്പെങ്ങുമുണ്ടായിട്ടില്ലാത്തതരത്തിൽ പോലീസ്- എം എസ് പി മർദനമഴിച്ചുവിട്ടു. ബ്രിട്ടീഷ് ഗവൺമെന്റ് പ്രയോഗിച്ചപ്പോൾ സാർവത്രികമായി അധിക്ഷേപിക്കപ്പെട്ട ആ മർദ്ദനായുധം- വിചാരണ കൂടാതെയുള്ള തടങ്കൽ- ഈ സമരങ്ങളുടെ നേതാക്കന്മാരായിരുന്ന കമ്യൂണിസ്റ്റുകാർക്കെതിരായി കോൺഗ്രസ്സ് ഗവൺമെന്റ് പ്രയോഗിച്ചു.

തിരുവിതാംകൂറിൽ ഈ സമരങ്ങൾക്ക് മലബാറിലേതിനെക്കാൾ വളരെയധികം ബഹുജനസ്വഭാവമുണ്ടായിരുന്നു. മലബാറിലെ സമരത്തിന്, ഭൂരിപക്ഷം ജനങ്ങളുടെ പിൻബലമുള്ള കോൺഗ്രസ്സ് ഗവൺമെന്റിനെ വിഷമിപ്പിക്കാൻ കമ്യൂണിസ്റ്റുകാർ പരിശ്രമിക്കുന്നതിന്റെ ഒരു ഛായയുണ്ടായിരുന്നു. അതുകൊണ്ട്, അവിടെ ഈ സമരങ്ങൾക്കു പിൻതുണ നൽകിയവരോടൊപ്പംതന്നെ അവയെ അത്രയുംതന്നെ ശക്തിയായി എതിർത്ത ഒരു വിഭാഗം ജനങ്ങളുമുണ്ടായിരുന്നുവെങ്കിൽ, തിരുവിതാംകൂറിലെ സമരങ്ങൾ സർവരാലും വെറുക്കപ്പെട്ട ദിവാൻ രാമസ്വാമി അയ്യരുടെ ഗവൺമെന്റിനെതിരായിട്ടായിരുന്നു. തിരുവിതാംകൂറിലെ തൊഴിൽസമരങ്ങളും ഭക്ഷണറാലികളും വിദ്യാർഥിസമരങ്ങളും മറ്റു ബഹുജനസമരങ്ങളും 'അമേരിക്കൻ മോഡൽ അറബിക്കടലിൽ' (ബ്രിട്ടീഷ് സമ്പ്രദായത്തിലുള്ള പാർലമെന്ററി എക്സിക്യൂട്ടീവിനുപകരം അമേരിക്കൻ സമ്പ്രദായത്തിലുള്ള പ്രസിഡൻഷ്യൽ എക്സിക്യൂട്ടീവിന്റെ മാതൃകയിലുണ്ടാക്കിയ പുതിയ ഭരണഘടനയാണു വിവക്ഷിതം), 'ദിവാൻഭരണം അവസാനിപ്പിക്കുക' എന്നീ രണ്ടു മുദ്രാവാക്യങ്ങൾ രാജ്യമൊട്ടുക്കും മുഴങ്ങിയിരുന്ന ഒരു രാഷ്ട്രീയസ്ഥിതിയിലാണാരംഭിച്ചത്. അമേരിക്കൻ മോഡലിനും ദിവാൻഭരണത്തിനുമെതിരായി അങ്ങേയറ്റം ഉറച്ചുനിന്നു പോരാടുന്നവർ കമ്യൂണിസ്റ്റുകാരായതുകൊണ്ട്, അവരും കോൺഗ്രസ്സ് നേതൃത്വത്തിലെ ഒരു വിഭാഗം ഉൾപ്പെടെയുള്ള കോൺഗ്രസ്സുകാരും തമ്മിൽ പരിപൂർണമായ സഹകരണമുണ്ടായിരുന്നു.

എന്നാൽ ഈ പുതിയ സമരങ്ങൾകൊണ്ട് ഗവൺമെന്റിനോളംതന്നെ പരിഭ്രാന്തരായിത്തീർന്ന ഒരു വിഭാഗം കോൺഗ്രസ്സ് നേതാക്കന്മാർ തിരുവിതാംകൂറിലുണ്ടായിരുന്നു. അവർക്ക് ഗവൺമെന്റിനെ പരസ്യമായി പിന്താങ്ങാൻ കഴിയുമായിരുന്നില്ല. കാരണം, ഉത്തരവാദഭരണത്തോടുള്ള എതിർപ്പിൽ ഗവൺമെന്റ് ഒരു വിട്ടുവീഴ്ചയും തയ്യാറുണ്ടായിരുന്നില്ല. എങ്കിലും ഗവൺമെന്റ് ആവിഷ്കരിച്ച പുതിയ 'ഭരണപരിഷ്കാര'നിർദേശങ്ങളിൽ ചില ചില്ലറ ഭേദഗതികൾ വരുത്തുന്നപക്ഷം അവ സ്വീകരി

ക്കാൻ അവർ തയ്യാറായിരുന്നു. മാത്രമല്ല, ഈ നിർദേശങ്ങൾക്കെതിരായി ഏതെങ്കിലും രീതിയിലുള്ള ബഹുജനസമരമാരംഭിക്കുന്നതിന് അവർ തികച്ചും എതിരുമായിരുന്നു. കോൺഗ്രസ്സ് നേതൃത്വത്തെയാകെ നിഷ്പക്ഷമാക്കുന്നതിനും സമരമുന്നണിയെ, കമ്യൂണിസ്റ്റ് പാർട്ടി നയിച്ച തൊഴിലാളിവർഗത്തെ, ഒറ്റപ്പെടുത്തി അടിച്ചമർത്താനും തുടർന്ന് എല്ലാ എതിർപ്പിനെയും തമർത്താനുംവേണ്ടി ഗവൺമെന്റ് സ്വാഭാവികമായും ഈ വിഭാഗത്തെ ഉപയോഗിക്കാൻ ശ്രമിച്ചു.

'കമ്യൂണിസ്റ്റക്രമവും അരാജകത്വ'വുമെന്ന മുറവിളി ഗവൺമെന്റുയർത്തിയപ്പോൾ, കോൺഗ്രസ്സിന്റെ വലതുപക്ഷനേതൃത്വം അതിനോട് മൗനാനുകൂല്യം കാട്ടിയതിനാൽ തൽക്കാലത്തേക്ക് ഗവൺമെന്റ് ഈ ശ്രമത്തിൽ വിജയിച്ചു. അമ്പലപ്പുഴ- ചേർത്തല താലൂക്കുകളിൽ ഗവൺമെന്റിന്റെ സായുധശക്തിയുടെ കേന്ദ്രീകരണം, ആ പ്രദേശത്തെ ഗ്രാമങ്ങളിൽ ഗവൺമെന്റിന്റെ ആഭിമുഖ്യത്തിൽ ജന്മികൾ ഗുണ്ടകളെ സംഘടിപ്പിച്ചത്, ഗവൺമെന്റ് നടത്തിയ നിരവധി അറസ്റ്റുകളും മറ്റു മർദനനടപടികളും- ഇതൊന്നും സ്റ്റേറ്റ് കോൺഗ്രസ്സ് നേതൃത്വത്തെ അരിശംകൊള്ളിച്ചില്ല. എന്നാൽ കമ്യൂണിസ്റ്റ് നേതൃത്വത്തിൽ തൊഴിലാളിവർഗം ഈ ആക്രമണത്തെ നേരിടുന്നതിന് ആത്മരക്ഷാനടപടികളെടുത്തപ്പോൾ അവരതിനെ 'അക്രമ'മെന്നു പറഞ്ഞ് അധിക്ഷേപിക്കുകയും ഗവൺമെന്റിന്റെ പട്ടാളനിയമപ്രഖ്യാപനത്തെ ഫലത്തിൽ പിന്താങ്ങുകയും ചെയ്തു. മൃഗീയമായ വെടിവയ്പ്പും മറ്റ് അക്രമങ്ങളുമല്ല അവരെ പ്രകോപിപ്പിച്ചത്; നേരേമറിച്ച്, ആലപ്പുഴത്തൊഴിലാളിവർഗത്തിന്റെ നേതൃത്വത്തിൽ സംഘടിതരായ ജനകീയവാളണ്ടിയർമാർ അവയ്ക്കെതിരായി നടത്തിയ ധീരമായ ചെറുത്തുനിൽപ്പായിരുന്നു. പുന്നപ്ര- വയലാറിൽ കമ്യൂണിസ്റ്റ് പാർട്ടി നയിച്ച തൊഴിലാളിവർഗത്തിന്റെ ധീരമായ ആത്മരക്ഷാപ്രവർത്തനത്തോടു കോൺഗ്രസ്സ് നേതൃത്വം കൈക്കൊണ്ട ശത്രുതയായിരുന്നു ജനാധിപത്യത്തിനുവേണ്ടിയുള്ള ആ ജനകീയപ്രസ്ഥാനത്തെ എതിർത്തുതോൽപ്പിക്കുന്നതിൽ ഗവൺമെന്റിനെ സഹായിച്ച ഒരു ഘടകം.

എന്നാൽ കോൺഗ്രസ്സ് നേതൃത്വത്തിന്റെ ഈ വഞ്ചനയുടെ വിദൂരഫലം ഗവൺമെന്റോ കോൺഗ്രസ്സ് നേതൃത്വമോ ആശിച്ച തരത്തിലായിരുന്നില്ല. തൽക്കാലത്തേക്ക് ആശയക്കുഴപ്പം ബാധിച്ചെങ്കിലും അമ്പലപ്പുഴ, ചേർത്തല താലൂക്കുകളിൽ തകർക്കപ്പെട്ടത് തൊഴിലാളിവർഗവും അതിന്റെ രാഷ്ട്രീയപ്പാർട്ടിയും മാത്രമല്ല, ജനാധിപത്യപ്രസ്ഥാനത്തിന്റെ സമരമുന്നണിയുമാണെന്ന് ജനങ്ങൾ ക്രമേണ മനസ്സിലാക്കാൻ തുടങ്ങി. കാരണം, പുന്നപ്ര- വയലാറിനുശേഷമാണ് ഗവൺമെന്റ് സ്റ്റേറ്റ് കോൺഗ്രസ്സിന്റെമേൽതന്നെ ആക്രമണമാരംഭിച്ചതെന്നവർ കണ്ടു. തി

രുവിതാംകൂർ, ഇന്ത്യൻ യൂണിയനിൽ ചേരണമെന്നും അവിടെ ഉത്തരവാദഭരണം നടപ്പാക്കണമെന്നും കോൺഗ്രസ്സാവശ്യപ്പെട്ടപ്പോൾ സർ സി പി നിർദേശിച്ചത് ഉത്തരവാദഭരണമില്ലാത്ത 'സ്വതന്ത്ര തിരുവിതാംകൂർ' ആയിരുന്നു. അതുകൊണ്ട് ജനങ്ങൾ ഗവൺമെന്റിനെതിരായ ഒരു സമരത്തിനു സ്വയം സംഘടിക്കാൻ തുടങ്ങി. തിരുവിതാംകൂറിന്റെ നാനാഭാഗത്തും വിദ്യാർഥിസമരങ്ങൾ തുടങ്ങി. ഉശിരന്മാരായ സാധാരണകോൺഗ്രസ്സുകാർ ഉത്തരവാദഭരണത്തിനുവേണ്ടിയുള്ള സമരം കാര്യക്ഷമമായി നയിക്കാൻ സമരസമിതികൾ സംഘടിപ്പിക്കാനാരംഭിച്ചു. സ്റ്റേറ്റ് കോൺഗ്രസ്സ് നേതൃത്വംതന്നെ പുതിയ ഒരു സമരത്തിനു ഒരുക്കങ്ങൾ ചെയ്യാൻ മാത്രമല്ല, സമരത്തിന് ശക്തികൂട്ടാൻവേണ്ടി ഒളിവിലുള്ള കമ്യൂണിസ്റ്റ് നേതൃത്വവുമായിപ്പോലും ബന്ധം സ്ഥാപിക്കാൻ നിർബന്ധിതമായി. ഈ പുതിയ സമരങ്ങളാണ് ദിവാൻഭരണമവസാനിപ്പിച്ചതായി പ്രഖ്യാപിക്കാനും ഉത്തരവാദഭരണം സ്ഥാപിക്കാനും ഗവൺമെന്റിനെ നിർബന്ധിതമാക്കിയത്.

1938 ലെന്നപോലെ, കൊച്ചി ഗവൺമെന്റ് വ്യത്യസ്തമായ ഒരു നയമനുവർത്തിച്ചു. 1938 ൽ നടപ്പാക്കിയ ഭരണപരിഷ്കാരങ്ങളുടെ പരിധി വിപുലപ്പെടുത്തുന്നതാണെന്നും ധനകാര്യവും ആഭ്യന്തരഭരണവുമൊഴിച്ചുള്ള എല്ലാ ഡിപ്പാർട്ടുമെന്റുകളും നിയമസഭയോടുത്തരവാദപ്പെട്ട തിരഞ്ഞെടുക്കപ്പെട്ട മന്ത്രിമാരെ ഏൽപ്പിക്കുന്നതാണെന്നും ഗവൺമെന്റ് പ്രഖ്യാപിച്ചു. 'ഭരണപരിഷ്കാരങ്ങ'ളംഗീകരിച്ച പ്രജാമണ്ഡലത്തിന്റെ സന്ധിപ്രിയ നേതൃത്വത്തെ ഇങ്ങനെ വശീകരിക്കാൻ ശ്രമിക്കുമ്പോൾത്തന്നെ, ഗവൺമെന്റ് പ്രജാമണ്ഡലത്തിലെ എല്ലാ യഥാർഥ ജനാധിപത്യവാദികളെയും കമ്യൂണിസ്റ്റ് പാർട്ടിയുൾപ്പെടെയുള്ള എല്ലാ ഇടതുപക്ഷക്കാരെയും ആക്രമിച്ചു. കമ്യൂണിസ്റ്റ്നേതൃത്വത്തിലുള്ള ചെത്തുതൊഴിലാളിയൂണിയൻ ജനകീയപ്രസ്ഥാനത്തിന്റെ മുന്നണിയായിത്തീർന്നിരുന്ന അന്തിക്കാട്ട് ഒരു ഭീകരഭരണംതന്നെ അഴിച്ചുവിട്ടു. വിദ്യാർഥിസംഘടനകളെപ്പോലുള്ള ജനാധിപത്യപ്രസ്ഥാനത്തിന്റെ മറ്റു വിഭാഗങ്ങളും ആക്രമിക്കപ്പെട്ടു. അവസാനം ഈ ആക്രമണം പ്രജാമണ്ഡലത്തിന്റെ നേർക്കുതന്നെ തിരിഞ്ഞു. കൊട്ടാരദാസൻമാർ അതിന്റെ മന്ത്രിമാരെ മന്ത്രിസഭയിൽനിന്നു പുറംതള്ളി. എങ്കിലും ഇതു വളരെക്കാലം നീണ്ടുനിന്നില്ല. കാരണം, യുദ്ധാനന്തരവർഷങ്ങളിലെ പൊതുജനാധിപത്യമുന്നേറ്റത്തിന്റെ പരിതഃസ്ഥിതികളിൽ ജനാധിപത്യഭരണത്തിനുള്ള ആവശ്യം അമർത്താൻ സാധ്യമായിരുന്നില്ല. അവസാനം കൊച്ചിയിലും ഉത്തരവാദഭരണം അനുവദിക്കേണ്ടിവന്നു.

യുദ്ധാനന്തരവർഷങ്ങളിലെ ഈ ബഹുജനമുന്നേറ്റത്തിനിടയിലാണ് കമ്യൂണിസ്റ്റ് പാർട്ടി 1942-45 കാലഘട്ടത്തിലെ താരതമ്യേനയുള്ള ഒറ്റപ്പെടലിൽനിന്നും പുറത്തുവരാൻ തുടങ്ങിയത്. എന്തുകൊണ്ടെന്നാൽ, എല്ലാ പ്രശ്നങ്ങളിലും ഏറ്റവും ഉറച്ച ജനാധിപത്യപരമായ നിലപാടു സ്വീകരിക്കുകയും ജനങ്ങളുടെ ആവശ്യങ്ങൾക്കുവേണ്ടി ഏറ്റവുമധികം ഉറച്ചുനിന്നു സധൈര്യം പോരാടുകയും ചെയ്തത് കമ്യൂണിസ്റ്റ് പാർട്ടിയായിരുന്നു. ജനങ്ങളെ ബാധിക്കുന്ന ഏതു പ്രശ്നമുൽഭവിക്കുമ്പോഴും ജനങ്ങളുടെ താൽപ്പര്യങ്ങൾക്കുവേണ്ടി പ്രക്ഷോഭണം നയിക്കാൻ കമ്യൂണിസ്റ്റുകാർ അവിടെയെത്തുമെന്ന് കടുത്ത കമ്യൂണിസ്റ്റ്വിരോധികൾപോലും മനസ്സിലാക്കാൻ തുടങ്ങി. കേരളത്തിൽ എസ് ഐ ആർ (റെയിൽവേ), പുന്നപ്ര- വയലാർ, വടക്കേ മലബാർ, അന്തിക്കാട് മുതലായ സമരങ്ങളും ഇന്ത്യയുടെ ഇതരഭാഗങ്ങളിൽ ബംഗാളിലെ തേഭാഗയും ആന്ധ്രയിലെ തെലങ്കാനയും മറ്റും, അതോടൊപ്പം ബോംബെയിലെ മഹത്തായ ആർ ഐ എൻ കലാപവും സാമ്രാജ്യവിരോധികളായ ജനാധിപത്യവാദികളുടെ ഏറ്റവും നല്ല വിഭാഗത്തെ വീണ്ടും കമ്യൂണിസ്റ്റുകാരുടെ ഭാഗത്തേക്കാകർഷിക്കാൻ സഹായിച്ചു. സോഷ്യലിസ്റ്റ് പാർട്ടിക്കകത്തുണ്ടായ മാറ്റം പ്രത്യേകിച്ചും അർഥവത്താണ്. സോഷ്യലിസ്റ്റുകാരുടെ 1942 ലെ തലമുറയിൽ ഭൂരിപക്ഷവും അവരുടെ നേതൃത്വത്തോടധികമധികം അതൃപ്തരായി വിപ്ലവപരമായ ഒരു നയംമാറ്റത്തിലേക്കു നീങ്ങിക്കൊണ്ടിരുന്നു.

ഈ യുദ്ധാനന്തരവിപ്ലവമുന്നേറ്റത്തിന്റെ ഘട്ടത്തിലാണ് കമ്യൂണിസ്റ്റ് പാർട്ടിയുടെ ദൗർബല്യം- വിപ്ലവത്തിന്റെ തന്ത്രത്തോടു ശരിയായ സമീപനരീതി കൈക്കൊള്ളാൻ കഴിയാഞ്ഞത്- വിപ്ലവപ്രസ്ഥാനത്തിന്റെ വളർച്ചയ്ക്ക് യഥാർഥ തടസ്സമായിത്തീർന്നത്. തൊഴിലാളിവർഗത്തിന്റെയും കൃഷിക്കാരുടെയും പങ്കിനെ വിലകുറച്ചു കാണുന്ന പ്രവണതയിൽ മുഴുകിയിരുന്നതുകൊണ്ട് 1946-47 ലെ ബഹുജനസമരങ്ങളുടെ യഥാർഥ സ്വഭാവം മനസ്സിലാക്കാൻ കമ്യൂണിസ്റ്റ് പാർട്ടിക്കു കഴിഞ്ഞില്ല. ഉദാഹരണത്തിന്, തിരുവിതാംകൂറിലെ സമരത്തിന്റെ വളർച്ചയിൽ, ആലപ്പുഴയിലെ തൊഴിലാളികളുടെ ചെറുത്തുനിൽപ്പിനെ, രാജ്യമൊട്ടുക്കും നടക്കുകയായിരുന്ന കൃഷിക്കാരുടെ ഭൂമിക്കുവേണ്ടിയുള്ള സമരവുമായി ബന്ധിപ്പിക്കാനുള്ള പരിപാടിയുണ്ടാക്കാൻ പാർട്ടിക്കു കഴിഞ്ഞില്ല. അതുപോലെതന്നെ, വടക്കേ മലബാറിലെ കർഷകസമരങ്ങൾക്ക് മലബാറിലെ തൊഴിലാളിവർഗത്തിന്റെ പണിമുടക്കുസമരങ്ങളുടെ പിന്തുണ നൽകാൻ പാർട്ടിക്കു കഴിഞ്ഞില്ല. ഫലമോ, അമ്പലപ്പുഴ, ചേർത്തല താലൂക്കുകളിലെ തൊഴിലാളികളും വടക്കേ മലബാറിലെ കൃഷിക്കാരും കൊച്ചിയിലെ തൊഴിലാളികളും ഇടത്തരക്കാരും ധീരമായി പോരാടിയെങ്കിലും,

കമ്മ്യൂണിസ്റ്റുകാർ സമരഭടന്മാരുടെ മുൻനിരയിൽ നിന്നുവെങ്കിലും, ഈ പ്രത്യേക സമരങ്ങളെ ജനകീയജനാധിപത്യത്തിനുവേണ്ടിയുള്ള പൊതു സമരവുമായി കൂട്ടിയിണക്കാൻ കഴിഞ്ഞില്ല.

യുദ്ധാനന്തരവർഷങ്ങളിൽ കമ്മ്യൂണിസ്റ്റ് പാർട്ടിക്കുണ്ടായിരുന്ന ഈ പോരായ്മയുടെ ആശയപരമായ അടിവേര് എന്താണ്? 1945 ന്റെ അവസാനത്തോടുകൂടി പൊട്ടിപ്പുറപ്പെടാൻ തുടങ്ങിയ ഉഗ്രൻ സമരങ്ങൾ, ജനകീയജനാധിപത്യം നിലവിൽ വരുത്താൻ വേണ്ടിയുള്ള- അതായത്, മുതലാളിവർഗത്തിന്റെ നേതൃത്വത്തിലല്ല; നേരേമറിച്ച്, തൊഴിലാളിവർഗത്തിന്റെ നേതൃത്വത്തിൽ, ബൂർഷ്വാ ജനാധിപത്യവിപ്ലവം നിരന്തരമായി നടത്താൻ വേണ്ടിയുള്ള- സമരങ്ങളായിരുന്നുവെന്ന് കാണാൻ കഴിയാത്തതാണ് അത്. കാർഷികബന്ധങ്ങളിൽ മൗലികമായ പരിവർത്തനങ്ങൾ വരുത്തേണ്ട സമയം ആസന്നമായിക്കഴിഞ്ഞിരുന്നു. ഈ പരിവർത്തനങ്ങൾ നടപ്പിൽ വരുത്താനുള്ള ഉപാധികൾ, ഒരുവശത്ത് ഫാക്ടറികളിലെയും മറുവശത്ത് ഇടത്തരക്കാരുടെയും മറ്റു ജനാധിപത്യവാദികളുടെയും വിപ്ലവപരമായ സമരസമിതികളോടു കൂട്ടിയിണക്കപ്പെട്ട, വില്ലേജുകളിലെ വിപ്ലവപരമായ കർഷകക്കമ്മിറ്റികളായിരുന്നു. കാർഷികബന്ധങ്ങളിൽ ഈ മൗലികപരിവർത്തനങ്ങൾ വരുത്തുന്നതിന് തൊഴിലാളിവർഗത്തിനും കൃഷിക്കാർക്കും മുതലാളിവർഗത്തിന്റെ പിന്തിരിപ്പൻ വിഭാഗങ്ങളുടെ എതിർപ്പിനെ തമർത്തേണ്ടിവരും. തൊഴിലാളി-കർഷകബഹുജനങ്ങളുടെ മനോധർമത്തെയും മുൻകൈയിനെയും, ശത്രുവിനെ തോൽപ്പിക്കുന്നതിനു പുതിയ പുതിയ സമരരൂപങ്ങൾ കണ്ടുപിടിക്കാനുള്ള അവരുടെ കഴിവിനെയും അങ്ങേയറ്റം ആശ്രയിച്ചാൽ മാത്രമേ പിന്തിരിപ്പന്മാർക്കെതിരായ ഈ സമരം വിജയിക്കുകയുള്ളൂ. 1946-47 ൽ ഇക്കാര്യങ്ങൾ മനസ്സിലാക്കാൻ പാർട്ടിക്കു കഴിഞ്ഞില്ല. പുതിയൊരു രാഷ്ട്രീയസ്ഥിതിയുടെ ഈ സ്വഭാവങ്ങൾ കാണാൻ കഴിയാത്തതുകാരണം, ജനങ്ങൾ പൊതുവെ മുതലാളിവർഗത്തെ വെല്ലുവിളിക്കുന്ന ഒരു ബദൽ നേതൃത്വമെന്ന നിലയിൽ കമ്മ്യൂണിസ്റ്റ് പാർട്ടിയെ വീക്ഷിക്കാൻ തുടങ്ങിയ ആ സമയത്ത്, കമ്മ്യൂണിസ്റ്റുകാർ മുതലാളിവർഗത്തിന്റെ പിന്നാലെ പോകുന്നതിനിടയായി.

എന്നിരുന്നാലും, കാലഘട്ടത്തിന്റെ സ്വഭാവത്തെയും കടമകളെയും വേണ്ടത്ര മനസ്സിലാക്കിയിട്ടായിരുന്നില്ലെങ്കിലും, ഈ സമരങ്ങളിൽ ജനങ്ങളുടെകൂടെനിന്ന ഒരേയൊരു ശക്തി കമ്മ്യൂണിസ്റ്റ് പാർട്ടി മാത്രമായിരുന്നു. പാർട്ടി നൽകിയ നേതൃത്വമാണ് പുന്നപ്ര- വയലാറിനെയും വടക്കേ മലബാറിനെയും അന്തിക്കാടിനെയും മറ്റും, സ്വാതന്ത്ര്യത്തിനും ജനാധിപത്യത്തിനും വേണ്ടിയുള്ള സമരത്തിൽ ഒരു പുതിയ ഘട്ടത്തിന്റെ-

മുതലാളിവർഗമല്ല, തൊഴിലാളിവർഗം ജനങ്ങളുടെ നേതാവായിത്തീരുന്ന ഒരു പുതിയ ഘട്ടത്തിന്റെ- മഹനീയ സൂചനകളാക്കിത്തീർത്തത്. 1946-47 ൽ തൊഴിലാളിവർഗം നൽകിയ ഈ നേതൃത്വവും കഴിഞ്ഞ നാലുകൊല്ലത്തെ സംഭവവികാസങ്ങളും കൂടിയാണ്, അടുത്തു നടന്ന തിരഞ്ഞെടുപ്പുകളിൽ കേരളത്തിലൊട്ടുക്കും കോൺഗ്രസ്സിനു ലജ്ജാവഹമായ തോൽവി സംഭവിക്കത്തക്ക ഒരു മാറ്റം കേരളത്തിലെ രാഷ്ട്രീയസ്ഥിതിയിലുളവാക്കിയത്.

ഐക്യജനാധിപത്യകേരളത്തിലേക്ക മുന്നോട്ട്

ഇന്ത്യയിലൊട്ടുക്കും കോടിക്കണക്കിനു ജനങ്ങളെ ആവേശം കൊള്ളിച്ച യുദ്ധാനന്തര വിപ്ലവമുന്നേറ്റത്തിനു പിന്നിലെ ഏറ്റവും വലിയ ശക്തി കാർഷികപ്രശ്നവും ദേശീയപ്രശ്നവുമായിരുന്നുവെങ്കിൽ, അതേ ദേശീയപ്രശ്നത്തെത്തന്നെയാണ് സാമ്രാജ്യത്വം പിന്തിരിപ്പനും ഭിന്നിപ്പിക്കുന്നതുമായ മാർഗങ്ങളിലേക്കു തിരിച്ചുവിട്ടത്. ദേശീയപ്രശ്നത്തിനു സാമ്രാജ്യത്വം നൽകിയ മതപരമായ ദുർവ്യാഖ്യാനം പാകിസ്ഥാൻ മുറവിളിക്കു കാരണമാവുകയും, ചരിത്രത്തിലറിയപ്പെടുന്ന ഏറ്റവും ഭീമമായ കൂട്ടക്കൊലയ്ക്കിടയാക്കുകയും, സാമ്രാജ്യത്വത്തെ ആശ്രയിച്ചുകൊണ്ട് വർത്തിക്കാൻ നിർബന്ധിതമായ രണ്ടു ദുർബലരാഷ്ട്രങ്ങൾ- ഇന്ത്യൻ യൂണിയനും പാകിസ്ഥാനും- സൃഷ്ടിക്കുന്നതിൽ ചെന്നവസാനിക്കുകയും ചെയ്തു.

ദേശീയപ്രശ്നത്തെ ജനാധിപത്യപ്രസ്ഥാനത്തിനെതിരായുപയോഗിക്കാനുള്ള അതേ പരിശ്രമം 1946-47 ൽ തിരുവിതാംകൂർ ഗവൺമെന്റും നടത്തി. 'അമേരിക്കൻ മോഡൽ അറബിക്കടലിൽ', 'ദിവാൻ ഭരണമവസാനിപ്പിക്കുക' എന്നീ മുദ്രാവാക്യങ്ങൾ മുഴക്കി, ഒരു ശക്തിയേറിയ ബഹുജനപ്രസ്ഥാനം സ്വേച്ഛാധിപത്യഭരണത്തെ അതിന്റെ അടിത്തറവരെ പിടിച്ചുകുലുക്കിയ കൊല്ലങ്ങളായിരുന്നു അവ. ഈ പ്രസ്ഥാനത്തിനെതിരായി ഗവൺമെന്റുപയോഗിച്ച ആയുധങ്ങളിലൊന്ന്, തെക്കൻ തിരുവിതാംകൂറിലെ തമിഴ് ജനതയുടെ ദേശീയവികാരങ്ങളായിരുന്നു. തങ്ങളുടെ മർദകരായ തിരുവിതാംകൂർ രാജകുടുംബത്തിനും അതിന്റെ നാടുവാഴിസിൽബന്ധികൾക്കുമെതിരായി തമിഴ്നാട്ടിലെ സാധാരണജനങ്ങളുടെ പാവനമായ അരിശത്തെ, ഈ മർദ്ദകരുൾപ്പെട്ട ജനസമുദായത്തോടുള്ള

വെറുപ്പാക്കി മാറ്റുന്നതിൽ ഗവൺമെന്റ് വിജയിച്ചു. 'മലയാളികൾ നശിക്കട്ടെ' എന്ന മുദ്രാവാക്യത്തോടെയാണ് തെക്കൻ തിരുവിതാംകൂറിലെ തമിഴരെ ജനാധിപത്യപ്രസ്ഥാനത്തിനെതിരായി അണിനിരത്തിയത്. ഈ അടിസ്ഥാനത്തിലാണ് 'സ്വതന്ത്ര തിരുവിതാംകൂർ പ്രസ്ഥാനം'- തിരുവിതാംകൂർ ഇന്ത്യൻ യൂണിയനിൽ ചേരരുതെന്നാവശ്യപ്പെടുന്ന പ്രസ്ഥാനം; പ്രത്യക്ഷത്തിൽത്തന്നെ ഇന്ത്യൻ ജനാധിപത്യപ്രസ്ഥാനത്തിന്റെ ഐക്യത്തിനെതിരായ ഒരു പ്രസ്ഥാനം- കെട്ടിപ്പടുത്തത്. രൂപത്തിൽ അതൊരഖിലതിരുവിതാംകൂർ പ്രസ്ഥാനമായിരുന്നെങ്കിലും, അതിനെന്തെങ്കിലും ബഹുജനാടിസ്ഥാനമുണ്ടായിരുന്നത് തെക്കൻ തിരുവിതാംകൂറിലെ തമിഴർക്കിടയിൽ മാത്രമാണ്.

തിരുവിതാംകൂർ ഗവൺമെന്റ് തെക്കൻ തിരുവിതാംകൂറിലെ തമിഴരുടെ ദേശീയാഭിലാഷങ്ങളെ ഇത്തരത്തിൽ ഉപയോഗിച്ചുകൊണ്ടിരുന്നപ്പോഴും, കൊച്ചി ഗവൺമെന്റ് മലയാളികളുടെ ദേശീയാഭിലാഷങ്ങളെ സംബന്ധിച്ചും അതുതന്നെ ചെയ്തു. തിരുവിതാംകൂറിൽ കണ്ടതുപോലുള്ള അതേ ജനാധിപത്യമുന്നേറ്റം 1946 ന്റെ പൂർവാർധത്തിൽ കൊച്ചിയിൽ പ്രത്യക്ഷപ്പെട്ടു; ഉത്തരവാദഭരണമെന്ന ആവശ്യത്തിനുപിന്നിൽ എല്ലാ ജനവിഭാഗങ്ങളും അണിനിരന്നു; അതിൻഫലമായി 1942 ൽ കമ്യൂണിസ്റ്റുകാരും ജനാധിപത്യക്യാമ്പിലെ ബാക്കിയുള്ളവരും തമ്മിലുള്ള വിടവുപോലും നികരാൻ തുടങ്ങി. ഈ യോജിച്ച ആവശ്യത്തിനുവേണ്ടി സംയുക്തറാലികളും പ്രകടനങ്ങളും മറ്റും സംഘടിപ്പിച്ചുകൊണ്ടിരുന്നു; ഒരു അഖിലകൊച്ചി പ്രകടനത്തിനു നിശ്ചയിക്കപ്പെട്ടിരുന്ന 1946 ജൂലായ് 29 നുതന്നെയാണ്- അന്നു സ്റ്റേറ്റൊട്ടുക്കും തൊഴിലാളികളുടെ പൊതുപണിമുടക്കും കച്ചവടക്കാരുടെ ഹർത്താലും സംഘടിപ്പിക്കണമെന്നു തീരുമാനിച്ചിരുന്നു- കൊച്ചി മഹാരാജാവ് തന്റെ 'ഐക്യകേരള വിളംബരം' പുറപ്പെടുവിച്ചത്: (1) ഉത്തരവാദഭരണത്തിനുവേണ്ടിയുള്ള ജനകീയാവശ്യത്തോടു തനിക്കു പൂർണമായ അനുഭാവമുണ്ട്, അത് നടപ്പാക്കാൻ വേണ്ട നടപടികൾ എടുത്തുകൊണ്ടിരിക്കുകയാണ്; (2) കൊച്ചിയെ ഒരൈക്യകേരളത്തിൽ ലയിപ്പിക്കയാണ് തന്റെ പ്രിയപ്പെട്ട അഭിലാഷം- ഇതായിരുന്നു വിളംബരത്തിലെ ഉള്ളടക്കം. എന്നാൽ മഹാരാജാവിന്റെ പ്രഖ്യാപനത്തിൽ, ഉത്തരവാദഭരണം നടപ്പാക്കുമ്പോഴും ഐക്യകേരളം സ്ഥാപിക്കുമ്പോഴും രാജകുടുംബത്തിന്റെ പരമ്പരാഗതമായ എല്ലാ പദവികളും അവകാശങ്ങളും നിലനിർത്തണമെന്നുകൂടി പ്രസ്താവിച്ചിരുന്നത് അർഥഗർഭമാണ്.

'ആവേശകരമായ ഒരു ചുവടുവയ്പ്പാ'യി ഇതിനെ ദേശീയപ്രസ്ഥാനത്തിന്റെ കൊച്ചിയിലെ മാത്രമല്ല കേരളത്തിലൊട്ടുക്കുമുള്ള മുതലാളിത്തനേതൃത്വം സ്വാഗതം ചെയ്തു. കെ പി സി സിയും കൊച്ചിൻ പ്രജാമ

ണ്ഡലവും തിരുവിതാംകൂർ സ്റ്റേറ്റ് കോൺഗ്രസ്സും മഹാമനസ്കനായ മഹാരാജാവിന്റെ നിർദിഷ്ടമായ ലക്ഷ്യം നേടുന്നതിനുവേണ്ടി തങ്ങൾ പ്രവർത്തിക്കാൻ പോകയാണെന്ന് ഒരേ സ്വരത്തിൽ പ്രഖ്യാപിച്ചു. അവർ മറ്റു പല സംഘടനകളുമായോലോചിച്ച് ഒരൈക്യകേരളക്കമ്മിറ്റി ഉണ്ടാക്കുകയും ഒരൈക്യകേരള കൺവെൻഷനുള്ള ഒരുക്കങ്ങളാരംഭിക്കുകയും ചെയ്തു. ആ കൺവെൻഷൻ 1947 ഏപ്രിൽ മാസത്തിൽ കെ പി സി സി പ്രസിഡന്റിന്റെ അധ്യക്ഷതയിൽ നടന്നു. സ്വാഭാവികമായും കൺവെൻഷൻ കൊച്ചി മഹാരാജാവ് ഉൽഘാടനം ചെയ്തു, അദ്ദേഹം അതിന്റെ രക്ഷാധികാരിയുമായി.

ഇങ്ങനെ ദേശീയപ്രസ്ഥാനത്തിലെ മുതലാളിത്തനേതൃത്വത്തിന്റെ സന്മനോഭാവം വിജയകരമായി നേടിയശേഷം കൊച്ചി ഗവൺമെന്റ് ജനാധിപത്യപ്രസ്ഥാനത്തിന്റെ നേർക്ക് ആക്രമണമാരംഭിച്ചു- ആദ്യ മുന്നണിവിഭാഗത്തിന്റെ നേർക്കും പിന്നീട് ക്രമേണ മുഴുവൻ പ്രസ്ഥാനത്തിന്റെ നേർക്കും. ഇതു കഴിഞ്ഞ അധ്യായത്തിൽ സൂചിപ്പിച്ചിട്ടുണ്ട്. കൊച്ചിയിലെ ഭരണാധികാരികൾ ഉത്തരവാദഭരണത്തിന്റെയും ഐക്യകേരളത്തിന്റെയും പ്രശ്നങ്ങളിൽ പ്രയോഗിച്ച സൂത്രങ്ങൾ കാരണമാണ് ഇങ്ങനെയൊരാക്രമണമാരംഭിച്ചപ്പോൾപ്പോലും ജനാധിപത്യവാദികളുടെ ഒരു വലിയ വിഭാഗം മഹാരാജാവിനോടു കൂറുവിടാതെ നിന്നതെന്നു മാത്രമേ ഇവിടെ പ്രസ്താവിക്കേണ്ടതുള്ളു. പ്രജാമണ്ഡലം മന്ത്രിമാരെ പുറംതള്ളിയപ്പോൾപോലും അതു മഹാരാജാവിന്റെ കുറ്റമല്ല, അദ്ദേഹത്തെ ചുറ്റിനിൽക്കുന്നവരുടെ വേലത്തരങ്ങളാണെന്നു വ്യാഖ്യാനിക്കപ്പെട്ടു. ഇങ്ങനെ പ്രസ്ഥാനത്തിന്റെ നാടുവാഴിവിരുദ്ധ- ജനാധിപത്യഘടനയുടെ മൂർച്ച നശിപ്പിച്ചു.

അതിനുംപുറമേ, മഹാരാജാവിന്റെ രക്ഷാധികാരിത്വത്തിൻകീഴിലുള്ള ഐക്യകേരളപ്രസ്ഥാനം തെക്കൻ തിരുവിതാംകൂറിലെ 'മലയാളികൾ നശിക്കട്ടെ' എന്ന മുദ്രാവാക്യവും മുഴക്കി. ഇത് ഇന്ത്യൻ ജനാധിപത്യപ്രസ്ഥാനത്തിന്റെ ഐക്യത്തെ തകർക്കുന്നതായിരുന്നു. കാരണം, ഐക്യകേരളപ്രസ്ഥാനത്തിന്റെ മുതലാളിത്ത നേതൃത്വമാഗ്രഹിച്ചത് മദ്രാസ്, കൊച്ചി, തിരുവിതാംകൂർ എന്നീ സ്റ്റേറ്റുകളിൽപ്പെട്ട മലയാളം സംസാരിക്കുന്ന ജനങ്ങൾ ഭൂരിപക്ഷമായ, തൊട്ടുകിടക്കുന്ന പ്രദേശങ്ങളുടെ ഏകീകരണമായിരുന്നില്ല; നേരേമറിച്ച്, പല ഭാഷകൾ സംസാരിക്കുന്നവരുൾപ്പെട്ട ഒരു 'പശ്ചിമതീരസംസ്ഥാനം' സൃഷ്ടിക്കുവാനാണ്. ഈ 'ഐക്യകേരള'ത്തിൽ തെക്കൻ തിരുവിതാംകൂറിലെ തമിഴ് പ്രദേശങ്ങൾ മാത്രമല്ല, വടക്ക് മലയാളികളല്ലാത്ത തുളു- കർണാടക ഭൂരിപക്ഷമുള്ള തെക്കൻ കർണാടകപ്രദേശങ്ങളും കൂർഗും നീലഗിരിയിലെ തമിഴരും ഗോത്രവർഗങ്ങളും താമസിക്കുന്ന പ്രദേശങ്ങളും അവർ ഉൾപ്പെടുത്തി.

ഇത് സ്വാഭാവികമായും തമിഴരിലും കർണാടകരിലും കുടകരിലും അത്യധികമായ അരിശമുളവാക്കി.

ഐക്യകേരളത്തിന്റെ ഈ സ്വദേശാധിപത്യപരമായ വ്യാഖ്യാനത്തിനടിസ്ഥാനം, പണ്ട് കേരളസാമ്രാജ്യം തെക്ക് കന്യാകുമാരി മുതൽ വടക്ക് ഗോകർണം വരെ വ്യാപിച്ചിരുന്നുവെന്ന അയഥാർഥ 'ചരിത്ര'മാണ്. ഐക്യകേരളത്തെ സംബന്ധിച്ച കൊച്ചി മഹാരാജാവിന്റെ വിളംബരത്തിൽ പഴയ കേരളസാമ്രാജ്യത്തെ അതിന്റെ സർവമഹിമയോടുംകൂടി പുനഃസ്ഥാപിക്കുകയാണ്, ജനങ്ങൾക്കു നേടാനുള്ള മഹനീയ ലക്ഷ്യമായി മുന്നോട്ടുവച്ചിരുന്നതെന്നത് അർഥവത്താണ്. 1947 ഏപ്രിൽ മാസത്തിൽ കൂടിയ ഐക്യകേരള കൺവെൻഷൻ സമ്മേളനപ്പന്തലിനു മുന്നിൽ, കന്യാകുമാരി മുതൽ ഗോകർണം വരെയുള്ള കേരളത്തിന്റെ നിർമാതാവെന്നു ഘോഷിക്കപ്പെടുന്ന പുരാണകഥാപാത്രമായ പരശുരാമന്റെ ഒരു പ്രതിമ സ്ഥാപിച്ചിരുന്നുവെന്നതും അർഥവത്താണ്. പരശുരാമസൃഷ്ടമാണ് കേരളമെന്ന അടിസ്ഥാനത്തിലുള്ള ചരിത്രസിദ്ധാന്തങ്ങൾ എത്രമാത്രം അയഥാർഥമാണെന്നും ഈ സിദ്ധാന്തങ്ങളുടെ ഉൽഭവം മധ്യകാലകേരളത്തിലെ ഫ്യൂഡൽ- സൈനിക ഭരണാധികാരിവർഗങ്ങളിൽ നിന്നാണെന്നും നാം മുൻ അധ്യായങ്ങളിൽ കണ്ടുകഴിഞ്ഞിട്ടുണ്ട്. ഈ അയഥാർഥമായ ചരിത്രസിദ്ധാന്തമാണ് ഐക്യകേരളപ്രസ്ഥാനത്തിന്റെ ബൂർഷ്വാസംഘാടകന്മാർക്കടിസ്ഥാനമായതെന്നത് പ്രസ്ഥാനത്തിലെ അവരുടെ നേതൃത്വത്തിന്റെ തനി പിന്തിരിപ്പൻ സ്വഭാവത്തെ കാണിക്കുന്നു.

എന്നിരുന്നാലും ഈ പ്രസ്ഥാനം കേരളത്തിലെ ജനാധിപത്യവാദികളെയാകെ അണിനിരത്തി. കൊച്ചി മഹാരാജാവിന്റെ നേതൃത്വത്തിലുള്ള ഫ്യൂഡൽശക്തികളുടെ ആധിപത്യത്തോട് എതിർപ്പുണ്ടായിരുന്നുവെങ്കിലും, ജനാധിപത്യവാദികളായ ജനവിഭാഗങ്ങൾ ഐക്യകേരള കൺവെൻഷനിൽ ആവേശപൂർവം പങ്കെടുത്തു. കൺവെൻഷന്റെ പ്രവൃത്തി തുടർന്നുകൊണ്ടുപോകാൻ രൂപീകരിച്ച ഐക്യകേരളക്കമ്മിറ്റി അനേകം ജനാധിപത്യസംഘടനകളുടെയും ഗ്രൂപ്പുകളുടെയും കേന്ദ്രമായിത്തീരുകയും ചെയ്തു. കേരളത്തിന്റെ ചരിത്രത്തിൽ ഐക്യകേരളമുദ്രാവാക്യത്തിന് മുമ്പൊരിക്കലും ഇത്ര ബഹുജനപിൻബലമുണ്ടായിട്ടില്ല. എല്ലാവരും ഐക്യകേരളത്തിനുവേണ്ടി നിലകൊള്ളുന്നതായിത്തോന്നി.

എന്നാൽ ഓരോ ദിവസം കഴിയുന്തോറും ഐക്യകേരളത്തിനുവേണ്ടിയുള്ള ഈ ബാഹ്യമായ ഐക്യത്തിന്റെ പിന്നിൽ വളരെ ഗുരുതരമായ പിളർപ്പുകൾ പ്രത്യക്ഷപ്പെട്ടു; നാൾക്കുനാൾ അത് കൂടിക്കൂടിവരികയും ചെയ്തു. തിരുവിതാംകൂർ രാജകുടുംബവും അതിന്റെ ആശ്രിതരും അവരുടെ അധികാരത്തിനു കുറച്ചെങ്കിലും ഉടവുതട്ടുമെന്നതുകൊണ്ട്

ഐക്യകേരളത്തിനെതിരായിരുന്നു; തെക്കൻ തിരുവിതാംകൂറിലെ തമിഴരെ തമിഴ്നാട്ടിലെ തങ്ങളുടെ സഹോദരന്മാരോടു ചേരാനനുവദിച്ചുകൂടെന്ന് അവർ നിശ്ചയിച്ചിരുന്നു. തിരുവിതാംകൂറിൽപ്പെട്ട തമിഴ്പ്രദേശങ്ങൾ ഐക്യകേരളത്തിനകത്തു നിലനിർത്താനും അവർ അതിയായി ആഗ്രഹിച്ചു. പക്ഷേ തമിഴ്പ്രദേശങ്ങൾ ഉപേക്ഷിക്കേണ്ടിവന്നാലും ഐക്യകേരളം വേണമെന്ന ആവശ്യം അവർ ഉപേക്ഷിക്കുവാൻ തയ്യാറായിരുന്നില്ല. കൊച്ചിയിലെയും മലബാറിലെയും മുതലാളിവർഗത്തിനും ഐക്യകേരളമുണ്ടായിക്കാണാൻ വ്യഗ്രതയുണ്ടായിരുന്നു; അതേ സമയത്ത്, സാമ്പത്തികമായി കൂടുതൽ ശക്തിയുള്ളതും രാഷ്ട്രീയമായി വളരെ നന്നായി സംഘടിച്ചിട്ടുള്ളവരുമായ തിരുവിതാംകൂറിലെ മുതലാളികൾ, ഐക്യകേരളത്തിൽ ആധിപത്യം വഹിക്കുമെന്ന് അവർ ഭയപ്പെട്ടു. കേരളത്തിലെ ഭരണാധികാരിവർഗങ്ങൾ തമ്മിലും അവരും അയൽരാജ്യങ്ങളിലെ ഭരണാധികാരിവർഗങ്ങൾ തമ്മിലുമുള്ള ഈ സംഘട്ടനങ്ങളെ പൂർണമായും ഉപയോഗിച്ചിട്ടാണ് ഇന്ത്യാഗവൺമെന്റും അതിന്റെ നാട്ടുരാജ്യമന്ത്രാലയവും കൊച്ചിയെയും തിരുവിതാംകൂറിനെയും പൂർണമായും അവരുടെ നിയന്ത്രണത്തിൽ കൊണ്ടുവരികയും ഐക്യകേരളത്തിനുള്ള ആവശ്യത്തെ തകർക്കുകയും ചെയ്തത്.

ഇന്ത്യാഗവൺമെന്റും അതിന്റെ നാട്ടുരാജ്യമന്ത്രാലയവും ഇന്ത്യൻ നാട്ടുരാജ്യങ്ങളെ സംയോജിപ്പിക്കുകയും ലയിപ്പിക്കുകയുമെന്ന നയം നടപ്പിലാക്കാൻ തുടങ്ങിയപ്പോൾ ഈ പദ്ധതിയിൽ നിന്നൊഴിവാക്കപ്പെട്ട അപൂർവം നാട്ടുരാജ്യങ്ങളിൽ കൊച്ചിയും തിരുവിതാംകൂറുമുൾപ്പെട്ടിരുന്നു; മൈസൂറും കശ്മീറും ഹൈദരാബാദുംപോലെ, കൊച്ചിയും തിരുവിതാംകൂറും സാമ്പത്തികഭദ്രതയുള്ള രാജ്യങ്ങളാണെന്നായിരുന്നു അതിനു പറഞ്ഞ ന്യായം. സാമ്പത്തികഭദ്രതയില്ലാത്ത രാജ്യങ്ങളുടെ സംയോജനവും ലയനവും വിജയകരമായി പൂർത്തിയാവുന്ന ഘട്ടത്തിലെത്തിയപ്പോൾ, ഈ നാട്ടുരാജ്യങ്ങളെയും നാട്ടുരാജ്യമന്ത്രാലയത്തിന്റെ പരിപൂർണ നിയന്ത്രണത്തിലാക്കേണ്ട പ്രശ്നം പൊന്തിവന്നു. ഇതൊരു പ്രധാന പ്രശ്നമായിത്തീരാൻ വേറെയും കാരണമുണ്ടായിരുന്നു: ജനാധിപത്യപ്രസ്ഥാനം ഈ രണ്ടു നാട്ടുരാജ്യങ്ങളെയും മലബാറിനോടു യോജിപ്പിച്ച് ഐക്യകേരളം രൂപീകരിക്കണമെന്ന മുദ്രാവാക്യം ഉയർത്തിക്കഴിഞ്ഞിരുന്നു. അതുകൊണ്ട് നാട്ടുരാജ്യമന്ത്രാലയം ഈ രണ്ടു രാജ്യങ്ങളെയും ചേർത്ത് തിരു- കൊച്ചിയെന്ന ഒരു പുതിയ നാട്ടുരാജ്യം രൂപീകരിക്കാനുള്ള പദ്ധതിയുണ്ടാക്കി.

ഐക്യകേരളമെന്ന ലക്ഷ്യത്തിലേക്കുള്ള ആദ്യത്തെ കാൽവയ്പ്പായിട്ടാണ് ഇതിനെ ഐക്യകേരളവാദികളുടെ മുമ്പിൽ ഉയർത്തിക്കാണിച്ചത്. ഈ കപടന്യായത്തിന്മേലാണ് കൊച്ചിയിലെയും തിരു

വിതാംകൂറിലെയും ജനാധിപത്യവാദികളിലൊരു വിഭാഗത്തെക്കൊണ്ട് ഈ പദ്ധതി അതംഗീകരിപ്പിച്ചത്. എന്നാൽ യഥാർഥത്തിൽ അത് ഐക്യകേരളം നേടുന്നതിനല്ല, അതിൽനിന്നകന്നുപോകുന്നതിനുള്ള ഒരു കാൽവയ്പ്പായിരുന്നു. കാരണം, അത് പുതിയ തിരു- കൊച്ചി സ്റ്റേറ്റിന്റെ ബഹുഭാഷാസ്വഭാവം തുടരുക മാത്രമല്ല ചെയ്തുള്ളൂ; തമിഴരെയും മലയാളികളെയും മദിരാശി സ്റ്റേറ്റിൽ താമസിക്കുന്നവരെന്നും പുതിയ തിരു- കൊച്ചി സ്റ്റേറ്റിൽ താമസിക്കുന്നവരെന്നുമുള്ള നിലയിൽ വിഭജിച്ചുനിർത്തുന്നത് തുടരുക മാത്രമല്ല ചെയ്തുള്ളൂ; തിരുവിതാംകൂർ മഹാരാജാവിനെ പുതിയ സ്റ്റേറ്റിന്റെ രാജപ്രമുഖനെന്ന നിലയിൽ ഉറപ്പിക്കുകയും തിരുവിതാംകൂറിലെയും കൊച്ചിയിലെയും രാജകുടുംബങ്ങൾക്കുള്ള അലവൻസായി ആണ്ടിൽ 40 ലക്ഷം ഉറുപ്പികയോളം വകകൊള്ളിക്കുകയും കൂടി ചെയ്തു. പുതിയ ഇന്ത്യൻ ഭരണഘടനയുടെ ഭാഗമായ, പുതിയ സ്റ്റേറ്റ് രൂപീകരിക്കുന്നതിനുള്ള അടിസ്ഥാനമെന്ന നിലയിൽ എഴുതിയുണ്ടാക്കപ്പെട്ട 'ഒത്തുതീർപ്പ്'വ്യവസ്ഥയിൽ തിരു- കൊച്ചിയെ, ഇന്ത്യാഗവൺമെന്റിന് ഇടപെടുന്നതിനും നിയന്ത്രിക്കുന്നതിനുമുള്ള വിപുലമായ അധികാരങ്ങളോടുകൂടിയ പാർട്ട് ബി സ്റ്റേറ്റാക്കി.

ഇതോടുകൂടി ഐക്യകേരളത്തിനുവേണ്ടിയുള്ള സമരത്തിന്റെ ഒരു ഘട്ടമവസാനിച്ചു- ജനങ്ങൾ യോജിച്ചുനിന്നാൽ ഐക്യകേരളമുദ്രാവാക്യം ഇന്ത്യാ ഗവൺമെന്റിനെക്കൊണ്ടു നടപ്പിലാക്കിക്കാൻ കഴിയുമെന്ന ഏതാണ്ടൊരാശ നിലവിലുണ്ടായിരുന്ന ഘട്ടം. കോൺഗ്രസ്സിന്റെ അഖിലേന്ത്യാനേതൃത്വത്തിന്, ഭാഷാസംസ്ഥാനങ്ങളുടെ രൂപീകരണത്തിൽനിന്നു ജനങ്ങളെ വഴിതിരിച്ചുവിടാൻവേണ്ടി, ധാർകമ്മീഷന്റെ നിയമനം, അതിന്റെ റിപ്പോർട്ട് പ്രസിദ്ധീകരിക്കൽ, ജെ വി പി കമ്മിറ്റിയുടെ വകയായി പുനഃപരിശോധന തുടങ്ങി പലവിധ അടവുകളും പ്രയോഗിക്കേണ്ടിവന്ന ഒരു സമയമായിരുന്നു അതെന്നോർമിക്കണം. 1950 ൽ പുതിയ ഇന്ത്യൻ ഭരണഘടനയുടെ ഉൽഘാടനവും അതിനെത്തുടർന്ന് തിരുവിതാംകൂറും കൊച്ചിയും ഒരു സ്റ്റേറ്റായി സംയോജിപ്പിച്ചതും ഐക്യകേരളത്തിന്റെ മാർഗത്തിൽ പുതിയ തടസ്സങ്ങൾ സൃഷ്ടിച്ചു. തിരു- കൊച്ചി സംയോജനത്തിന്റെ ഒത്തുതീർപ്പുവ്യവസ്ഥ ഭേദഗതി ചെയ്യൽ, പുതിയ തിരു- കൊച്ചിയെ പാർട്ട് ബി സ്റ്റേറ്റിൽനിന്നു പാർട്ട് എ സ്റ്റേറ്റാക്കി മാറ്റൽ, ഇന്ത്യൻ പാർലമെന്റിന്റെയും മദ്രാസ്, തിരു- കൊച്ചി നിയമസഭകളുടെയും അനുമതി- ഐക്യകേരളസ്റ്റേറ്റ് രൂപീകരിക്കാൻ ഈ കടമ്പകളെല്ലാം കടന്നുപോകേണ്ടതുണ്ട്. അതുകൊണ്ടു മുതലാളിത്ത നേതൃത്വത്തിലുള്ള ഐക്യകേരളപ്രസ്ഥാനം സ്വാഭാവികമായ മരണം വരിച്ചു; രണ്ടുകൊല്ലം പ്രവർത്തിച്ച ഐക്യകേരളക്കമ്മിറ്റി പിരിച്ചുവിട്ടു.

II

മുതലാളിത്ത നേതൃത്വത്തിലുള്ള ഐക്യകേരളപ്രസ്ഥാനം ഇങ്ങനെ ഹ ിളർക്കപ്പെട്ടുവെങ്കിലും ആ പ്രസ്ഥാനത്തിന്ന നിദാനമായ ജനാധിപത്യ മുന്നേറ്റം നിലച്ചില്ല; നേരേമറിച്ച്, കൂടുതൽ കൂടുതൽ ശക്തിപ്പെട്ടുവന്നു.

പുന്നപ്ര- വയലാറിലും വടക്കേ മലബാറിലും ഏറ്റവും ഉയർന്ന രൂപങ്ങളിലേക്കു വളർന്ന വമ്പിച്ച ബഹുജനസമരങ്ങളുടെ മധ്യത്തിലാണ് കെ പി സി സി ആരംഭിച്ച ഐക്യകേരളപ്രസ്ഥാനം വളർന്നത്. ഈ സമരങ്ങളിൽ പങ്കെടുത്ത സാധാരണജനങ്ങളെ അടിച്ചമർത്താനുപയോഗിക്കപ്പെട്ട മൃഗീയമായ ഭീകരമുറകൾ നിഷ്ഫലമായിരുന്നു. കാരണം, അമ്പലപ്പുഴ, ചേർത്തല താലൂക്കുകളിലും വടക്കേ മലബാറിലും കുറച്ചുകാലത്തേക്ക് ഒരു ശ്മശാനശാന്തത സ്ഥാപിക്കുന്നതിൽ അതു വിജയിച്ചുവെങ്കിലും, അവസാനം അതിലെത്രയോ വമ്പിച്ച ബഹുജനസമരങ്ങൾ അഴിച്ചുവിടുന്നതിലാണതു കലാശിച്ചത്. വയലാറിൽ ചോരപ്പുഴതീർത്ത കൂട്ടക്കൊല കഴിഞ്ഞിട്ടൊരുകൊല്ലം തികയുന്നതിനുമുമ്പുതന്നെ ആയിരക്കണക്കിനു കണ്ഠങ്ങൾ 'വയലാർ രക്തം നമ്മുടെ രക്തം', 'പുന്നപ്ര- വയലാർ വീരന്മാരെ മോചിപ്പിക്കുക', 'വയലാറിൽ കൊല നടത്തിയ പൊലീസുദ്യോഗസ്ഥന്മാരെ വിചാരണ ചെയ്തു ശിക്ഷിക്കുക' എന്നും മറ്റുമുള്ള മുദ്രാവാക്യങ്ങൾ മുഴക്കി. കമ്യൂണിസ്റ്റുകാർ മാത്രമല്ല, സോഷ്യലിസ്റ്റുകാരും കോൺഗ്രസ്സുകാരും എല്ലാ ജനാധിപത്യവാദികളും പുന്നപ്ര- വയലാർ സ്വന്തം കാര്യമായെടുത്തു. അതുപോലെതന്നെ, വടക്കേ മലബാറിലെ കരിവെള്ളൂരും കാവുമ്പായിയും (ചിറയ്ക്കൽ താലൂക്കിൽ കൃഷിക്കാരെ വെടിവച്ചു കൊന്ന രണ്ടു സ്ഥലങ്ങൾ) ഭൂമിക്കും ജനാധിപത്യത്തിനുംവേണ്ടിയുള്ള സമരത്തിന്റെ പുതിയ ഘട്ടത്തിന്റെ പ്രതീകമായിത്തീർന്നു. ഈ വിപ്ലവകരമായ സമരങ്ങളുടെ നേതാവും സംഘാടകനുമായ കമ്യൂണിസ്റ്റ് പാർട്ടിയുടെ പ്രശസ്തിയും പ്രചാരവും അഭൂതപൂർവമായി വളർന്നു.

1948 ഫെബ്രുവരിയിലും സെപ്റ്റംബറിലും യഥാക്രമം തിരുവിതാംകൂർ, കൊച്ചി നിയമസഭകളിലേക്കു നടന്ന ആദ്യത്തെ തിരഞ്ഞെടുപ്പുകൾ ഇടതുപക്ഷജനാധിപത്യശക്തികൾ കോൺഗ്രസ്സിനെതിരായി അണിനിരക്കുകയാണെന്നു കാണിച്ചു. കമ്യൂണിസ്റ്റ് പാർട്ടിയും പുതുതായി രൂപീകരിക്കപ്പെട്ട കേരള സോഷ്യലിസ്റ്റ് പാർട്ടിയും (1942 നുശേഷം മെംബർമാരായി ചേർക്കപ്പെട്ട കേരളത്തിലെ കോൺഗ്രസ്സ് സോഷ്യലിസ്റ്റുകാരുടെ ഭൂരിപക്ഷമടങ്ങിയ ഒരു കക്ഷി) തിരുവിതാംകൂറിൽ കോൺഗ്രസ്സിനെതിരായി ഒരൈക്യമുന്നണി രൂപീകരിച്ചു. കൊച്ചിയിലെ തിരഞ്ഞെടുപ്പു ബഹിഷ്കരിക്കുന്നതിലും അവർ യോജിച്ചു. ഈ രണ്ടു പാർട്ടികൾ

തമ്മിലും അവയും തെക്കൻ തിരുവിതാംകൂറിലെ തിരുവിതാംകൂർ തമിഴ്നാട് കോൺഗ്രസ്സുമായും ഒരു ഒത്തുതീർപ്പുമുണ്ടായി.

കമ്യൂണിസ്റ്റുകാരും കെ എസ് പിക്കാരും ചേർന്ന് തിരുവിതാംകൂറിലുണ്ടാക്കിയ ഐക്യമുന്നണിയുടെ സ്ഥാനാർഥികൾ ഒരു സീറ്റുപോലും നേടിയില്ലെങ്കിലും അവരുടെ യോജിച്ചുള്ള പ്രക്ഷോഭണം യഥാർഥ ജനാധിപത്യത്തിനുവേണ്ടി സമരം ചെയ്യേണ്ടതിന്റെ ആവശ്യകത ജനങ്ങളെ പഠിപ്പിക്കാനുപകരിച്ചു. കൂടാതെ, ആകെ രേഖപ്പെടുത്തിയ 20 ലക്ഷത്തിൽപരം വോട്ടുകളിൽ രണ്ടു ലക്ഷത്തിലേറെ വോട്ടുകൾ അവർക്കും ബാക്കിയുള്ളതിൽ അഞ്ചു ലക്ഷത്തിലധികം വോട്ടുകൾ തിരുവിതാംകൂർ തമിഴ്നാട് കോൺഗ്രസ്സിനും ലഭിച്ചുവെന്ന വസ്തുത, കോൺഗ്രസ്സിനെതിരായ സമരത്തിന് ഒരുറച്ച ബഹുജനാടിസ്ഥാനമുണ്ടായിരുന്നുവെന്നു കാണിച്ചു.

അതുപോലെ, കൊച്ചിയിൽ തിരഞ്ഞെടുപ്പു ബഹിഷ്കരണം താരതമ്യേന ഫലപ്രദമായില്ലെങ്കിലും, പ്രജാമണ്ഡലത്തിനും പീപ്പിൾസ് കോൺഗ്രസ്സി(കൊട്ടാരദാസന്മാരുടെ ഒരു സംഘടന)നുമെതിരായി കമ്യൂണിസ്റ്റ് പാർട്ടിയും കെ എസ് പിയും യോജിച്ചു നടത്തിയ പ്രക്ഷോഭം, എല്ലാത്തരക്കാരായ പിന്തിരിപ്പൻമാരെയും എതിർക്കാൻ ഒരു പുതിയ ശക്തി ഉയർന്നുവരുന്നുണ്ടെന്നു കാണിക്കാൻ ഉപകരിച്ചു. തിരുവിതാംകൂറിലെപ്പോലെ രണ്ടു പാർട്ടികളും യോജിച്ചു തിരഞ്ഞെടുപ്പിൽ മൽസരിക്കുകയും ജനാധിപത്യശക്തികളെ ഉറപ്പിക്കുകയും ചെയ്തിരുന്നുവെങ്കിൽ, അത് തീർച്ചയായും വളരെ അധികം ഫലപ്രദമാകുമായിരുന്നു. എന്നാൽ പിന്തിരിപ്പന്മാരെ എതിർക്കുന്നതിൽ അവർ ഒരേ നയം തുടർന്നുവെന്ന സംഗതി പ്രാധാന്യമുള്ള ഒരു സംഭവവികാസമായിരുന്നു. കാരണം, തിരുവിതാംകൂറിലെ തിരഞ്ഞെടുപ്പിൽ യോജിച്ചു പങ്കെടുത്തതുപോലെതന്നെ, ഒരു യോജിച്ച വിപ്ലവപരമായ പ്രതിപക്ഷത്തിന്റെ ആവിർഭാവത്തെയും അതു സൂചിപ്പിച്ചു.

ഇതിനിടയിൽ നിയമസഭയ്ക്കു പുറത്ത് ബഹുജനസമരങ്ങളും വമ്പിച്ച തോതിൽ പൊട്ടിപ്പുറപ്പെട്ടുകൊണ്ടിരുന്നു. ഈ സമരങ്ങളിൽ രണ്ടെണ്ണം പ്രത്യേകം പ്രസ്താവ്യമാണ്.

ഒന്ന്, അയിത്തജാതിക്കാർക്കു വഴിനടക്കാനുള്ള അവകാശം സ്ഥാപിക്കാൻ വേണ്ടി നടത്തിയ പാലിയം സത്യാഗ്രഹം. ഇതിന് രണ്ടുവിധത്തിൽ പ്രാധാന്യമുണ്ടായിരുന്നു. ഒന്നാമതായി, അത് കൊച്ചിയിലെ ഏറ്റവും വലിയ ജന്മിക്കെതിരായിരുന്നു; അതുകൊണ്ടുതന്നെ സത്യാഗ്രഹം അയിത്തജാതിക്കാരിലെന്നപോലെ സവർണരായ കൃഷിക്കാരിലും അനുഭാവമുളവാക്കി; അത് പ്രത്യക്ഷത്തിലൊരു കാർഷികപ്രശ്നത്തിന്റെ പേരിലല്ല ഉണ്ടായതെങ്കിലും വാസ്തവത്തിൽ നാടുവാഴിപ്രഭുക്കൾക്കെതിരായ കൊച്ചിയിലെ ആദ്യത്തെ വമ്പിച്ച കർഷകബഹുജനസമരമാ

യിരുന്നു. രണ്ടാമതായി, ജാതിവ്യത്യാസത്തിന്റെ ഏറ്റവും ദുഷിച്ചതും മൃഗീയവുമായ രൂപത്തിനെതിരായതുകൊണ്ട് അത് എല്ലാ ജാതികളിലെയും പുരോഗമനവാദികളെ അണിനിരത്തി. പോലീസിന്റെ ലാത്തിക്കു മാറുകാണിച്ച സത്യാഗ്രഹികൾക്കിടയിൽ സ്റ്റേറ്റിലെ രാജകുടുംബങ്ങളുൾപ്പെടെ ഏറ്റവും ഉയർന്ന ജാതികളിലെ യുവാക്കളും യുവതികളുമുണ്ടായിരുന്നു. അതിന് എല്ലാ ജാതിസംഘടനകളുടെയും എല്ലാ രാഷ്ട്രീയപ്പാർട്ടികളുടെയും (പ്രാദേശിക കോൺഗ്രസ്സ് കമ്മിറ്റികളുൾപ്പെടെ) പല വ്യക്തികളുടെയും പിന്തുണയുണ്ടായിരുന്നു. സത്യാഗ്രഹരംഗത്തേക്ക് തൊഴിലാളി വാളണ്ടിയർമാരുടെ ഒരു സ്ക്വാഡിനെ നയിക്കുന്നതിനിടയിൽ കൊച്ചി തുറമുഖത്തൊഴിലാളികളിൽപ്പെട്ട ഒരു കമ്യൂണിസ്റ്റ് നേതാവായ എ ജി വേലായുധൻ പോലീസ് മർദനമേറ്റു മരിച്ചു. ജനാധിപത്യ ഐക്യകേരളത്തിനുവേണ്ടിയുള്ള സമരത്തിന്റെ സത്തായ, സാമൂഹ്യസമത്വത്തിനുവേണ്ടിയുള്ള സമരവും ജന്മിത്തത്തിനെതിരായ സമരവും എല്ലാ ജനാധിപത്യവാദികളുടെയും പുരോഗമനവാദികളുടെയും അണിനിരക്കലും തൊഴിലാളിവർഗത്തിന്റെ സമരനേതൃത്വവും ഇതിൽ ഒത്തുക്കൂടിയിരുന്നു.

രണ്ട്, സമരം വടക്കേ മലബാറിലെ കൃഷിക്കാരുടെ മഹനീയസമരം. സുപ്രസിദ്ധമായ ഈ സമരം, പൂത്തിവയ്പ്പുകാരായ ജന്മികൾക്കെതിരായി വടക്കേ മലബാറിലെ നാട്ടിൻപുറത്തുള്ള പട്ടിണിപ്പാവങ്ങൾ അങ്ങേയറ്റം ഉറച്ചുനിന്നു നടത്തിയ സമരമായിരുന്നു. ഈ സമരത്തെ അടിച്ചമർത്താൻ ഗവൺമെന്റിന് പട്ടാളത്തെ കൊണ്ടുവരേണ്ടിവരത്തക്കവണ്ണം അത്രയും അദ്ഭുതപൂർവമായ ഒരു ബഹുജനശക്തിയെ അതഴിച്ചുവിട്ടു. അതിൽ പങ്കുകൊണ്ട ജനങ്ങൾ അത്രയും ഉയർന്ന നിലയിലുള്ള സമരാവേശവും മനോവീര്യവും പ്രകടിപ്പിച്ചു. കോറോം, പഴശ്ശി, തില്ലങ്കേരി, ഓഞ്ചിയം, മുനയൻകുന്ന്- ഇവ നമ്മുടെ കർഷകപ്രസ്ഥാനത്തിന്റെ ചരിത്രത്തിൽ ഒരു പുതിയ ഘട്ടത്തിന്റെ, കമ്യൂണിസ്റ്റ്നേതൃത്വത്തിൽ സംഘടിതരായ കർഷകവർഗം വർഗശത്രുവിനെ തോൽപ്പിക്കാൻ തങ്ങളുടെ സ്വന്തം ശക്തിയെ ആശ്രയിച്ചതായ ഒരു ഘട്ടത്തിന്റെ, പ്രതീകങ്ങളായിത്തീർന്നു.

എന്നാൽ കോൺഗ്രസ്സ് രാജ്യത്തിലെ ഏറ്റവും വലിയ ദേശീയസംഘടന എന്ന പ്രശസ്തി നിലനിർത്തിയിരുന്ന ഒരു സമയത്താണ് ഈ സമരങ്ങൾ ഉണ്ടായത്. കോൺഗ്രസ്സിന് കേന്ദ്രത്തിൽ പൂർണാധികാരം കിട്ടിയിട്ട് ഏതാനും ആഴ്ചകളേ ആയിരുന്നുള്ളു. തിരുവിതാംകൂറിലും കൊച്ചിയിലും അതിന്റെ അധികാരലബ്ധി ആസന്നമായിരുന്നു. അതുകൊണ്ട് ആത്മാർഥതയുള്ള ജനാധിപത്യവാദികളിലൊരു വലിയ വിഭാഗം, കോൺഗ്രസ്സിനു സമയം കൊടുക്കണമെന്നും കമ്യൂണിസ്റ്റുകാർ കോൺഗ്രസ്സിനെയും

അതിന്റെ ഗവൺമെന്റിനെയും അനാവശ്യമായി വിഷമിപ്പിക്കുകയാണെന്നും വിശ്വസിച്ചു. കൃഷിക്കാരുടെയും തൊഴിലാളിവർഗത്തിന്റെയും ഒരു വിഭാഗത്തിനു തന്നെയും ഈ അഭിപ്രായമുണ്ടായിരുന്നു. കോൺഗ്രസ്സ് ഗവൺമെന്റിനു സമയം നൽകണമെന്നുള്ള ജനാധിപത്യവാദികളായ ജനവിഭാഗങ്ങളുടെ ഈ അഭിപ്രായത്തെ, ജനങ്ങളുടെ സമരമുന്നണിയായ കമ്യൂണിസ്റ്റ് പാർട്ടിക്കെതിരായി കോൺഗ്രസ്സുപയോഗപ്പെടുത്തി.

എന്നാൽ ഈ ചിന്താഗതി വളരെ കുറച്ചുകാലമേ നിലനിന്നുള്ളൂ. കാരണം, അധികാരത്തിലിരിക്കുന്ന കോൺഗ്രസ്സുകാർ യഥാർഥ ജനപ്രതിനിധികളെപ്പോലെയല്ല പ്രവർത്തിക്കുന്നതെന്നും നേരേമറിച്ച് ഭരണകൂടത്തിന്റെ മേലുള്ള തങ്ങളുടെ പിടിയുപയോഗിച്ച് ജനങ്ങളെ കൊള്ളയടിക്കാൻ ശ്രമിക്കുന്ന, അഴിമതിയും ദുരാഗ്രഹവും നിറഞ്ഞ ആളുകളാണെന്നും ജനങ്ങൾ കാണാൻ തുടങ്ങി. പെർമിറ്റുകൾ, ബസ്റൂട്ടുകൾ, ഭൂമി പതിച്ചുവാങ്ങൽ, എല്ലാ ഉദ്യോഗങ്ങളും മന്ത്രിമാരുടെ സ്വന്തക്കാർക്ക് കൊടുക്കൽ, കോൺഗ്രസ്സ് പിണിയാളർക്ക് ജോലി കൊടുക്കാൻവേണ്ടി പുതിയ ഉദ്യോഗങ്ങൾ സൃഷ്ടിക്കൽ- ഇവയോടൊപ്പമുണ്ടായ അരിയുടെ വിലക്കയറ്റം, റേഷൻ സമ്പ്രദായത്തിന്റെ തുടർച്ചയായ തകർച്ച, നെല്ലെടുപ്പിന്റെ പേരിൽ സാധു കൃഷിക്കാരെ പിഴിയൽ, അനിയന്ത്രിതമായ കരിഞ്ചന്ത, അവസാനമില്ലാത്ത മർദനം മുതലായവയും, ഇതിനും പുറമേ കോൺഗ്രസ്സുകാരുടെ അതിരില്ലാത്ത ദുരയും സ്വാർഥതയും, അവർക്കിടയിൽ വഴക്കുകൾ- തട്ടിയെടുത്തത് പങ്കിടുന്ന പ്രശ്നത്തിന്മേലുള്ള കടിപിടി- സൃഷ്ടിച്ചുതുടങ്ങിയെന്നും ജനങ്ങൾ കാണാൻ തുടങ്ങി. അടിക്കടി മന്ത്രിമാരും എം എൽ എ മാരും പരസ്പരം കൂടതന്ത്രങ്ങൾ പ്രയോഗിക്കുന്നതുകണ്ടപ്പോൾ കോൺഗ്രസ്സനുഭാവികളുടെയിടയിൽ അധികമധികം വെറുപ്പുളവായി. പത്രപംക്തികളും തീവണ്ടികളും ബസുകളും ഷോപ്പുകളും ആപ്പീസുകളും ജനങ്ങൾക്കു സംസാരിക്കാൻ സന്ദർഭം കിട്ടുന്ന ഓരോ സ്ഥലവും, ഈ സംഗതികളെപ്പറ്റി അങ്ങേയറ്റത്തെ അരിശവും 'ദേശീയ സംഘടന'യോടും അതിന്റെ നേതാക്കന്മാരോടുമുള്ള വെറുപ്പും അവജ്ഞയും പ്രകടിപ്പിക്കുന്നതിനുള്ള രംഗങ്ങളായിത്തീർന്നു.

എല്ലാത്തരം പിന്തിരിപ്പന്മാരും ഈ സ്ഥിതിയെ ഉപയോഗപ്പെടുത്താൻ ശ്രമിക്കുന്നതു സ്വാഭാവികമാണല്ലോ. തിരുവിതാംകൂറിലെയും കൊച്ചിയിലെയും കത്തോലിക്കാ പ്രമാണിമാർ, ഹിന്ദുവർഗീയവാദികൾ, കോൺഗ്രസ്സിനകത്തുള്ള വിഭിന്നചേരികൾ, എല്ലാവരും തങ്ങളുടെ പ്രതിയോഗികളെ അധികാരസ്ഥാനങ്ങളിൽനിന്നും വലിച്ചു താഴെയിടാൻ വേണ്ടിയും സ്വന്തം സങ്കുചിതമായ വിഭാഗീയതാൽപ്പര്യങ്ങൾ നേടാൻവേണ്ടിയും കോൺഗ്രസ്സ്വിരോധ മനോഭാവത്തിൽനിന്നു മുതലെടുക്കാൻ നോക്കി. ഹിന്ദുമണ്ഡലം, കൊച്ചിൻ പാർട്ടി മുതലായ സംഘ

ടനകൾ വളർന്നു. എന്നിരുന്നാലും ബഹുഭൂരിപക്ഷം ജനങ്ങൾ ഈ പിന്തിരിപ്പൻ പാർട്ടികളെ ഉപേക്ഷിക്കുകയും കമ്യൂണിസ്റ്റ് പാർട്ടിയുടെയും മറ്റു ജനാധിപത്യ പാർട്ടികളുടെയും സംഘടനകളുടെയും പിന്നിലണിനിരക്കുകയുമാണു ചെയ്തത്. കോൺഗ്രസ്സ് മന്ത്രിസഭ അധികാരമേറ്റെടുത്തതിനുശേഷം (1948 ഡിസംബറിലെ തിരഞ്ഞെടുപ്പ്) കൊച്ചിയിൽ നടന്ന ആദ്യത്തെ മുനിസിപ്പൽ തിരഞ്ഞെടുപ്പിൽ കമ്യൂണിസ്റ്റുകാർ ഒരു ഗണ്യമായ ശതമാനം സീറ്റുകൾ നേടിയെന്നത് ശ്രദ്ധേയമാണ്. 1949 ന്റെ ആരംഭത്തിൽ കൊച്ചി നിയമസഭയിലേക്ക് തിരഞ്ഞെടുക്കപ്പെട്ട ആദ്യത്തെ കമ്യൂണിസ്റ്റുകാരൻ അന്ന് ഒളിവിലായിരുന്ന ഗോപാലകൃഷ്ണ മേനോനായിരുന്നുവെന്നതും ശ്രദ്ധേയമാണ്. 1950 ആയപ്പോഴേക്കും തിരു- കൊച്ചി സ്റ്റേറ്റിൽ നടന്ന ഉപതിരഞ്ഞെടുപ്പുകളിൽ കോൺഗ്രസ്സിന്റെ മിക്ക സ്ഥാനങ്ങളും നഷ്ടപ്പെടത്തക്കവണ്ണം കോൺഗ്രസ്സത്രയും വെറുക്കപ്പെട്ടുകഴിഞ്ഞിരുന്നു.

ജനങ്ങൾക്കിടയിൽ കോൺഗ്രസ്സിനെപ്പറ്റിയുള്ള വ്യാമോഹം നശിക്കുന്നതിന്റെ ഒരു സൂചന, സോഷ്യലിസ്റ്റുകാരുടെ (1942-45 തലമുറയുടെ സ്ഥാനത്ത് ഒരു പുതിയ തലമുറയുടെ, അവരിൽ ഭൂരിപക്ഷവും സോഷ്യലിസ്റ്റ് പാർട്ടിയുപേക്ഷിച്ച് കെ എസ് പി രൂപീകരിക്കുകയും കമ്യൂണിസ്റ്റുകാരുമായി യോജിച്ചു പ്രവർത്തിക്കാൻ തുടങ്ങുകയും ചെയ്തിരുന്നു) വളർച്ചയായിരുന്നു; അതുപോലെതന്നെ പിന്നീട് കെ എം പി പാർട്ടിയായിത്തീർന്ന ഒരുവിഭാഗം കോൺഗ്രസ്സുകാരുടെ ആവിർഭാവവും. കാരണം, യഥാർഥത്തിൽ ജനാധിപത്യവാദികളായിരുന്ന സാധാരണകോൺഗ്രസ്സുകാർ അവരുടെ സ്വന്തം സംഘടനയെ വെറുക്കാൻ തുടങ്ങുകയും, എന്നാൽ കമ്യൂണിസ്റ്റുകാരെക്കുറിച്ചുള്ള തങ്ങളുടെ ആശയപരവും രാഷ്ട്രീയവുമായ തെറ്റിദ്ധാരണകൾ ഉപേക്ഷിക്കാതിരിക്കുകയും ചെയ്ത ഒരു ഘട്ടത്തിലാണ് അവർ തങ്ങളുടെ പ്രവർത്തനത്തിന് പുതിയ സംഘടനാരൂപങ്ങൾ ആരാഞ്ഞു തുടങ്ങിയത്. അതുകൊണ്ട്, ജനാധിപത്യപ്രസ്ഥാനത്തിൽപ്പെട്ട ബഹുജനങ്ങളിൽനിന്നു മുന്നണിവിഭാഗത്തെ ഒറ്റപ്പെടുത്തുന്നതിൽ വിജയിക്കുന്നതിനുപകരം, കോൺഗ്രസ്സ് ബഹുജനങ്ങളിൽനിന്നു സ്വയം ഒറ്റപ്പെടുകയാണെന്നതിന്റെ ഒരു സൂചനയാണ് കഴിഞ്ഞ രണ്ടു കൊല്ലത്തിനിടയിലുണ്ടായ ഈ പാർട്ടികളുടെ വളർച്ച.

എന്നാൽ ഈ സ്ഥിതിയിൽ നിർണായകഘടകമായിട്ടനുഭവപ്പെട്ടത് കമ്യൂണിസ്റ്റ് പാർട്ടി വഹിച്ച പങ്കായിരുന്നു. കാരണം, ആഗസ്റ്റ് 15 ന്റെ അധികാരകൈമാറ്റത്തിനുശേഷവും കോൺഗ്രസ്സ് സാമ്രാജ്യവിരോധപ്രസ്ഥാനത്തിന്റെ ഒരു ഭാഗമാണെന്നു കണക്കാക്കിയ ആദ്യത്തെ സ്വൽപ്പനാളുകൾക്കുശേഷം 'കോൺഗ്രസ്സ് ഗവൺമെന്റിനെ നീക്കം ചെയ്ത് ഒരു ജനകീയ ജനാധിപത്യഗവൺമെന്റ് നിലവിൽ വരുത്തുക' എന്ന

മുദ്രാവാക്യം വിപുലമായി പ്രചരിപ്പിച്ചത് കമ്യൂണിസ്റ്റ്പാർട്ടിയായിരുന്നു. പാലിയം സത്യാഗ്രഹം, വടക്കേ മലബാർ സമരം, തിരുവിതാംകൂറിലെ വിദ്യാർഥികളുടെ സെപ്റ്റംബർ (1948) പഠിപ്പുമുടക്കം, അനേകം തൊഴിലാളി, കർഷകസമരങ്ങൾ തുടങ്ങിയ വലുതും ചെറുതുമായ നിരവധിസമരങ്ങളിൽ ജനങ്ങളുടെ മുന്നിൽ നിന്നതും കമ്യൂണിസ്റ്റ് പാർട്ടിയായിരുന്നു. വമ്പിച്ച ബുദ്ധിമുട്ടുകൾ നേരിടേണ്ടിവന്നുവെങ്കിലും പാർട്ടി പല പുതിയ പ്രദേശങ്ങളിലേക്കും വ്യാപിക്കുകയും ജനാധിപത്യപ്രസ്ഥാനം കെട്ടിപ്പടുക്കുകയും ചെയ്തു. ഈ പ്രവർത്തനമെല്ലാം അഭൂതപൂർവമായ മർദ്ദനത്തിനു കാരണമായി; 3000 ത്തിൽ പരം പാർട്ടിമെംബർമാരും അനുഭാവികളും ജയിലിലിടയ്ക്കപ്പെട്ടു; നൂറുനൂറു പ്രവർത്തകരെ അറസ്റ്റ്ചെയ്തു തല്ലിച്ചതച്ചു; പോലീസുകാർ പറഞ്ഞറിയിക്കാനാവാത്ത അക്രമങ്ങൾ കാണിച്ചു. പാർട്ടി പരിപൂർണമായും തകർക്കപ്പെട്ടുവെന്ന്, 1940 ലും 1946 ലുമെന്നപോലെ, പാർട്ടിയുടെ ശത്രുക്കൾ കരുതി; പാർട്ടിയുടെ ബന്ധുക്കളും പാർട്ടി അംഗങ്ങളിൽത്തന്നെ ചിലരും, സമരങ്ങൾ നയിക്കുന്നതിൽ പാർട്ടി വളരെ കടന്നു പ്രവർത്തിച്ചതായി കരുതി. പക്ഷേ മുൻ അവസരങ്ങളിലെന്നപോലെ പാർട്ടിക്കെതിരായ മർദനം പാർട്ടിയെ ക്ഷീണിപ്പിക്കുന്നതിനുപകരം ശക്തിപ്പെടുത്തുകയാണു ചെയ്തതെന്ന്, പിന്നീട് പാർട്ടിക്കുണ്ടായ ബഹുജനപിൻബലവും 1951 ൽ പാർട്ടിനേതാക്കന്മാർ ജയിലിൽനിന്നു പുറത്തുവന്നപ്പോഴുണ്ടായ വമ്പിച്ച ബഹുജനാവേശവും തെളിയിച്ചു.

ഈ സമരങ്ങൾ നയിക്കുന്നതിൽ പാർട്ടി തെറ്റുകൾ ചെയ്തിട്ടില്ലെന്ന് ഇതുകൊണ്ടർഥമില്ല. തന്ത്രത്തിലും അടവിലും തെറ്റുകൾ തീർച്ചയായും ഉണ്ടായി; കോളനികളിലെ വിപ്ലവങ്ങളിൽ മുതലാളിവർഗത്തിന്റെ പങ്കിന് അമിതപ്രാധാന്യം നൽകിയ ആദ്യത്തെ തെറ്റിൽനിന്ന് ആ പങ്കിനെ തികച്ചും നിഷേധിക്കുന്ന പുതിയ തെറ്റിലേക്കാണ് പാർട്ടി എത്തിയത്. തൊഴിലാളിവർഗത്തിന്റെ നേതൃത്വപരമായ പങ്കിനു വേണ്ടത്ര വിലകൽപ്പിക്കാതിരുന്ന ആദ്യത്തെ തെറ്റു തിരുത്തുന്നതിൽ, കൃഷിക്കാരുടെയും ഇടത്തരക്കാരുടെയും ദേശീയ മുതലാളിവർഗത്തിന്റെയും പങ്കിനെ നിഷേധിക്കുന്ന, സാമ്രാജ്യവിരുദ്ധ ദേശീയഘടകത്തിന്റെ നിർണായകപ്രാധാന്യത്തെ നിഷേധിക്കുന്ന, ബ്രിട്ടീഷ് സാമ്രാജ്യത്തിന് ഇന്ത്യയുടെമേൽ അപ്പോഴും പിടിയുണ്ടായിരുന്നു എന്ന വാസ്തവത്തെ യഥാർഥത്തിൽ നിഷേധിക്കുന്ന, തുല്യഗൗരവമുള്ള രണ്ടാമത്തെ തെറ്റു ചെയ്തു. ബഹുജനങ്ങൾക്ക് കോൺഗ്രസ്സിനെ സംബന്ധിച്ച വ്യാമോഹം ക്രമേണ നശിക്കുന്നതുകൊണ്ട് കോൺഗ്രസ്സ് ജനങ്ങളിൽനിന്നു തികച്ചും ഒറ്റപ്പെട്ടുകഴിഞ്ഞുവെന്നു കണക്കുകൂട്ടുകയും, ബഹുജനങ്ങൾ സ്വീകരിക്കാൻ തയ്യാറായിക്കഴിഞ്ഞിട്ടില്ലാത്ത സമരരൂപങ്ങൾ മുന്നോട്ടു കൊണ്ടുവരി

കയും ജനാധിപത്യപ്രസ്ഥാനത്തെ ഇനിയും വളർത്തുന്നതിൽ നിയമസഭാപ്രവർത്തനത്തിനുള്ള പങ്കിന്റെ പ്രാധാന്യം കുറച്ചുകാണുകയും ചെയ്യുക വഴിയും പലേ തെറ്റുകൾ ചെയ്തു.

ഈ തെറ്റുകളെല്ലാമുണ്ടായിരുന്നാലും, പാർട്ടി ഇന്നത്തെ കോൺഗ്രസ്സ് ഗവൺമെന്റിന്റെ സ്ഥാനത്ത് ഒരു ജനകീയജനാധിപത്യഗവൺമെന്റ് സ്ഥാപിക്കുകയെന്ന പൊതുലക്ഷ്യം മുന്നിൽവച്ചുകൊണ്ടാണ് സാമാന്യമായി പ്രവർത്തിച്ചതെന്നത് തർക്കമറ്റ സംഗതിയാണ്. അതുകൊണ്ടാണ് മലബാറിലും തിരു- കൊച്ചിയിലും പാർട്ടി ഇന്ന് ഏറ്റവുമധികം രാഷ്ട്രീയസ്വാധീനം നേടിയതും ഏറ്റവും സുസംഘടിതവുമായ പാർട്ടിയായി, ജനാധിപത്യവാദികളായ ബഹുജനങ്ങളുടെ ഒരു പുതിയ കൂട്ടുകെട്ടിന്റെ (ജനകീയജനാധിപത്യമുന്നണി) നേതാവായി, പ്രവർത്തിക്കാൻ ഏറ്റവും അർഹതയുള്ള പാർട്ടിയായി, കണക്കാക്കപ്പെടുന്നതും.

III

1951 ന്റെ ഉത്തരാർധത്തിലും 1952 ന്റെ ആരംഭത്തിലും കേരളം ദർശിച്ച കോൺഗ്രസ്സ് വിരുദ്ധ ജനാധിപത്യശക്തികളുടെ അണിനിരക്കൽ വളരെ അടുത്തകാലത്തു നടന്നതാകയാൽ വിസ്തരിക്കേണ്ട ആവശ്യമില്ല. കോൺഗ്രസ്സിനെ ഒരു ന്യൂനപക്ഷകക്ഷിയാക്കിത്തീർക്കുന്നതിൽ ദക്ഷിണേന്ത്യയിലെ ബാക്കി ഭാഗങ്ങളിലെ ജനകീയജനാധിപത്യപ്രസ്ഥാനങ്ങളോടു ചേർന്ന് കേരളം, ഇന്ന് ഇന്ത്യയിലുള്ള കോൺഗ്രസ്സ് ഗവൺമെന്റിന്റെ സ്ഥാനത്ത് ഒരു ജനകീയജനാധിപത്യഗവൺമെന്റ് സ്ഥാപിക്കുന്നതിനു മാത്രമല്ല, ഇപ്പോൾ നിർജീവമായിക്കഴിഞ്ഞ മുതലാളിത്തനേതൃത്വത്തിലുള്ള ഐക്യകേരളപ്രസ്ഥാനത്തിന്റെ സ്ഥാനത്ത് ജനകീയജനാധിപത്യ ഐക്യകേരളത്തിനുവേണ്ടിയുള്ള ഒരു പുതിയ പ്രസ്ഥാനം വളർത്തിക്കൊണ്ടുവരുന്നതിനുകൂടി വഴിതെളിച്ചിരിക്കുന്നുവെന്നുമാത്രം ഇവിടെ എടുത്തുപറയേണ്ടതായിട്ടുണ്ട്.

എന്തുകൊണ്ടെന്നാൽ, ഈ പുതിയ മുന്നേറ്റത്തിൽ പരസ്പരം എതിർത്തുനിൽക്കുന്ന രണ്ടു ശക്തികളെ കേരളം ദർശിച്ചു. ഒരു വശത്ത് രാജവാഴ്ചയുടെയും ജന്മിത്വത്തിന്റെയും ക്രിസ്ത്യൻ, ഹിന്ദു പിന്തിരിപ്പത്തത്തിന്റെയും ഉദ്യോഗസ്ഥപ്രഭുത്വത്തിന്റെ അഴിമതികളുടെയും മറ്റും ശക്തികൾ- അവയ്ക്കെല്ലാം കോൺഗ്രസ്സുകാരുടെ വെള്ളത്തൊപ്പികൾ മറപിടിച്ചിരുന്നു. നമ്മുടെ മനോഹരമായ രാജ്യത്തിന്റെ സമൃദ്ധമായ വയലുകളും താഴ്വരകളും മതിയാവോളം കൊള്ളയടിക്കാനാഗ്രഹിക്കുന്നവരും ലോകത്തെ മുഴുവനടിമപ്പെടുത്താൻ നോക്കുന്ന സൂത്രശാലികളായ സാമ്രാജ്യത്വവാദികളും- ചർച്ചിൽ, ട്രൂമാൻ കൂട്ടാളികൾ- അവർക്കു പിന്നിലുണ്ടായിരുന്നു. മറുവശത്താകട്ടെ, നമ്മുടെ സാധാരണജനങ്ങൾ- തൊ

ഴിലാളികളും കൃഷിക്കാരും ഇടത്തരക്കാരും- അവരുടെകൂടെ നമ്മുടെ രാജ്യം സ്വതന്ത്രവും സുഖിതവും അഭിവൃദ്ധ്യന്മുഖവുമായിക്കാണാനാഗ്രഹിക്കുന്ന ബൂർഷ്വാ- ഫ്യൂഡൽ ഭരണാധികാരിവർഗങ്ങളിൽപ്പെട്ട ചില വിഭാഗക്കാരും ഉണ്ട്.

തിരു- കൊച്ചിയിലും മലബാറിലും ഭരിക്കുന്ന കക്ഷിയായ കോൺഗ്രസ്സ്, കിട്ടിയ വോട്ടിന്റെ ശതമാനത്തിന്റെയും നേടിയ സീറ്റുകളുടെ എണ്ണത്തിന്റെയും അടിസ്ഥാനത്തിൽ ന്യൂനപക്ഷകക്ഷിയായി പ്രഖ്യാപിക്കപ്പെട്ടപ്പോൾ രണ്ടാമതു പറഞ്ഞ വിഭാഗം ജയിക്കുകയും ആദ്യം പറഞ്ഞ വിഭാഗം തോൽക്കുകയും ചെയ്തു. തിരു- കൊച്ചിയിൽ ആകെ പോൾചെയ്ത 33,41,767 വോട്ടുകളിൽ കോൺഗ്രസ്സിനു ലഭിച്ചത് 11,95,943 മാത്രമാണ്, അതായത് 36.6 ശതമാനം; മലബാറിലാണെങ്കിൽ 33,02,353 ൽ 11,37,335 മാത്രമാണതിനു ലഭിച്ചത്. സീറ്റുകളെ സംബന്ധിച്ചാണെങ്കിൽ, തിരു- കൊച്ചിയിൽ 108 സ്ഥാനങ്ങളിൽ 44- ഉം മലബാറിൽ 30 ൽ നാലുമാണ് കോൺഗ്രസ്സിനു ലഭിച്ചത്. ഇങ്ങനെ പിന്തിരിപ്പന്മാർക്കെതിരായും ജനകീയജനാധിപത്യത്തിനുവേണ്ടിയും ശക്തിയേറിയ ഒരു പ്രഹരം നൽകിയതിൽ ആന്ധ്ര, തെലങ്കാന, ത്രിപുര, തമിഴ്നാടിന്റെ ചില ജില്ലകൾ എന്നിവയുടെയൊപ്പം കേരളത്തിനും തുല്യമായ ബഹുമതി കിട്ടി.

എങ്കിലും ഈ കോൺഗ്രസ്സ് വിരുദ്ധ ജനകീയജനാധിപത്യശക്തികളുടെ അണിനിരക്കൽ ഐക്യത്തോടുകൂടിയതായിരുന്നില്ലെന്ന ഗൗരവമേറിയ ഒരു കുറവുണ്ടായിരുന്നു. സോഷ്യലിസ്റ്റ് പാർട്ടി, എല്ലാ ജനാധിപത്യ ബഹുജനപ്രസ്ഥാനത്തെയും പിളർക്കുകയെന്ന അതിന്റെ പാരമ്പര്യത്തിനനുസരിച്ച്, മറ്റൊരു പാർട്ടിയുമായും സഖ്യം ചെയ്യാൻ കൂട്ടാക്കാതിരിക്കുകയും അങ്ങനെ അനേകം സീറ്റുകൾ കോൺഗ്രസ്സിനു നേടിക്കൊടുക്കുകയും ചെയ്തു. അതുമാതിരിതന്നെ ഐക്യവിരോധപരമായ ഒരു നിലപാടാണ് മലബാറിൽ മുസ്ലിംലീഗും തിരു- കൊച്ചിയിൽ പല സ്വതന്ത്രന്മാരും ചില ചെറിയ പാർട്ടികളും കൈക്കൊണ്ടത്. നിലവിലുള്ള കോൺഗ്രസ്സ്‌വിരുദ്ധമനോഭാവം കൊണ്ടു സ്വന്തമായി മുതലെടുക്കാൻ ശ്രമിക്കുകയാണ് പല കക്ഷികളും ഗ്രൂപ്പുകളും വ്യക്തികളും ചെയ്തത്. അവരിൽ മിക്കവരും, വാസ്തവത്തിൽ, ലജ്ജാവഹമായി പരാജയപ്പെട്ടു. എന്നാൽ മറ്റു കോൺഗ്രസ്സ് വിരുദ്ധജനാധിപത്യപാർട്ടികളുമായി ഒരൈക്യമുന്നണിയുണ്ടാക്കാൻ കൂട്ടാക്കാതിരുന്ന അവരുടെ നയം ജനാധിപത്യചേരിക്കു വലിയ ദ്രോഹം ചെയ്തു.

മാത്രമല്ല, കോൺഗ്രസ്സിനെ തിരഞ്ഞെടുപ്പിൽ തോൽപ്പിക്കണമെന്ന ഉദ്ദേശത്തോടെ യോജിക്കാൻ സമ്മതിച്ച പാർട്ടികൾക്കിടയിലും മൗലികവും നയപരവുമായ പ്രശ്നങ്ങളിന്മേൽ തീക്ഷ്ണമായ അഭിപ്രായ

വ്യത്യാസങ്ങളുണ്ടായിരുന്നു. ഉദാഹരണത്തിന്, ഐക്യമുന്നണിയിൽ ഇടതുപക്ഷപ്പാർട്ടികൾ- സോഷ്യലിസം സ്വീകരിച്ച പാർട്ടികൾ- മാത്രമേ പാടുള്ളുവെന്ന് കെ എസ് പിയും ആർ എസ് പിയും നിർബന്ധിച്ചു; കെ എം പി പാർട്ടിയെയും മറ്റു ബൂർഷ്വാദേശീയവാദികളെയും ഐക്യ മുന്നണിയിൽ കൊണ്ടുവരുന്നതിനെ അവർ ശക്തിയായി എതിർത്തു. കാരണം, സമരം ഇന്നു സോഷ്യലിസത്തിനു വേണ്ടിയാണെന്നും മുതലാളിവർഗത്തിനെതിരാണെന്നും അവർ പറഞ്ഞു. ഇതിൽ സോഷ്യലിസം ഉടനടി നടപ്പാക്കാൻവേണ്ടി നിലകൊണ്ടിരുന്ന സോഷ്യലിസ്റ്റുകാരോട് അവരും പരിപൂർണമായി യോജിക്കയാണുണ്ടായത്. കമ്യൂണിസ്റ്റുകാരുമായുള്ള ഐക്യമുന്നണിയെ നിരസിക്കുന്നതിൽ അവർ സോഷ്യലിസ്റ്റുകാരോടു യോജിച്ചില്ലെന്നുമാത്രം. ഇതിനുംപുറമേ, ഐക്യമുന്നണി കെട്ടിപ്പടുക്കുന്നതിനുള്ള പരിപാടി ഒരു സ്വതന്ത്രകേരളത്തിന്- അതായത് ഇന്ത്യയുടെ മറ്റു ഭാഗങ്ങളിൽനിന്നും സ്വതന്ത്രമായ ഒരു കേരളത്തിന്- വേണ്ടിയുള്ളതായിരിക്കണമെന്ന് കെ എസ് പി നിർബന്ധിച്ചു. കെ എം പി പാർട്ടിക്കാണെങ്കിൽ കമ്യൂണിസ്റ്റുകാരും കെ എസ് പി, ആർ എസ് പിക്കാരുമായി ഗുരുതരമായ അഭിപ്രായവ്യത്യാസങ്ങളുണ്ട്. കാരണം, അവർ സർവോദയത്തിൽ വിശ്വാസമുള്ളവരാണ്. അതുകൊണ്ട് മാർക്സിസത്തിൽ വിശ്വസിക്കുന്ന ഈ പാർട്ടികളുടെ വിപ്ലവപരമായ പരിപാടികളെ അവർക്കു പ്രോൽസാഹിപ്പിക്കാൻ വയ്യ.

ഈ പ്രശ്നങ്ങളിന്മേൽ കെ എസ് പി, ആർ എസ് പി, കെ എം പി പി എന്നീ പാർട്ടികളോടു യോജിപ്പില്ലായിരുന്നെങ്കിലും, കമ്യൂണിസ്റ്റ് പാർട്ടി അവരുമായി യോജിച്ചു പ്രവർത്തിക്കുന്നതിന് അങ്ങേയറ്റം പരിശ്രമിച്ചു. പാർട്ടിയുടെ കേന്ദ്രക്കമ്മിറ്റിയും അതിന്റെ തിരഞ്ഞെടുപ്പുവിജ്ഞാപനങ്ങൾ (കേന്ദ്രത്തിലും സംസ്ഥാനങ്ങളിലും) പ്രഖ്യാപിച്ച സ്വന്തം മൗലികപരിപാടി പ്രചരിപ്പിച്ചുകൊണ്ടുതന്നെ ഒരു യോജിച്ച മിനിമം പരിപാടി രൂപീകരിക്കാൻവേണ്ടി കെ എം പി പി യുമായി പാർട്ടി, കൂടിയാലോചനകൾ ആരംഭിക്കുകയും അവസാനം ആ പരിശ്രമങ്ങളിൽ വിജയിക്കുകയും ചെയ്തു. പക്ഷേ കെ എസ് പി, ആർ എസ് പി എന്നീ പാർട്ടികളുമായി അത്തരത്തിലുള്ള യോജിപ്പിനുവേണ്ടി നടത്തിയ പരിശ്രമം നിഷ്ഫലമായി. കാരണം, ഈ പാർട്ടികൾ ഏതൊരൈക്യമുന്നണിയുടെയും അടിസ്ഥാനം സോഷ്യലിസമായിരിക്കണമെന്ന അവരുടെ മൗലികപരിപാടിയിന്മേൽ മുറുകെപ്പിടിച്ചു. ഒരു മിനിമം പരിപാടിയുടെ പ്രശ്നത്തിന്മേലുള്ള ഈ അഭിപ്രായവ്യത്യാസം, തിരു- കൊച്ചിയിൽ ഒരു കോൺഗ്രസ്സിതര മന്ത്രിസഭയുണ്ടാക്കുന്ന പ്രശ്നത്തിന്മേലുണ്ടായതുപോലെ, ഭാവിയിൽ ഗുരുതരമായ സംഘട്ടനങ്ങൾക്കിടയാകാതെ നിവൃത്തിയില്ലായിരുന്നു. ഇടതുപക്ഷപാർട്ടികളുടെ ഒരു കൂട്ടുകെട്ടിന് നിയമസ

ഭയിൽ ഭൂരിപക്ഷം ലഭിക്കാത്തപക്ഷം ഒരു കോൺഗ്രസ്സിതര മന്ത്രിസഭ രൂപീകരിക്കുന്നതിന് കെ എസ് പിയും ആർ എസ് പിയും എതിരാണ്. കമ്യൂണിസ്റ്റുകാരാകട്ടെ, ഒരു മിനിമം പരിപാടി അംഗീകരിക്കുന്നവരെല്ലാം ചേർന്ന ഒരു മന്ത്രിസഭ ആവശ്യപ്പെടുന്നു.

ഈ പരിതഃസ്ഥിതിയിൽ, ഇപ്പോൾ ഉണ്ടായിരിക്കുന്ന ഐക്യമുന്നണിയെ, എല്ലാ സാമ്രാജ്യവിരോധി- നാടുവാഴിവിരോധി വർഗങ്ങളെയും പാർട്ടികളെയും സംഘടനകളെയും ഗ്രൂപ്പുകളെയും വ്യക്തികളെയുമുൾച്ചേർത്ത് വളർത്തുന്നത് കമ്യൂണിസ്റ്റ് പാർട്ടിയെ സംബന്ധിച്ചിടത്തോളം വിഷമമേറിയ ഒരു കടമയായിരിക്കും. സ്വന്തം അണികളിൽ വലതുപക്ഷ പരിഷ്കരണവാദത്തിനും ഇടതുപക്ഷവിഭാഗീയവാദത്തിനുമെതിരായി ഒരേസമയത്ത് സമരം ചെയ്യുക; കെ എസ് പി, ആർ എസ് പി, കെ എം പി പി എന്നീ പാർട്ടികൾ പ്രതിനിധീകരിക്കുന്ന തെറ്റായ പ്രവണതകൾക്കെതിരായ ഉറച്ച ആശയസമരം നടത്തുക; അതോടൊപ്പം പ്രവർത്തനത്തിൽ അവരുമായി ഐക്യമുന്നണിയുണ്ടാക്കുക; മുസ്ലിംലീഗ്, സോഷ്യലിസ്റ്റ് പാർട്ടി, തിരുവിതാംകൂർ തമിഴ്നാട് കോൺഗ്രസ്സ് തുടങ്ങിയ മറ്റു പാർട്ടികളുടെ ഭിന്നിപ്പിക്കുന്ന നേതൃത്വത്തിനെതിരായി, അവയിലെ സാധാരണക്കാരെ ഐക്യമുന്നണിയിലേക്കാകർഷിക്കത്തക്കവിധം ദൃഢവും നിരന്തരവുമായ സമരം നടത്തുക; സാധാരണ കോൺഗ്രസ്സുകാർക്കിടയിൽത്തന്നെ പിന്തിരിപ്പൻ കോൺഗ്രസ്സ് നേതൃത്വത്തെ കൂടുതൽ ഒറ്റപ്പെടുത്തത്തക്കവിധം തുടർച്ചയായ പ്രക്ഷോഭണം വളർത്തുക മുതലായതെല്ലാം ചെയ്യേണ്ടിവരും. എന്തുകൊണ്ടെന്നാൽ, തിരഞ്ഞെടുപ്പിൽ കോൺഗ്രസ്സിനു കനത്ത പരാജയം സംഭവിച്ചുവെങ്കിലും ഒരു കോൺഗ്രസ്സിതര ജനാധിപത്യഗവൺമെന്റ് രൂപീകരിക്കുന്നതിനെ തടയാനുള്ള ശക്തി അതിനിപ്പോഴും ശേഷിച്ചിട്ടുണ്ടെന്ന് തിരഞ്ഞെടുപ്പുഫലങ്ങൾ ശരിക്കും വ്യക്തമാക്കിയിട്ടുണ്ട്.

പോളിറ്റ് ബ്യൂറോയും പിന്നീട് കേന്ദ്രക്കമ്മിറ്റിയും അഖിലേന്ത്യാപാർട്ടി സമ്മേളനവും അംഗീകരിച്ച, കമ്യൂണിസ്റ്റ് പാർട്ടിയുടെ പരിപാടിയും നയപ്രഖ്യാപനവും കേന്ദ്രക്കമ്മിറ്റിയുടെ തിരഞ്ഞെടുപ്പുവിജ്ഞാപനവും ഈ കടമകൾ നിർവഹിക്കുന്നതിന് കമ്യൂണിസ്റ്റുകാരുടെ കൈയിലുള്ള ശക്തമായ ആയുധങ്ങളാണ്. ഇതുവരത്തെപ്പോലെ ഊർജസ്വലമായി തങ്ങളുടെ പ്രവൃത്തി തുടരുന്നപക്ഷം ജനകീയജനാധിപത്യത്തിന്റെ ഒരു പരിപാടിക്കു ചുറ്റും എല്ലാ യഥാർഥസാമ്രാജ്യത്വവിരോധ- നാടുവാഴിത്തവിരോധശക്തികളെയും അണിനിരത്തുന്നതിൽ പാർട്ടിക്ക് കൂടുതൽ വമ്പിച്ച വിജയം വരിക്കാൻ കഴിയുമെന്നതിന് തിരഞ്ഞെടുപ്പിലെ പ്രോൽസാഹനജനകങ്ങളായ ഫലങ്ങൾ സ്പഷ്ടമായ സൂചനയാണ്.

IV

ഐക്യജനകീയജനാധിപത്യത്തിനുവേണ്ടിയുള്ള പ്രസ്ഥാനത്തിന്റെ അപ്രതിരോധ്യമായ ശക്തിയുടെ സൂചനകളിലൊന്ന് കേരളത്തിലെ മഹത്തായ സാംസ്കാരികമുന്നേറ്റമാണ്. മുഴുവൻ ജനങ്ങളെയും- എല്ലാ വർഗങ്ങളിലും ജീവിതത്തുറകളിലുമുള്ള പുരുഷന്മാരെയും സ്ത്രീകളെയും കുട്ടികളെയും- ഉൾക്കൊള്ളുന്ന ഒരു മുന്നേറ്റമാണത്.

രണ്ടാം ലോകമഹായുദ്ധത്തിനുശേഷമുള്ള കാലത്ത് നൂറുകണക്കിന് പുതിയ കവികളും കഥാകാരന്മാരും സാഹിത്യവിമർശകന്മാരും നടന്മാരും ഗായകന്മാരും മറ്റും ആവിർഭവിച്ചു. സാംസ്കാരികപ്രവർത്തനത്തിലേർപ്പെട്ട ഈ പുതിയ സ്ത്രീപുരുഷന്മാരിൽ ഒരു ഗണ്യമായ സംഖ്യ തൊഴിലാളികൾക്കും കർഷകർക്കുമിടയിൽനിന്നു വന്നവരാണ്. അവരുടെ കൃതികളിൽ ഒരു വലിയ സംഖ്യയാകട്ടെ, സാമൂഹ്യപരിഷ്കരണത്തിനും ദേശീയ സ്വാതന്ത്ര്യത്തിനും രാഷ്ട്രീയജനാധിപത്യത്തിനും ജനങ്ങളുടെ ജീവിതനിലവാരമുയർത്തുന്നതിനും വേണ്ടിയുള്ള സമരത്തോടു ബന്ധപ്പെട്ട പലതരം ഇതിവൃത്തങ്ങളെ പുരസ്കരിച്ചവയാണുതാനും.

1951 ൽ മാത്രം ചില ഇടതുപക്ഷവാരികകളിൽ വന്ന കവിതകളുടെയും ചെറുകഥകളുടെയും എണ്ണത്തിന്റെ അടിസ്ഥാനത്തിൽ ഈ ലേഖകനെടുത്തിട്ടുള്ള കണക്കനുസരിച്ച്, മറ്റു വാരികകളിലും മാസികകളിലും ചെറു പുസ്തകരൂപേണയും പ്രസിദ്ധീകരിക്കപ്പെട്ടവയുൾപ്പെടെ, ഐക്യജനകീയജനാധിപത്യ കേരളത്തിനുവേണ്ടിയുള്ള സമരത്തിന്റെ നാനാവശങ്ങളെ ഇതിവൃത്തമാക്കിയ 2000 ത്തിൽ കുറയാത്ത കവിതകളും 200 ൽ കുറയാത്ത ചെറുകഥകളും പ്രസിദ്ധീകരിച്ചിട്ടുണ്ട്. തിരഞ്ഞെടുപ്പു പ്രചാരണത്തിനിടയിൽ രചിച്ചു പാടിയിട്ടുള്ള നൂറുകണക്കിനുള്ള കവിതകളും ഗാനങ്ങളും ഇതിലുൾപ്പെടുത്തിയിട്ടില്ല. അവയുടെ ഒരേകദേശ കണക്കെടുക്കാൻപോലും വിഷമമാണ്. വാസ്തവത്തിൽ, ഓരോ വില്ലേജിനും അതിന്റെ സ്വന്തം കവികളും ഗായകന്മാരുമുണ്ടായിരുന്നു; അവർ കവിതയുണ്ടാക്കിപ്പാടി. നമ്മുടെ ജനതയുടെ ചരിത്രത്തിലൊരിക്കലും ഇത്രയധികം കവിതകളും പാട്ടുകളും ഇത്രയധികം ആളുകൾ- അതും ഫാക്ടറിത്തൊഴിലാളികളും കാർഷികത്തൊഴിലാളികളും അധഃകൃതരുമുൾപ്പെടെയുള്ള അധ്വാനിക്കുന്ന ജനങ്ങൾ- എഴുതുകയെന്ന സംഭവം ഉണ്ടായിട്ടില്ല.

മറ്റു കലകളുടെ കാര്യത്തിലും ഇതു ശരിയാണ്. കേരളത്തിൽ ഇന്നു വാസ്തവത്തിൽ, നാടകത്തിന്റെയും അതുമായി ബന്ധപ്പെട്ട മറ്റു കലകളുടെയും ഒരു വേലിയേറ്റം തന്നെയാണ്. ഡസൻ കണക്കിൽ പ്രാദേശിക

സ്ക്വാഡുകൾ സംഘടിപ്പിക്കപ്പെട്ടിരിക്കുന്നു; നൂറുകണക്കിന് നടന്മാർ മുന്നോട്ടുവന്നിട്ടുണ്ട്; പതിനായിരക്കണക്കിനാളുകൾ കാണുന്ന നാടകാഭിനയങ്ങൾ കേരളത്തിന്റെ ഓരോ മുക്കിലും മൂലയിലും നടത്തപ്പെടുന്നു. ഈ സ്ക്വാഡുകളിലും നാടകാഭിനയങ്ങളിലും ഒരു വമ്പിച്ച ഭൂരിപക്ഷം ട്രേഡ്യൂണിയനുകളോടും കിസാൻസഭകളോടും മറ്റു ബഹുജനസംഘടനകളോടും അഥവാ ജനാധിപത്യരാഷ്ട്രീയപ്പാർട്ടികളോടും ബന്ധപ്പെട്ടവയാണ്; ഉൽബുദ്ധരായ തൊഴിലാളിവർഗവും കൃഷിക്കാരുമാണീ സാംസ്കാരികപ്രവർത്തനങ്ങളിലേക്കാകർഷിക്കപ്പെട്ടിട്ടുള്ളത്.

സാഹിത്യവിമർശനമണ്ഡലവും ശാസ്ത്രത്തിന്റെ നാനാശാഖകളുടെ പഠനവും മുമ്പെന്നത്തെക്കാളും വളരെയധികം വിപുലമായിട്ടുണ്ട്. യഥാർഥത്തിൽ, ഫാക്ടറിയിലും പാടത്തും പണിയെടുക്കുന്നവർ, ഒരു തലമുറ മുമ്പുവരെ ഭരണാധികാരിവർഗങ്ങളിൽനിന്നു വന്നവരോ അവരുമായി അടുത്തു ബന്ധപ്പെട്ടവരോ ആയ ബുദ്ധിജീവികളുടെ കലവറയിൽമാത്രം സൂക്ഷിക്കപ്പെട്ടിരുന്ന വിജ്ഞാനത്തിന്റെ എല്ലാ തുറകളിലും താൽപ്പര്യമെടുക്കാൻ തുടങ്ങിയിരിക്കുന്നു. ഈ വിഷയങ്ങൾ കൈകാര്യം ചെയ്യുന്നവയും പുരോഗമനജനാധിപത്യവീക്ഷണത്തോടുകൂടിയവയുമായ പത്രങ്ങൾക്കും മാസികകൾക്കും, പുരോഗമനജനാധിപത്യവീക്ഷണമില്ലാത്ത താദൃശപ്രസിദ്ധീകരണങ്ങളെക്കാൾ വളരെയധികം പ്രചാരം സിദ്ധിച്ചുകൊണ്ടിരിക്കുന്നു.

ജനകീയജനാധിപത്യപ്രസ്ഥാനത്തിന്റെ മറ്റു തുറകളിലെന്നപോലെ ഈ സാംസ്കാരികമുന്നേറ്റത്തിനും നേതൃത്വം വഹിക്കുന്നത് കമ്യൂണിസ്റ്റ് പാർട്ടിയാണ്. യഥാർഥത്തിൽ, കോൺഗ്രസ്സ് സോഷ്യലിസ്റ്റ്പാർട്ടിയുടെ ചട്ടക്കൂടിനുള്ളിൽ രൂപമെടുത്ത പാർട്ടിയാണ്, 1937 ൽ ഒന്നാമതായി, 'കല കലയ്ക്കുവേണ്ടി' എന്ന ഭരണാധികാരിവർഗത്തിന്റെ മുദ്രാവാക്യത്തിനുപകരം 'കല ജനങ്ങൾക്കുവേണ്ടി' എന്ന മുദ്രാവാക്യം സുധീരം ഉന്നയിച്ചത്. 1937 തൊട്ടുതന്നെ കമ്യൂണിസ്റ്റ് സാഹിത്യകാരന്മാർ നിരവധി നാടകങ്ങൾ നിർമിക്കുകയും കമ്യൂണിസ്റ്റ് നടന്മാർ അവ അഭിനയിക്കുകയും ചെയ്യാൻ തുടങ്ങി; അവയിൽ ഏറ്റവും പേരെടുത്തിട്ടുള്ളത് കർഷകസമരങ്ങളെ ചിത്രീകരിക്കുന്ന പാട്ടബാക്കിയും തൊഴിലാളിസമരങ്ങളെ ചിത്രീകരിക്കുന്ന രക്തപാനവുമാണ്. 1942-45 ൽ ഇത് കുറെക്കൂടി ഉയർന്ന ഒരു നിലയിലേക്കു വളർത്തപ്പെട്ടു; ഫാസിസ്റ്റ്വിരുദ്ധയുദ്ധം, ദേശീയ വിമോചനം, ക്ഷാമത്തിനെതിരായ സമരം തുടങ്ങിയ ഇതിവൃത്തങ്ങളെ ആസ്പദിച്ച് നൂറുകണക്കിനു പാട്ടുകളും കവിതകളും നാടകങ്ങളും മറ്റും അന്നു നിർമിക്കപ്പെട്ടു. നാടൻസംസ്കാരത്തിന്റെ വിവിധ രൂപങ്ങൾക്ക് (കുമ്മി, കോലാട്ടം, ഓട്ടൻതുള്ളൽ, പൂരക്കളി മുതലായവ) പുരോഗമനജനാധിപത്യപരമായ ഉള്ളടക്കം കൊടുത്ത് ജനങ്ങൾക്ക് വി

ജ്ഞാനവും വിനോദവും നൽകാനുള്ള ഉപാധികളാക്കി അവയെ മാറ്റാൻ കഴിയുമെന്നു പ്രയോഗത്തിൽ തെളിയിക്കപ്പെട്ട കാലവും ഇതായിരുന്നു. യുദ്ധാനന്തരവർഷങ്ങളിൽ സംസ്കാരത്തിന്റെ നാനാരൂപങ്ങളെ ജനകീയസമരത്തിന്റെ താൽപ്പര്യങ്ങളെ സേവിക്കുന്നതരത്തിലാക്കിത്തീർക്കുന്നതിന് നേതൃത്വം കൊടുത്തതും കമ്യൂണിസ്റ്റ് പാർട്ടിയായിരുന്നു; അതുകൊണ്ടാണ് കമ്യൂണിസ്റ്റ് സാഹിത്യകാരന്മാരും ഗായകന്മാരും നടന്മാരും സാഹിത്യവിമർശകന്മാരും ശാസ്ത്രകൃതികളെഴുതുന്നവരും മറ്റും കേരളീയ സാംസ്കാരികലോകത്തിൽ സുപ്രതിഷ്ഠിതമായ ഒരു സ്ഥാനം വഹിക്കാനിടയായിട്ടുള്ളത്.

എന്നാൽ ഈ പുതിയ സാംസ്കാരികമുന്നേറ്റത്തെ കമ്യൂണിസ്റ്റ് പാർട്ടിയുടെ സാംസ്കാരികപ്രവർത്തനങ്ങൾ മാത്രമായി കണക്കാക്കുന്നത് തെറ്റായിരിക്കും. എന്തുകൊണ്ടെന്നാൽ മറ്റ് ഇടതുപക്ഷജനാധിപത്യപാർട്ടികൾ മാത്രമല്ല കോൺഗ്രസ്സുകാരും വലതുപക്ഷ സോഷ്യലിസ്റ്റുകാരും കമ്യൂണിസ്റ്റ്വിരോധികളായ ആളുകളുമെല്ലാം സംസ്കാരത്തെ തങ്ങളുടെ സ്വന്തം ലക്ഷ്യങ്ങൾക്കു വേണ്ടി ഉപയോഗിക്കുന്നുണ്ട്. വാസ്തവം പറഞ്ഞാൽ, ഓരോ രാഷ്ട്രീയപ്പാർട്ടിയും ഓരോ സാമൂഹ്യമോ അല്ലാത്തതോ ആയ സംഘടനയും അതിന്റെ സ്വന്തം താൽപ്പര്യങ്ങൾക്കുവേണ്ടി ഇന്നു സംസ്കാരത്തെ ഉപയോഗിച്ചുകൊണ്ടിരിക്കുന്നു. ഇങ്ങനെ സംസ്കാരത്തെ, തങ്ങളുടെ അഭിപ്രായത്തിൽ, ജനങ്ങളുടെ ഉത്തമതാൽപ്പര്യങ്ങൾക്കുവേണ്ടി ഉപയോഗിക്കുന്നവരായ ഒരു വലിയ വിഭാഗം സാംസ്കാരികപ്രവർത്തകർ, സ്ത്രീപുരുഷന്മാർ ഉയർന്നുവന്നിട്ടുണ്ട്, വന്നുകൊണ്ടിരിക്കുന്നുണ്ട്. അതുകൊണ്ട്, അധികമധികം ജനവിഭാഗങ്ങൾക്ക് കോൺഗ്രസ്സിനെപ്പറ്റിയുള്ള വ്യാമോഹം അസ്തമിക്കുന്നതോടെ, അധികമധികം ഇടതുപക്ഷക്കാരും ജനാധിപത്യവാദികളും തങ്ങളുടെ വ്യാമോഹങ്ങളുപേക്ഷിച്ച് കമ്യൂണിസ്റ്റ് നിലപാടിലേക്കു വരുന്നതോടെ, അധികമധികം സോഷ്യലിസ്റ്റുകാരും കോൺഗ്രസ്സുകാരും മറ്റും ഇന്നത്തെ അവരുടെ നയമുപേക്ഷിച്ച് ഐക്യജനാധിപത്യമുന്നണിയുടെ നയം സ്വീകരിക്കുന്നതോടെ ജനകീയജനാധിപത്യസാംസ്കാരികമണ്ഡലത്തിലെ പ്രവർത്തകരുടെ സംഖ്യയും വർധിച്ചുവരും.

കമ്യൂണിസ്റ്റ് പാർട്ടിയുടെ സാംസ്കാരികപ്രവർത്തനങ്ങളെല്ലാം ജനകീയജനാധിപത്യസംസ്കാരത്തിന്റെ വളർച്ചയെ സഹായിക്കുന്നതരത്തിലായിരിക്കുമെന്നു കരുതുന്നത് തെറ്റായിരിക്കും. എന്തുകൊണ്ടെന്നാൽ, മറ്റു പ്രവർത്തനരംഗങ്ങളിലെന്നപോലെ സാംസ്കാരികരംഗത്തും പാർട്ടി അവസരവാദപരമോ വിഭാഗീയസ്വഭാവമുള്ളതോ ആയ തെറ്റുകൾ ചെയ്തിട്ടുണ്ട്, ചെയ്യുവാനിടയുണ്ട്. അതുകൊണ്ട്, ഒരുവശത്ത് ജനകീയ, ജനാധിപത്യസംസ്കാരത്തിന്റെ നിർമാതാക്കളെന്ന നിലയിൽ

തൊഴിലാളിവർഗത്തിന്റെയും കൃഷിക്കാരുടെയും പങ്കിന്റെ പ്രാധാന്യം കുറച്ചുകാണാനുള്ള വാസനയ്ക്കെതിരായും, മറുവശത്ത് ജനാധിപത്യ സംസ്കാരം വളർത്തുന്നതിൽ തൊഴിലാളിവർഗത്തിന്റെയും കൃഷിക്കാരുടെയും കൂട്ടുകാരെന്ന നിലയിൽ ബുദ്ധിജീവികളുടെ പങ്കിനെ അവഗണിക്കാനുള്ള പ്രവണതയ്ക്കെതിരായും പാർട്ടി അങ്ങേയറ്റം ജാഗ്രത പാലിക്കേണ്ടതുണ്ട്. ഒന്നുകിൽ ബൂർഷ്വാ സാംസ്കാരിക'വിദഗ്ധ'ന്മാർക്കടിപണിയുക, അല്ലെങ്കിൽ അവർക്കിടയിലുള്ള പുരോഗമനവിഭാഗങ്ങളോട് ശത്രുക്കളോടെന്ന പോലെ പെരുമാറുക എന്നീ രൂപത്തിൽ ഈ രണ്ടു പ്രവണതകളും പ്രകടമായിക്കഴിഞ്ഞിട്ടുണ്ട്, ഇന്നും പ്രകടമായിക്കൊണ്ടിരിക്കുന്നു. ഈ രണ്ടാപത്തുകളിലുംപെടാതെ മുന്നോട്ടുപോയാൽ മാത്രമേ തൊഴിലാളിവർഗത്തിന്റെയും കൃഷിക്കാരുടെയും ഇടയിലുള്ള സാംസ്കാരികപ്രവർത്തനങ്ങളിൽ പ്രാഥമികമായും അടിയുറപ്പിച്ചുകൊണ്ട് വിപുലമായ ജനകീയജനാധിപത്യസംസ്കാരത്തെ വളർത്തുകയെന്ന, അതിന്റെ നേതൃത്വപരമായ പങ്ക് നിർവഹിക്കാൻ പാർട്ടിക്ക് കഴിയൂ. സാംസ്കാരികരംഗത്ത് പാർട്ടിയുടെ അത്തരമൊരു ശരിയായ നേതൃത്വം ഒരൈക്യജനാധിപത്യകേരളത്തിനുവേണ്ടിയുള്ള സമരത്തിൽ ശക്തമായ ഒരായുധമായിരിക്കും.

www.ingramcontent.com/pod-product-compliance
Lightning Source LLC
LaVergne TN
LVHW090313051026
849518LV00005B/1763
* 9 7 8 8 1 1 9 1 3 1 2 7 3 *